ग्रेट इंडियन संत मराठी

मनोज डोळे

अनुक्रमणिका

अनुक्रमणिका

प्रस्तावना

संत म्हणजे भारतीय धर्म, विशेषतः हिंदू, जैन, शीख आणि बौद्ध धर्मांतील त्यांच्या "स्व, सत्य, आणि वास्तविकतेच्या" ज्ञानासाठी "सत्य-अनुकरणीय" म्हणून आदरणीय मानव. शीख धर्मात ते वर्णन करण्यासाठी वापरले जाते. ईश्वराशी एकरूप होऊन आध्यात्मिक ज्ञान आणि दैवी ज्ञान आणि सामर्थ्य प्राप्त केलेले मानव.

भक्ताच्या जीवनात संताला महत्त्वाचे स्थान असते. हिंदू धर्मग्रंथ देखील संताचे महत्त्व सांगतात. हिंदू धर्मग्रंथानुसार खऱ्या संताचा आश्रय घेऊन शास्त्रानुसार भक्ती केल्याने जन्म-मृत्यूच्या रोगापासून उपासक मुक्त होतात. खऱ्या संताची ओळख हिंदू धर्माच्या पवित्र धर्मग्रंथांमध्ये देखील सांगितली आहे की जो खरा संत असेल त्याला सर्व पवित्र ग्रंथांचे पूर्ण ज्ञान असेल आणि तो तीन प्रकारच्या मंत्रांची नावे तीनदा दीक्षा घेईल.

संत, ब्रह्मज्ञानी किंवा भगत असा कोणताही मनुष्य आहे ज्याने ईश्वराची प्राप्ती केली आहे आणि ईश्वराशी आध्यात्मिक संपर्क साधला आहे. शीखांचा असा विश्वास आहे की देवाची दैवी ऊर्जा पृथ्वीवरील मानवांना अनुभवता येते. हे भगवंताच्या नामाचे (नाम जपो/ नाम सिमरन) सतत पठण आणि आध्यात्मिक अंतर्मन द्वारे प्राप्त होते. शीख सामान्यतः वास्तविकतेचा उपयोग देवाचे नाव म्हणून करतात जे केवळ तोंडाने उच्चारले जाऊ शकत नाही परंतु सत्यतेने जगले पाहिजे.

संत कोणत्याही धर्माचे असू शकतात. कबीर, रविदास, नामदेव, फरीद, भिक्कन आणि इतरांसारख्या व्यक्तींना संत किंवा भगत म्हणून ओळखले जाते, काही इस्लाम किंवा हिंदू धर्माचे असूनही. दैवी ज्ञान सार्वत्रिक आहे, आणि नाम सिमरनद्वारे ज्ञान प्राप्त केल्यानंतर त्यांचे ज्ञान संकलित केले गेले आहे आणि शीख धर्माच्या पवित्र पुस्तकात समाविष्ट केले आहे, श्री गुरु ग्रंथ साहिब.

संत हे अत्यंत उच्च दर्जाचे पवित्र व्यक्ती आहेत, ते आदर्श मानवांपैकी एक आहेत. अशाप्रकारे, शीखांना संतांचा सहवास आणि पवित्र मंडळी (साध-संगत) शोधण्यासाठी, त्यांच्याकडून शिकण्यासाठी आणि शीख धर्मग्रंथ (गुरबानी) आणि नाम सिमरन यांचे गहन वाचन आणि चिंतन करून "संतत्व" प्राप्त करण्यास प्रोत्साहित केले जाते.

संत किंवा ब्रह्मज्ञानी (ज्याला देवाचे परिपूर्ण ज्ञान आहे) यांच्याशी संबंधित सद्गुणयुक्त जीवनाची व्याख्या शीख गुरबानीमध्ये केली आहे, विशेषतः श्री गुरु ग्रंथ साहिबच्या सुखमनी साहिब परिच्छेदात. शीख धर्म सर्व धर्मांच्या लोकांना देवाची जाणीव करून एकरूप होण्यासाठी वकिली करतो आणि देवाशी एकरूप होणे हा आध्यात्मिक ज्ञानाचा सर्वोच्च प्रकार आहे.

लेखक डेव्हिड स्मिथ यांनी गुरूची व्याख्या "शिक्षक, आध्यात्मिक मार्गदर्शक, किंवा गॉडमन," अशी केली आहे. गुरूची पदवी मिळविण्यासाठी, दीक्षा म्हणून ओळखल्या जाणाऱ्या मानक दीक्षा प्रक्रियेतून जाणे आवश्यक आहे, ज्यामध्ये त्यांना मंत्र किंवा पवित्र

संस्कृत वाक्यांश प्राप्त होतो.

हिंदू संतांनी अनेकदा जगाचा त्याग केला आहे आणि त्यांना गुरु, साधू, ऋषी, स्वामी आणि इतर नावांनी संबोधले जाते. बरेच लोक "संत" आणि "संत" या शब्दांचा एकसमान अर्थ लावतात.

हे पुस्तक हिंदू धर्मातील धार्मिक लोकांची यादी आहे, ज्यात गुरु, संत, भिक्षू, योगी आणि आध्यात्मिक गुरु यांचा समावेश आहे.

1
स्वामी विवेकानंद

स्वामी विवेकानंद

Scan for Story Videos - www.itibook.com

स्वामी विवेकानंद 12 जानेवारी 1863 - 4 जुलै 1902), जन्म नरेंद्रनाथ दत्ता , एक भारतीय हिंदू भिक्षू, तत्त्वज्ञ, लेखक, धार्मिक शिक्षक आणि भारतीय गूढवादी रामकृष्ण यांचे मुख्य शिष्य होते. पाश्चात्य जगामध्ये वेदांत आणि योगाचा परिचय करून देण्यात ते प्रमुख व्यक्तिमत्त्व होते; आणि आंतरधर्मीय जागरूकता वाढवण्याचे, आणि हिंदू धर्माला प्रमुख जागतिक धर्माच्या दर्जात आणण्याचे श्रेय दिले जाते. 1893 च्या शिकागो येथील धर्म संसदेनंतर विवेकानंद एक लोकप्रिय व्यक्तिमत्त्व बनले, जिथे त्यांनी त्यांच्या प्रसिद्ध भाषणाची सुरुवात केली, "भगिनींनो आणि बंधूंनो. अमेरिकेचे...," अमेरिकन लोकांना हिंदू धर्माची ओळख करून देण्यापूर्वी. ते संसदेत इतके प्रभावी होते की एका अमेरिकन वृत्तपत्राने त्यांचे वर्णन, "दैवी अधिकाराने वक्ता आणि निःसंशयपणे संसदेतील सर्वात महान व्यक्ती" असे केले.येथे मोठ्या यशानंतर संसदेत, त्यानंतरच्या वर्षांत, विवेकानंदांनी संपूर्ण यू.मध्ये शेकडो व्याख्याने दिली नाइटेड स्टेट्स, इंग्लंड आणि युरोप यांनी हिंदू तत्त्वज्ञानाच्या मूलभूत तत्त्वांचा प्रसार करून न्यूयॉर्कची वेदांत सोसायटी आणि सॅन फ्रान्सिस्कोची वेदांत सोसायटी (आताची वेदांत सोसायटी ऑफ नॉर्दर्न कॅलिफोर्निया) यांची स्थापना केली, या दोन्ही संस्था वेदांत सोसायटीचा पाया बनल्या.

कलकत्ता येथील कुलीन बंगाली कायस्थ कुटुंबात जन्मलेल्या विवेकानंदांचा लहानपणापासूनच धर्म आणि अध्यात्माकडे कल होता. नंतर त्याला त्याचे गुरु रामकृष्ण

सापडले आणि तो संन्यासी झाला. रामकृष्णाच्या मृत्यूनंतर, विवेकानंदांनी भारतीय उपखंडात मोठ्या प्रमाणावर दौरे केले आणि तत्कालीन ब्रिटीश भारतातील भारतीय लोकांच्या राहणीमानाचे प्रथमतः ज्ञान प्राप्त केले. त्यांच्या दुर्दशेने प्रभावित होऊन, त्याने आपल्या देशातील पुरुषांना मदत करण्याचा संकल्प केला आणि युनायटेड स्टेट्सला जाण्याचा मार्ग शोधला, जिथे तो खूप यशस्वी झाला. भारतात, विवेकानंदांनी धर्मादाय, सामाजिक कार्य आणि शिक्षण प्रदान करण्यासाठी मठ आणि गृहस्थ भक्तांसाठी आध्यात्मिक प्रशिक्षण देणारा रामकृष्ण मठ आणि रामकृष्ण मिशनची स्थापना केली. समकालीन हिंदू सुधारणा चळवळींमध्ये विवेकानंद देखील एक प्रमुख शक्ती होते, आणि त्यांनी हिंदू धर्मात योगदान दिले. औपनिवेशिक भारतातील राष्ट्रवादाची संकल्पना. त्यांना देशभक्त संत म्हणून ओळखले जाते आणि भारतात त्यांचा जन्मदिवस राष्ट्रीय युवा दिन म्हणून साजरा केला जातो.

जन्म आणि बालपण

रामकृष्ण मिशन स्वामी विवेकानंदांचे वडिलोपार्जित घर आणि सांस्कृतिक केंद्र येथे विवेकानंदांचा पुतळा

विवेकानंदांचा जन्म नरेंद्रनाथ दत्त (नरेंद्र किंवा नरेन म्हणून लहान) १९२० मध्ये बंगाली कुटुंबात १८६३ मध्ये मकर संक्रांती उत्सवादरम्यान १२ जानेवारी १८६३ रोजी ब्रिटीश भारताची राजधानी, कलकत्ता येथील गौरमोहन मुखर्जी स्ट्रीट येथे त्यांच्या वडिलोपार्जित घरामध्ये १९२० मध्ये झाला. पारंपारिक कुटुंब आणि नऊ भावंडांपैकी एक होते.त्यांचे वडील, विश्वनाथ दत्त, कलकत्ता उच्च न्यायालयात वकील होते. , नरेंद्रचे आजोबा दुर्गाचरण दत्ता, संस्कृत आणि पर्शियनचे विद्वान होते त्यांनी आपले कुटुंब सोडले आणि वयाच्या वीसाव्या वर्षी संन्यासी झाले. त्यांची आई, भुवनेश्वरी देवी या एक धर्मनिष्ठ गृहिणी होत्या.नरेंद्रच्या वडिलांची प्रगतीशील, तर्कशुद्ध वृत्ती आणि त्यांच्या आईच्या धार्मिक स्वभावामुळे त्यांची विचारसरणी आणि व्यक्तिमत्त्व घडण्यास मदत झाली. नरेंद्रनाथ यांना लहानपणापासूनच अध्यात्माची आवड होती आणि ते ते वापरत होते. शिव, राम, सीता आणि महावीर हनुमान यांसारख्या देवतांच्या प्रतिमांसमोर ध्यान करा. भटकंती तपस्वी आणि भिक्षूंनी त्यांना मोहित केले. नरेंद्र चड म्हणून खट्याळ आणि अस्वस्थ होता. , आणि त्याच्या पालकांना अनेकदा त्याला नियंत्रित करण्यात अडचण येत होती. त्याची आई म्हणाली, "मी शिवाला पुत्रप्राप्तीसाठी प्रार्थना केली आणि त्याने मला त्याचा एक राक्षस पाठवला."

शिक्षण

1871 मध्ये, वयाच्या आठव्या वर्षी, नरेंद्रनाथ यांनी ईश्वरचंद्र विद्यासागर यांच्या मेट्रोपॉलिटन इन्स्टिट्यूटमध्ये प्रवेश घेतला, जिथे ते शाळेत गेले, 1877 मध्ये त्यांचे कुटुंब रायपूरला गेले . प्रेसिडेन्सी कॉलेज प्रवेश परीक्षेत विभागीय गुण. ते तत्त्वज्ञान, धर्म, इतिहास, सामाजिक शास्त्र, कला आणि साहित्य यासह विविध विषयांचे उत्सुक वाचक होते. वेद, उपनिषद, भगवद्गीता, रामायण, यासह हिंदू धर्मग्रंथांमध्येही त्यांना रस होता. महाभारत

आणि पुराण. नरेंद्रला भारतीय शास्त्रीय संगीताचे प्रशिक्षण देण्यात आले होते, आणि तो नियमितपणे शारीरिक व्यायाम, खेळ आणि संघटित क्रियाकलापांमध्ये भाग घेत असे. नरेंद्रने जनरल असेंब्लीच्या संस्थेत (आता स्कॉटिश चर्च कॉलेज म्हणून ओळखले जाते) पाश्चात्य तर्कशास्त्र, पाश्चात्य तत्त्वज्ञान आणि युरोपियन इतिहासाचा अभ्यास केला. 1881 मध्ये त्यांनी ललित कला परीक्षा उत्तीर्ण केली आणि 1884 मध्ये त्यांनी कला शाखेची पदवी पूर्ण केली. डेव्हिड ह्यूम, इमॅन्युएल कांट, जोहान गॉटलीब फिचटे, बारुच स्पिनोझा, जॉर्ज डब्लूएफ हेगेल, आर्थर शोपेनहॉवर, ऑगस्टे कॉम्टे, जॉन स्टुअर्ट मिल आणि चार्ल्स डार्विन. हर्बर्ट स्पेन्सरच्या उत्क्रांतीवादाने ते मोहित झाले आणि त्यांच्याशी पत्रव्यवहार केला, स्पेंसरच्या पुस्तकांचे भाषांतर केले. शिक्षण (1861) बंगालीमध्ये. पाश्चात्य तत्त्वज्ञानींचा अभ्यास करताना त्यांनी संस्कृत शास्त्र आणि बंगाली साहित्यही शिकले.

विल्यम हॅस्टी (ख्रिश्चन कॉलेज, कलकत्त्याचे प्राचार्य, जिथून नरेंद्र पदवीधर झाले) यांनी लिहिले, "नरेंद्र खरोखर एक प्रतिभाशाली आहे. मी दूरवर प्रवास केला आहे, परंतु मला त्यांच्या कौशल्यांचा आणि शक्यतांचा मुलगा कधीच भेटला नाही, अगदी जर्मन विद्यापीठांमध्येही. तत्त्वज्ञानाचे विद्यार्थी. तो आयुष्यात आपला ठसा उमटवण्यास बांधील आहे."

नरेंद्र त्याच्या विलक्षण स्मरणशक्तीसाठी आणि वेगाने वाचण्याच्या क्षमतेसाठी ओळखले जात होते. अनेक घटना उदाहरणे म्हणून दिल्या आहेत. एका भाषणात त्यांनी पिकविक पेपर्समधील दोन-तीन पाने शब्दशः उद्धृत केली. दिलेली आणखी एक घटना म्हणजे स्वीडिश नागरिकासोबतचा त्यांचा युक्तिवाद जिथे त्यांनी स्वीडिश इतिहासातील काही तपशीलांचा संदर्भ दिला ज्याला स्वीडन मूलतः असहमत होते परंतु नंतर ते मान्य केले. जर्मनीतील कील येथे डॉ. पॉल ड्यूसेन यांच्यासोबतच्या दुसऱ्या एका घटनेत, विवेकानंद काही काव्यात्मक काम करत होते आणि जेव्हा प्राध्यापक त्यांच्याशी बोलले तेव्हा त्यांनी उत्तर दिले नाही. नंतर, त्याने डॉ. ड्यूसेनची माफी मागितली आणि स्पष्ट केले की तो वाचण्यात खूप गढून गेला होता आणि त्यामुळे त्याचे ऐकले नाही. या स्पष्टीकरणाने प्राध्यापकाचे समाधान झाले नाही, परंतु विवेकानंदांनी मजकुरातील श्लोक उद्धृत केले आणि त्याचा अर्थ लावला, प्राध्यापक त्यांच्या स्मरणशक्तीच्या पराक्रमाबद्दल स्तब्ध झाले. एकदा, त्यांनी सर जॉन लबबॉक यांनी लिहिलेल्या काही पुस्तकांची लायब्ररीतून मागणी केली आणि दुसऱ्याच दिवशी त्यांनी ती वाचली असल्याचा दावा करून परत केली. ग्रंथपालाने त्याच्यावर विश्वास ठेवण्यास नकार दिला जोपर्यंत मजकुराची उलटतपासणी करून त्याला विवेकानंद सत्यवादी असल्याची खात्री पटली नाही.

प्रारंभिक आध्यात्मिक ध्यान

1880 मध्ये नरेंद्र केशबचंद्र सेन यांच्या नवविधानात सामील झाला, ज्याची स्थापना सेनने रामकृष्णांना भेटल्यानंतर आणि ख्रिश्चन धर्मातून हिंदू धर्मात पुनर्परिवर्तन केल्यावर केली होती. विसाव्या दशकात केशबचंद्र सेन आणि देबेंद्रनाथ टागोर यांच्या नेतृत्वाखालील

ब्राह्मो समाजाचा एक फुटलेला गट. ४५३४४७४८ 1881 ते 1884 पर्यंत, ते सेनच्या बँड ऑफ होपमध्ये देखील सक्रिय होते, ज्याने तरुणांना धूम्रपान आणि मद्यपानापासून परावृत्त करण्याचा प्रयत्न केला.

या सांस्कृतिक वातावरणातच नरेंद्र पाश्चात्य गूढवादाशी परिचित झाला.त्याच्या सुरुवातीच्या समजुतींना ब्राह्मो संकल्पनांनी आकार दिला, ज्यात बहुदेववाद आणि जातिनिर्बंध, यांचा निषेध करण्यात आला आणि "सुव्यवस्थित, तर्कसंगत, एकेश्वरवादी धर्मशास्त्र निवडक आणि आधुनिकतावादी वाचनाने जोरदार रंगले. उपनिषदांचे आणि वेदांताचे." ब्राह्मोसमाजाचे संस्थापक राममोहन रॉय, ज्यांच्यावर एकतावादाचा जोरदार प्रभाव होता, त्यांनी हिंदू धर्माच्या सार्वभौमिक व्याख्येसाठी प्रयत्न केले. देबेंद्रनाथ टागोर यांनी त्यांच्या विचारांना "बदलले ... लक्षणीय" केले. या नवीन सिद्धांतांच्या विकासासाठी रोमँटिक दृष्टीकोन होता, आणि पुनर्जन्म आणि कर्म यांसारख्या केंद्रीय हिंदू विश्वासांवर प्रश्नचिन्ह उपस्थित केले आणि वेदांचे अधिकार नाकारले. टागोरांनी हा "नव-हिंदूवाद" देखील पाश्चिमात्य गूढवादाच्या जवळ आणला, जो एक विकास होता. सेन द्वारे पुढे केले गेले.सेन यांच्यावर अतिरेकीवादाचा प्रभाव होता, एक अमेरिकन तात्विक-धार्मिक चळवळ जो युनिटेरियन्सशी मजबूतपणे जोडलेली होती. m, ज्याने केवळ तर्क आणि धर्मशास्त्रापेक्षा वैयक्तिक धार्मिक अनुभवावर जोर दिला. सेन यांनी "प्रवेशजोगी, नॉन-त्यागी, सर्वमान्य प्रकारचे अध्यात्म" आणण्याचा प्रयत्न केला, "अध्यात्मिक पद्धतींची प्रथा" सादर केली ज्याला विवेकानंदांच्या शिकवणींचा प्रभाव मानता येईल. नंतर पश्चिम मध्ये लोकप्रिय झाले.

त्याच्या तत्त्वज्ञानाच्या ज्ञानाने समाधानी नसल्यामुळे, नरेंद्रला "देवासाठीच्या त्याच्या बौद्धिक शोधाची खरी सुरुवात करणारा प्रश्न आला." त्याने कलकत्त्यातील अनेक प्रमुख रहिवाशांना विचारले की ते "देवाला सामोरे" आले आहेत का, परंतु त्यांच्यापैकी कोणीही नाही. उत्तरांनी त्याचे समाधान झाले.यावेळी नरेंद्र देबेंद्रनाथ टागोर (ब्राह्मोसमाजाचे नेते) यांना भेटले आणि त्यांनी देव पाहिला आहे का असे विचारले. त्याच्या प्रश्नाचे उत्तर देण्याऐवजी टागोर म्हणाले, "माझ्या मुला, तुला योगींचे डोळे आहेत." बनहट्टीच्या मते, "होय, मी तुला जसे पाहतो तसे मी त्याला पाहतो, असे सांगून, रामकृष्णानेच नरेंद्रच्या प्रश्नाचे खरे उत्तर दिले. तीव्र भावना."डी मिशेलिसच्या मते, विवेकानंद हे रामकृष्णापेक्षा ब्राह्मोसमाज आणि त्याच्या नवीन विचारांनी जास्त प्रभावित होते. स्वामी मेधानंद मान्य करतात की ब्राह्मोसमाज हा एक रचनात्मक प्रभाव होता, परंतु "ही नरेंद्रची महत्त्वपूर्ण भेट होती. रामकृष्णांनी त्यांना ब्राह्मवादापासून दूर नेऊन त्यांच्या जीवनाचा मार्गच बदलून टाकला."डी मिशेलिसच्या मते, सेनच्या प्रभावामुळेच विवेकानंदांना पाश्चिमात्य गूढवादाच्या संपर्कात आणले आणि सेन यांच्याद्वारेच त्यांची रामकृष्णांशी भेट झाली.

रामकृष्णांची भेट

नरेंद्रची रामकृष्णाशी पहिली ओळख जनरल असेंब्लीच्या संस्थेच्या एका साहित्य वर्गात झाली जेव्हा त्यांनी प्रोफेसर विल्यम हॅस्टी यांना विल्यम वर्डस्वर्थ यांच्या कवितेवर व्याख्यान देताना ऐकले, कवितेतील "ट्रान्स" शब्दाचे स्पष्टीकरण देताना, हेस्टीने त्यांच्या विद्यार्थ्यांना दक्षिणेश्वरच्या रामकृष्णाला भेट देण्याचे सुचवले. ट्रान्स चा खरा अर्थ समजून घेण्यासाठी. यामुळे त्यांच्या काही विद्यार्थ्यांना (नरेंद्रसह) रामकृष्णाला भेटण्यास प्रवृत्त केले.

नोव्हेंबर 1881 मध्ये ते पहिल्यांदा वैयक्तिकरित्या भेटले होते, जरी नरेंद्रने ही त्यांची पहिली भेट मानली नाही, आणि नंतर या भेटीचा उल्लेखही कोणीही केला नाही. यावेळी, नरेंद्र त्याच्या आगामी एफए परीक्षेची तयारी करत होते, तेव्हा रामचंद्र दत्त त्यांच्या सोबत होते. सुरेंद्र नाथ मित्रांचं, ज्या घरी रामकृष्णांना व्याख्यान देण्यासाठी आमंत्रित करण्यात आलं होतं. मकरंद परांजपे यांच्या मते, या बैठकीत रामकृष्णांनी तरुण नरेंद्रला गाण्यास सांगितले. त्यांच्या गायन प्रतिभेने प्रभावित होऊन त्यांनी नरेंद्रला दक्षिणेश्वरला येण्यास सांगितले.

1881 च्या उत्तरार्धात किंवा 1882 च्या सुरुवातीस, नरेंद्र दोन मित्रांसह दक्षिणेश्वरला गेला आणि रामकृष्णांना भेटला.ही भेट त्यांच्या आयुष्यातील एक टर्निंग पॉईंट ठरली.जरी त्यांनी सुरुवातीला रामकृष्णांना आपले शिक्षक म्हणून स्वीकारले नाही आणि त्यांच्या विचारांविरुद्ध बंड केले, तरीही ते होते. त्यांच्या व्यक्तिमत्त्वाने आकर्षित झाले आणि दक्षिणेश्वर येथे त्यांना वारंवार भेटायला येऊ लागले.सुरुवातीला त्यांनी रामकृष्णाचे परमानंद आणि दृष्टान्त "केवळ कल्पनाशक्ती" आणि "विभ्रम" म्हणून पाहिले.ब्राह्मोसमाजाचे सदस्य म्हणून त्यांनी मूर्तीपूजा, बहुदेववाद आणि रामकृष्णाला विरोध केला. कालीची आराधना.त्यांनी "निरपेक्षतेची ओळख" या अद्वैत वेदांताला निंदा आणि वेडेपणा म्हणून नाकारले आणि अनेकदा या कल्पनेची खिल्ली उडवली.नरेंद्रने रामकृष्णाची परीक्षा घेतली, ज्यांनी त्यांच्या युक्तिवादांना धैर्याने तोंड दिले: "सर्व कोनातून सत्य पाहण्याचा प्रयत्न करा" , त्याने उत्तर दिले.

1884 मध्ये नरेंद्रच्या वडिलांच्या आकस्मिक मृत्यूमुळे कुटुंब दिवाळखोर झाले; कर्जदारांनी कर्जाची परतफेड करण्याची मागणी करण्यास सुरुवात केली आणि नातेवाईकांनी कुटुंबाला त्यांच्या वडिलोपार्जित घरातून बाहेर काढण्याची धमकी दिली. नरेंद्र, एके काळी सधन कुटुंबातील मुलगा, त्याच्या महाविद्यालयातील सर्वात गरीब विद्यार्थ्यांपैकी एक बनला.त्याने काम शोधण्याचा अयशस्वी प्रयत्न केला आणि देवाच्या अस्तित्वावर प्रश्नचिन्ह निर्माण केले,परंतु रामकृष्णामध्ये त्याला समाधान मिळाले आणि दक्षिणेश्वरला त्याच्या भेटी वाढल्या.

एक दिवशी नरेंद्रने रामकृष्णांना त्यांच्या कुटुंबाच्या आर्थिक कल्याणासाठी देवी कालीकडे प्रार्थना करण्याची विनंती केली. रामकृष्णांनी त्यांना स्वतः मंदिरात जाऊन प्रार्थना करण्याचे सुचवले. रामकृष्णाच्या सूचनेचे पालन करून, ते तीनदा मंदिरात गेले,

परंतु कोणत्याही प्रकारच्या सांसारिक गरजांसाठी प्रार्थना करण्यात अयशस्वी ठरले आणि शेवटी देवीकडून खरे ज्ञान आणि भक्तीसाठी प्रार्थना केली. ७५७६७७ नरेंद्र हळूहळू देवाच्या साक्षात्कारासाठी सर्व काही त्याग करण्यास तयार झाला, आणि त्याने स्वीकारले. रामकृष्ण हे त्यांचे गुरू.

1885 मध्ये, रामकृष्ण यांना घशाचा कर्करोग झाला आणि त्यांना कलकत्त्याला आणि (नंतर) कोसीपूर येथील एका बागेत हलवण्यात आले. नरेंद्र आणि रामकृष्ण यांच्या इतर शिष्यांनी त्यांच्या शेवटच्या दिवसांत त्यांची काळजी घेतली आणि नरेंद्रचे आध्यात्मिक शिक्षण चालू राहिले. कोसीपोर येथे त्यांनी निर्विकल्प समाधीचा अनुभव घेतला.नरेंद्र आणि इतर अनेक शिष्यांना रामकृष्णाकडून गेरूचे वस्त्र मिळाले, त्यांनी त्यांचा पहिला मठाचा क्रम तयार केला.त्यांना शिकवले गेले की पुरुषांची सेवा हीच देवाची सर्वात प्रभावी उपासना आहे.रामकृष्णांनी त्यांना त्यांची काळजी घेण्यास सांगितले. इतर मठातील शिष्यांनी, आणि त्या बदल्यात त्यांना नरेंद्रला त्यांचा नेता म्हणून पाहण्यास सांगितले. रामकृष्ण 16 ऑगस्ट 1886 रोजी पहाटे कोसीपोर येथे मरण पावले.

रामकृष्ण मठाची स्थापना

रामकृष्णांच्या मृत्यूनंतर, त्यांच्या भक्तांनी आणि चाहत्यांनी त्यांच्या शिष्यांना पाठिंबा देणे बंद केले. न भरलेले भाडे जमा झाले आणि नरेंद्र आणि इतर शिष्यांना राहण्यासाठी नवीन जागा शोधावी लागली. अनेकांनी गृहस्थ (कुटुंबाभिमुख) जीवनपद्धती स्वीकारून घरी परतले. नरेंद्रने बारानगर येथील एका मोडकळीस आलेल्या घराचे उर्वरित शिष्यांसाठी नवीन मठात रूपांतर करण्याचा निर्णय घेतला. बारानगर मठाचे भाडे कमी होते, ते "पवित्र भिक्षा" (माधुकरी) ने वाढवले होते. मठ ही रामकृष्ण मठाची पहिली इमारत बनली: रामकृष्णाच्या मठातील मठ. नरेंद्र आणि इतर शिष्य दररोज अनेक तास ध्यान आणि धार्मिक तपस्या करण्यात घालवत असत. नंतर नरेंद्रने मठाच्या सुरुवातीच्या दिवसांची आठवण करून दिली.

बारानगर मठात आम्ही खूप धार्मिक प्रथा पार पाडल्या. पहाटे ३:०० वाजता उठून जप आणि ध्यानात गढून जायचो. त्या दिवसांत आमच्यात अलिप्तपणाचा किती प्रबळ आत्मा होता! जग अस्तित्वात आहे की नाही याचा विचारही आपण केला नव्हता.

1887 मध्ये नरेंद्रने वैष्णव चरण बसाक यांच्यासोबत संगीत कल्पतरू नावाचा बंगाली गाण्याचा काव्यसंग्रह तयार केला. नरेंद्रने या संकलनातील बहुतांश गाणी एकत्र करून त्यांची मांडणी केली, परंतु प्रतिकूल परिस्थितीमुळे ते पुस्तकाचे काम पूर्ण करू शकले नाहीत.

मठातील नवस

डिसेंबर 1886 मध्ये बाबुरामनोट च्या आईने नरेंद्र आणि त्याच्या इतर भाऊ भिक्षूंना अंतपूर गावात आमंत्रित केले. नरेंद्र आणि इतर इच्छुक भिक्षूंनी निमंत्रण स्वीकारले आणि काही दिवस घालवण्यासाठी अंतपूरला गेले. अंतपूरमध्ये, 1886 च्या ख्रिसमसच्या

पूर्वसंध्येला, नरेंद्र आणि इतर आठ शिष्यांनी औपचारिक संन्यासी शपथ घेतली.85 त्यांनी त्यांचे गुरू जसे जगले तसे जगण्याचा निर्णय घेतला.नरेंद्रनाथांनी "स्वामी विवेकानंद" हे नाव घेतले.

भारतातील प्रवास (1888-1893)

1888 मध्ये, नरेंद्रने परिव्राजक म्हणून मठ सोडला - एका भटक्या भिक्षूचे हिंदू धार्मिक जीवन, "निश्चित निवासस्थानाशिवाय, संबंध नसलेले, स्वतंत्र आणि अनोळखी व्यक्ती जेथे ते जातात तेथे" त्यांची एकमेव मालमत्ता म्हणजे कमंडलू (पाण्याचे भांडे), कर्मचारी आणि त्यांची दोन आवडती पुस्तके: भगवद्गीता आणि द इमिटेशन ऑफ क्राइस्ट.नरेंद्रने पाच वर्षे भारतात मोठ्या प्रमाणावर प्रवास केला, विविध धार्मिक परंपरा आणि सामाजिक नमुन्यांची ओळख करून दिली आणि स्वतःची ओळख करून घेतली. लोक, आणि राष्ट्राच्या उन्नतीचा संकल्प केला. प्रामुख्याने भिक्षा (भिक्षा) वर जगत, नरेंद्रने पायी आणि रेल्वेने प्रवास केला (प्रशंसकांनी विकत घेतलेल्या तिकिटांसह). त्यांच्या प्रवासादरम्यान ते सर्व धर्मांतील आणि जीवनातील सर्व स्तरांतील भारतीयांना भेटले आणि त्यांच्यासोबत राहिले: विद्वान, दिवाण, राजा, हिंदू, मुस्लिम, ख्रिश्चन, परियार (निम्न जातीचे कामगार) आणि सरकारी अधिकारी. नरेंद्र 31 मे रोजी मुंबईहून शिकागोला निघून गेले. खेत्रीच्या अजित सिंग यांनी सुचविल्याप्रमाणे "विवेकानंद" नावाने, म्हणजे संस्कृत विवेक आणि आनंद मधील "विवेकबुद्धीचा आनंद",

पश्चिमेला पहिली भेट (1893-1897)

विवेकानंदांनी 31 मे 189396 रोजी पश्चिमेकडे आपला प्रवास सुरू केला आणि जपानमधील अनेक शहरांना भेट दिली (नागासाकी, कोबे, योकोहामा, ओसाका, क्योटो आणि टोकियोसह), चीन आणि कॅनडा युनायटेड स्टेट्सला जाताना, 30 जुलै 1893 रोजी शिकागोला पोहोचले. ,9896 जेथे सप्टेंबर 1893 मध्ये "धर्म संसद" झाली. धार्मिक जीवनातील चांगल्या कृत्यांमध्ये अनेक धर्मांची महत्त्वपूर्ण एकता." हे शिकागोच्या जागतिक मेळ्यातील 200 पेक्षा जास्त अनुषंगिक संमेलने आणि काँग्रेसपैकी एक होते, आणि "... सांस्कृतिक मिलियस, पूर्व आणि पश्चिम,"ब्राह्मो समाज आणि थिऑसॉफिकल सोसायटीला हिंदू धर्माचे प्रतिनिधी म्हणून आमंत्रित केले आहे.

विवेकानंदांना सामील व्हायचे होते, परंतु प्रामाणिक संस्थेच्या प्रमाणपत्राशिवाय कोणालाही प्रतिनिधी म्हणून स्वीकारले जाणार नाही हे जाणून निराश झाले. विवेकानंदांनी हार्वर्ड विद्यापीठाचे प्राध्यापक जॉन हेन्री राइट यांच्याशी संपर्क साधला, त्यांनी त्यांना हार्वर्डमध्ये बोलण्यासाठी आमंत्रित केले. विवेकानंदांनी लिहिले प्रोफेसर, "त्याने मला धर्म संसदेत जाण्याची आवश्यकता सांगितली, ज्यामुळे त्यांना देशाचा परिचय होईल असे वाटले." नोट 3 विवेकानंदांनी एक अर्ज सादर केला, "स्वतःची ओळख संन्यासींच्या सर्वात जुन्या क्रमातील भिक्षू म्हणून केली. ... शंकराने स्थापन केले, ""103 ब्राह्मो समाजाचे प्रतिनिधी प्रतापचंद्र मोझुंबर यांनी समर्थित केले, जे संसदेच्या निवड समितीचे सदस्य

देखील होते, ''स्वामींना हिंदू संन्यासी आदेशाचे प्रतिनिधी म्हणून वर्गीकृत करत होते.'' विवेकानंदांचे बोलणे ऐकून, हार्वर्ड मानसशास्त्राचे प्राध्यापक विल्यम जेम्स म्हणाले, "तो माणूस केवळ वक्तृत्व शक्तीसाठी एक आश्चर्य आहे. तो मानवतेचा सन्मान आहे."

जागतिक धर्माची संसद

जागतिक धर्माची संसद 11 सप्टेंबर 1893 रोजी शिकागोच्या आर्ट इन्स्टिट्यूटमध्ये, जागतिक कोलंबियन प्रदर्शनाचा भाग म्हणून उघडली गेली. या दिवशी, विवेकानंदांनी भारत आणि हिंदू धर्माचे प्रतिनिधित्व करणारे एक संक्षिप्त भाषण दिले.ते सुरुवातीला घाबरले होते, त्यांनी सरस्वतीला नमन केले. (हिंदू विद्येची देवी) आणि "अमेरिकेतील भगिनी आणि बांधवां!" ने भाषणाची सुरुवात केली. या शब्दांवर विवेकानंदांनी सात हजारांच्या जनसमुदायाकडून दोन मिनिटे उभे राहून जयघोष केला. शैलेंद्र नाथ धर यांच्या मते, जेव्हा मौन झाले. पुनर्संचयित झाल्यावर त्यांनी "जगातील सर्वात प्राचीन भिक्षुंचा क्रम, संन्यासींचा वैदिक क्रम, ज्याने जगाला सहिष्णुता आणि सार्वभौम स्वीकृती या दोन्ही गोष्टी शिकवल्या आहेत त्या धर्माच्या वतीने राष्ट्रांतील सर्वात तरुणांना अभिवादन करत भाषण सुरू केले." विवेकानंद "शिव महिम्ना स्तोत्र" मधील दोन उदाहरणे उद्धृत करतात: "जसे वेगवेगळ्या ठिकाणी त्यांचे स्त्रोत असलेले विविध प्रवाह सर्व त्यांचे पाणी समुद्रात मिसळतात, त्याचप्रमाणे हे परमेश्वरा, वेगवेगळ्या मार्गांनी माणसं वेगवेगळ्या प्रवृत्तींमधून, वेगवेगळ्या दिसल्या, वाकड्या किंवा सरळ असल्या तरी सर्व तुझ्याकडे घेऊन जातात!" आणि "जो कोणी माझ्याकडे येतो, कोणत्याही स्वरूपात, मी त्याच्यापर्यंत पोहोचतो; सर्व माणसे शेवटी माझ्याकडे घेऊन जाणार्‍या मार्गांवरून संघर्ष करीत आहेत." शैलेंद्र नाथ धर यांच्या मते, "ते फक्त एक छोटेसे भाषण होते, परंतु ते आत्म्याला आवाज देते. संसदेचे."

संसदेचे अध्यक्ष जॉन हेन्री बॅरोज म्हणाले, "भारत, धर्माची माता स्वामी विवेकानंद, ऑरेंज-भिक्षू यांनी प्रतिनिधित्व केले होते, ज्यांनी त्यांच्या लेखा परीक्षकांवर सर्वात आश्चर्यकारक प्रभाव पाडला." विवेकानंदांनी प्रेसमध्ये व्यापक लक्ष वेधले, ज्याने त्यांना "चक्रीवादळ" म्हटले. भारतातील साधू". न्यूयॉर्क क्रिटिकने लिहिले की, "ते दैवी अधिकाराने वक्ते आहेत, आणि पिवळ्या आणि नारंगी रंगाच्या नयनरम्य सेटिंगमध्ये त्यांचा मजबूत, हुशार चेहरा त्या आर्त शब्दांपेक्षा कमी मनोरंजक होता आणि त्यांनी त्यांना दिलेले समृद्ध, लयबद्ध उच्चार." न्यूयॉर्क हेराल्डने नमूद केले की, "विवेकानंद हे निःसंशयपणे धर्म संसदेतील सर्वात महान व्यक्ती आहेत. त्यांचे ऐकल्यानंतर आम्हाला असे वाटते की या विद्वान राष्ट्रात मिशनरी पाठवणे किती मूर्खपणाचे आहे. " अमेरिकन वृत्तपत्रांनी विवेकानंदांना "संसदेतील सर्वात महान व्यक्ती" म्हणून नोंदवले. धर्माचे" आणि "संसदेतील सर्वात लोकप्रिय आणि प्रभावशाली व्यक्ती." द बोस्टन इव्हनिंग ट्रान्सक्रिप्टने अहवाल दिला की विवेकानंद "संसदेतील एक मोठे आवडते होते... जर त्यांनी फक्त व्यासपीठ ओलांडले तर त्यांचे कौतुक केले जाते" ते बोलले. 27 सप्टेंबर 1893 रोजी संसद संपेपर्यंत हिंदू धर्म, बौद्ध धर्म आणि धर्मांमधील सुसंवाद या विषयांवर "रिसेप्शन, वैज्ञानिक विभाग

आणि खाजगी घरांमध्ये" आणखी अनेक वेळा. सहिष्णुता. तो लवकरच एक "सुंदर प्राच्य" म्हणून ओळखला जाऊ लागला आणि वक्ता म्हणून त्याने मोठी छाप पाडली.

यूके आणि यूएस मध्ये व्याख्यान दौरे

"मी येत नाही", अमेरिकेत एका प्रसंगी स्वामीजी म्हणाले, "तुम्हाला नवीन विश्वासात रुपांतरित करण्यासाठी. तुम्ही तुमचा स्वतःचा विश्वास ठेवावा अशी माझी इच्छा आहे; मला मेथोडिस्टला एक चांगला मेथडिस्ट बनवायचा आहे; प्रेस्बिटेरियनला चांगला प्रेस्बिटेरियन बनवायचा आहे; एकतावादी अधिक चांगला एकतावादी. मी तुम्हाला सत्य जगायला शिकवू इच्छितो, तुमच्या स्वतःच्या आत्म्यात प्रकाश प्रकट करू इच्छितो."

धर्म संसदेनंतर त्यांनी अतिथी म्हणून अमेरिकेतील अनेक भागांचा दौरा केला. त्यांच्या लोकप्रियतेने "जीवन आणि धर्म हजारो लोकांसाठी" विस्तारण्यासाठी नवीन विचार उघडले. ब्रुकलिन एथिकल सोसायटी येथे प्रश्न-उत्तर सत्रादरम्यान, त्यांनी टिप्पणी केली, "जसा बुद्धाचा पूर्वेला संदेश होता तसा माझा पश्चिमेला संदेश आहे."

विवेकानंदांनी सुमारे दोन वर्षे पूर्व आणि मध्य युनायटेड स्टेट्समध्ये, प्रामुख्याने शिकागो, डेट्रॉईट, बोस्टन आणि न्यूयॉर्क येथे व्याख्याने दिली. 1894 मध्ये त्यांनी न्यूयॉर्कच्या वेदांत सोसायटीची स्थापना केली.वसंत 1895 पर्यंत त्यांच्या व्यस्त, थकवणार्‍या वेळापत्रकामुळे त्यांच्या आरोग्यावर परिणाम झाला.त्यांनी त्यांचे व्याख्यान दौरे संपवले आणि वेदांत आणि योगाचे विनामूल्य, खाजगी वर्ग देण्यास सुरुवात केली. जून 1895 पासून विवेकानंदांनी आपल्या डझनभर शिष्यांना न्यू यॉर्कच्या हजार आयलँड पार्क येथे दोन महिने खाजगी व्याख्याने दिली.

पश्चिमेतील त्यांच्या पहिल्या भेटीदरम्यान त्यांनी 1895 आणि 1896 मध्ये दोनदा यूकेला प्रवास केला, तेथे यशस्वी व्याख्यान दिले. नोव्हेंबर 1895 मध्ये, त्यांची भेट आयरिश स्त्री मार्गारेट एलिझाबेथ नोबल यांच्याशी झाली जी सिस्टर निवेदिता होणार होती. यूकेच्या दुसर्‍या भेटीदरम्यान मे 1896 मध्ये विवेकानंदांनी ऑक्सफर्ड विद्यापीठातील प्रख्यात इंडोलॉजिस्ट मॅक्स म्युलर यांची भेट घेतली, ज्यांनी पश्चिमेतील रामकृष्णांचे पहिले चरित्र लिहिले. यूकेमधून, विवेकानंदांनी इतर युरोपीय देशांना भेट दिली. जर्मनीमध्ये, त्यांनी पॉल इयूसेन या आणखी एका भारतशास्त्रज्ञाशी भेट घेतली. विवेकानंदांना दोन अमेरिकन विद्यापीठांमध्ये शैक्षणिक पदांची ऑफर देण्यात आली होती (एक हार्वर्ड विद्यापीठात ईस्टर्न फिलॉसॉफीचे अध्यक्ष आणि कोलंबिया विद्यापीठात समान पद); त्याने दोन्ही नाकारले, कारण त्याची कर्तव्ये संन्यासी म्हणून त्याच्या वचनबद्धतेशी संघर्ष करतील.

विवेकानंदांच्या यशामुळे मिशनमध्ये बदल घडून आला, म्हणजे पश्चिमेकडील वेदांत केंद्रांची स्थापना. विवेकानंदांनी आपल्या पाश्चात्य प्रेक्षकांच्या गरजा आणि समजून घेण्यासाठी पारंपारिक हिंदू कल्पना आणि धार्मिकता स्वीकारली, जे विशेषत: पाश्चात्य गूढ परंपरांद्वारे आकर्षित झाले आणि परिचित होते. Transcendentalism आणि नवीन विचार यांसारख्या चळवळी.हिंदू धार्मिकतेच्या त्याच्या रुपांतरातील एक महत्त्वाचा घटक

म्हणजे त्याच्या "चार योग" मॉडेलचा परिचय, ज्यामध्ये राजयोग, पतंजलीच्या योगसूत्रांचे त्यांचे स्पष्टीकरण, ज्याने परमात्म्याची जाणीव करण्यासाठी एक व्यावहारिक माध्यम दिले. आधुनिक पाश्चात्य गूढवादाचा केंद्रबिंदू आहे.मध्ये, त्यांचे राजयोग हे पुस्तक प्रकाशित झाले, ते झटपट यशस्वी झाले; एलिझाबेथ डी मिशेलिसच्या दृष्टिकोनातून योगाच्या पाश्चात्य समजामध्ये ते अत्यंत प्रभावशाली होते, आधुनिक योगाची सुरुवात होते.

विवेकानंदांनी यूएस आणि युरोपमधील अनुयायी आणि प्रशंसकांना आकर्षित केले, ज्यात जोसेफिन मॅक्लिओड, बेट्टी लेगेट, लेडी सँडविच, विल्यम जेम्स, जोशिया रॉयस, रॉबर्ट जी. इंगरसोल, लॉर्ड केल्विन, हॅरिएट मनरो, एला व्हीलर विल्कॉक्स, सारा बर्नहार्ट, निकोला टेस्ला, एम्मा कॅल्व्हे यांचा समावेश आहे. आणि हर्मन लुडविग फर्डिनांड वॉन हेल्महोल्ट्ज.त्यांनी अनेक अनुयायांची सुरुवात केली : मेरी लुईस (एक फ्रेंच महिला) स्वामी अभयानंद बनले, आणि लिओन लँड्सबर्ग स्वामी कृपानंद बनले, जेणेकरून ते वेदांत सोसायटीच्या मिशनचे कार्य चालू ठेवू शकतील. हा समाज अजूनही परदेशी नागरिकांनी भरलेला आहे आणि तो लॉस एंजेलिसमध्येही आहे.अमेरिकेतील वास्तव्यादरम्यान, विवेकानंदांना वेदांत विद्यार्थ्यांसाठी माघार घेण्यासाठी सॅन जोस, कॅलिफोर्नियाच्या आग्नेयेला डोंगरात जमीन देण्यात आली होती. त्यांनी याला "पीस रिट्रीट" किंवा शांती आश्रमा असे नाव दिले. सर्वात मोठे अमेरिकन केंद्र हॉलीवूडमधील वेदांत सोसायटी ऑफ सदर्न कॅलिफोर्निया हे बारा मुख्य केंद्रांपैकी एक आहे. हॉलीवूडमध्ये एक वेदांत प्रेस देखील आहे जे वेदांत आणि हिंदू धर्मग्रंथांचे इंग्रजी भाषांतर आणि ग्रंथ प्रकाशित करते.डेट्रॉईटच्या क्रिस्टीना ग्रीनस्टीडल यांनाही विवेकानंदांनी मंत्राने दीक्षा दिली होती आणि ती सिस्टर क्रिस्टीन बनली, आणि त्यांनी जवळच्या वडील-मुलीची स्थापना केली.

पाश्चिमात्य देशांतून विवेकानंदांनी भारतात त्यांच्या कार्याचे पुनरुज्जीवन केले. तो नियमितपणे त्याच्या अनुयायांशी आणि बंधू भिक्षूंशी पत्रव्यवहार करत असे, टीप 5 सल्ला आणि आर्थिक मदत देऊ करत. या काळातील त्यांची पत्रे त्यांच्या समाजसेवेच्या मोहिमेचे प्रतिबिंबित करतात,आणि ते जोरदार शब्दबद्ध होते.त्यांनी अखंडानंदांना लिहिले, "खेत्री शहरातील गरीब आणि खालच्या वर्गात घरोघरी जा आणि त्यांना धर्म शिकवा. भूगोल आणि अशा इतर विषयांवर मौखिक धडे घ्या. आळशी बसून, राजकिय पदार्थ खाण्यात आणि "रामकृष्ण, हे भगवान!" म्हणण्याने काहीही फायदा होणार नाही - जोपर्यंत तुम्ही गरिबांचे काही भले करू शकत नाही. नियतकालिक ब्रह्मवादीन वेदांत शिकवण्यासाठी.नंतर, द इमिटेशन ऑफ क्राइस्टच्या पहिल्या सहा अध्यायांचे विवेकानंदांचे भाषांतर ब्रह्मवादीनमध्ये १८९९ मध्ये प्रकाशित झाले.विवेकानंद आपल्या शिष्य कॅप्टन आणि मिसेस सेव्हियर आणि जेजे गुडविन यांच्यासह १६ डिसेंबर १८९६ रोजी इंग्लंडहून भारताला रवाना झाले. वाटेत, त्यांनी फ्रान्स आणि इटलीला भेट दिली आणि 30 डिसेंबर 1896 रोजी नेपल्सहून भारताकडे रवाना केले. 148 नंतर त्यांच्या पाठोपाठ सिस्टर निवेदिता भारतात

आल्या, ज्यांनी आपले उर्वरित आयुष्य भारतीय महिलांच्या शिक्षणासाठी आणि भारताच्या स्वातंत्र्यासाठी समर्पित केले.

भारतात परत (१८९७-१८९९)

१५ जानेवारी १८९७ रोजी युरोपातील जहाज कोलंबो, ब्रिटिश सिलोन (आता श्रीलंका) येथे पोहोचले आणि विवेकानंदांचे जोरदार स्वागत झाले. कोलंबोमध्ये त्यांनी पूर्वतील पहिले जाहीर भाषण दिले. तेथून त्यांचा कलकत्त्याचा प्रवास विजयी ठरला. विवेकानंदांनी कोलंबो ते पंबन, रामेश्वरम, रामनाद, मदुराई, कुंभकोणम आणि मद्रास असा प्रवास करून व्याख्याने दिली. सामान्य लोकांनी आणि राजांनी त्यांचे उत्स्फूर्त स्वागत केले. त्याच्या ट्रेनच्या प्रवासादरम्यान, लोक ट्रेनला जबरदस्तीने थांबवण्यासाठी रेलिंगवर बसायचे, जेणेकरून ते त्याला ऐकू शकतील.मद्रास (आताचे चेन्नई) येथून त्यांनी कलकत्ता आणि अल्मोडा असा प्रवास सुरू ठेवला. पश्चिमेत असताना, विवेकानंदांनी भारताच्या महान आध्यात्मिक वारशाबद्दल सांगितले; भारतात, त्यांनी वारंवार सामाजिक समस्यांवर लक्ष केंद्रित केले: लोकांचे उत्थान, जातिव्यवस्था नष्ट करणे, विज्ञान आणि औद्योगिकीकरणाला चालना देणे, व्यापक दारिद्र्य दूर करणे आणि वसाहती राजवट संपवणे. कोलंबो ते अल्मोडा ते व्याख्याने म्हणून प्रकाशित झालेली ही व्याख्याने त्यांची राष्ट्रवाद आणि आध्यात्मिक विचारधारा दर्शवतात.

1 मे 1897 रोजी कलकत्ता येथे विवेकानंदांनी समाजसेवेसाठी रामकृष्ण मिशनची स्थापना केली. त्याचे आदर्श कर्मयोग, वर आधारित आहेत आणि त्याच्या नियामक मंडळात रामकृष्ण मठाचे विश्वस्त असतात (जे धार्मिक कार्य करतात). मायावती हिमालयात (अल्मोडा जवळ), अद्वैत आश्रम आणि दुसरा मद्रास (आताचे चेन्नई) मध्ये. इंग्रजीमध्ये प्रबुद्ध भारत आणि बंगालीमध्ये उद्बोधन अशी दोन नियतकालिकांची स्थापना करण्यात आली. त्याच वर्षी मुर्शिदाबाद जिल्ह्यात स्वामी अखंडानंदांनी दुष्काळ निवारण कार्य सुरू केले.

विवेकानंदांनी 1893 मध्ये विवेकानंदांच्या पश्चिमेतील पहिल्या दौऱ्यावर योकोहामा ते शिकागो एकत्र प्रवास केला तेव्हा त्यांनी जमशेदजी टाटा यांना संशोधन आणि शैक्षणिक संस्था स्थापन करण्यास प्रेरित केले. टाटांनी आता त्यांना त्यांच्या संशोधन संस्थेचे प्रमुख बनण्यास सांगितले; विवेकानंदांनी त्यांच्या "आध्यात्मिक हितसंबंधां" मधील संघर्षाचा हवाला देत ऑफर नाकारली. १५६१५७१५८ त्यांनी पंजाबला भेट दिली, आर्य समाज (सुधारणावादी हिंदू चळवळ) आणि सनातन (सनातनी हिंदू) यांच्यातील वैचारिक संघर्षात मध्यस्थी करण्याचा प्रयत्न केला. लाहोरच्या संक्षिप्त भेटीनंतर, दिल्ली आणि खेत्री, विवेकानंद जानेवारी 1898 मध्ये कलकत्त्याला परतले. त्यांनी गणिताचे काम एकत्र केले आणि अनेक महिने शिष्यांना प्रशिक्षित केले. विवेकानंदांनी 1898. मध्ये रामकृष्णाला समर्पित प्रार्थना गीत "खंडाना भव-बंधना" रचले.

पश्चिमेला दुसरी भेट आणि शेवटची वर्षे (1899-1902)

तब्येत ढासळत असतानाही, विवेकानंद सिस्टर निवेदिता आणि स्वामी तुरियानंद यांच्यासोबत जून मध्ये दुसऱ्यांदा पश्चिमेला रवाना झाले. इंग्लंडमध्ये काही काळ राहिल्यानंतर ते अमेरिकेला गेले. या भेटीदरम्यान, विवेकानंदांनी सॅन फ्रान्सिस्को आणि न्यूयॉर्कमध्ये वेदांत सोसायटीची स्थापना केली आणि कॅलिफोर्नियामध्ये शांती आश्रमाची (शांती आश्रम) स्थापना केली. नंतर ते 1900. मध्ये पॅरिसमध्ये धर्माच्या काँग्रेससाठी पॅरिसला गेले. भगवद्गीतेची सत्यता.विवेकानंदांनी नंतर ब्रिटनी, व्हिएन्ना, इस्तंबूल, अथेन्स आणि इजिप्तला भेट दिली. 9 डिसेंबर 1900.रोजी कलकत्त्याला परत येईपर्यंत फ्रेंच तत्त्वज्ञ ज्युल्स बोईस हा या कालावधीतील बहुतांश काळ त्याचे यजमान होते.

मायावती येथील अद्वैत आश्रमाला थोडक्यात भेट दिल्यानंतर, विवेकानंद बेलूर मठ येथे स्थायिक झाले, जिथे त्यांनी रामकृष्ण मिशन, गणित आणि इंग्लंड आणि यूएसमधील कामांचे समन्वय साधणे सुरू ठेवले. त्याच्याकडे राजेशाही आणि राजकारण्यांसह अनेक अभ्यागत होते. प्रकृती बिघडल्यामुळे विवेकानंद 1901 मध्ये जपानमधील धर्म काँग्रेसमध्ये सहभागी होऊ शकले नसले तरी, त्यांनी बोधगया आणि वाराणसीला तीर्थयात्रा केली.ढासळत्या आरोग्यामुळे (दमा, मधुमेह आणि तीव्र निद्रानाशासह) त्यांची क्रिया मर्यादित झाली.

मृत्यू

4 जुलै 1902 रोजी (त्यांच्या मृत्यूच्या दिवशी) विवेकानंद लवकर उठले, बेलूर मठातील मठात गेले आणि तीन तास ध्यान केले. त्यांनी शुक्ल-यजुर्-वेद, संस्कृत व्याकरण आणि योगाचे तत्त्वज्ञान विद्यार्थ्यांना शिकवले, नंतर रामकृष्ण मठातील नियोजित वैदिक महाविद्यालयात सहकाऱ्यांशी चर्चा केली. 7:00 वाजता विवेकानंद त्यांच्या खोलीत गेले, त्यांना त्रास होऊ नये असे सांगून; ध्यान करत असताना 9:20 वाजता त्यांचे निधन झाले. त्यांच्या शिष्यांच्या मते, विवेकानंदांनी महासमाधी घेतली; त्यांच्या मेंदूतील रक्तवाहिनी फुटल्याची नोंद झाली. मृत्यूचे संभाव्य कारण म्हणून.त्यांच्या शिष्यांचा असा विश्वास होता की त्यांनी महासमाधी घेतल्यावर ब्रह्मरंध्र (त्याच्या डोक्याच्या मुकुटातील एक छिद्र) छेदल्यामुळे फाटले होते. विवेकानंदांनी त्यांची भविष्यवाणी पूर्ण केली की ते चाळीस वर्षे जगणार नाहीत.बेलूरमध्ये गंगेच्या तीरावर चंदनाच्या चितेवर त्यांच्यावर अंत्यसंस्कार करण्यात आले, जिथे सोळा वर्षांपूर्वी रामकृष्णांवर अंत्यसंस्कार करण्यात आले होते.

शिकवण आणि तत्त्वज्ञान

हिंदू-विचार, विशेषतः शास्त्रीय योग आणि (अद्वैत) वेदांताच्या विविध पट्ट्यांचे संश्लेषण आणि लोकप्रियीकरण करताना, विवेकानंदांवर वैश्विकता सारख्या पाश्चात्य विचारांचा प्रभाव होता, ज्यांनी ब्राह्मो समाजासोबत सहयोग केला होता. ब्राह्मो समाजासोबत त्यांच्या संकल्पनेचा प्रारंभ झाला होता. , ज्यामध्ये निराकार देवावरील विश्वास आणि मूर्तिपूजेचे अवमूल्यन समाविष्ट होते, आणि "सुव्यवस्थित, तर्कसंगत, एकेश्वरवादी धर्मशास्त्र जे उपनिषद आणि वेदांताच्या निवडक आणि आधुनिक वाचनाने

जोरदार रंगले होते."त्यांनी "दैवी , निरपेक्ष, सामाजिक स्थितीची पर्वा न करता सर्व मानवांमध्ये अस्तित्वात आहे", आणि ते "परमात्म्याला इतरांचे सार म्हणून पाहिल्याने प्रेम आणि सामाजिक सौहार्द वाढेल." केशुबचंद्र सेन यांच्या नवविधान, फ्रीमेसनरी लॉजशी त्याच्या संलग्नतेद्वारे ,साधरण ब्राह्मो समाज, आणि सेनचा बँड ऑफ होप, विवेकानंद पाश्चात्य गूढवादाशी परिचित झाले.

त्यांच्यावर रामकृष्णाचाही प्रभाव होता, ज्यांनी नरेंद्रला हळूहळू वेदांत-आधारित विश्वदृष्टीकडे आणले जे "शिवज्ञाने जीव सेवा', ईश्वराचे प्रत्यक्ष प्रकटीकरण म्हणून मानवांची सेवा करण्याची आध्यात्मिक साधना याला आत्मशास्त्रीय आधार प्रदान करते."

विवेकानंदांनी हिंदू धर्माचे सार आदि शंकराच्या अद्वैत वेदांत तत्त्वज्ञानात उत्तम प्रकारे व्यक्त केले आहे असा प्रचार केला.तरीसुद्धा, रामकृष्णाचे अनुसरण करून, आणि अद्वैत वेदांताच्या विरुद्ध, विवेकानंदांचा असा विश्वास होता की निरपेक्ष हे अचल आणि अतींद्रिय आहे. -वेदांत "द्वैत किंवा द्वैतवाद आणि अद्वैत किंवा अद्वैतवाद, "ब्राह्मणाला "एक सेकंदाशिवाय एक" म्हणून पाहत आहे, तरीही "योग्य, सगुण आणि गुणहीन, निर्गुण दोन्ही."नोट 7 विवेकानंदांनी वेदांताचा सारांश खालीलप्रमाणे दिला आहे. आधुनिक आणि सार्वत्रिक व्याख्या,शास्त्रीय योगाचा प्रभाव दर्शविते:

प्रत्येक आत्मा संभाव्यतः दैवी आहे. निसर्ग, बाह्य आणि आंतरिक नियंत्रित करून हे देवत्व आतमध्ये प्रकट करणे हे ध्येय आहे. हे काम, किंवा उपासनेने, किंवा मानसिक शिस्तीने, किंवा तत्त्वज्ञानाने करा - एक किंवा अधिक, किंवा या सर्वांनी - आणि मुक्त व्हा. हा संपूर्ण धर्म आहे. सिद्धांत, किंवा सिद्धांत, किंवा विधी, किंवा पुस्तके, किंवा मंदिरे, किंवा रूपे, परंतु दुय्यम तपशील आहेत.

निर्विकल्प समाधीवर विवेकानंदांचा भर अद्वैत वेदांतावर मध्ययुगीन योगिक प्रभावांच्या अगोदर होता. द्रग-द्रस्य-विवेक (१४ वे शतक) आणि वेदांतसार (सदानंदचे) (१५ वे शतक) या अद्वैत वेदांत ग्रंथांच्या अनुषंगाने, विवेकानंद म्हणजे अद्वैत वेदांताचा अर्थ. मुक्ती प्राप्त करा.

विवेकानंदांनी उत्क्रांतीची संकल्पना लोकप्रिय केली, ही संज्ञा विवेकानंदांनी कदाचित पाश्चात्य थिओसॉफिस्ट्सकडून घेतली होती, विशेषत: हेलेना ब्लाव्हत्स्की, उत्क्रांतीच्या डार्विनच्या कल्पनेव्यतिरिक्त, आणि शक्यतो सांख्य शब्द सत्कार्याचा संदर्भ देते. "ज्ञानवाद, कबलाह आणि इतर गूढ शाळांमधील देवाच्या वंशाचे सिद्धांत." मीरा नंदा यांच्या मते, "विवेकानंद हे थिओसॉफीमध्ये कसे दिसते ते नेमके कशा प्रकारे प्रकट होते: पदार्थात दैवी चैतन्यचा वंश किंवा सहभाग. "आत्म्याने, विवेकानंद प्राण किंवा पुरुषाचा संदर्भ देतात, सांख्य आणि शास्त्रीय योगापासून घेतलेला ("काही मूळ वळणांसह") पतंजलीने योगसूत्रात मांडला आहे.

विवेकानंदांनी नैतिकतेचा संबंध मनाच्या नियंत्रणाशी जोडला, सत्य, शुद्धता आणि निस्वार्थीपणा या गुणांना बळकट केले. १९५ त्यांनी आपल्या अनुयायांना पवित्र, निस्वार्थी

आणि श्रद्धा (विश्वास) ठेवण्याचा सल्ला दिला. विवेकानंदांनी ब्रह्मचर्याचे समर्थन केले, ते त्यांच्या शारीरिक आणि मानसिक तग धरण्याची क्षमता आणि वक्तृत्वाचे स्त्रोत मानतात.

विवेकानंदांच्या पाश्चात्य गूढतेच्या परिचयामुळे ते पाश्चात्य गूढ मंडळांमध्ये खूप यशस्वी झाले, 1893 मध्ये त्यांनी धर्म संसदेत केलेल्या भाषणापासून सुरुवात केली. विवेकानंदांनी पारंपारिक हिंदू कल्पना आणि धार्मिकता त्यांच्या पाश्चात्य श्रोत्यांच्या गरजा आणि समजुतीनुसार स्वीकारली, जे विशेषतः पाश्चात्य गूढ परंपरा आणि ट्रान्ससेंडेंटलिझम आणि नवीन विचार यांसारख्या चळवळींद्वारे आकर्षित झाले आणि परिचित होते. त्यांच्या चार योगाच्या मॉडेलपैकी, ज्यामध्ये राजा योग, पतंजलीच्या योग सूत्रांचे त्यांचे स्पष्टीकरण, जे आधुनिक पाश्चात्य गूढवादाचे केंद्रस्थान असलेल्या दैवी शक्तीची जाणीव करण्यासाठी एक व्यावहारिक माध्यम प्रदान करते. 1896 मध्ये, त्यांचे राजयोग हे पुस्तक प्रकाशित झाले. एक झटपट यश मिळवले आणि योगाच्या पाश्चात्य समजामध्ये ते अत्यंत प्रभावशाली होते.

विवेकानंदांच्या विचारात राष्ट्रवाद हा प्रमुख विषय होता. त्यांचा असा विश्वास होता की देशाचे भवितव्य तेथील लोकांवर अवलंबून असते आणि त्यांची शिकवण मानवी विकासावर केंद्रित असते. त्यांना "अशी यंत्रसामग्री आणायची होती जी अगदी गरीब आणि गरीब लोकांच्या दारापर्यंत उत्कृष्ट कल्पना आणेल".

प्रभाव आणि वारसा

विवेकानंद हे नव-वेदांताचे मुख्य प्रतिनिधींपैकी एक होते, जे पाश्चात्य गूढ परंपरांच्या अनुषंगाने हिंदू धर्माच्या निवडक पैलूंचे आधुनिक विवेचन होते, विशेषत: ट्रान्सेंडेंटलिझम, नवीन विचार आणि थिऑसॉफी. त्यांचे पुनर्व्याख्यान एक नवीन समज निर्माण करणारे होते, आणि खूप यशस्वी आहे. आणि भारताच्या आत आणि बाहेर हिंदू धर्माचे कौतुक,आणि हे योग, ट्रान्सेंडेंटल मेडिटेशन आणि पश्चिमेकडील भारतीय आध्यात्मिक आत्म-सुधारणेच्या इतर प्रकारांच्या उत्साही स्वागताचे प्रमुख कारण होते. अगेहानंद भारती यांनी स्पष्ट केले, "...आधुनिक हिंदूंनी त्यांच्या विवेकानंदांकडून हिंदू धर्माचे ज्ञान, प्रत्यक्ष किंवा अप्रत्यक्षपणे. विवेकानंदांनी या कल्पनेचे समर्थन केले की हिंदू धर्मातील सर्व संप्रदाय (आणि सर्व धर्म) एकाच ध्येयाकडे जाणारे वेगवेगळे मार्ग आहेत. तथापि, हिंदू धर्माचे अतिसरलीकरण म्हणून या मतावर टीका केली गेली आहे.

भारतीय राष्ट्रवाद

ब्रिटीशशासित भारतातील उदयोन्मुख राष्ट्रवादाच्या पार्श्वभूमीवर विवेकानंदांनी राष्ट्रीय आदर्शाचे स्फटिकरूप केले. समाजसुधारक चार्ल्स फ्रीर अँड्रयूज यांच्या शब्दात सांगायचे तर, "स्वामींच्या निडर देशभक्तीने संपूर्ण भारतातील राष्ट्रीय चळवळीला एक नवा रंग दिला. त्या काळातील इतर कोणत्याही व्यक्तीपेक्षा विवेकानंदांनी भारताच्या नव्या प्रबोधनात आपले योगदान दिले होते."विवेकानंद. देशातील गरिबीच्या मर्यादेकडे लक्ष वेधले, आणि राखले की अशा गरिबीला तोंड देणे ही राष्ट्रीय प्रबोधनाची पूर्वअट आहे. त्यांच्या

राष्ट्रीय विचारांनी अनेक भारतीय विचारवंत आणि नेत्यांना प्रभावित केले. श्री अरविंदांनी विवेकानंदांना भारताला आध्यात्मिकरित्या जागृत करणारे मानले. महात्मा गांधींनी त्यांची गणना मोजक्या हिंदू सुधारकांमध्ये केली "ज्यांनी परंपरेची मृत लाकूड तोडून या हिंदू धर्माला वैभवशाली स्थितीत राखले"

नाम देणे

सप्टेंबर 2010 मध्ये, तत्कालीन केंद्रीय अर्थमंत्री प्रणव मुखर्जी, भारताचे राष्ट्रपती, विद्यमान राष्ट्रपती राम नाथ कोविंद यांच्या समक्ष, स्वामी विवेकानंद मूल्य शिक्षण प्रकल्पास £1 अब्ज (US$13 दशलक्ष) च्या खर्चास तत्त्वतः मान्यता दिली, ज्याची उद्दिष्टे समाविष्ट आहेत: स्पर्धा, निबंध, चर्चा आणि अभ्यास मंडळांमध्ये युवकांचा सहभाग आणि विवेकानंदांचे कार्य अनेक भाषांमध्ये प्रकाशित करणे.मध्ये, पश्चिम बंगाल पोलीस प्रशिक्षण महाविद्यालयाचे नामकरण स्वामी विवेकानंद राज्य पोलीस अकादमी, पश्चिम बंगाल असे करण्यात आले.छत्तीसगडमधील राज्य तांत्रिक विद्यापीठ छत्तीसगड स्वामी विवेकानंद टेक्निकल युनिव्हर्सिटी असे नाव देण्यात आले आहे.2012 मध्ये रायपूर विमानतळाचे नाव बदलून स्वामी विवेकानंद विमानतळ असे करण्यात आले.

उत्सव

भारतात राष्ट्रीय युवा दिन त्यांच्या जन्मदिनी पाळला जात असताना, १२ जानेवारी, ज्या दिवशी त्यांनी धर्म संसदेत त्यांचे उत्कृष्ट भाषण दिले, तो दिवस ११ सप्टेंबर १८९३ हा "जागतिक बंधुता दिवस" आहे. स्वामी विवेकानंदांची १५० वी जयंती साजरी करण्यात आली. भारत आणि परदेशात. भारतातील युवा व्यवहार आणि क्रीडा मंत्रालयाने हा दिवस अधिकृतपणे जाहीरनाम्यात साजरा केला.

व्याख्याने

जरी विवेकानंद हे इंग्रजी आणि बंगाली भाषेतील एक शक्तिशाली वक्ते आणि लेखक होते, ते पूर्ण विद्वान नव्हते, आणि त्यांची प्रकाशित बहुतेक कामे जगभरातील व्याख्यानांमधून संकलित केली गेली होती जी "प्रामुख्याने वितरित केली गेली ... तत्काळ आणि थोड्या तयारीसह" .त्यांचे मुख्य कार्य, राजयोग, न्यू यॉर्कमध्ये त्यांनी केलेल्या भाषणांचा समावेश आहे.

साहित्यिक कामे

बर्तमान भारत म्हणजे "वर्तमान भारत" हा त्यांनी लिहिलेला एक विद्वान बंगाली भाषेतील निबंध आहे, जो रामकृष्ण मठ आणि रामकृष्ण मिशनच्या एकमेव बंगाली भाषेतील मासिक उदबोधनच्या मार्च 1899 च्या अंकात प्रथम प्रकाशित झाला होता. हा निबंध 1905 मध्ये एक पुस्तक म्हणून पुनर्मुद्रित करण्यात आला आणि नंतर स्वामी विवेकानंदांच्या संपूर्ण कार्याच्या चौथ्या खंडात संकलित करण्यात आला. या निबंधात त्यांनी वाचकांना वाचकांना परावृत्त केले होते की तो जन्माला आला असला तरीही प्रत्येक भारतीयाला एक बांधव म्हणून मान आणि वागणूक देतो. गरीब किंवा खालच्या जातीतील.

2

श्री स्वामी समर्थ

श्री स्वामी समर्थ

Scan for Story Videos - www.itibook.com

श्री स्वामी समर्थ, ज्यांना अक्कलकोटचे स्वामी म्हणूनही ओळखले जाते हे दत्तात्रेय परंपरेचे भारतीय आध्यात्मिक गुरु होते. महाराष्ट्र आणि कर्नाटकसह विविध भारतीय राज्यांमध्ये ते एक व्यापकपणे ओळखले जाणारे अध्यात्मिक व्यक्तिमत्त्व आहे. ते एकोणिसाव्या शतकात जगले.

श्री स्वामी समर्थांनी संपूर्ण भारतीय उपखंडात प्रवास केला आणि अखेरीस सध्याच्या महाराष्ट्रातील अक्कलकोट या गावी आपला निवास केला. 1856 मध्ये सप्टेंबर किंवा ऑक्टोबरमध्ये ते बुधवारी अक्कलकोट येथे आले असे मानले जाते. त्यांनी जवळपास 22 वर्षे अक्कलकोट येथे वास्तव्य केले.

त्याचे पालकत्व आणि मूळ अस्पष्ट राहिले. पौराणिक कथेनुसार, एकदा एका शिष्याने स्वामींना त्यांच्या जन्माविषयी प्रश्न विचारला तेव्हा स्वामींनी उत्तर दिले की ते वटवृक्षापासून (मराठीत वातवृक्ष) झाले आहेत. दुसऱ्या प्रसंगी स्वामींनी सांगितले होते की त्यांचे पूर्वीचे नाव नृसिंह भान होते.

दंतकथा

श्री स्वामी समर्थ हे भारतीय संन्यासी, गूढवादी आणि हिंदू देवता दत्तात्रेय यांचा चौथा (शारीरिक स्वरुपातील तिसरा) अवतार मानला जातो. ते दत्तात्रेय संप्रदायाचे आणखी एक पूर्वीचे आध्यात्मिक गुरु नरसिंह सरस्वती यांचा पुनर्जन्म असल्याचेही मानले जाते.

जीवन

स्वतः श्री स्वामी समर्थांच्या म्हणण्यानुसार, ते मूलतः सध्याच्या आंध्र प्रदेशातील हिंदू पवित्र शहर श्रीशैलमजवळ कर्दळीच्या जंगलात प्रकट झाले होते. हिमालय आणि त्याच्या

लगतच्या प्रदेशांच्या प्रवासादरम्यान तो चीन, तिबेट आणि नेपाळमधून गेला असावा. त्यांनी पुरी, वाराणसी (काशी देखील), हरिद्वार, गिरनार, काठियावाड आणि रामेश्वरम यासारख्या विविध भारतीय प्रदेशांना भेटी दिल्याचे मानले जाते. महाराष्ट्रातील सध्याच्या सोलापूर जिल्ह्यातील पंढरपूरजवळील मंगळवेढा या गावीही त्यांचे काही काळ वास्तव्य असावे. शेवटी तो अक्कलकोट येथे स्थायिक झाला.

श्री स्वामी समर्थ माणिकनगर, कर्नाटक येथे गेले होते, असे मानले जाते की माणिक प्रभू, एक भारतीय संत आणि गूढवादी हे दत्तात्रेयांचे आणखी एक अवतार मानले जातात. ९ श्री माणिक प्रभू चरित्र (चरित्र) नुसार, स्वामींनी माणिकनगर येथे सुमारे सहा महिने वास्तव्य केले. . या काळात माणिक प्रभू आणि स्वामी समर्थ अनेकदा अंजिराच्या झाडाखाली (मराठीत औदुंबर) बसून प्रगल्भ अध्यात्मावर गप्पा मारत. असा दावा केला जातो की स्वामी समर्थ माणिक प्रभूंना भाऊ मानत होते.

चिंतोपंत टोळ यांचे आमंत्रण मिळाल्याने श्री स्वामी समर्थ 1856 मध्ये अक्कलकोट येथे आले आणि नंतर सुमारे 22 वर्षे नगरच्या बाहेर राहिले. ते सहसा त्यांचे शिष्य चोलप्पा यांच्या निवासस्थानी राहत असत, जिथे त्यांचे मंदिर सध्या आहे.

श्रीमद नृसिंह सरस्वती - भगवान दत्तारेयांचा अवतार

दक्षिण भारतातील कारंजा नगर (कर्नाटक राज्य) नावाच्या ठिकाणी 13व्या शतकात माधव आणि अंबाभवानी हे धार्मिक ब्राह्मण जोडपे राहत होते.

तपस्वी

या देवभक्त आणि धार्मिक जोडप्याला, इसवी सन 1275 च्या सुमारास मुलगा झाला आणि हा मुलगा भगवान दत्तात्रेयांचा अवतार होता आणि महान ऋषी श्रीमद नृसिंह सरस्वती म्हणून ओळखला गेला. मूल या अर्थाने अद्वितीय होते की, तो त्याच्या जन्मापासून फक्त 'ओम्' (हिंदू पवित्र मंत्र) जपत होता. आई-वडिलांना त्याच्या 'व्रतबंध' (पवित्र धाग्याचा सोहळा) होईपर्यंत त्याच्या मूकपणाबद्दल काळजी होती, जेव्हा हे मूल फक्त आठ वर्षांचे होते, तेव्हा त्याने चारही वेदांचे (सर्वांत पवित्र हिंदू धर्मग्रंथ) पठण सुरू केले आणि सर्व विद्वानांना आश्चर्य वाटले.

अक्कलकोट निवासी श्री स्वामी समर्थ महाराज

उपरोक्त घटनेनंतर, मूल तपस्यासाठी काशी (उत्तर प्रदेश राज्य, उत्तर भारत) येथे निघून गेले. त्यांच्या कठोर तपस्याने प्रसन्न होऊन, श्रीकृष्ण सरस्वती स्वामी नावाच्या एका विद्वान तपस्वीने त्यांना संन्यासाश्रमात दीक्षा दिली आणि त्यांना श्रीमद नृसिंह सरस्वती हे नाव दिले.

चरित्र

श्रीमद नृसिंह सरस्वती यांचे चरित्र "श्रीगुरुचरित्र", भक्तांना मार्गदर्शन करण्याच्या त्यांच्या कार्याची आणि भक्तांच्या मदतीसाठी त्यांनी केलेल्या विविध चमत्कारांची माहिती देते. तो बराच काळ गाणगापूर (कर्नाटक राज्य, दक्षिण भारत) येथे राहिला आणि नंतर

तप तपस्या करण्यासाठी कर्दळीच्या जंगलात जाण्यापूर्वी त्याने आपल्या शिष्यांना आणि भक्तांना आपल्या "निर्गुण पादुका" दिल्या. त्यांच्या शिष्यांनी त्यांच्यासाठी फुलांचे एक तरंगते आसन तयार केले ज्यावर ते पाताळगंगा नदीच्या प्रवाहाविरूद्ध गेले आणि अदृश्य झाले.

कठोर तपश्चर्या

कर्दळीच्या जंगलातील श्रीशैल पर्वतावर त्यांनी सुमारे दीडशे वर्षे कठोर तपस्या केली. यानंतर त्यांनी एक व्यापक तीर्थयात्रा केली, ज्यांना आता जावा, सुमात्रा, इंडोनेशिया, चीन, जपान, ऑस्ट्रेलिया इत्यादी नावाने ओळखले जाते, अनेक लोकांना त्यांच्या दुःखातून मुक्त केले आणि त्यांना आध्यात्मिक मार्गावर मार्गदर्शन केले. शेवटी, तो हिमालयाच्या पर्वतरांगांमध्ये आला जेथे त्याने अनेक भक्तांचे ज्ञान केले. नंतर ते तपस्यासाठी देवदाराच्या झाडाखाली बसले. हिमालयातील ही तपस्या सुमारे 250 वर्षे चालली, परंतु एका लाकूडतोड्याने नकळतपणे श्रीमद नृसिंह सरस्वतींच्या शरीरावर कुऱ्हाडीने वार केले. यामुळे तपस्या तपश्चर्येत खंड पडला आणि श्रीमद नृसिंह सरस्वती नंतर भक्तांना मार्गदर्शन करत संपूर्ण भारतीय उपखंडात विस्तृत प्रवासासाठी निघाले.

अक्कलकोट निवासी श्री स्वामी समर्थ

या प्रवासात ते ठिकठिकाणी विविध नावांनी लोकप्रिय झाले. त्यामुळे एका ठिकाणी ते चंचल भारती म्हणून ओळखले जाऊ लागले आणि दुसऱ्या ठिकाणी त्यांना दिगंबर स्वामी म्हटले जाईल. विविध ठिकाणी फिरताना आणि मुक्काम करत असताना ते श्री रामकृष्ण परमहंस, शिर्डीचे श्री साईबाबा, श्री शंकर महाराज, शेगावचे श्री गजानन महाराज इत्यादी अनेक महान आत्म्यांचे गुरु (गुरू) झाले. शेवटी ते अक्कलकोट (महाराष्ट्र राज्य) येथे स्थायिक झाले.) आणि इ.स. 1854 ते 1878 पर्यंत 24 वर्षे तेथे राहिले आणि त्यामुळे ते अक्कलकोट निवासी श्री स्वामी समर्थ महाराज (अक्कलकोटचे महान ऋषी) म्हणून ओळखले जाऊ लागले.

येथे त्यांनी श्रीदेव मामलेदार, श्री बाळाप्पा महाराज, श्री चोलप्पा महाराज, आळंदीचे श्री नृसिंह सरस्वती महाराज, पुण्याचे श्री रामानंद बीडकर महाराज इत्यादी अनेक शिष्यांचे ज्ञान केले.

महासमाधी

30 एप्रिल 1878 रोजी (हिंदू वर्ष 1800 ची चैत्र वद्य त्रयोदशी) सुमारे 600 वर्षांच्या अवतारानंतर, महान ऋषींनी त्यांच्या आवडत्या वटवृक्षाखाली देवाशी शेवटचा जाणीवपूर्वक संवाद साधला.

"मी गेलेलो नाही, मी अजूनही उपस्थित आहे" या वाक्यामुळे भक्त अजूनही त्याच्या दैवी अस्तित्वाचा अनुभव घेतात आणि त्यांना आश्वस्त वाटते.

श्री स्वामी समर्थांचे स्मरण करणारा एक सामान्य मंत्र "ओम अभयदत्त श्री स्वामीसमर्थाय नमः" म्हणून वाचला जातो. श्रीगुरुलीलामृत नावाने ओळखले जाणारे त्यांचे

चरित्र संत वामनभाऊ महाराज यांनी लिहिले होते.

जीवन बदलुन टाकणारे स्वामी समर्थ महाराजांचे उपदेश

अक्कलकोट निवासी स्वामी समर्थ महाराज ज्यांनी मनुष्याला स्वतःमध्ये असलेल्या ईश्वराला शोधण्यास सांगितले. भगवान श्री दत्त यांचे ते तिसरे अवतार मानल्या जातात, ते आपल्या भक्तांच्या समस्यांचे निवारण करत असतं. तर आजच्या लेखात आपण स्वामी समर्थ यांच्या विषयी काही कोट्स पाहणार आहे, आशा करतो आपल्याला आवडतील, तर चला पाहूया.

"उगाची भितोसी भय हे पळू दे, जवळी उभी स्वामी शक्ती कळू दे,
जगी जन्म मृत्यू असे खेळ ज्यांचा, नको घाबरु तू असे बाळ त्यांचा"

"यशस्वी होण्याचा एकच उत्तम पर्याय आहे, दुसऱ्याच भल झालेले पाहण्याची ताकद आपल्या मनात असली पाहिजे."

"जो असे कारण सर्व सृष्टीशी अकारणे जो लावी भक्तीसी भुलवी मनाच्या दंभ युक्तीसी असा अविनाशी स्वामी माझा"

"विश्वास ठेव जिथे संपते मर्यादा तुझी, तिथून साथ देतो मी"

"जाणीव ठेव शुद्ध मनासी काय व्यर्थ बरळतो कशाची असो भूक त्यासी? तू पुढे काय ठेवितो"

"तुझ्या अंतरात्म्यात आहे मी तुला हरू देणार नाही, या कलियुगात तुला एकटे सोडणार नाही, जी झुंझ तू खेळतो आहेस मनासी त्यात तुला मार्ग दाखवत असणार मी. भिऊ नकोस मी तुझ्या पाठीशी आहे."

भिऊ नकोस मी तुझ्या पाठीशी आहे, एवढ वाक्य पुरेस आहे कोणत्याही संकटावर मात करण्यासाठी. मनामध्ये श्रद्धा आणि विश्वास असेल तर कोणतीही गोष्ट अशक्य नाही आहे. आणि बाकी कोट्स सारख्या खालीही काही कोट्स आहेत,

"गरिबाला केलेले दान आणि सद्गुरू स्वामींचे मुखात घेतलेले नाव कधी वाया जात नाही,"

"खूप अडचणी आहेत जीवनात परंतु त्यांना समोर जाण्याची शक्ती फक्त तुमच्यामुळे येते."

"भिऊ नको मी तुझ्या पाठीशी आहे"

"कोणत्याही साकारात्मात विचारांना कोणतेही विष मारू शकत नाही आणि कोणत्याही नकारात्मक विचारांना कोणतेही औषध वाचवू शकत नाही."

3

संत ज्ञानेश्वर

संत ज्ञानेश्वर

Scan for Story Videos - www.itibook.com

संत ज्ञानेश्वर, ज्यांना ज्ञानेश्वर, ज्ञानदेव, ज्ञानदेव किंवा माऊली किंवा ज्ञानेश्वर विठ्ठल कुलकर्णी (१२७५-१२९६), हे 13व्या शतकातील भारतीय मराठी संत होते. , नाथ शैव आणि वारकरी परंपरेतील कवी, तत्वज्ञ आणि योगी. त्यांच्या २१ वर्षांच्या अल्पशा आयुष्यात त्यांनी ज्ञानेश्वरी (भगवद्गीतेवरील भाष्य) आणि अमृतानुभव या ग्रंथांचे लेखन केले. ही मराठी भाषेतील सर्वात जुनी हयात असलेल्या साहित्यकृती आहेत, आणि मराठी साहित्यातील टप्पे मानल्या जातात. संत ज्ञानेश्वरांचे विचार प्रतिबिंबित करतात. अद्वैतवादी अद्वैत वेदांत तत्वज्ञान आणि भगवान विष्णूचा अवतार असलेल्या विठोबाच्या दिशेने योग आणि भक्तीवर भर. त्यांच्या वारशाने एकनाथ आणि तुकाराम सारख्या संत-कवींना प्रेरणा दिली आणि ते वारकरी (विठोबा-कृष्ण) च्या संस्थापकांपैकी एक आहेत. महाराष्ट्रातील हिंदू धर्माची भक्ती चळवळ परंपरा. ज्ञानेश्वरांनी 1296 मध्ये आळंदी येथे भूमिगत खोलीत समाधी घेतली.

चरित्र

ज्ञानेश्वरांचा जन्म 1275 मध्ये (कृष्ण जन्माष्टमीच्या शुभ दिवशी) यादव राजा रामदेवरावाच्या कारकिर्दीत महाराष्ट्रातील पैठणजवळ गोदावरी नदीच्या काठी आपेगाव गावात मराठी भाषिक देशस्थ ब्राह्मण कुटुंबात झाला. या राज्याची राजधानी देवगिरीला सापेक्ष शांतता आणि स्थिरता लाभली आणि राजा साहित्य आणि कलांचा संरक्षक होता.

संत ज्ञानेश्वरांच्या जीवनाचे चरित्रात्मक तपशील त्यांचे शिष्य सत्यमलनाथ आणि सच्चिदानंद यांच्या लिखाणात जतन केलेले आहेत.विविध परंपरा ज्ञानेश्वरांच्या जीवनातील तपशिलांचे परस्परविरोधी वर्णन देतात. त्यांच्या ज्ञानेश्वरी (1290 CE) च्या रचनेची तारीख मात्र निर्विवाद आहे.1511 ज्ञानेश्वरांच्या जीवनावरील अधिक मान्य परंपरेनुसार, त्यांचा जन्म 1275 CE मध्ये झाला आणि त्यांनी 1296 CE मध्ये समाधी घेतली. इतर स्त्रोतांनुसार त्यांचा जन्म झाला. 1271 CE.1718

जीवन

ज्ञानेश्वरांच्या सुमारे 21 वर्षांच्या अल्पायुष्यातील चरित्रात्मक तपशिलांवर वाद आहे आणि त्याची सत्यता संशयास्पद आहे. म्हशीला वेद गाण्याची त्याची क्षमता आणि हलत्या भिंतीवर स्वार होऊन योगीला नम्र बनवण्याची त्याची क्षमता यासारख्या हगिओग्राफिक दंतकथा आणि चमत्कारांनी उपलब्ध खाते भरलेले आहेत.

हयात असलेल्या खात्यांनुसार, ज्ञानेश्वरांचे वडील विठ्ठलपंत हे महाराष्ट्रातील गोदावरी नदीच्या काठावर असलेल्या आपेगाव नावाच्या गावातील कुलकर्णी (वंशपरंपरागत लेखापाल, सहसा ब्राह्मण, जे गावातील जमीन आणि कराच्या नोंदी ठेवतात) होते, त्यांचा व्यवसाय होता. पूर्वजांकडून मिळालेला वारसा.आळंदीच्या कुलकर्णी यांची कन्या रखुमाबाई हिच्याशी त्यांचा विवाह झाला. एक गृहस्थ असतानाही, विठ्ठलपंतांना आध्यात्मिक शिक्षणाची इच्छा होती. त्यांच्या वडिलांच्या मृत्यूमुळे आणि त्यांच्या लग्नापासून त्यांना मूल न झाल्यामुळे त्यांचा जीवनाबद्दलचा मोहभंग वाढला. अखेरीस, आपल्या पत्नीच्या संमतीने, त्याने सांसारिक जीवनाचा त्याग केला आणि संन्यासी (त्याग) होण्यासाठी काशीला रवाना झाले. या घटनांच्या दुसऱ्या आवृत्तीनुसार, ज्ञानेश्वरांचे वडील विठ्ठलपंत हे नाथ योगी संप्रदायातील शिक्षकांच्या लांबलचक पंक्तीतून आले होते आणि ते अत्यंत धार्मिक होते. , ते वाराणसीच्या यात्रेला गेले होते. तेथे त्याला एका गुरू (अध्यात्मिक गुरू) भेटले, पत्नीच्या संमतीशिवाय संन्यास घेण्याचा निर्णय घेतला.

विठ्ठलपंतांना त्यांचे आध्यात्मिक गुरू, रामा शर्मा, यांनी संन्यासी म्हणून दीक्षा दिली होती, ज्यांना विविध स्त्रोतांमध्ये रामानंद, नृसिंहाश्रम, रामद्वय आणि श्रीपाद असेही म्हणतात. (ते रामानंदी संप्रदायाचे संस्थापक रामानंद नव्हते.) जेव्हा रामाश्रमाला कळले की विठ्ठलपंत संन्यासी होण्यासाठी आपले कुटुंब मागे सोडले आहेत, तेव्हा त्यांनी विठ्ठलपंतांना आपल्या पत्नीकडे परत जाण्याची आणि गृहस्थ म्हणून कर्तव्ये पार पाडण्याची सूचना केली. विठ्ठलपंत आपल्या पत्नीकडे परत आल्यानंतर आणि आळंदीत स्थायिक झाल्यानंतर, रखुमाबाईंनी चार मुलांना जन्म दिला - निवृत्तीनाथ (1273 CE), ज्ञानेश्वर (1275 CE), सोपान (1277 CE) आणि मुक्ताबाई (1279 CE).

तत्कालीन ऑर्थोडॉक्स ब्राह्मणांनी त्याग केलेल्या व्यक्तीला पाखंडी म्हणून गृहस्थ म्हणून परतताना पाहिले. ज्ञानेश्वर आणि त्यांच्या भावांना ब्राह्मण जातीच्या पूर्ण प्रवेशासाठी पवित्र धागा समारंभ घेण्याचा अधिकार नाकारण्यात आला. पवारांच्या मते,

याचा अर्थ बहिष्कार होता. ब्राह्मण जातीतून.

अखेरीस विठ्ठलपंत आपल्या कुटुंबासह नाशिकला निघून गेले. एके दिवशी नित्य विधी करत असताना विठ्ठलपंत वाघासमोर आले. विठ्ठलपंत आणि त्यांच्या चार मुलांपैकी तीन मुले पळून गेली, परंतु निवृत्तीनाथ कुटुंबापासून वेगळे झाले आणि एका गुहेत लपले. गुहेत लपून बसले असताना त्यांची भेट गहनीनाथांशी झाली, ज्यांनी निवृत्तीनाथांना नाथ योगींच्या बुद्धीची दीक्षा दिली. नंतर, विठ्ठलपंत आळंदीला परतले आणि ब्राह्मणांना त्यांच्या पापांसाठी प्रायश्चित्त करण्याचे साधन सुचवण्यास सांगितले; त्यांनी प्रायश्चित्त म्हणून त्याचे जीवन त्याग करण्याचे सुचवले. विठ्ठलपंत आणि त्यांच्या पत्नीने एका वर्षाच्या आत इंद्रायणी नदीत उडी मारून आपले जीवन सोडले, या आशेने की त्यांची मुले छळमुक्त जीवन जगू शकतील. इतर स्त्रोत आणि स्थानिक लोकपरंपरा असा दावा करतात की पालकांनी आत्महत्या केली. इंद्रायणी नदीत उडी मारणे. आख्यायिकेची दुसरी आवृत्ती सांगते की, विठ्ठलपंत, वडिलांनी त्यांच्या पापाची क्षमा करण्यासाठी गंगा नदीत फेकून दिले.

ज्ञानेश्वर आणि त्यांच्या भावंडांनी स्वीकारले आणि नाथ हिंदू सजीव परंपरेची सुरुवात केली ज्याचे त्यांचे पालक आधीपासूनच होते, जिथे तीन भाऊ आणि बहीण मुक्ताबाई हे सर्व प्रसिद्ध योगी आणि भक्ती कवी बनले.

प्रवास आणि मृत्यू

ज्ञानेश्वरांनी अमृतानुभव लिहिल्यानंतर, भावंड पंढरपूरला गेले जेथे त्यांची भेट नामदेवांशी झाली, जे ज्ञानेश्वरांचे जवळचे मित्र बनले. ज्ञानेश्वर आणि नामदेव यांनी भारतभरातील विविध पवित्र केंद्रांच्या यात्रेला सुरुवात केली जिथे त्यांनी अनेक लोकांना वारकरी संप्रदायाची सुरुवात केली; ज्ञानेश्वरांच्या अभंग नावाच्या भक्ती रचना याच काळात रचल्या गेल्या असे मानले जाते. पंढरपूरला परतल्यावर ज्ञानेश्वर आणि नामादेव होते. मेजवानी देऊन सन्मानित करण्यात आले, ज्यामध्ये बहिरातच्या मते, "गोरोबा कुंभार, संवत माळी, चोखोबा अस्पृश्य आणि पारिसा भागवत ब्राह्मण" असे अनेक समकालीन संत सहभागी झाले होते. नामदेव आणि ज्ञानेश्वर हे समकालीन होते असे काही विद्वान पारंपरिक मत स्वीकारतात; तथापि, डब्ल्यू.बी. पटवर्धन, आरजी भांडारकर आणि आर. भारद्वाज यांसारखे इतर लोक या मताशी असहमत आहेत आणि त्याऐवजी नामदेव 14 व्या शतकाच्या उत्तरार्धात आहेत.

मेजवानीच्या नंतर, ज्ञानेश्वरांना संजीवन समाधीमध्ये जाण्याची इच्छा होती, प्राचीन भारतातील अष्टांग योगात प्रचलित केल्याप्रमाणे, खोल ध्यानाच्या अवस्थेत प्रवेश केल्यानंतर स्वेच्छेने नश्वर शरीर सोडण्याची प्रथा होती. संजीवन समाधीची तयारी नामदेवांच्या पुत्रांनी केली होती. संजीवन समाधीबद्दल, ज्ञानेश्वरांनी स्वतः उच्च जागरूकता आणि विद्युत चुंबकीय किरणोत्सर्गाच्या रूपात प्रकाश किंवा शुद्ध उर्जा यांच्यातील संबंधांबद्दल जोरदारपणे सांगितले होते. हिंदू कॅलेंडरच्या कार्तिक महिन्याच्या

गडद अर्ध्या 13 व्या दिवशी, आळंदी, ज्ञानेश्वर येथे , तेव्हा एकवीस वर्षांचे होते त्यांनी संजीवन समाधीत प्रवेश केला. त्यांची समाधी आळंदीतील सिद्धेश्वर मंदिर परिसरात आहे. त्यांच्या निधनाने नामदेव आणि इतर उपस्थितांनी शोक व्यक्त केला. परंपरेनुसार, नामदेवांना भेटण्यासाठी ज्ञानेश्वरांना पुन्हा जिवंत करण्यात आले, जेव्हा त्यांनी विठोबाकडे परत येण्यासाठी प्रार्थना केली. डॉलमायर लिहितात की हे "खरी मैत्री आणि उदात्त आणि प्रेमळ अंतःकरणाच्या सहवासाच्या अमरत्वाची साक्ष देते." अनेक वारकरी भक्तांचा असा विश्वास आहे की ज्ञानेश्वर अजूनही जिवंत आहेत.

चमत्कार

ज्ञानेश्वरांच्या जीवनाशी अनेक चमत्कार जोडले गेले, त्यांपैकी एक म्हणजे त्यांचे शिष्य सच्चिदानंद यांच्या प्रेताचे पुनरुज्जीवन. फ्रेड डॉल्मीर यांनी महिपतीच्या हागोग्राफीमधून खालीलप्रमाणे यातील एका दंतकथेचा सारांश दिला आहे: वयाच्या 12 व्या वर्षी, ज्ञानेश्वर आपल्या गरीब आणि गरीब लोकांसह भावंड, पैठणच्या पुजाऱ्यांकडे दयेची याचना करण्यासाठी पैठणला गेले होते. तेथे त्यांचा अपमान व विटंबना करण्यात आली. मुलांना गुंडगिरीचा त्रास होत असताना, जवळच्या रस्त्यावर एक माणूस होता जो एका वृद्ध म्हशीला हिंसकपणे मारहाण करत होता आणि जखमी प्राणी रडून कोसळले. ज्ञानेश्वरांनी म्हशीच्या मालकाला जनावराच्या काळजीपोटी थांबायला सांगितले. एका पशूबद्दल अधिक काळजी आणि वेदांच्या शिकवणीबद्दल बेफिकीर असल्याबद्दल पुरोहितांनी त्याची थट्टा केली. ज्ञानेश्वरांनी प्रतिवाद केला की वेद स्वतःच सर्व जीवन पवित्र मानतात आणि ब्राह्मणाचे प्रकटीकरण करतात. संतप्त पुरोहितांनी त्यांच्या तर्काचा अर्थ असा होतो की प्राण्यांनाही वेद शिकता आले पाहिजेत. निःसंकोच ज्ञानेश्वरांनी मग म्हशीच्या कपाळावर हात ठेवला आणि ती खोल आवाजात वेद श्लोक पाठ करू लागली. फ्रेड डॉलमायर यांच्या मते, ही कथा ज्ञानेश्वरांचे चरित्र अचूकपणे प्रतिबिंबित करते की नाही, या कथेला प्रतीकात्मक महत्त्व आहे. मॅथ्यू मध्ये जेरुसलेममधील येशूबद्दलच्या कथेप्रमाणेच

दुसऱ्या एका चमत्कारात, ज्ञानेश्वरांना चांगदेव, एक कुशल योगी यांनी आव्हान दिले होते, ज्याने आपल्या जादुई सामर्थ्याने वाघावर स्वार होऊन हा पराक्रम साकारला होता. चालत्या भिंतीवर स्वार होऊन ज्ञानेश्वरांनी चांगदेवांना नम्र केले. ज्ञानेश्वरांनी चांगदेवांना दिलेला उपदेश चांगदेव पासष्ठी या ६५ श्लोकांमध्ये देण्यात आला.चांगदेव ज्ञानेश्वरांची बहीण मुक्ताबाई यांचे शिष्य बनले.

लेखन

बी.पी. बहिरट यांच्या मते, ज्ञानेश्वर हे मराठी भाषेत लिहिणारे पहिले ज्ञात तत्वज्ञानी होते.वयाच्या 16 व्या वर्षी त्यांनी 1290, मध्ये भगवद्गीतेवर भाष्य केलेले ज्ञानेश्वरी रचली जी नंतर वारकरी संप्रदायाचा मूलभूत ग्रंथ बनली. त्यांचे शब्द सच्चिदानंद यांनी नोंदवले होते, जे ज्ञानेश्वरांचे अमानुएन्सिस बनण्यास सहमत होते. ओवी वापरून ज्ञानेश्वरी लिहिली गेली होती; एक मीटर, ज्याचा वापर महाराष्ट्रातील स्त्रियांची गाणी तयार करण्यासाठी

प्रथम केला गेला, चार ओळींचा जेथे पहिल्या तीन किंवा पहिल्या आणि तिसऱ्या ओळींचा यमक आहे आणि चौथ्या ओळींचा शेवट तीव्र आणि लहान आहे ज्ञानेश्वरांचे अभ्यासक डब्लू बी पटवर्धन यांच्या मते, ज्ञानेश्वरांची ओवी "सहल करते, ती सरपटते, ती नाचते, ती चक्कर मारते, ती वळते, ती धावते, ती धावते, ती लांब झेप घेते किंवा लहान उडी घेते, ती थांबते किंवा झाडून जाते, ती सद्गुरुच्या आज्ञेने शंभर एक विकसित होते. ". ज्ञानेश्वरीमध्ये, शेवटी त्यांनी "पसायदान" लिहिले ज्यामध्ये त्यांनी इतरांसाठी आणि सर्व मानवतेसाठी सर्वकाही प्रार्थना केली आणि स्वतःसाठी काहीही नाही. स्वतः संत ज्ञानेश्वरांचा असा विश्वास होता की "संपूर्ण जगाला एक आत्मा आहे. त्यांनी ज्ञानेश्वरी लिहिली जेणेकरून सामान्य लोकांना जीवनातील तात्विक पैलू समजू शकतील जे तेव्हा केवळ संस्कृत जाणणाऱ्यांनाच समजत होते म्हणजेच उच्च पुरोहित वर्गीय भाषा आणि खालच्या जातीतील लोकांना संस्कृत भाषा शिकण्याची परवानगी नव्हती. तर, भारतीय इतिहासातील हे एक महत्त्वपूर्ण कार्य होते ज्याने सर्वसामान्यांसाठी तत्त्वज्ञान सोपे केले.

अरे देवा! तू गणेश आहेस, सर्व बुद्धिमत्तेचा प्रकाश देणारा आहेस. निवृत्तीचा सेवक म्हणतो, माझी कथा ऐक. वेद हे त्यांच्या परिपूर्णतेमध्ये देवाच्या सुंदर प्रतिमेसारखे आहेत, ज्यातील निर्दोष शब्द हे तेजस्वी शरीर आहे. स्मृती हे त्यांचे अवयव आहेत, श्लोकांची चिन्हे त्यांची रचना दर्शवितात आणि अर्थामध्ये सौंदर्याचा खरा खजिना आहे.

- ज्ञानेश्वरी

त्यांचा पहिला ग्रंथ ज्ञानेश्वरी हा अभिजात संस्कृत भाषेच्या विरुद्ध स्थानिक मराठी भाषेत होता. भागवतांच्या मते, इतर भक्ती कवींप्रमाणे, ज्ञानेश्वरांनी स्थानिक भाषेची निवड ही संस्कृत आणि उच्च-जातीच्या प्रचलित सांस्कृतिक वर्चस्वापासून एक महत्त्वपूर्ण प्रस्थान होते. हिंदू धर्म, हा एक ट्रेंड जो नंतरच्या भक्ती कवींनी भारतभर चालू ठेवला. मराठी साहित्यासाठी ज्ञानेश्वर हेच आहे जे इटालियन लोकांसाठी दांते आहे, असे भागवत म्हणतात.

परंपरेनुसार, निवृत्तीनाथांनी या भाष्यावर समाधान न मानता ज्ञानेश्वरांना स्वतंत्र तत्त्वज्ञानात्मक लेखन करण्यास सांगितले. हे कार्य पुढे अमृतानुभव म्हणून ओळखले जाऊ लागले. ज्ञानेश्वरी आणि अमृतानुभवाच्या कालक्रमावर विद्वानांचे मतभिन्नता आहे. पटवर्धन यांनी असा युक्तिवाद केला आहे की अमृतानुभव हा ज्ञानेश्वरीपेक्षा पूर्वीचा मजकूर आहे कारण नंतरचा ग्रंथ रूपक आणि प्रतिमांच्या वापराने समृद्ध आहे आणि सांख्य आणि योग यांसारख्या विविध तात्विक प्रणालींशी अधिक परिचित आहे. तथापि, बहिरट आणि रानडे दोघेही या मताशी सहमत नाहीत. अमृतानुभवामध्ये लेखक मायावाद आणि शुन्यवाद यासारख्या तात्विक संकल्पनांची ओळख दाखवतो आणि मजकुराची भाषा सोपी असली तरी ते ज्ञानेश्वरांची "तात्विक खोली" प्रकट करते.

ज्ञानेश्वरांनी वारकरी परंपरेची दीक्षा घेतल्यावर पंढरपूर आणि इतर पवित्र स्थळांच्या यात्रेदरम्यान अभंग नावाच्या ज्ञानेश्वरांच्या भक्ती रचना केल्या होत्या असे मानले जाते.

प्रभाव पाडतो

"जसा एखादा चांगला शेतकरी आपला जुना व्यवसाय सोडून रोज काहीतरी नवीन सुरू करतो, तसाच अज्ञानाने दबलेला माणूस देवांच्या प्रतिमा वारंवार बसवतो आणि तितक्याच तन्मयतेने त्यांची पूजा करतो. तो गुरूचा शिष्य बनतो जो संसाराने वेढलेला असतो. वैभवशाली, त्याच्याकडून दीक्षा घेते आणि वास्तविक आध्यात्मिक प्रतिष्ठा मिळालेल्या इतर कोणत्याही व्यक्तीला पाहण्यास तो तयार नाही. तो प्रत्येक जीवावर क्रूर आहे, विविध दगडांच्या प्रतिमांची पूजा करतो आणि त्याच्यात अंतःकरणाची सुसंगतता नाही."

- ज्ञानेश्वरी

महानुभाव पंथ आणि नाथ योगी परंपरा या ज्ञानेश्वरांच्या काळातील दोन प्रमुख चळवळी होत्या ज्यांचा त्यांच्या कार्यावर प्रभाव पडला. महानुभाव हे कृष्णाचे भक्त होते ज्यांनी जातिव्यवस्था, वेद आणि विठ्ठलाच्या उपासनेकडे दुर्लक्ष केले. ज्ञानेश्वर महानुभावाच्या धार्मिक नियमांपेक्षा लक्षणीय भिन्न होते. त्यांचे विचार उपनिषद आणि भगवद् यांसारख्या नंतरच्या वैदिक ग्रंथांच्या तत्त्वज्ञानावर आधारित होते. गीता, आणि विठ्ठलावरील भक्ती यांनी ज्ञानेश्वरांनी स्थापन केलेल्या समतावादी वारकरी संप्रदायाची पायाभरणी केली. तथापि, महानुभाव लेखकांनी स्वीकारलेल्या साहित्य शैलीचा ज्ञानेश्वरांच्या कार्यावर प्रभाव पडला. आर.डी. रानडे यांच्या मते, ज्ञानेश्वर "महानुभावांशी त्याच नात्याने उभे आहेत, जे शेक्सपियर एलिझाबेथन लेखकांशी उभे होते".

ज्ञानेश्वरांना त्यांचे भाऊ निवृत्तीनाथ यांनी नाथ योगी परंपरेची दीक्षा दिली, त्यांच्या आई-वडिलांच्या मृत्यूनंतर; सोपना आणि मुक्ताबाई यांना ज्ञानेश्वरांनीच परंपरेची दीक्षा दिली. हठयोग, ज्याने योगिक मुद्रा आणि शारीरिक तंदुरुस्तीवर भर दिला. ६६ गोरक्षनाथांचे शिष्य गहनीनाथ यांनी निवृत्तीनाथांना नाथ योगी परंपरेची सुरुवात केली. ज्ञानेश्वरांचे अद्वैतवादी तत्त्वज्ञान, त्यांच्या लेखनात स्थानिक भाषेचा वापर आणि योगावर भर. नाथ योगी परंपरेतील विष्णू आणि शिव यांचे एकत्व त्यांना मिळालेले वारसा होते.

विश्व बंधुत्व आणि करुणा ही मूल्ये त्यांच्या कृतींमध्ये भक्तीपर विठ्ठल संप्रदायाशी त्यांच्या संवादातून दिसून आली, ही परंपरा ज्ञानेश्वरांच्या काळात आधीपासूनच अस्तित्वात होती. ज्ञानेश्वरांच्या काव्यावर भागवत पुराणाचा प्रभाव जे.एन. फारुहार यांनीही नोंदवला आहे.

तत्त्वज्ञान

"हे एक शुद्ध ज्ञान आहे जे इतर कोणत्याही ज्ञानाने प्रकाशित होत नाही किंवा अज्ञानाने अंधकारमय होत नाही. परंतु शुद्ध चैतन्य स्वतःचे भान ठेवू शकते का? नेत्रगोलक स्वतःला जाणू शकते का? आकाशात प्रवेश करू शकतो का? अग्नी स्वतःला जाळू शकतो का? .म्हणून, जे शुद्ध चैतन्य आहे, चैतन्याच्या गुणाशिवाय स्वतःची जाणीव होत नाही.

अमृतानुभव ।

ज्ञानेश्वर अमृतानुभवामध्ये ब्रह्मांड किंवा अस्तित्वाची परीक्षा घेतात. तो विचारांचा थर मानतो जे विचार आणि आकलन सक्षम करते. अस्तित्व हे विचार आणि संकल्पनांच्या अगोदरचे असल्याने, ते कांटियन श्रेणींपेक्षा वेगळे आहे, आणि ज्ञानशास्त्रीय विश्लेषणासारख्या विचारांच्या पद्धती त्यावर लागू केल्या जाऊ शकत नाहीत. ज्ञानेश्वरांचा असा विश्वास आहे की वास्तविकता स्वयंस्पष्ट आहे आणि त्याला कोणत्याही पुराव्याची आवश्यकता नाही. हे द्वैतवादाला पूर्ववत करते. जाणकार आणि ज्ञात, अस्तित्व आणि अस्तित्व, विषय आणि वस्तू, ज्ञान आणि अज्ञान अशी विभागणी.

ज्ञानेश्वरांनी भारतीय तत्त्वज्ञानात वापरल्या जाणार्‍या पारंपारिक ज्ञानशास्त्रीय पद्धतींच्या (प्रामाणस) मर्यादांवर प्रकाश टाकला आहे. ते निदर्शनास आणतात की कोणतीही धारणा केवळ दुसर्‍या सखोल आकलनाद्वारे प्रमाणित केली जाते, कारण तर्काची तर्कशुद्धता प्रस्थापित करताना, कारण स्वतःच्या पलीकडे जाते. ज्ञानेश्वर अगदी शास्त्रोक्त साक्ष्यांवर अवलंबून राहण्यापासून सावध करतात, ज्याला वेदांत आणि मीमाच्या तत्त्वज्ञानाच्या तत्त्वज्ञानी ज्ञानाचा एक वैध स्त्रोत म्हणून स्वीकारले आहे. त्याच्यासाठी शास्त्रीय वैधता, अनुभवात्मक सत्याशी एकरूपतेमुळे उद्भवते आणि उलट नाही.

नैतिकता

ज्ञानेश्वरांचे नैतिक तत्त्वज्ञान भगवद्गीतेच्या १३व्या त्यांच्या ज्ञानेश्वरी या ग्रंथावरील भाष्यातून प्रकट होते. ते नम्रता मानतात; कृती, विचार आणि शब्दांमध्ये दुखापत न होणे; संकटाचा सामना करताना सहनशीलता; संवेदी सुखांबद्दल वैराग्य; हृदय आणि मनाची शुद्धता; एकटेपणाचे प्रेम आणि गुरु आणि देव यांच्याबद्दल सद्गुण म्हणून भक्ती; आणि त्यांचे तत्सम नैतिक विरोधी दुर्गुण म्हणून.ज्ञानेश्वरीमध्ये आध्यात्मिक वाढीसाठी एखाद्याच्या जीवनाचा एक निराशावादी दृष्टिकोन एक आवश्यक अट मानला जातो. ज्ञानेश्वर लिहितात की संत भेद ओळखत नाहीत आणि नम्र असतात कारण ते सर्व वस्तू, सजीव किंवा निर्जीव, ओळखतात. त्यांचा स्वतःचा स्व.

संपूर्ण समालोचनात गुरूच्या भक्तीला महत्त्वाचे स्थान आहे. त्यातील अनेक अध्याय त्यांच्या गुरु निवृत्तीनाथांच्या आमंत्रणाने सुरू होतात, ज्यांना ज्ञानेश्वरांनी "अस्तित्वाचा महासागर ओलांडण्यास मदत केली" अशी व्यक्ती म्हणून गौरवले आहे. , जिथे सद्गुण आणि दुर्गुणांना अनुक्रमे दैवी वारसा आणि राक्षसी वारसा म्हटले जाते. दैवी वारशात निर्भयपणाचा समावेश होतो, जो सर्व वस्तूंच्या एकतेवर विश्वास ठेवतो; धर्मादाय त्याग, जे आधीपासून गणले गेलेल्या सद्गुणांच्या व्यतिरिक्त कर्तव्ये आणि करुणा पार पाडण्यापासून प्राप्त होते; तर राक्षसी वारशात सहा दुर्गुण असतात- अज्ञान, क्रोध, अहंकार, ढोंगीपणा, कठोरपणा आणि गर्व.

भगवद्गीतेतील कर्मयोगाचा सिद्धांत ज्ञानेश्वरीमध्ये पुनरुत्थित झाला आहे आणि कृतीतून अकर्मण्यता प्राप्त करण्यासाठी आणि दोघांमध्ये सामंजस्य प्रस्थापित करण्याचे साधन म्हणून त्याची उपयोगिता तपासली आहे. चौथ्या प्रकरणात, आदर्श कर्मयोगींच्या

कृतींची तुलना स्पष्टपणे केली आहे. सूर्यांची हालचाल, जी उगवताना आणि मावळताना दिसते ती वास्तवात स्थिर असते; त्याचप्रमाणे, कर्मयोगी जरी कार्य करताना दिसत असला तरी प्रत्यक्षात तो कार्य करत नाही. कृती आणि कृती देवाला अर्पण करणे हे चार मार्ग आहेत जे ज्ञानेश्वरांच्या मते कृतीशून्यता आणि आत्म-साक्षात्कारात परिणाम करतात. ज्ञानेश्वरांचे आधिभौतिक निष्कर्ष की जग हे परमात्म्याचे प्रकटीकरण आहे, भ्रम नाही, एक नैतिक चौकट देखील तयार करते जी नाकारते त्याग आणि उपासनेच्या भावनेने कर्तव्ये आणि कृती करण्याची शिफारस करते.

पारंपारिक भारतीय धर्मग्रंथांमध्ये, धर्माप्रमाणेच हिंदू धर्मशास्त्रीय संज्ञा, ब्रह्मांड आणि मानवी समाज या दोहोंवर नियंत्रण ठेवणारा एक नैसर्गिक नियम आहे. विवाह आणि कुटुंब यांसारख्या सामाजिक संस्थांचे पालनपोषण करण्यासाठी व्यक्तीचे कर्तव्य पार पाडणे अत्यावश्यक बनते आणि कर्तव्य वैयक्तिक स्वातंत्र्य ओलांडते. ज्ञानेश्वर परंपरेशी सहमत आहेत; त्याचा असा विश्वास आहे की दैवी आदेश आणि नैतिक व्यवस्था एकच आहेत आणि विश्वातच अंतर्भूत आहेत. म्हणून, सर्व सामाजिक संस्थांना त्यांच्या संपूर्णतेने संरक्षित आणि जतन करण्याची शिफारस केली जाते. तथापि, जेव्हा जातीच्या संस्थेचा प्रश्न येतो तेव्हा त्याचा दृष्टीकोन अधिक मानवतावादी बनतो आणि तो आध्यात्मिक समतावादाचा पुरस्कार करतो.

स्वागत आणि वारसा

ज्ञानेश्वरांच्या जीवनातील आणि लेखनातील घटक, जसे की त्यांनी पुरोहित वर्गाच्या संकोचवादावर केलेली टीका, कौटुंबिक जीवनाचा उत्सव आणि आध्यात्मिक समतावाद, वारकरी चळवळीच्या संस्कृतीला आकार देतील. डल्लमायरच्या मते, ज्ञानेश्वरांचे जीवन आणि लेखन "विकसित झाले आहे. वारकरी चळवळीसाठी अस्सल धार्मिकतेचे प्राथमिक उदाहरण, तसेच भक्ती भक्तीचे महत्त्वपूर्ण स्त्रोत आणि केंद्रबिंदू."

आषाढ महिन्यातील हिंदू शक महिन्यात वारकरी संप्रदायाचे भक्त ज्ञानेश्वरांच्या प्रतिकात्मक चप्पल (याला मराठीत पादुका म्हणतात) वारी नावाच्या वार्षिक यात्रेत सामील होतात ज्याला आळंदीतील ज्ञानेश्वरांच्या मंदिरापासून पंढरपूरच्या विठ्ठला मंदिरापर्यंत पालखीत नेले जाते. पादुका (पादुका) वारकरी चळवळीतील नंतरच्या कवी-संतांच्या ज्ञानेश्वरप्रेरित कलाकृतींसाठी ज्ञानेश्वरांच्या चपला पालखीत नेल्या जातात.

त्यांचे चिद्विलासाचे तत्त्वज्ञान नामदेव आणि एकनाथ यांसारख्या वारकरी लेखकांनी त्यांच्या स्वतःच्या कृतींमध्ये स्वीकारले. एकनाथांच्या हस्तमलक आणि स्वात्मसुखामध्ये अमृतानुभवाचा प्रभाव दिसून येतो. तुकारामांचे कार्य मायावादाचे खंडन यांसारख्या ज्ञानेश्वरांच्या तात्विक संकल्पना आत्मसात करतात आणि स्पष्ट करतात.

लोकप्रिय संस्कृतीत

विष्णुपंत गोविंद दामले आणि शेख फत्तेलाल यांनी दिग्दर्शित केलेला 1940 चा मराठी चित्रपट संत ज्ञानेश्वर हा संत ज्ञानेश्वरांच्या जीवनावरील बायोपिक होता.

4
संत नामदेव

संत नामदेव

Scan for Story Videos - www.itibook.com

श्री संत नामदेव महाराज , नाम दैव, नामदेव, नामदेव, (परंपरेने, 26 ऑक्टोबर 1270 - 3 जुलै 1350) म्हणून लिप्यंतरित केलेले, नरसी, हिंगोली, येथील एक मराठी हिंदू संत होते. हिंदू धर्माच्या वारकरी परंपरेतील महाराष्ट्र, भारत. ते पंढरपूरच्या भगवान विठ्ठल (कृष्णाचे) भक्त म्हणून जगले. ते संत शिरोमणी श्री ज्ञानेश्वर महाराज यांच्या अगदी जवळचे होते.

नामदेव वैष्णव पंथाने प्रभावित होते आणि त्यांच्या भक्तीगीत संगीत (भजन-कीर्तन) साठी भारतात सर्वत्र प्रसिद्ध झाले. त्यांच्या तत्त्वज्ञानात निर्गुण आणि सगुण ब्रह्म दोन्ही घटक आहेत, अद्वैतवादी थीम आहेत. २ नामदेवांचा वारसा आधुनिक काळात वारकरी परंपरेत, इतर गुरूंच्या बरोबरीने, महाराष्ट्रातील पंढरपूरला द्विवार्षिक यात्रेत लोक एकत्र फिरतात. ३४. दादू पंथी, कबीर पंथी आणि शिखांच्या उत्तर भारतीय परंपरेत देखील ओळखले जाते.

श्री संत नामदेवांचे काही भजन गुरु ग्रंथसाहिबमध्ये समाविष्ट आहेत.

जीवन

नामदेवांच्या जीवनाचे तपशील अस्पष्ट आहेत. त्यांचे कुटुंबीय नाव रेळेकर असे मानले जात होते जे भावसार आणि नामदेव शिंपी जातीत सामान्य आहे. तो 1270 ते 1350 दरम्यान जगला असे परंपरेने मानले जाते परंतु एस.बी. कुलकर्णी यांनी असे सुचवले

आहे की 1207-1287 ची शक्यता जास्त आहे, शाब्दिक विश्लेषणावर आधारित. काही विद्वानांनी त्याची तारीख च्या आसपास आहे आणि दुसरे, आर. भारद्वाज, 1309-1372 हे सुचवितात. , ख्रिश्चन नोव्हेट्झके यांच्या मते, " महाराष्ट्रीय संत व्यक्तींच्या ऐतिहासिक अभ्यासातील सर्वात प्रमुख आवाजांपैकी एक". त्यांचा सुप्रसिद्ध आणि पहिला चमत्कार म्हणजे लहानपणी त्यांना विठ्ठलाची मूर्ती दूध प्यायला मिळाली.

नामदेवाचा विवाह राजाईशी झाला होता आणि त्याला विठा नावाचा मुलगा होता, दोघांनीही त्याच्याबद्दल लिहिले होते, जसे की त्याची आई गोनई यांनीही लिहिले होते. एक शिष्य, एक कुंभार, एक गुरु आणि इतर जवळच्या सहकाऱ्यांद्वारे त्याच्याबद्दलचे समकालीन संदर्भ देखील अस्तित्वात आहेत. तत्कालीन सत्ताधारी घराण्याच्या नोंदी आणि शिलालेखांमध्ये त्यांच्याविषयी कोणतेही संदर्भ नाहीत आणि त्यांची पहिली गैर-वारकरी नोंद 1278 पासूनच्या महानुभाव-पंथीय चरित्रातील लीला चरित्रात असावी असे दिसते. स्मृतिस्थळ, नंतरचा महानुभाव ग्रंथ सुमारे 1310 पासून, कदाचित त्याचा संदर्भ देखील असू शकतो; त्यानंतर, सुमारे १५३८.११ अ.च्या बखरपर्यंत कोणतेही संदर्भ नाहीत

18व्या शतकातील हगिओग्राफर महिपती यांच्या म्हणण्यानुसार, नामदेवचे पालक दामाशेट आणि गोनई हे एक निपुत्रिक वृद्ध जोडपे होते, ज्यांच्या पालकत्वासाठी केलेल्या प्रार्थनांचे उत्तर मिळाले आणि ते नदीत तरंगताना सापडले. त्याच्या जीवनातील इतर विविध तपशीलांप्रमाणे, यासारख्या घटकांचा शोध कदाचित वादाला कारणीभूत असलेल्या समस्यांना बाजूला सारण्यासाठी लावला गेला असावा. या उदाहरणात, संभाव्य विवाद हा जातीचा होता किंवा विशेषतः हिंदू वर्ण पद्धतीतील धार्मिक विधींमध्ये त्याचे स्थान. त्यांचा जन्म सामान्यतः शूद्र जातीत झाला होता, ज्याची मराठी भाषेत शिंपी (शिंपी) म्हणून आणि उत्तर भारतात छिपा, चिंपा, चिंब, चिंपी (कॅलिको-प्रिंटर) म्हणून नोंद आहे. महाराष्ट्र आणि उत्तर भारतातील त्यांचे अनुयायी जे त्या समाजातील आहेत ते त्यांचे स्थान आणि त्यामुळे त्यांचे क्षत्रिय म्हणून विचार करणे पसंत करतात.

त्यांच्या जन्मस्थानाबाबत उलटसुलट परंपरा आहेत, काही लोकांचा असा विश्वास आहे की त्यांचा जन्म मराठवाड्यातील कृष्णा नदीवर नरसी बहमनी येथे झाला होता आणि काही लोक भीमा नदीवर पंढरपूरजवळ कुठेतरी पसंत करतात.१४ ते स्वतः कॅलिको-प्रिंटर किंवा शिंपी होते आणि की त्याने आपले बरेचसे आयुष्य पंजाबमध्ये व्यतीत केले. लीलाचरित्रात असे सुचवले आहे की, नामदेव हा एक गुरेढोरे होता जो विठोबाची भक्ती करत होता आणि त्याला मदत करत होता.

नामदेव आणि ज्ञानेश्वर, एक योगी-संत, यांच्यातील मैत्री किमान इ.स. 1600 च्या सुमारास दिसून येते, जेव्हा नाभदास नावाच्या एका हागोग्राफरने आपल्या भक्तमालमध्ये त्याची नोंद केली आहे. ज्ञानेश्वर, ज्याला ज्ञानदेव म्हणून ओळखले जाते, त्यांनी कधीही नामदेवांचा उल्लेख केला नाही. त्याचे लेखन पण कदाचित तसे करण्याचे कारण नव्हते; नोव्हेट्झके नोंदवतात की "ज्ञानदेवांच्या गाण्यांचा सहसा चरित्र किंवा आत्मचरित्राशी संबंध

नव्हता; त्यांच्या मैत्रीचे ऐतिहासिक सत्य निश्चित करणे माझ्या पलीकडे आहे आणि एक शतकाहून अधिक काळ मराठी विद्वत्तेमध्ये तो एक अनिश्चित विषय राहिला आहे."

नामदेव हे शिखांना सामान्यतः एक पवित्र पुरुष (भगत) मानले जातात, ज्यापैकी बरेच लोक खालच्या जातीतून आले होते आणि त्यामुळे समाजसुधारक म्हणून त्यांचे लक्ष वेधले गेले. अशा पुरुषांनी, ज्यात हिंदू आणि मुस्लिम या दोन्हींचा समावेश होता, त्यांनी पारंपारिकपणे शीख विश्वास प्रणालीला मान्य असलेल्या शैलीत भक्ती कविता लिहिल्या.

महाराष्ट्रातील एक परंपरा अशी आहे की नामदेव 1350 CE मध्ये वयाच्या ऐंशीव्या वर्षी मरण पावले. शीख परंपरेनुसार त्यांचे मृत्यूचे ठिकाण घुमानचे पंजाबी गाव होते, जरी हे सर्वत्र मान्य नाही. त्याच्या मृत्यूची खूण असलेल्या तिथल्या मंदिराशिवाय, इतर दावेदारांच्या ठिकाणी स्मारके आहेत, ती म्हणजे पंढरपूर आणि जवळच्या नरसी बहमनी.

हॅगिओग्राफीची विश्वासार्हता

नामदेवांच्या मृत्यूनंतरच्या शतकानुशतके लिहिलेल्या हस्तलिखितांमध्येच नामदेवांच्या जीवनाविषयीचे अनेक चमत्कार आणि तपशील आढळतात, असे विद्वानांचे म्हणणे आहे. नामदेव नदीत तरंगत असतानाचा जन्मसिद्धांत प्रथम 1762 च्या सुमारास रचलेल्या महिपतीच्या भक्तविजयमध्ये आढळतो आणि नामदेवच्या पूर्वीच्या सर्व चरित्रांमध्ये तो अनुपस्थित आहे. नामदेवांच्या महिपतीच्या चरित्रात नामदेवांबद्दल आदर व्यक्त करण्यासाठी इमारती फिरणे आणि सूर्योदय होणे यासारखे इतर अनेक चमत्कार जोडले आहेत.

1600 च्या सुरुवातीच्या हिंदी आणि राजस्थानी चरित्रांमध्ये नामदेवांनी केलेल्या काही चमत्कारांचा उल्लेख आहे. 2522 1600 नंतर प्रकाशित झालेल्या नामदेव चरित्रांमध्ये, 20 व्या शतकाच्या अखेरीस नवीन जीवन तपशील आणि अधिक चमत्कार वाढत्या प्रमाणात दिसून येतात. सुरुवातीच्या चरित्रांमध्ये नामदेवांच्या जातीचा उल्लेख नाही आणि त्यांची जात 17 व्या शतकाच्या सुरुवातीला रविदास आणि धना यांच्या विधानांसह हस्तलिखितांमध्ये प्रथमच आढळते. नंतरच्या काळातील हस्तलिखितांमध्ये नमूद केलेल्या नामदेवांच्या इमॅक्युलेट कन्सेप्शन चमत्काराचा उल्लेख, नोव्हेत्के जोडते, ही कथा नियमितपणे आढळणारी कथा आहे. भारतातील इतर संत. मध्ययुगीन हस्तलिखितांमधील नामदेव चरित्रे विसंगत आणि विरोधाभासी आहेत, त्यांच्या विश्वासार्हतेवर प्रश्नचिन्ह निर्माण करतात.

काम

नामदेवांच्या साहित्यकृतींवर वैष्णव तत्त्वज्ञानाचा आणि विठोबावरील विश्वासाचा प्रभाव होता. ज्ञानेश्वरी, ज्ञानेश्वरांचे एक पवित्र कार्य आणि तुकारामांसारख्या भक्ती चळवळीच्या शिक्षक-लेखकांच्या सोबतच, नामदेवांचे लेखन हिंदू धर्माच्या वारकरी संप्रदायाच्या श्रद्धांचा आधार बनते. अशाप्रकारे त्यांचा प्रसार करण्यासाठी जबाबदार असलेल्यांपैकी ते होते. एकेश्वरवादी वारकरी विश्वास जो 12व्या शतकाच्या मध्यापासून ते

उत्तरार्धात प्रथम कर्नाटकात उदयास आला आणि नंतर महाराष्ट्रातील पंढरपूरमध्ये पसरला.

नामदेव आणि ज्ञानेश्वर यांनी त्यांच्या श्रद्धा व्यक्त करण्यासाठी मराठी भाषेचा वापर केला. नामदेवांची शैली म्हणजे विठोबाची केवळ शब्दात स्तुती करणे आणि समकीर्तन नावाचे मधुर यंत्र वापरणे, जे दोन्ही सामान्य लोकांसाठी सुलभ होते. शिमा इवाओ म्हणतात की "जातीचा विचार न करता, विठोबाच्या भक्तीने (भक्तीने) सर्वांना समान रीतीने वाचवता येऊ शकते हे त्यांनी शिकवले" आणि ब्राह्मण उच्चभ्रूंनी वेदांचा अभ्यास करण्यास मनाई केलेल्या लोकांच्या गटांवर त्यांनी खूप प्रभाव पाडला, जसे की महिला. आणि शूद्र आणि अस्पृश्य समुदायांचे सदस्य.

नामदेवांच्या कृत्यांचा सर्वात जुना काव्यसंग्रह गुरू ग्रंथ साहिबमध्ये आढळतो, शीख धर्मग्रंथ 1604, मध्ये संकलित केले गेले होते, जरी नोवेट्झके नोंदवतात की नामदेवांच्या हस्तलिखित नोंदी बहुतेक 17 व्या आणि 18 व्या शतकातील असल्या तरी, 1581 मधील एक हस्तलिखित अस्तित्वात आहे. नामदेवांच्या तीर्थावलीची क्वचितच पुनरावृत्ती केलेली आवृत्ती, एक मराठी भाषेतील आत्मचरित्रात्मक भाग. हे स्पष्ट आहे की गुरु ग्रंथ साहिब जी रेकॉर्ड हे नामदेवांनी जे लिहिले आहे त्याचे अचूक प्रतिपादन आहे: मौखिक परंपरा कदाचित बदल आणि जोडण्यांसाठी लक्षणीय आहे. त्यावेळेस केले होते. त्यानंतर तयार केलेल्या असंख्य हस्तलिखितांमध्ये त्याला श्रेय दिलेले विविध मजकूर आणि जोड देखील दिसून येतात. त्यांना श्रेय दिलेले आणि मराठी भाषेत लिहिलेल्या सुमारे २५०० अभंगांपैकी कदाचित फक्त ६०० - ७०० अस्सल आहेत. ह्यात असलेली हस्तलिखिते भौगोलिकदृष्ट्या विखुरलेली आणि अनिश्चित मूळ आहेत.

भजने

कॅलेवार्ट आणि लथ यांच्या मते, नामदेवांचे पाडे केवळ कविता नाहीत. इतर भक्ती चळवळीतील संतांप्रमाणे, नामदेवांनी भजने रचली, ती म्हणजे संगीतासाठी गायली जाणारी गाणी. भजन म्हणजे "आनंद घेतलेली किंवा शेअर केलेली गोष्ट". नामदेवांची गाणी. मधुर आणि अध्यात्मिक संदेश वाहण्यासाठी बनलेले होते. त्यांनी संगीत आणि गायन करण्याच्या अनेक प्राचीन भारतीय परंपरांपैकी एकावर आधार घेतला. नामदेवांची भजने, नोट कॅलेवार्ट आणि लाथ, रागाच्या विशिष्ट प्रजाती तैनात केल्या, भनीता (किंवा छप, कवितेमध्ये संगीतकाराच्या नावाचा शिक्का, त्याच्या बाबतीत नामा), एक टेक (किंवा ध्रुव, पुनरावृत्ती टाळा) आणि एक मीटर वापरून वाद्य वादनाशी शब्दरचना करण्यास मदत होते, हे सर्व 8व्या ते 13व्या शतकात परिष्कृत केलेल्या संगीता नियमावलीनुसार.

नामदेवांच्या साहित्यकृतींचा संगीत प्रकार हा प्रबंधाचा एक प्रकार होता – स्वतःच एक अतिशय मोठा आणि समृद्ध शैली ज्यामध्ये धृपद, ठुमरी, टप्पा, गीत, भजन आणि इतर प्रजातींचा समावेश होतो. भारतीय संगीताच्या काही प्रजातींमध्ये, संगीत हेच वर्चस्व गाजवते. शब्द आणि त्यांचा अर्थ गौण आहे. याउलट, नामदेवांच्या भजनात शब्दांमधील आध्यात्मिक संदेशाला मध्यवर्ती भूमिका असते आणि रचना गायन आणि संगीत यांच्याशी

प्रतिध्वनित होते. नामदेवांच्या कृतींसोबत आलेली गाणी आणि संगीत सामान्यतः तोंडी प्रसारित होते. पिढ्या, गुरू-शिष्य-परंपरा (शिक्षक-विद्यार्थी परंपरा), गायन घराण्यांमध्ये (कुटुंब-सदृश संगीत युनिट्स) मध्ये.

कॅलेवार्ट आणि लथ सांगतात की, "नामदेवाचे प्रत्येक गाणे एक संगीतमय आणि शाब्दिक एकक आहे आणि हे एकक मजकूर विचारांसाठी आधार आहे." युनिटमध्ये अंतरास समाविष्ट होते, जे सर्वात लहान स्वतंत्र एकक आहेत ज्यात हलविले जाऊ शकते, टाकले जाऊ शकते किंवा सुसंवाद किंवा अर्थ प्रभावित न करता, जेव्हा संगीतासह भजन गायले जाते तेव्हा जोडले जाते. नामदेवांच्या गाण्यांमध्ये, प्रबळ पॅटर्न म्हणजे Caturasra, किंवा संगीत मात्रांच्या 4x4 स्क्वेअर पॅटर्नसह एक अवतार (बीट).

संकलन

नामदेवांचे कार्य अभंगांसाठी ओळखले जाते, भारतातील स्तोत्र कवितेचा एक प्रकार. त्यांच्या कविता गायन कुटुंबात एका पिढीकडून दुसऱ्या पिढीकडे प्रसारित केल्या गेल्या आणि नामदेवांच्या मृत्यूनंतरच्या शतकांमध्ये स्मृती ही एकमेव रेकॉर्डिंग पद्धत होती. संग्रह वाढले, कारण कलाकारांनी त्यांच्या संग्रहात नवीन गाणी जोडली. या गायन घराण्यांतील नामदेवांना श्रेय दिलेली गाण्यांची सर्वात जुनी हयात असलेली हस्तलिखिते 17 व्या शतकात सापडतात. या हस्तलिखितांचा विविध संग्रह अस्तित्वात आहे, ज्यांचे संकलन किंवा संग्रहण एकाच गंभीर आवृत्तीत यशस्वीरित्या केले गेलेले नाही. राज्य सरकार महाराष्ट्राने प्रयत्न केले आणि 1970. मध्ये विविध हस्तलिखितांमधून नामदेवांचे कार्य श्री नामदेव गाथेमध्ये संकलित केले.

शीख धर्माच्या आदिग्रंथात नामदेवांच्या ६१ गाण्यांचे संकलन समाविष्ट आहे. तथापि, यापैकी फक्त २५ राजस्थानातील नामदेव-संबंधित हस्तलिखिते हयात आहेत. विनांड कॅलेवार्ट असे सुचवतात की आदिग्रंथातील नामदेवांच्या कविता आणि हयात असलेली राजस्थानी हस्तलिखिते आहेत. संगीत आणि आकृतिशास्त्रदृष्ट्या भिन्न, परंतु अगदी सुरुवातीच्या सामान्य स्रोतापासून विकसित होण्याची शक्यता आहे.

Anamnetic लेखकत्व

नामदेवांना श्रेय दिलेल्या हजारो अभंग कवितांपैकी 600 - 700 कदाचित अस्सल आहेत. इतर कवितांचे श्रेय नामदेवांना देण्यात आले आहे, नोवेत्झके यांनी "अनॅमनेटिक लेखकत्व" असे म्हटले आहे. नंतरच्या रचना आणि त्यांच्या लेखकांनी खरे लेखकत्व हेतुपुरस्सर आणि एकत्रितपणे लपवले. 14व्या ते 18व्या शतकांदरम्यान, महाराष्ट्राच्या संस्कृतीत अंधकारमय काळ म्हणून वर्णन केलेला काळ. हा काळ दिल्ली सल्तनत आणि मुघल साम्राज्याखालील हिंदूंवर मुस्लिम विजय आणि दडपशाहीचा काळ होता. नामदेव हे भारतातील दख्खन प्रदेशातील या ऐतिहासिक दुःखाचे आणि राजकीय परिस्थितीचे अंशतः उत्पादन होते. विष्णुदास नामदेव नावाच्या दुसऱ्या कवीच्या 15 व्या शतकातील काही कवितांचे श्रेय या संत नामदेवाला दिले जाते. यामध्ये विठोबाच्या "युगे आठविस" आणि

"येई हे विठ्ठले" या लोकप्रिय मराठी आरत्या समाविष्ट आहेत.

तत्त्वज्ञान

नामदेवांवर वैष्णव तत्त्वज्ञानाचा प्रभाव होता.६ त्यांच्या कवितांमध्ये कधी विठोबा, कधी विष्णू-कृष्णाला गोविंद-हरी म्हणून आमंत्रण दिले होते, परंतु रामाच्या मोठ्या संदर्भात, ज्यात रोनाल्ड मॅकग्रेगर म्हणतात, हिंदू महाकाव्य रामायणात वर्णन केलेल्या नायकाचा संदर्भ देत नव्हते, परंतु एक सर्वधर्मीय परम अस्तित्वात. रामाबद्दलचे नामदेवांचे मत कल्पित केले जाऊ शकते, मॅकग्रेगर जोडतात, "केवळ एक खरे, किंवा मनुष्याचे खरे शिक्षक (सत्गुरू)" . तथापि, हे स्तोत्रांवर आधारित एक निरीक्षण आहे ज्यासाठी नामदेव निश्चितपणे लेखकाला ज्ञात नाहीत आणि ते कदाचित प्रत्ययकारी असू शकतात. उदाहरणार्थ, खालील स्तोत्र हिंदू देवता राम किंवा शिव यांच्याऐवजी एका सर्वव्यापी देवाची उपासना करण्याबद्दल बोलतात.

हे पंडित, मी तुमचा महान देव शिव पांढऱ्या बैलावर स्वार झालेला पाहिला. व्यापाऱ्याच्या घरात, त्याच्यासाठी मेजवानी तयार केली गेली - त्याने व्यापाऱ्याच्या मुलाला मारले. हे पंडित, मी तुझा रामचंदही येताना पाहिला; रावणविरुद्ध युद्ध लढताना त्याने आपली पत्नी गमावली. हिंदू दृष्टीहीन आहे; मुस्लिमाला फक्त एक डोळा असतो. अध्यात्मिक गुरु या दोघांपेक्षा शहाणा असतो. हिंदू मंदिरात पूजा करतात, मुस्लिम मशिदीत. नाम देव त्या परमेश्वराची सेवा करतो, जो मंदिर किंवा मशिदीपुरता मर्यादित नाही.

—?नामदेव, गुरु ग्रंथ साहिब ८७४-८७५

एक दगड प्रेमाने सजवला आहे, तर दुसरा दगड चालला आहे. जर एक देव असेल तर दुसरा देखील देव असला पाहिजे. नाम देव म्हणती, मी परमेश्वराची सेवा करतो.

—?नामदेव, गुरु ग्रंथसाहिब ५२५

भारतीय परंपरा नामदेवांना वेगवेगळ्या थिऑसॉफिकल विचारांचे श्रेय देतात. उत्तर भारतात नामदेवांना निर्गुण भक्त मानले जाते, मराठी संस्कृतीत त्यांना सगुण भक्त मानले जाते.

नामदेव साहित्यात मुक्तीचा मार्ग म्हणून भक्ती हा पर्यायी मार्गापेक्षा श्रेष्ठ मानला जातो. नोव्हेट्झके म्हणतात की कल्पना केलेली भक्ती ही भक्ताकडून विष्णूकडे जाण्याचा एक मार्ग नाही, तर ती द्विदिशात्मक आहे, जसे की "कृष्ण (विष्णू) नामदेवाचा दास आहे आणि नामदेव हा विष्णूचा दास आहे". नामदेवांसाठी, यांत्रिक विधी निरर्थक आहेत, पवित्र स्थळांची यात्रा निरर्थक आहे, गहन ध्यान आणि प्रेमळ परस्पर भक्ती महत्त्वाची आहे. नामदेव आणि भारतातील इतर संत कवी "परमात्म्याच्या (ब्रह्म)) अद्वैतवादी दृष्टिकोनाने प्रभावित होते, जे स्थानिक भाषेत, मॅकग्रेगरच्या मते, विशिष्ट देवतेची नव्हे तर या परमात्म्याबद्दलची प्रेमळ भक्ती म्हणून व्यक्त केली गेली. नामदेवांच्या गाण्यांमध्ये असे सूचित केले गेले की परमात्मा स्वतःमध्ये आहे, त्याचे अद्वैत नाही, त्याचे अस्तित्व आणि प्रत्येकामध्ये आणि प्रत्येक गोष्टीत एकता आहे.

नामदेवांच्या साहित्यकृतींमध्ये, क्लॉस विट्झचा सारांश, अक्षरशः प्रत्येक भक्ती चळवळीतील कवीप्रमाणे, "उपनिषदिक शिकवणी आधार नसली तरी सर्वव्यापी अवस्थेची रचना करतात. आपल्याकडे येथे अशी परिस्थिती आहे जी पश्चिमेला समांतर नाही. सर्वोच्च बुद्धी , ज्याला मुळात ईश्वरवादी म्हणून घेतले जाऊ शकते आणि एक स्वतंत्र ज्ञान परंपरा म्हणून (वेदांवर अवलंबून नाही), उच्च स्तरावरील भक्ती आणि उच्च स्तरावरील ईश्वराच्या अनुभूतीसह एकत्रित केलेले दिसते."

वारसा

भारताच्या 1970 च्या तिकिटावर नामदेव

ज्ञानेश्वर आणि तुकाराम यांसारख्या संतांच्या कार्याबरोबरच, नामदेवांचे लेखन हिंदू धर्मातील वारकरी संप्रदायाच्या श्रद्धांच्या पायावर आहे. 12 व्या शतकात प्रथम उदयास आलेल्या विठोबा श्रद्धेचा प्रसार करण्यासाठी ते जबाबदार होते. नामदेवांनी त्यांची कविता रचण्यासाठी मराठी भाषेचा वापर केला, ज्यामुळे ती व्यापक लोकांपर्यंत पोहोचली. नामदेवांचे साधे भक्तीचे शब्द आणि त्यांचा उपयोग राग सर्वसामान्यांना भावला. यामुळे त्यांचा संदेश आणि गाणी मोठ्या प्रमाणावर पसरण्यास मदत झाली. "उत्तर भारताच्या पूर्व-आधुनिक आणि आधुनिक संस्कृतीचा" धार्मिक आधार तयार करण्यात मॅकग्रेगर म्हणतात, अशा प्रकारे नामदेवांनी भूमिका बजावली.

नामदेवांनी समाज-चालित भजन गायनाच्या सत्रात विविध वर्ग आणि जातींमधील लोकांना आकर्षित केले. पूजेच्या सत्रात त्याच्या साथीदारांमध्ये कान्होपात्रा (एक नृत्य करणारी मुलगी), सेना (एक न्हावी), सावता (एक माळी), चोखामेळा (एक अस्पृश्य), जनाबाई (एक दासी), गोरा (एक कुंभार), नरहरी (एक सोनार) आणि ज्ञानेश्वर यांचा समावेश होता. (ज्ञानदेव, ब्राह्मण म्हणूनही ओळखले जाते). नामदेव आणि प्रभावशाली ज्ञानेश्वर, एक ब्राह्मण योगी-संत, यांच्यातील घनिष्ठ मैत्रीचा उल्लेख भक्तमाळमध्ये आहे. नामदेवांच्या गाण्यांना कीर्तन देखील म्हणतात, लोका हा शब्द वापरतात, ज्याला नोव्हेट्झके म्हणतात. राज्ये "आम्ही लोक" आणि "मानवी जग" एक सामाजिक शक्ती म्हणून संदर्भ आहे.

नामदेवांना हिंदू धर्मातील दादूपंथ परंपरेतील पाच पूज्य गुरूंपैकी एक मानले जाते, इतर चार म्हणजे दादू, कबीर, रविदास आणि हरदास. दादूपंथी हिंदूंनी राजस्थानमध्ये भरभराट केली आणि नामदेवांच्या गाण्यांच्या सर्वात मोठ्या संग्रहांपैकी एक असलेल्या भक्ती कवितांचे संकलन आणि संकलन केले. ते राजपूत वारशातील योद्धा-संन्यासी देखील होते जे 17व्या-आणि 18व्या शतकातील उत्तर भारतात एक व्यापक घटना बनले आणि त्यांच्या नाथ योगी वारशाने प्रेरित होऊन इस्लामिक मुघल साम्राज्याच्या सशस्त्र प्रतिकारात भाग घेणारे संन्यासी होते. आदरणीय गुरू. दादूपंथ, अन्य उत्तर भारतीय योद्धा तपस्वी समूहाप्रमाणे, हिंदू धर्मातील निरंजनी संप्रदाय परंपरा नामदेवांना पवित्र व्यक्ती मानते. दादू पंथी आणि शिखांच्या धर्मग्रंथांप्रमाणेच त्यांचा धर्मग्रंथ असलेल्या निरंजनी

वाणीमध्ये नामदेवांच्या काव्याचा समावेश आहे आणि ती १७व्या आणि १८व्या शतकातील आहे.

नामदेव हे शीख धर्मातील पूजनीय पवित्र पुरुषांपैकी एक आहेत. गुरु ग्रंथसाहिबमध्ये त्यांचा उल्लेख आहे, जिथे नोव्हेत्झके नोंदवतात, "नामदेवांना सुलतानचा सामना करण्यासाठी बोलावण्यात आले होते म्हणून स्मरण केले जाते." विद्वानांमध्ये वाद आहे की नामदेव शिखांच्या गुरुग्रंथात नोंदवलेली स्तोत्रे मराठी नामदेवांनी किंवा वेगळ्या संताने रचली होती ज्यांचे नाव देखील नामदेव होते.

महाराष्ट्रातील भीमा नदीजवळील पंढरपूरच्या द्विवार्षिक यात्रेतून नामदेवांचा वारसा सुरू आहे. त्यांच्या पादुका (पादुकांचे ठसे) महाराष्ट्राच्या विविध भागांतील वारकरी समुदाय दरवर्षी पंढरपूरच्या विठोबा मंदिरात पालखी (पालखी) घेऊन आधुनिक काळात पूज्य संतांपैकी एक आहेत. नामदेवांनी रचलेली भजन-कीर्तने यात्रेदरम्यान गायली जातात. - संबंधित उत्सव.

5

संत तुकाराम

संत तुकाराम

Scan for Story Videos - www.itibook.com

संत तुकाराम महाराज (मराठी उच्चार: t?uka?am) हे १७व्या शतकातील मराठी कवी, हिंदू संत (संत), जे महाराष्ट्रात तुका, तुकोबाराया, तुकोबा या नावाने प्रसिद्ध होते. ते वारकरी संप्रदायाचे संत होते (मराठी- वैष्णव परंपरा) - विठ्ठलाची पूजा करणारी - महाराष्ट्रात, भारतामध्ये. ते समतावादी, वैयक्तिक वारकरी भक्तीपरंपरेचा भाग होते. तुकाराम त्यांच्या अभंग नावाच्या भक्ती काव्यासाठी आणि कीर्तन म्हणून ओळखल्या जाणार्‍या अध्यात्मिक गाण्यांसह समाजाभिमुख उपासनेसाठी प्रसिद्ध आहेत.

प्रारंभिक जीवन

तुकारामांचा जन्म भारतातील आधुनिक महाराष्ट्र राज्यात झाला. त्यांचे पूर्ण नाव तुकाराम बोल्होबा आंबिले होते. संत तुकारामांचे जन्म आणि मृत्यू हे 20 व्या शतकातील विद्वानांच्या संशोधनाचा आणि वादाचा विषय आहे. त्यांचा जन्म एकतर 1598 किंवा 1608 मध्ये महाराष्ट्रातील पुण्याजवळील देहू नावाच्या गावात झाला.

संत तुकारामांचा जन्म कनकाई आणि बोल्होबा मोरे यांच्या पोटी झाला आणि विद्वान त्यांचे कुटुंब कुणबी जातीतील असल्याचे मानतात. तुकारामांचे कुटुंब किरकोळ विक्री आणि सावकारी व्यवसाय तसेच शेती आणि व्यापारात गुंतलेले होते. त्यांचे आईवडील विठोबाचे भक्त होते. हिंदू देवता विष्णू (वैष्णव) चा अवतार. तुकाराम किशोरवयात असताना त्यांचे आई-वडील दोघेही वारले.

संत तुकारामांची पहिली पत्नी रखमा बाई होती, आणि त्यांना संतू नावाचा मुलगा होता. तथापि, त्यांचा मुलगा आणि पत्नी दोघेही 1630-1632. च्या दुष्काळात उपासमारीने मरण पावले आणि मृत्यू आणि व्यापक दारिद्र्य यांचा तुकारामांवर खोल परिणाम झाला, जे चिंतनशील झाले. सह्याद्रीच्या पर्वतरांगांवर (पश्चिम घाट) ध्यान केले आणि नंतर त्यांनी लिहिले "माझ्या स्वतःशी चर्चा केली." तुकारामांनी पुन्हा लग्न केले आणि त्यांची दुसरी पत्नी अवलाई जिजाबाई होती.

नंतरचे आयुष्य

संत तुकाराम महाराज त्यांच्या पार्थिव जीवनाच्या शेवटी वैकुंठाला, विष्णूचे निवासस्थान (विठोबासह ओळखले गेले) निघून गेले असे म्हणतात.

नंतरची बरीच वर्षे त्यांनी भक्तिपूजा, सामुदायिक कीर्तन (गायनासह सामूहिक प्रार्थना) आणि अभंग कविता रचण्यात घालवली.

तुकारामांनी समाज, समाजव्यवस्था आणि महाराजांच्या दुष्कृत्यांचे कीर्तन आणि अभंगांद्वारे निदर्शनास आणून दिले. त्यामुळे त्यांना समाजाकडून काही लोकांकडून विरोध झाला. मंबाजी नावाच्या माणसाने त्याचा खूप छळ केला, तो देहूमध्ये मठ (धार्मिक आसन) चालवत होता आणि त्याचे काही अनुयायी होते. सुरुवातीला तुकारामांनी त्याला आपल्या मंदिरात पूजा करण्याचे काम दिले, परंतु तुकारामांना मान मिळतो हे पाहून त्याला तुकारामांचा हेवा वाटला. गावातील लोकांमध्ये. त्याने एकदा तुकारामांवर काट्याच्या काठीने प्रहार केला. तुकारामांबद्दल अपशब्द वापरला. नंतर मंबाजीही तुकारामांचे प्रशंसक झाले. तो त्याचा विद्यार्थी झाला.

काही विद्वानांच्या मते?, तुकारामांनी छत्रपती शिवाजी महाराजांना भेटले – मुघल साम्राज्याला आव्हान देणारे नेते आणि मराठा साम्राज्याची स्थापना केली; त्यांचा सतत संवाद हा दंतकथांचा विषय आहे. १६१७ एलेनॉर झेलियट सांगते की तुकारामांसह भक्ती चळवळीतील अनेक कवी होते. शिवाजीचा सत्तेचा उदय.

तत्त्वज्ञान आणि पद्धती

वेदांत

त्यांच्या अभंगांच्या कार्यात, तुकारामाने त्यांच्या अध्यात्मिक विकासावर प्राथमिक प्रभाव पाडलेल्या चार व्यक्तींचा वारंवार उल्लेख केला आहे, ते म्हणजे पूर्वीचे भक्त संत नामदेव, ज्ञानेश्वर, कबीर आणि एकनाथ. १८ 20 व्या शतकाच्या सुरुवातीच्या विद्वानांनी तुकारामांची शिकवण वेदांत मानली. -आधारित परंतु पद्धतशीर थीम नसणे. एडवर्इसने लिहिले,

तुकाराम त्यांच्या मानसशास्त्रात, त्यांच्या धर्मशास्त्रात किंवा त्यांच्या सिद्धांतामध्ये कधीही पद्धतशीर नसतात. तो द्वैतवादी वेदांत आणि देव आणि जगाविषयीचा अद्वैतवादी दृष्टिकोन यांच्यात झोकून देतो, आता गोष्टींच्या सर्वधर्मीय योजनेकडे झुकतो, आता स्पष्टपणे प्रोव्हिडेंशियलकडे झुकतो आणि तो त्यांच्याशी एकरूप होत नाही. तो

ब्रह्मांडाबद्दल थोडेसे सांगतो आणि त्याच्या मते, देव त्याच्या उपासकांच्या भक्तीमध्ये स्वतःला ओळखतो. त्याचप्रमाणे, त्यांची त्याची जाणीव होण्यासाठी श्रद्धा आवश्यक आहे: 'आमची श्रद्धाच तुला देव बनवते', तो आपल्या विठोबाला धैर्याने म्हणतो.

तुकारामांची 20 व्या शतकाच्या उत्तरार्धातली विद्वत्ता आणि त्यांच्या अभंग कवितेचे भाषांतर त्यांच्या सर्वधर्मीय वेदांतिक दृष्टिकोनाची पुष्टी करतात. तुकारामांचे अभंग , जसे निंबाळचे श्री गुरुदेव रानडे यांनी भाषांतरित केले आहे, उदाहरणार्थ, "वेदांताने म्हटले आहे की संपूर्ण विश्व भरलेले आहे. देवाने. सर्व शास्त्रांनी घोषित केले आहे की देवाने संपूर्ण जग भरले आहे. पुराणांनी निःसंदिग्धपणे भगवंताची वैश्विक स्थिरता शिकवली आहे. संतांनी सांगितले आहे की हे जग भगवंताने भरलेले आहे. तुका खरेच जगामध्ये दूषित न होता खेळत आहे. सूर्य जो पूर्णपणे पलीकडे उभा आहे."

तुकारामांनी आदि शंकराच्या अद्वैतवादी वेदांत तत्त्वज्ञानाचे सदस्यत्व घेतले की नाही, याविषयी, विशेषतः मराठी लोकांमध्ये अनेकदा चर्चिल्या गेलेल्या वादाची विद्वानांनी नोंद घेतली. तुकारामांना दिलेले अभंग , १९९२ आणि २४८२ हे आदि शंकराच्या शैलीत आणि तत्त्वज्ञानात असल्याचे भांडारकर नमूद करतात:

मीठ पाण्यात विरघळल्यावर वेगळे काय राहते?

अशा प्रकारे मी विठोबा, देवा तुझ्या आनंदात एक झालो आणि तुझ्यातच हरवून गेलो.

अग्नी आणि कापूर एकत्र आणल्यावर काही काळा अवशेष उरतो का?

तुका म्हणतो, तू आणि मी एक प्रकाश आहोत.

—?तुकाराम गाथा, २४८२, आरजी भांडारकर यांनी अनुवादित

तथापि, तुकारामांचे श्रेय दिलेले इतर अभंग अद्वैतवादावर टीका करतात आणि भारतीय तत्त्ववेत्ते मध्वाचार्य आणि रामानुज यांच्या द्वैतवादी वेदांत तत्त्वज्ञानाची बाजू घेतात. अभंग 1471 मध्ये, भांडारकरांच्या भाषांतरानुसार, तुकाराम म्हणतात, "जेव्हा अद्वैतवाद आणि प्रेमाशिवाय श्रद्धा आणि प्रेमाचा उलगडा होतो. प्रवचनकार तसेच ऐकणारा त्रस्त व त्रस्त असतो.जो स्वतःला ब्रह्म म्हणतो व आपल्या नेहमीच्या मार्गाने जातो, त्याच्याशी बोलू नये व तो मूर्ख असतो.वेदांच्या विरोधात पाखंडी बोलणारा निर्लज्ज असतो. पवित्र पुरुषांमध्ये तिरस्कार. "

तुकारामांच्या खर्‍या तात्त्विक स्थानांबद्दलचा वाद त्यांना श्रेय दिलेल्या कवितांच्या सत्यतेबद्दल, त्यांच्या विविध अभंग कवितांसह हस्तलिखितांचा शोध आणि तुकारामांनी स्वतः कविता लिहिल्या नसून त्या खूप नंतर लिहिल्या गेल्या या प्रश्नांमुळे गुंतागुंतीचा झाला आहे. स्मृती पासून इतर.

तुकारामांनी यांत्रिक संस्कार, विधी, त्याग, नवस यांचा निषेध केला आणि त्याऐवजी थेट भक्ती (भक्ती) ला प्रोत्साहन दिले.

कीर्तन

तुकारामांनी कीर्तनाला एक संगीत, समाजाभिमुख समूह गायन आणि नृत्य भक्ती म्हणून प्रोत्साहन दिले. 5 त्यांनी कीर्तन हे केवळ भक्ती शिकण्याचे साधन मानले नाही तर भक्तीच आहे. 5 तुकारामांच्या मते कीर्तनाची सर्वात मोठी गुणवत्ता आहे का? भक्तासाठी केवळ अध्यात्मिक मार्गच नाही तर इतरांसाठी आध्यात्मिक मार्ग तयार करण्यात मदत होते.

सामाजिक सुधारणा

तुकारामांचे स्मरणार्थ भारतीय तिकीट (2002)

तुकारामांनी लिंगभेद न करता शिष्य आणि भक्त स्वीकारले. त्यांच्या प्रसिद्ध भक्तांपैकी एक बहिणाबाई ही एक ब्राह्मण स्त्री होती, जिने भक्तीमार्ग आणि तुकाराम यांना गुरू म्हणून निवडले तेव्हा तिच्या पतीच्या रागाचा आणि अत्याचाराचा सामना केला.

तुकारामांनी शिकवले, रानडे, म्हणतात की "जातीच्या अभिमानाने माणसाला कधीच पवित्र केले नाही", "वेद आणि शास्त्रांनी सांगितले आहे की देवाच्या सेवेसाठी जाती फरक पडत नाहीत", "जाती फरक पडत नाहीत, हे देवाचे नाव आहे. बाबी", आणि "देवाच्या नावावर प्रेम करणारा बहिष्कृत हा खरा ब्राह्मण आहे; त्याच्यामध्ये शांतता, सहनशीलता, करुणा आणि धैर्य यांनी घर केले आहे." तथापि, 20 व्या शतकाच्या सुरुवातीच्या विद्वानांनी प्रश्न केला की तुकारामांनी स्वतः जात पाळली की त्यांच्या मुलींना त्याच्या दुसऱ्या पत्नीने त्यांच्याच जातीतील पुरुषांशी लग्न केले. फ्रेझर आणि एडवर्ड्स यांनी १९२१ मध्ये तुकारामांच्या समीक्षेमध्ये असे म्हटले आहे की असे नाही, कारण पाश्चिमात्य देशांतील लोकही सामान्यतः त्यांच्या स्वतःच्या आर्थिक आणि सामाजिक स्तरातील लोकांशी लग्न करणे पसंत करतात.

डेव्हिड लॉरेन्झेन म्हणतात की वारकरी-संप्रदायातील तुकारामांची स्वीकृती, प्रयत्न आणि सुधारणेची भूमिका भारतभरातील भक्ती चळवळींमध्ये आढळणाऱ्या विविध जाती आणि लिंग वितरणाचे अनुसरण करते. शूद्र वर्णातील तुकाराम हे नऊ ब्राह्मणेतरांपैकी एक होते. वारकरी-संप्रदाय परंपरेत एकवीस जण संत मानले जातात. बाकीच्यांमध्ये दहा ब्राह्मण आणि दोन ज्यांची जातकुळी अज्ञात आहे. पैकी एकवीसपैकी चार स्त्रिया संत म्हणून पाळल्या जातात, ज्यांचा जन्म दोन ब्राह्मण आणि दोन ब्राह्मणेतर कुटुंबात झाला. वारकरी-संप्रदायातील सामाजिक सुधारणांसाठी तुकारामांनी केलेले प्रयत्न या ऐतिहासिक संदर्भात आणि एकूणच चळवळीचा भाग म्हणून पाहिले पाहिजेत, असे लॉरेन्झेन म्हणतात.

साहित्यिक कामे

पुणे महाराष्ट्राजवळील देहू येथील गाथा मंदिर हे तुकारामांचा वारसा दर्शविणाऱ्या दोन स्थानिक मंदिरांपैकी एक आहे. भिंतीवर त्यांची कविता कोरलेली आहे.

तुकारामांनी अभंग कविता रचली, जो मराठी साहित्य प्रकार आहे जो छंदोबद्ध आहे (परंपरेने ओवी मीटर), सोपी, थेट आणि ती सखोल आध्यात्मिक थीमसह लोककथांना जोडते.

तुकारामांचे कार्य लोकभाषेतील अनौपचारिक श्लोकांसाठी प्रसिद्ध आहे, जे लोकभाषेत रचले गेले आहे, ज्ञानदेव किंवा नामदेव यांसारख्या त्यांच्या पूर्ववर्तींच्या विरूद्ध शैलीच्या कृपेने विचारांच्या समान गहनतेची सांगड घालण्यासाठी ओळखले जाते.

तुकारामांनी त्यांच्या एका कवितेत स्वतःला "मूर्ख, गोंधळलेले, हरवलेले, एकटेपणा आवडते कारण मी जगाला कंटाळलो आहे, माझ्या पूर्वजांप्रमाणेच विठ्ठलाची (विष्णू) पूजा करत आहे, पण माझ्यात त्यांची श्रद्धा आणि भक्ती कमी आहे" असे वर्णन केले आहे. आणि माझ्याबद्दल काहीही पवित्र नाही."

तुकाराम गाथा हे त्यांच्या कृतींचे मराठी भाषेतील संकलन आहे, बहुधा 1632 ते 1650. च्या दरम्यान रचले गेले होते, ज्याला अभंग गाथा देखील म्हटले जाते, भारतीय परंपरा मानते की त्यात सुमारे 4,500 अभंग समाविष्ट आहेत. अस्सल मानल्या गेलेल्या कविता मानवी भावना आणि जीवनानुभवांची विस्तृत श्रेणी कव्हर करतात, काही आत्मचरित्रात्मक, आणि त्यांना आध्यात्मिक संदर्भात ठेवतात. ३१ प्रवृत्ती - जीवन, कुटुंब, व्यवसाय आणि निवृत्ती - याविषयीची आवड - यांच्यातील संघर्षाविषयी चर्चा समाविष्ट करते. त्याग करण्याची इच्छा, वैयक्तिक मुक्तीसाठी सर्व काही मागे सोडा, मोक्ष.

रानडे सांगतात की तुकारामांच्या अभंग गाथांचे चार प्रमुख संकलित आहेत.

सत्यता

तुकाराम गाथेच्या असंख्य विसंगत हस्तलिखिते ज्ञात आहेत, आणि तुकारामांना दिलेल्या बहुतेक कविता अस्सल आहेत याबद्दल विद्वानांना शंका आहे. आतापर्यंत सापडलेल्या सर्व हस्तलिखितांपैकी, चार सर्वात जास्त अभ्यासलेल्या आणि लेबल केलेल्या आहेत: देहू एमएस, कडूसा एमएस, तळेगॉन एमएस. आणि पंढरपूर MS.34 यापैकी, देहू MS चा सर्वात जास्त उल्लेख केला जातो कारण भारतीय परंपरेने असे प्रतिपादन केले आहे की ते तुकाराम पुत्र महादेवाच्या लिखाणावर आधारित आहे, परंतु हे सत्य असल्याचा कोणताही ऐतिहासिक पुरावा नाही.

तुकाराम कवितांचे पहिले संकलन आधुनिक स्वरूपात इंदू प्रकाश प्रकाशकांनी १८६९ मध्ये प्रकाशित केले होते, ब्रिटिश वसाहती सरकारच्या बॉम्बे प्रेसिडेन्सीने अनुदानित होते.1869 च्या आवृत्तीत नमूद केले आहे, "मिळलेल्या हस्तलिखितांपैकी काही ज्यांवर संकलन अवलंबून होते, ते होते. 'दुरुस्त', 'आणखी दुरुस्त' आणि 'व्यवस्थित'." तुकारामांच्या मृत्यूनंतर सुमारे 200 वर्षांच्या या डॉक्टरींग आणि पुनर्लेखनाने, तुकारामांच्या कवितांचे आधुनिक संकलन तुकारामांनी प्रत्यक्षात जे विचार केले आणि सांगितले ते आणि ऐतिहासिकतेचे प्रामाणिकपणे प्रतिनिधित्व करते का, असा प्रश्न उपस्थित केला आहे. दस्तऐवजाचे. ज्ञात हस्तलिखिते गोंधळलेले, यादृच्छिकपणे विखुरलेले संग्रह आहेत, कालानुक्रमिक क्रमाशिवाय, आणि प्रत्येकामध्ये काही कविता आहेत ज्या इतर सर्व ज्ञात हस्तलिखितांमध्ये आढळत नाहीत.

पुस्तके आणि अनुवाद

18व्या शतकातील चरित्रकार महिपती यांनी अनेक भक्ती चळवळीतील संतांच्या जीवनाच्या चार खंडांच्या संकलनात तुकारामांचा समावेश केला आहे. महिपतीच्या ग्रंथाचे भाषांतर जस्टिन ऑबॉट यांनी केले आहे.

फ्रेझर आणि मराठे यांच्या 1909 ते 1915 या कालावधीत तुकाराम गाथेतील सुमारे 3,700 कवितांचा इंग्रजीत अनुवाद तीन खंडांमध्ये प्रकाशित झाला. 1922 मध्ये फ्रेझर आणि एडवर्ड्स यांनी तुकारामांच्या कवितांचे काही अनुवाद समाविष्ट करून त्यांचे चरित्र आणि धार्मिक विचार प्रकाशित केले, आणि तुकारामांच्या तत्त्वज्ञानाची आणि धर्मशास्त्राची ख्रिश्चन धर्माशी तुलना समाविष्ट केली आहे. 1956 मध्ये डेल्युरीने तुकारामांच्या धार्मिक वारशाच्या परिचयासह तुकारामांच्या कवितेचा एक मेट्रिक फ्रेंच अनुवाद प्रकाशित केला (डेल्युरी त्याला तुकाराम असे म्हणतात).

अरुण कोलटकर यांनी 1966 मध्ये तुकाराम कवितांच्या अवांतर अनुवादाचे सहा खंड प्रकाशित केले. रानडे यांनी एक समीक्षात्मक चरित्र आणि काही निवडक अनुवाद प्रकाशित केले.

दिलीप चित्रे यांनी संत तुकारामांच्या लेखनाचा इंग्रजीत अनुवाद सेज तुका या पुस्तकात केला आहे, ज्यासाठी त्यांना १९९४ मध्ये साहित्य अकादमी पुरस्काराने सन्मानित करण्यात आले. तुकारामांच्या काही कवितांचा अनुवाद डॉनियल लॅडिन्स्की यांनी केला आहे.

चंद्रकांत काळूराम म्हात्रे यांनी तुकारामांच्या निवडक कवितांचा अनुवाद केला आहे, ज्या तुकारामांच्या शंभर कविता म्हणून प्रसिद्ध आहेत

वारसा

वारकरी दरवर्षी तुकारामांच्या प्रतिकात्मक पादुका (पादुकांचे ठसे) धारण करून पालखी मिरवणुकीसह पंढरपूरमधील विठोबाच्या मध्यवर्ती मंदिरात जातात.

महाराष्ट्र समाज

तुकारामांचे अभंग महाराष्ट्रात खूप लोकप्रिय आहेत. तो राज्याच्या संस्कृतीचा भाग झाला. वारकरी, कवी आणि लोक त्यांच्या कवितांचा अभ्यास करतात. त्यांच्या कविता ग्रामीण महाराष्ट्रात लोकप्रिय आहेत आणि त्यांची लोकप्रियता वाढत आहे. ४४ तुकाराम हे विठोबाचे (विठ्ठला) भक्त होते, भगवान विष्णूचे अवतार होते, कृष्णाशी समरूप होते परंतु प्रादेशिक शैली आणि वैशिष्ट्यांसह. तुकारामांच्या साहित्यकृती, संतांच्या कवितांसह. ज्ञानदेव, नामदेव आणि एकनाथ, मोहन लाल म्हणतात की वारकरी परंपरेला अखिल भारतीय भक्ती साहित्यात पुढे नेण्याचे श्रेय दिले जाते.

रिचर्ड ईटन यांच्या मते, 14 व्या शतकाच्या सुरुवातीपासून महाराष्ट्र प्रदेश दिल्ली सल्तनतच्या अधिपत्याखाली आला तेव्हापासून, 17 व्या शतकापर्यंत, तुकाराम आणि त्यांच्या कवी-पूर्ववर्तींच्या वारशाने, "आपल्यांमध्ये खोलवर रुजलेल्या सामूहिक अस्मितेला आवाज दिला. मराठी भाषिक." दिलीप चित्रे तुकाराम आणि भक्ती चळवळ संतांच्या वारशाचा सारांश देतात, हिंदू-मुस्लिम युद्धाच्या या काळात, "सामायिक धर्माची भाषा,

आणि धर्म ही सामायिक भाषा आहे. त्यांनीच मराठ्यांना बांधण्यासाठी मदत केली. कोणत्याही धार्मिक विचारसरणीच्या आधारावर नव्हे तर प्रादेशिक सांस्कृतिक अस्मितेच्या आधारावर मुघलांच्या विरोधात एकत्र येणे."

महात्मा गांधी

महात्मा गांधी, 20 व्या शतकाच्या सुरुवातीला, त्यांच्या अहिंसक चळवळीसाठी ब्रिटिश वसाहती सरकारने येरवडा मध्यवर्ती कारागृहात अटकेत असताना, उपनिषदे, भगवद्गीता आणि इतर भक्ती चळवळीतील कवी-संतांच्या कवितांसह तुकारामांची कविता वाचली आणि अनुवादित केली.

साधूपणा दुकानात विकत घेऊ नये,

किंवा ते भटकण्यासाठी, कपाटात, वाळवंटात किंवा जंगलात नाही.

संपत्तीच्या ढिगाऱ्यासाठी ते मिळणे शक्य नाही. ते वरच्या स्वर्गात नाही किंवा खाली पृथ्वीच्या आतड्यात नाही.

तुका म्हणतो: हा एक जीवनाचा सौदा आहे, आणि जर तुम्ही ते ताब्यात घेण्यासाठी तुमचा जीव देणार नसाल, तर गप्प बसणे चांगले.

अंतहीन वेदांचे सार हे आहे: भगवंताचा आश्रय घ्या आणि मनापासून त्याचे नामस्मरण करा.

सर्व शास्त्रांच्या चिंतनाचा परिणामही एकच आहे.

तुका म्हणतो: अठरा पुराणांचा भारही सारखाच आहे.

गुणवत्तेमध्ये इतरांचे भले करणे, इतरांचे नुकसान करण्यात पाप समाविष्ट आहे. याच्याशी तुलना करता येणारी दुसरी जोडी नाही.

सत्य हेच स्वातंत्र्य आहे; असत्य हे बंधन आहे, यासारखे कोणतेही रहस्य नाही.

ओठावर भगवंताचे नाम घेणे म्हणजे मोक्ष होय, नामाचा अवमान करणे म्हणजे विनाश होय.

सत्पुरुषांची संगत हाच स्वर्ग आहे, उदासीनता नरक आहे.

तुका म्हणतो: अशा प्रकारे हे स्पष्ट आहे की काय चांगले आहे आणि काय हानिकारक आहे, लोकांना त्यांना काय वाटेल ते निवडू द्या.

-?संत तुकाराम, महात्मा गांधी द्वारा अनुवादित

संत तुकारामांचा के.बी. हेडगेवार यांच्यावरही खोल प्रभाव होता कारण पूर्वीचे अवतरण त्यांच्या लेटरहेडवर अनेकदा आढळून आले. 6 एप्रिल 1940 रोजीच्या अशाच एका पत्रात "दया तिचे ननवा भूतांचे पालन, आणि निर्दलन कंटकाचे" हे वाक्य आहे, ज्याचा अर्थ करुणा केवळ सर्व जीवांचे कल्याणच नाही, तर त्यांना हानीपासून संरक्षण करणे देखील समाविष्ट आहे.

तुकारामांशी संबंधित ठिकाणे

देहूमधील तुकारामांशी संबंधित ठिकाणे आज अस्तित्वात आहेत:

तुकाराम महाराज जन्मस्थान मंदिर, देहू - ज्या ठिकाणी तुकारामजींचा जन्म झाला, त्याभोवती नंतर मंदिर बांधण्यात आले.

संत तुकाराम वैकुंठस्थान मंदिर, देहू – जिथून तुकारामजी वैकुंठाला (देवाचे निवासस्थान) त्यांच्या नश्वर स्वरूपाच्या आवश्यकतेनुसार स्वर्गारोहण झाले; या मंदिराच्या मागे इंद्रायणी नदीकाठी एक सुंदर घाट आहे

संत तुकाराम महाराज गाथा मंदिर, देहू – आधुनिक रचना; तुकारामांचा मोठा पुतळा असलेली भव्य इमारत; गाथा मंदिरात तुकाराम महाराजांनी रचलेले सुमारे चार हजार अभंग (श्लोक) भिंतीवर कोरलेले आहेत.

6
संत कबीर दास

संत कबीर दास

Scan for Story Videos - www.itibook.com

कबीर दास (१३९८-१५१८)१:?१४-१५? हे १५व्या शतकातील भारतीय गूढ कवी आणि संत होते. त्यांच्या लेखनाचा हिंदू धर्माच्या भक्ती चळवळीवर प्रभाव पडला आणि त्यांचे श्लोक शीख धर्माचे धर्मग्रंथ गुरु ग्रंथ साहिब, संत गरीब दास यांचे सतगुरु ग्रंथ साहिब, आणि कबीर सागर मध्ये आढळतात.

सध्याच्या उत्तर प्रदेशातील वाराणसी शहरात जन्मलेला, तो संघटित धर्म आणि धर्म या दोन्हींवर टीका करणारा म्हणून ओळखला जातो. सर्व धर्मांच्या निरर्थक आणि अनैतिक प्रथा कशा आहेत, असा प्रश्न त्यांनी केला, मुख्यतः हिंदू आणि मुस्लिम धर्मातील चुकीच्या प्रथा कोणत्या मानल्या. त्यांच्या हयातीत, त्यांच्या विचारांसाठी त्यांना हिंदू आणि मुस्लिम दोघांकडूनही धमकावले गेले.जेव्हा तो मरण पावला, तेव्हा त्याने प्रेरित केलेल्या अनेक हिंदू आणि मुस्लिमांनी त्याला आपले मानले.

कबीरांनी सुचवले की "सत्य" त्या व्यक्तीकडे आहे जो धार्मिकतेच्या मार्गावर आहे, सजीव आणि निर्जीव सर्व गोष्टींना दैवी मानतो आणि जो जगाच्या व्यवहारापासून निष्क्रीयपणे अलिप्त आहे.4 सत्य जाणून घेण्यासाठी, कबीरांनी सुचवले, "मी" किंवा अहंकार सोडा. कबीराचा वारसा कबीर पंथ ("कबीराचा मार्ग") द्वारे टिकून राहतो आणि पुढे चालू ठेवतो, एक धार्मिक समुदाय जो त्याला त्याचे संस्थापक म्हणून ओळखतो आणि संत मत पंथांपैकी एक आहे. त्याचे सदस्य कबीर पंथी म्हणून ओळखले जातात.

प्रारंभिक जीवन आणि पार्श्वभूमी

कबीराच्या जन्म आणि मृत्यूची वर्षे अस्पष्ट आहेत.काही इतिहासकार कबीर जगण्याचा कालावधी म्हणून 1398-1448 च्या बाजूने आहेत, तर काहींनी 1440-1518. च्या बाजूने, साधारणपणे, कबीरांचा जन्म 1398 (संवत 1455), ज्येष्ठ महिन्याच्या पौर्णिमेच्या दिवशी (ऐतिहासिक हिंदू कॅलेंडर विक्रम संवतानुसार) ब्रह्ममुहूर्ताच्या वेळी. कबीराच्या जन्माच्या आजूबाजूच्या परिस्थितीवर बराच अभ्यासपूर्ण वाद आहे. कबीराचे अनेक अनुयायी असे मानतात की कबीर सतलोकातून प्रकाशाचे शरीर गृहीत धरून आले होते आणि कमळाच्या फुलावर अवतरले होते आणि दावा करतात की ऋषी अष्टानंद या घटनेचे प्रत्यक्ष साक्षीदार होते, जे स्वतः लाहारतारा तलावातील कमळाच्या फुलावर प्रकट झाले होते.

कबीर हे वाराणसीतील भक्ती कवी-संत स्वामी रामानंद यांच्या अनेक शिष्यांपैकी एक झाले असे मानले जाते, जो भक्तीवादी वैष्णव धर्मासाठी ओळखला जातो आणि अद्वैत तत्वज्ञानाच्या शिकवणीकडे जोरदार झुकतो की देव प्रत्येक व्यक्तीच्या आत आहे, सर्वकाही. त्याच्याबद्दलचे प्रारंभिक ग्रंथ त्याला हिंदू धर्मातील वैष्णव परंपरा तसेच इस्लामच्या सुफी परंपरेने जीवन दिले. इरफान हबीबच्या मते, दबिस्तान-इ-मजाहिब या पर्शियन मजकुराच्या दोन हस्तलिखित आवृत्या कबीराबद्दल चरित्रात्मक माहिती असलेले सर्वात जुने ग्रंथ आहेत. द दबिस्तान -i-मजाहिब कबीर हे "बैरागी" (वैष्णव योगी) असल्याचे सांगतात आणि ते रामानंद यांचे शिष्य असल्याचे सांगतात (मजकूर त्यांना वारंवार "गँग" म्हणून संबोधतो).

कबीराचे कुटुंब वाराणसी (बनारस) येथील कबीर चौरा परिसरात राहत होते असे मानले जाते. कबीर माऱ्हा , कबीर चौराच्या मागच्या गल्लीत स्थित एक माऱ्हा, त्याचे जीवन आणि काळ साजरे करतो. २० मालमत्तेसोबत निरुऱ्इला नावाचे घर आहे. ज्यात नीरू आणि निमाच्या कबर आहेत.

कविता

कबीराच्या कविता स्थानिक हिंदी भाषेत होत्या, ब्रज, भोजपुरी आणि अवधी यासह विविध बोलीभाषांमधून उधार घेतलेल्या होत्या. त्यामध्ये जीवनाच्या विविध पैलूंचा समावेश आहे आणि देवासाठी प्रेमळ भक्तीची गरज आहे. सोप्या हिंदी शब्दांसह कबीरांनी त्यांचे श्लोक रचले आहेत. त्यांचे बहुतेक काम भक्ती, गूढवाद आणि शिस्तीशी संबंधित होते.

जेथ वसंत ऋतु, ऋतूंचा स्वामी राज्य करतो, तेथे स्वतःचा अप्रचलित संगीत आवाज येतो,

तिकडे सर्व दिशांना प्रकाशाचे झरे वाहतात, त्या किनाऱ्यापर्यंत जाणारी माणसे फार कमी आहेत!

जिथे लाखो कृष्ण हात जोडून उभे आहेत.

जिथे कोट्यवधी विष्णू मस्तक टेकतात, जिथे लाखो ब्रह्मा वेदांचे पठण करतात.

जिथे लाखो शिव चिंतनात हरवले आहेत, जिथे लाखो इंद्र आकाशात वास करतात.

जिथे देवता आणि मुनी अगणित आहेत, जिथे लाखो सरस्वती, संगीताची देवी विणा वाजवतात,

तेथे माझा प्रभू स्वयंप्रकाशित आहे आणि त्या खोलगटात चंदन आणि फुलांचा सुगंध दरवळतो.

—?कबीर, II.57, रवींद्रनाथ टागोर द्वारा अनुवादित

कबीर आणि त्याच्या अनुयायांनी त्याच्या मौखिकपणे रचलेल्या शहाणपणाच्या कवितांना "बानी" (उच्चार) असे नाव दिले. यामध्ये गाणी आणि दोहे यांचा समावेश होतो, ज्यांना वेगवेगळ्या प्रकारे दोहे, सलोका (संस्कृतः स्लोका), किंवा सखी म्हणतात. नंतरच्या शब्दाचा अर्थ "साक्षी" असा होतो, कविता सत्याचा पुरावा असल्याचे सूचित करते.

कबीरांचे श्रेय असलेल्या रचनांसह साहित्यकृतींमध्ये कबीर बीजक, कबीर परचाई, सखी ग्रंथ, आदि ग्रंथ (शीख), आणि कबीर ग्रंथावली (राजस्थान) यांचा समावेश होतो. तथापि, आदिग्रंथ वगळता, या ग्रंथांच्या लक्षणीय भिन्न आवृत्या अस्तित्वात आहेत आणि कोणते हे स्पष्ट नाही. एक अधिक मूळ आहे; उदाहरणार्थ, कबीर बीजाक दोन प्रमुख रिसेन्शन्समध्ये अस्तित्वात आहे. विविध आवृत्यांचे आणि भाषांतरांचे सर्वात सखोल अभ्यासपूर्ण विश्लेषण कबीरावरील २० व्या शतकातील फ्रेंच विद्वान शार्लॉट वॉडेविले यांना जाते.

कबीर आणि वेस्टकोटच्या कबीर पंथमध्ये नमूद केल्यानुसार कबीरांना श्रेय दिले जाते. श्यामसुंदर दास यांनी स्वतः 1928 मध्ये प्रकाशित केलेल्या दोन उल्लेखनीय हस्तलिखिते उघडकीस आणली. यापैकी एक हस्तलिखिते 1504 आणि दुसरी 1824 ची होती. हे निश्चितच होते.

कबीरच्या कविता 15 व्या शतकात मौखिकपणे रचल्या गेल्या आणि 17 व्या शतकात त्यांनी व्हिवा व्हॉस प्रसारित केला. कबीर बिजक 17 व्या शतकात प्रथमच संकलित आणि लिहिण्यात आले. विद्वानांचे म्हणणे आहे की हा प्रसार, भूगोल आणि पिढ्यानपिढ्या कवितांमध्ये बदल, प्रक्षेपण आणि अपभ्रंश निर्माण करतो. शिवाय, संपूर्ण गाणी कल्पकतेने तयार केली गेली आणि नवीन होती. अज्ञात लेखकांनी घातलेली आणि कबीरांना श्रेय दिलेली दोन कविता, अप्रामाणिकपणामुळे नव्हे तर त्यांच्याबद्दलच्या आदरापोटी आणि भारतीय साहित्यकृतींमध्ये आढळलेल्या अज्ञात मौखिक परंपरेच्या सर्जनशील उत्कर्षामुळे. विद्वानांनी कबीरापासून खरोखर आलेली कविता आणि तिचे ऐतिहासिक मूल्य स्थापित करण्याचा प्रयत्न केला.

तत्वज्ञान

लिंडा हेसच्या म्हणण्यानुसार, "काही आधुनिक भाष्यकारांनी कबीर यांना हिंदू आणि इस्लामचे संश्लेषणकर्ता म्हणून सादर करण्याचा प्रयत्न केला आहे; परंतु हे चित्र खोटे आहे. विविध परंपरांचे चित्रण करताना, कबीरने दोन्ही प्रमुख धर्मांपासून आपले स्वातंत्र्य

जोरदारपणे घोषित केले. आपल्या देशबांधवांनी, या धर्माच्या मूर्खपणाचा विचार केला त्यावर जोरदार हल्ला केला, आणि ज्यांनी आपले शिष्य असल्याचा दावा केला त्यांच्यामध्ये समान स्वायत्तता आणि धैर्याची आग पेटवण्याचा प्रयत्न केला. त्यांनी त्यांच्या संज्ञा आणि संकल्पना स्वीकारल्या, परंतु त्या दोघांवरही जोरदार टीका केली. त्यांनी कबीर ग्रंथावलीमध्ये खालीलप्रमाणे म्हटल्याप्रमाणे कोणत्याही पवित्र ग्रंथाच्या गरजेवर प्रश्नचिन्ह उपस्थित केले.

—?कबीर ग्रंथावली, XXXIII.3, शार्लेट वॉडविले ४१ द्वारा अनुवादित

हिंदू-मुस्लिम ऐक्य किंवा नवीन धार्मिक परंपरेचे स्वतंत्र संश्लेषण प्रस्तावित करण्याचा प्रयत्न करण्याऐवजी अनेक विद्वान कबीरांच्या तत्त्वज्ञानाचा अर्थ धर्माच्या गरजेवर प्रश्नचिन्ह लावत आहेत. ४२ कबीरांनी त्यांच्या काळातील विविध धार्मिक प्रथांमध्ये स्पष्टपणे दिसणारे ढोंगी आणि दिशाभूल कर्मकांड नाकारले, इस्लाम आणि हिंदू धर्मातील लोकांसह.42

संत मी दोन्ही मार्ग पाहिले आहेत.

हिंदू-मुस्लिमांना शिस्त नको, चवदार जेवण हवे आहे.

हिंदू अकराव्या दिवसाचे उपवास ठेवतात, चेस्टनट आणि दूध खातात.

तो त्याच्या धान्यावर अंकुश ठेवतो पण त्याच्या मेंदूला नाही, आणि मांसाने उपवास सोडतो.

तुर्क मुस्लीम दररोज प्रार्थना करतो, वर्षातून एकदा उपवास करतो आणि "देव!, देव!" कोंबडा सारखे.

अंधारात कोंबड्या मारणाऱ्या लोकांसाठी कोणता स्वर्ग राखून ठेवला आहे?

दयाळूपणा आणि करुणेऐवजी, त्यांनी सर्व इच्छा काढून टाकल्या आहेत.

कोणी चोपून मारतो, कोणी रक्त सांडतो, दोन्ही घरांत एकच आग पेटते.

तुर्क आणि हिंदूंचा एक मार्ग आहे, हे गुरूंनी स्पष्ट केले आहे.

राम म्हणू नका, खुदा अल्लाह म्हणू नका, असं कबीर म्हणतात.

—?कबीर, सबदा 10, लिंडा हेस आणि शुकदेव सिंग यांनी अनुवादित केले आहे43

बिजकमध्ये, कबीर बौद्ध धर्मातील बुद्धासारख्या अवतारांना प्रार्थना करण्याच्या प्रथेची थट्टा करतात, "मास्टर बुद्धांना बुद्ध म्हणू नका, त्यांनी भूतांना खाली टाकले नाही" असे प्रतिपादन करून कबीरांनी लोकांना आत डोकावण्याचे आणि सर्व मानवांचा विचार करण्याचे आवाहन केले. देवाच्या जिवंत रूपांचे प्रकटीकरण:

जर देव मशिदीत असेल तर हे जग कोणाचे आहे?

जर राम तुमच्या तीर्थक्षेत्रात सापडलेल्या प्रतिमेत असेल तर

मग त्याशिवाय काय होते हे कोणाला कळेल?

हरी पूर्वेला आहे, अल्लाह पश्चिमेला आहे.

तुमच्या हृदयात पहा, कारण तेथे तुम्हाला करीम आणि राम दोन्ही सापडतील;

जगातील सर्व स्त्री-पुरुष हे त्याचे जिवंत रूप आहेत.

कबीर हा अल्लाहचा आणि रामाचा मुलगा आहे: तो माझा गुरु आहे, तो माझा पीर आहे.

—?कबीर, III.2, रवींद्रनाथ टागोर द्वारा अनुवादित46

शार्लोट वॉडेविले म्हणते की कबीर आणि भक्ती चळवळीतील इतर संतांचे तत्त्वज्ञान हे परमात्म्याचा शोध आहे. या निरपेक्षतेची संकल्पना निर्गुण आहे, जी वाउडेविले लिहितात, "ब्रह्म-आत्माची उपनिषदिक संकल्पना आणि वेदांतिक परंपरेची अद्वैत व्याख्या सारखीच आहे, जी मनुष्य आणि ईश्वरातील आत्मा यांच्यातील कोणताही भेद नाकारते आणि आग्रह करते. मनुष्याने स्वतःमध्येच त्याचे खरे दैवी स्वरूप ओळखावे." वाउडेविले नोंदवतात की कबीर आणि इतर भक्ती संतांचे हे तत्त्वज्ञान परस्परविरोधी आहे, कारण जर देव आत असेल, तर ती सर्व बाह्य भक्ती नष्ट करण्याची हाक असेल. कबीराच्या शिकवणीतील ही विसंगती कदाचित "देवात विलीन होणे किंवा सर्व प्राण्यांमध्ये एकत्व" या संकल्पनेपासून "देवाशी एकता" वेगळे करत असावी. वैकल्पिकरित्या, वाउडेविले म्हणतात, सगुण प्रेम-भक्ती (कोमल भक्ती) निर्गुण ब्रह्म, एकेश्वरवादाच्या पलीकडे असलेल्या वैश्विकतेच्या आत्म-साक्षात्काराच्या दिशेने प्रवास म्हणून पूर्वस्थितीत असू शकते.

डेव्हिड एन. लोरेन्झेन आणि ऑड्रिअन मुनोझ यांनी कबीराच्या तत्त्वज्ञानात देवाच्या या कल्पना निर्गुण ब्राह्मण म्हणून शोधून काढल्या आहेत ज्यांना हिंदू धर्माच्या अद्वैत वेदांत स्कूलवरील आदि शंकराच्या सिद्धांतांमध्ये काही फरक आहेत.

वारस

कबीर साहित्याचा वारसा त्यांच्या दोन शिष्यांनी, भागोदास आणि धर्मदास यांनी चालवला. कबीरांची गाणी क्षितिमोहन सेन यांनी भारतभरातील विचारवंतांकडून संकलित केली होती, त्यानंतर रवींद्रनाथ टागोर यांनी त्यांचे इंग्रजीत भाषांतर केले.

कबीरांच्या गाण्यांचे नवीन इंग्रजी भाषांतर अरविंद कृष्ण मेहरोत्रा यांनी केले आहे. ऑगस्ट क्लेन्झाहलर याबद्दल लिहितात: "कबीरांच्या कवितेतील उग्रता आणि सुधारात्मक ऊर्जा पकडण्यात मेहरोत्रा यशस्वी झाले आहेत".

कबीराचा वारसा कबीर पंथ ("कबीराचा मार्ग") द्वारे पुढे चालवला जात आहे, जो त्याला संस्थापक म्हणून ओळखतो आणि संत मत पंथांपैकी एक आहे. सतराव्या आणि अठराव्या शतकात भारताच्या विविध भागात कबीरांच्या मृत्यूनंतर या समुदायाची स्थापना झाली. तसेच 1901 च्या जनगणनेत वरून जगभरातील भारतीय डायस्पोरा विखुरले गेले.

बनारसमध्ये कबीरांना समर्पित दोन मंदिरे आहेत. त्यापैकी एकाची देखभाल हिंदू करतात, तर दुसरी मुसलमान. दोन्ही मंदिरे सारखीच पूजा करतात जिथे त्याची गाणी रोज गायली जातात. आरती आणि प्रसाद वाटपाचे इतर विधी इतर हिंदू मंदिरांसारखेच आहेत. कबीरांचे अनुयायी शाकाहारी आहेत आणि दारूपासून दूर राहतात

कबीर, गुरु नानक आणि गुरु ग्रंथ साहिब

कबीराच्या श्लोकांचा समावेश शीख धर्माचा धर्मग्रंथ आदि ग्रंथात करण्यात आला होता, ज्यामध्ये कबीराचे श्लोक हे सर्वांत मोठे गैर-शीख योगदान होते.

पंधराव्या शतकात शीख धर्माचा शोध घेणाऱ्या गुरु नानक यांच्यावर झालेल्या अनेक प्रभावांपैकी कबीराच्या कल्पना एक होत्या असे काही विद्वान सांगतात. इतर शीख विद्वान कबीर आणि नानक यांच्या विचारांमध्ये आणि पद्धतींमध्ये फरक असल्याचे सांगत असहमत आहेत.

हरप्रीत सिंग, ह्यू मॅक्लिओडचा हवाला देत म्हणतात, "त्याच्या सुरुवातीच्या काळात शीख धर्म ही हिंदू परंपरेतील एक चळवळ होती; नानक हे हिंदू म्हणून वाढले होते आणि शेवटी ते उत्तर भारतातील संत परंपरेशी संबंधित होते, ही चळवळ महान कवी आणि गूढ कबीर यांच्याशी संबंधित होती. .."सुरजितसिंग गांधी असहमत आहेत, आणि लिहितात "गुरु नानक त्यांच्या विचार पद्धतीत तसेच कृतीच्या मॉडेलमध्ये कबीर आणि त्या बाबतीत इतर कट्टरपंथी भक्त किंवा संत (मॅक्लिओडने अशा भक्तांसाठी चुकीने वापरला आहे) पेक्षा मूलभूतपणे भिन्न होते. त्यामुळे कबीर यांना गुरु नानकांवर प्रभाव मानणे ऐतिहासिक आणि धर्मशास्त्रीय दोन्ही दृष्टीने चुकीचे आहे.

मॅक्लिओडने नानक यांना संत परंपरेत स्थान दिले ज्यामध्ये कबीराचा समावेश होता आणि असे म्हटले आहे की त्यांच्या मूलभूत सिद्धांतांचे पुनरुत्पादन नानकांनी केले होते. जेएस ग्रेवाल यांनी या मताला विरोध केला आणि सांगितले की मॅक्लिओडचा दृष्टीकोन त्याच्या कार्यक्षेत्रात मर्यादित आहे कारण, "मॅकलिओड केवळ संकल्पना विचारात घेतो, पद्धतींकडे पूर्णपणे दुर्लक्ष करतो, तो समानतेवर लक्ष केंद्रित करतो आणि सर्व फरकांकडे दुर्लक्ष करतो" .

लोकप्रिय संस्कृतीत

मुख्य प्रवाहातील भारतीय चित्रपट संगीतात कबीराच्या कवितेचे अनेक संकेत आहेत. सूफी फ्यूजन बँड इंडियन ओशनच्या झिनी अल्बमचे शीर्षक गीत हे कबीरच्या प्रसिद्ध कवितेचे एक दमदार प्रस्तुतीकरण आहे, ज्यामध्ये भारतीय लोक, सुफी परंपरा आणि प्रगतीशील रॉक यांचा प्रभाव आहे.

नीरज आर्यच्या कबीर कॅफेने कबीरच्या जोडीला समकालीन संगीतासह रॉक, कर्नाटक आणि लोकगीते जोडले. लोकप्रिय प्रस्तुतीकरणांमध्ये हलके गाडी हांको, चदरिया झिनी आणि चोर आवेगा यांचा समावेश आहे. कबीर कॅफेचा दावा आहे की कबीरने सुचवल्याप्रमाणे त्यांचे जीवन जगल्यामुळे त्यांना यापैकी काही सत्ये अनुभवायला मिळाली आणि ते त्यांच्या कामगिरीमध्ये दिसून येते.

प्रख्यात शास्त्रीय गायक, दिवंगत कुमार गंधर्व, कबीरांच्या कवितांच्या अप्रतिम प्रस्तुतीकरणासाठी सर्वत्र ओळखले जातात.

कबीर प्रकल्पातील डॉक्युमेंटरी फिल्ममेकर शबनम विरमानी यांनी सध्याच्या भारत आणि पाकिस्तानमधील कबीरांचे तत्त्वज्ञान, संगीत आणि कविता यांचा मागोवा घेणारी

माहितीपट आणि पुस्तकांची मालिका तयार केली आहे. माहितीपटांमध्ये प्रल्हाद टिपण्या, मुख्तियार अली आणि पाकिस्तानी कव्वाल फरीद अयाज यांसारखे भारतीय लोक गायक आहेत. 2017 मध्ये मुंबई, भारत येथे कबीर महोत्सवाचे आयोजन करण्यात आले होते.

शुभा मुद्गल, उर्सुला रकर यांचा नो स्ट्रेंजर हिअर हा अल्बम कबीरच्या कवितेतून खूप मोठा आहे. कबीरची कविता चित्रपट निर्माते आनंद गांधी यांच्या राईट हिअर राईट नाऊ (2003) आणि कंटिन्यूम या चित्रपटांमध्ये ठळकपणे दिसून आली आहे. पाकिस्तानी सुफी गायिका आबिदा परवीनने पूर्ण अल्बममध्ये कबीर गायला आहे.

7
बुद्ध / सिद्धार्थ गौतम

बुद्ध / सिद्धार्थ गौतम

Scan for Story Videos - www.itibook.com

सिद्धार्थ गौतम, ज्यांना सामान्यतः बुद्ध म्हणून संबोधले जाते, हे एक भटके तपस्वी आणि धार्मिक शिक्षक होते जे बीसीई 456 च्या 6 व्या किंवा 5 व्या शतकात दक्षिण आशियामध्ये राहत होते आणि त्यांनी बौद्ध धर्माची स्थापना केली होती.

बौद्ध परंपरेनुसार, त्याचा जन्म लुंबिनी येथे आजच्या नेपाळमध्ये शाक्य कुळातील शाही पालकांच्या पोटी झाला, परंतु तपस्वी म्हणून जगण्यासाठी त्याने आपल्या गृहजीवनाचा त्याग केला. भिक्षेचे जीवन जगत आहे. , संन्यास आणि ध्यान, त्याला आताच्या भारतातील बोधगया येथे ज्ञान प्राप्त झाले. त्यानंतर बुद्ध खालच्या इंडो-गंगेच्या मैदानातून भटकले, शिकवले आणि मठवासी व्यवस्था तयार केली. त्यांनी इंद्रियभोग आणि तीव्र संन्यास यातील एक मध्यम मार्ग शिकवला, निर्वाणाकडे नेणारा, म्हणजेच अज्ञान, लालसा, पुनर्जन्म आणि दुःख यापासून मुक्तता. त्याच्या शिकवणींचा सारांश नोबल एटफोल्ड पाथमध्ये दिला आहे, एक मनाचे प्रशिक्षण ज्यामध्ये बौद्ध नीतिशास्त्रातील ध्यान आणि सूचनांचा समावेश आहे, जसे की योग्य प्रयत्न, सजगता आणि ज्ञान. परनिर्वाण प्राप्त करून कुशीनगर येथे त्यांचा मृत्यू झाला. तेव्हापासून आशियातील असंख्य धर्म आणि समुदायांनी बुद्धांची पूजा केली आहे.

त्याच्या मृत्यूनंतर काही शतकांनंतर त्याला बुद्ध या उपाधीने ओळखले जाऊ लागले, ज्याचा अर्थ "जागृत" किंवा "प्रबुद्ध एक" आहे. सुत्ता पिऽउर्फ, त्यांच्या प्रवचनांवर आधारित शिकवणींचे संकलन. हे मौखिक परंपरेद्वारे मध्य इंडो-आर्यन बोलींमध्ये दिले गेले. १०११ नंतरच्या पिढ्यांनी अभिधर्म म्हणून ओळखले जाणारे पद्धतशीर ग्रंथ, बुद्धांची चरित्रे, जातक कथा म्हणून ओळखल्या जाणाऱ्या त्यांच्या भूतकाळातील कथांचे संग्रह आणि अतिरिक्त प्रवचन यांसारखे अतिरिक्त ग्रंथ रचले. , म्हणजे महायान सूत्रे.

व्युत्पत्ती, नावे आणि शीर्षके

डोनाल्ड लोपेझ ज्युनियर यांच्या मते, "... तो चीन, कोरिया, जपान आणि तिबेटमध्ये बुद्ध किंवा शाक्यमुनी म्हणून ओळखला जायचा आणि श्रीलंकेत गोतम बुद्ध किंवा समना गोतमा ("संन्यासी गोतमा") म्हणून ओळखला जायचा आणि आग्नेय आशिया."

त्याचे कुटुंबाचे नाव सिद्धार्थ गौतम (पाली: सिद्धार्थ गोतमा) होते. "सिद्धार्थ" (संस्कृत; पी. सिद्धार्थ; टी. डॉन ग्रब; सी. झिडाडू; जे. शिदत्त/शित्तत्ता; के. सिलटाल्टा) म्हणजे "जो त्याचे ध्येय साध्य करतो." गौतमाच्या कुळाचे नाव म्हणजे "गोतमाचा वंशज", "गोतमा" म्हणजे "ज्याला सर्वात जास्त प्रकाश आहे,"आणि क्षत्रिय कुळांनी त्यांच्या घरातील पुरोहितांची नावे दत्तक घेतल्याच्या वस्तुस्थितीवरून येते.

आगमास आणि पाली कॅननमध्ये "बुद्ध" हा शब्द वापरला जात असताना, "बुद्ध" या शब्दाचा सर्वात जुना हयात असलेल्या लिखित नोंदी ख्रिस्तपूर्व तिसऱ्या शतकाच्या मध्यभागी आहेत, जेव्हा अशोकाचे अनेक फतवे (राज्य सन 269-232 BCE) बुद्ध आणि बौद्ध धर्माचा उल्लेख करा.1920 अशोकाचा लुंबिनी स्तंभ शिलालेख बुद्धाचे जन्मस्थान म्हणून लुंबिनी येथे सम्राटाच्या यात्रेचे स्मरण करतो, त्याला बुद्ध शाक्यमुनिज (ब्राह्मी लिपी: बु-धा सा-क्या-मु-नी, "बुद्ध, शाक्यांचे ऋषि").

बुद्ध, "जागृत एक" किंवा "प्रबुद्ध एक,"922f हे बुद्धाचे पुल्लिंगी रूप आहे, "जागणे, जागृत असणे, निरीक्षण करणे, लक्ष देणे, उपस्थित राहणे, शिकणे, जागरूक होणे, जाणणे, जागरूक होणे पुन्हा, जागवण्यासाठी""उघडण्यासाठी"(फुलाप्रमाणे),""ज्याने अज्ञानाच्या गाढ झोपेतून जागे केले आहे आणि ज्ञानाच्या सर्व वस्तूंना व्यापण्यासाठी आपली चेतना उघडली आहे." हे आहे. वैयक्तिक नाव नाही, परंतु ज्यांनी बोधि (जागरण, आत्मज्ञान) प्राप्त केले आहे त्यांच्यासाठी एक उपाधी आहे. बुद्ध, "संकल्पना तयार करण्याची आणि टिकवून ठेवण्याची शक्ती, कारण, विवेक, न्याय, आकलन, समजून घेणे," ही विद्याशाखा आहे जी सत्य ओळखते. (सत्या) खोट्यापासून.

शाक्यमुनी (संस्कृतः) म्हणजे "शाक्यांचे ऋषी."

तथागत

तथागत (पाली; पालीः) हा बुद्ध हा शब्द आहे जो सामान्यतः पाली कॅननमध्ये स्वतःचा किंवा इतर बुद्धांचा उल्लेख करताना वापरला जातो. या शब्दाचा नेमका अर्थ माहित नाही, परंतु तो आहे सहसा "जो गेला आहे" (तथा-गाता), "जो अशा प्रकारे आला आहे" (तथा-अगता), किंवा कधी कधी "जो गेला नाही तो" (तथा-अगाता) असा अर्थ होतो. तथागत हे सर्व येण्या-जाण्याच्या पलीकडे आहे - सर्व क्षणभंगुर घटनांच्या पलीकडे आहे हे सूचित करणारा असा याचा अर्थ लावला जातो. तथागत हा "अफाट", "अस्पष्ट", "कठिण" आणि "पकडत नाही" असा असतो.

सामान्य विशेषण

विशेषणांची एक सामान्य यादी सामान्यतः कॅनोनिकल ग्रंथांमध्ये एकत्रितपणे पाहिली जाते आणि त्याच्या काही परिपूर्ण गुणांचे चित्रण करते:

भगवतो (भगवान) - धन्य एक, तथागत सोबत सर्वात जास्त वापरल्या जाणाऱ्या उपनामांपैकी एक

संस्मबुद्धो - पूर्णपणे आत्म-जागृत

विज्जा-करण-संपनो - उच्च ज्ञान आणि आदर्श आचरणाने संपन्न.

सुगता - चांगले गेलेले किंवा चांगले बोललेले.

लोकविदु - अनेक जगांचा जाणता.

अनुतरो पुरीसा-दम्मा-सारथी – अप्रशिक्षित लोकांचे उत्कृष्ट प्रशिक्षक.

सत्थदेव-मनुसानम - देव आणि मानवांचे शिक्षक.

अराहम - आदरणीय. अरहंत म्हणजे "दुष्टांचा नाश झालेला, पवित्र जीवन जगला, जे करायचे होते ते केले, भार टाकला, खऱ्या ध्येयापर्यंत पोहोचला, अस्तित्वाच्या बंधनांचा नाश केला आणि अंतिम ज्ञानाने तो पूर्णपणे मुक्त झाला."

जीना - विजेता. जैन धर्मात मुक्ती मिळविलेल्या व्यक्तीचे नाव देण्यासाठी हा शब्द सामान्यतः वापरला जात असला तरी, बुद्धासाठी ही एक पर्यायी पदवी देखील आहे.

पाली कॅननमध्ये बुद्धासाठी इतर अनेक उपाधी आणि उपाख्यानांचा समावेश आहे, ज्यात पुढील गोष्टींचा समावेश आहे: सर्व पाहणारा, सर्व-पलीकडे ऋषी, पुरुषांमधील वळू, कारवां नेता, अंधार दूर करणारा, डोळा, सारथींमध्ये अग्रगण्य, ओलांडू शकणाऱ्यांमध्ये अग्रगण्य , धर्माचा राजा (धर्मराजा), सूर्याचा नातेवाईक, जगाचा सहाय्यक (लोकनाथ), सिंह (सिहा), धम्माचा स्वामी, उत्कृष्ट बुद्धीचा (वरपण), तेजस्वी एक, मानवजातीचा मशाल वाहक, अतुलनीय डॉक्टर आणि सर्जन , युद्धातील व्हिक्टर, आणि शक्तीचा वेलडर. संपूर्ण दक्षिण आणि आग्नेय आशियातील शिलालेखांमध्ये वापरले जाणारे आणखी एक विशेषण आहे, महा श्रमण, "महान श्रमण" (संन्यासी, त्यागी).

ऐतिहासिक स्रोत

पाली सुत्त

फिलोलॉजिकल पुराव्याच्या आधारावर, भारतशास्त्रज्ञ आणि पाली तज्ञ ऑस्कर फॉन हिनबर म्हणतात की काही पाली सुतांनी बुद्धाच्या जीवनकाळापासून अत्यंत पुरातन स्थळ-नावे, वाक्यरचना आणि ऐतिहासिक डेटा राखून ठेवला आहे, ज्यात महापरिनिब्बा? सुत्त यांचा समावेश आहे. बुद्धाच्या शेवटच्या दिवसांची तपशीलवार माहिती. हिन्युबर यांनी या मजकुरासाठी 350-320 बीसीई पेक्षा नंतरची रचना तारीख प्रस्तावित केली आहे, जी बुद्धाच्या जीवनकाळासाठीची लघु कालगणना स्वीकारली गेल्यास अंदाजे 60 वर्षांपूर्वीच्या घटनांची "खरी ऐतिहासिक स्मृती" प्राप्त करण्यास अनुमती देईल (परंतु तो देखील सूचित करतो. की असा मजकूर मूळतः घटनांच्या अचूक ऐतिहासिक नोंदीपेक्षा हॅगिओग्राफी म्हणून अधिक अभिप्रेत होता).

जॉन एस. स्ट्रॉन्ग यांनी पालीमध्ये जतन केलेल्या कॅनॉनिकल ग्रंथांमध्ये तसेच चिनी, तिबेटी आणि संस्कृतमधील काही जीवनचरित्रात्मक तुकड्या पाहिल्या आहेत. यामध्ये "डिस्कॉर्स ऑन द नोबल क्वेस्ट" (: Ariyapariyesana-sutta) आणि इतर भाषांमधील त्याच्या समांतर अशा ग्रंथांचा समावेश आहे.35

स्तंभ आणि शिलालेख

"बु-धे" (बुद्ध) आणि "सा-क्या-मु-नि" ("शाक्यांचे ऋषी") ब्राह्मी लिपीत.

शिलालेख "धन्य शकमुनींचे प्रदीपन" (ब्राह्मी लिपी:, भागवतो सकमुनिनो बोधो) बोधगया येथील सुरुवातीच्या महाबोधी मंदिरात बुद्धाचे "रिक्त" रोषणाईचे सिंहासन दर्शविणाऱ्या आरामावर. भरहुत, सी. 100 BCE.

गौतमाच्या हयातीत किंवा त्यानंतरच्या एक-दोन शतकांपासून लिखित नोंदी सापडल्या नाहीत. परंतु 3ऱ्या शतकाच्या मध्यापासून, अशोकाच्या (राज्यकाळात इ.स. 268 ते 232 बीसीई) अनेक शिलालेखांमध्ये बुद्ध आणि बौद्ध धर्माचा उल्लेख आढळतो. विशेषतः अशोकाचा लुंबिनी स्तंभ शिलालेख बुद्धाचे जन्मस्थान म्हणून लुंबिनी येथे सम्राटाच्या तीर्थयात्रेचे स्मरण करतो, त्याला बुद्ध शाक्यमुनी म्हणतो (ब्राह्मी लिपी:-धा सा-क्या-मु-नी, "बुद्ध, शाक्यांचे ऋषी"). त्यांच्या आणखी एका शीर्षकात (मायनर रॉक एडिक्ट क्र. 3) अनेक धम्म ग्रंथांच्या शीर्षकांचा उल्लेख आहे (बौद्ध धर्मात, "धम्म" हा दुसरा आहे. "धर्म" साठी शब्द), मौर्य युगाच्या काळापर्यंत लिखित बौद्ध परंपरेचे अस्तित्व स्थापित करणे. हे ग्रंथ पाली कॅनन. 1 चे अग्रदूत असू शकतात

"सकामुनी" चा उल्लेख भारहुतच्या रिलीफ्समध्ये देखील आहे, इ.स. 100 BCE, त्याच्या प्रदीपन आणि बोधीवृक्षाच्या संबंधात, भगवतो सकमुनिनो बोधो ("धन्य शकमुनींचा प्रकाश") या शिलालेखासह.

सर्वात जुनी हयात असलेली हस्तलिखिते

सर्वात जुनी हयात असलेली बौद्ध हस्तलिखिते म्हणजे गांधार (आधुनिक वायव्य पाकिस्तान आणि पूर्व अफगाणिस्तानशी संबंधित) मध्ये सापडलेले गांधार बौद्ध ग्रंथ आहेत आणि ते गांधारीत लिहिलेले आहेत, ते ईसापूर्व पहिल्या शतकापासून ते तिसऱ्या शतकातील आहेत.

चरित्रात्मक स्रोत

सुरुवातीच्या विहित स्त्रोतांमध्ये अरियापरियेसन सुत्त , महापरिनिब्बा सुत्त , महासक्का-सुत्त , महापदान सुत्त , आणि आचार्यभूत सुत्त यांचा समावेश होतो. निवडक खाती जी जुनी असू शकतात, परंतु पूर्ण चरित्रे नाहीत. जातक कथांमध्ये गौतमाचे पूर्वीचे जीवन बोधिसत्व म्हणून सांगितले आहे, आणि त्यातील पहिला संग्रह प्राचीन बौद्ध ग्रंथांमध्ये जोडला जाऊ शकतो. महापदन सुत्त आणि आचार्यभूत सुत्त हे दोन्ही गौतमाच्या जन्माभोवतीच्या चमत्कारिक घटनांचे वर्णन करतात, जसे की तू पासून बोधिसत्वाचा वंशज. आईच्या उदरात स्वर्ग.

सिद्धार्थ गौतमाच्या जीवनाचे संपूर्ण चित्र सादर करणारे स्त्रोत नंतरच्या तारखेपासून विविध, आणि कधीकधी परस्परविरोधी, पारंपारिक चरित्रे आहेत. यामध्ये बुद्धचरित, ललितविस्तार सूत्र, महावास्तू, आणि निदानकथा यांचा समावेश आहे. पैकी बुद्धचरित हे सर्वात जुने पूर्ण चरित्र आहे, जे अश्वघो या कवीने इ.स. पहिल्या शतकात लिहिलेले महाकाव्य आहे. ललितविस्तार सूत्र हे पुढील सर्वात जुने आहे. चरित्र, एक महायान/ सर्वस्तिवदा चरित्र जे CE 3ऱ्या शतकातील आहे. महासाⅰघिका लोकोत्तरवाद परंपरेतील महावास्तू हे आणखी एक प्रमुख चरित्र आहे, जे कदाचित 4थ्या शतकापर्यंत वाढत्या प्रमाणात रचले गेले आहे. बुद्धाचे धर्मगुप्तक चरित्र सर्वात विस्फारक आहे. आणि अभिनीⅰक्रमाⅰसूत्र, आणि या तारखेचे 3 ते 6 व्या शतकातील विविध चीनी भाषांतरांचे शीर्षक आहे. निदानकथा ही श्रीलंकेतील थेरवडा परंपरेतील आहे आणि 5व्या शतकात बुद्धघोने रचली होती.

ऐतिहासिक व्यक्ती

ऐतिहासिक व्यक्ती समजून घेणे

बुद्धाच्या जीवनातील ऐतिहासिक तथ्यांबद्दल दावे करण्यास विद्वान कचरतात. महाजनपदाच्या काळात आणि मगध साम्राज्याचा अधिपती बिंबिसाराच्या कारकिर्दीत बुद्ध जगले, शिकवले आणि मठवासी व्यवस्था स्थापन केली हे त्यांच्यापैकी बहुतेक मान्य करतात; आणि बिंबिसाराचा उत्तराधिकारी असलेल्या अजातशत्रूच्या कारकिर्दीच्या सुरुवातीच्या काळात त्याचा मृत्यू झाला, त्यामुळे तो महावीर, जैन तीर्थंकरांचा तरुण समकालीन बनला.

पारंपारिक चरित्रांमध्ये समाविष्ट असलेल्या अनेक तपशिलांच्या सत्यतेवर कमी एकमत आहे, "बौद्ध विद्वानांनी ... बहुतेक ऐतिहासिक व्यक्ती समजून घेण्याचा प्रयत्न सोडून दिले आहेत." , पौराणिक किंवा पौराणिक घटक. 19व्या शतकात काही विद्वानांनी त्यांच्या जीवनाच्या लेखांतून या गोष्टी वगळल्या, जेणेकरून "प्रक्षेपित केलेली प्रतिमा बुद्धाची होती जो एक तर्कसंगत, सोक्रेटिक शिक्षक होता - कदाचित एक महान व्यक्ती, परंतु कमी-अधिक प्रमाणात सामान्य मानव". अलीकडच्या काळातील विद्वान अशा दैवतशास्त्रज्ञांना रेमायथोलॉजिस्ट म्हणून पाहत आहेत, "त्यांना आवाहन करणारा बुद्ध तयार करणे, जे नाही ते काढून टाकून" .

डेटिंग

गौतमाच्या जन्म आणि मृत्यूच्या तारखा अनिश्चित आहेत. चीन, व्हिएतनाम, कोरिया आणि जपानच्या पूर्व बौद्ध परंपरेमध्ये, बुद्धाच्या मृत्यूची पारंपारिक तारीख 949 BCE होती. 833 BCE.

बौद्ध ग्रंथांमध्ये दोन कालगणना आहेत ज्या बुद्धाच्या जीवनकाळापर्यंत वापरल्या गेल्या आहेत. श्रीलंकेच्या इतिहासातील "दीर्घ कालगणना", असे सांगते की बुद्धाचा जन्म अशोकाच्या राज्याभिषेकाच्या २९८ वर्षांपूर्वी झाला होता आणि त्याच्या राज्याभिषेकाच्या

२१८ वर्षांपूर्वी त्यांचा मृत्यू झाला होता. . या इतिवृत्तांनुसार अशोकाचा राज्याभिषेक 326 BCE मध्ये झाला होता, जे बुद्धांसाठी 624 आणि 544 BCE च्या तारखा देतात, ज्या श्रीलंका आणि दक्षिण-पूर्व आशियामध्ये स्वीकारल्या गेलेल्या तारखा आहेत. 63 तथापि, बहुतेक विद्वान जे अशोकाची दीर्घ कालगणना तारीख स्वीकारतात. 268 किंवा 267 BCE ला राज्याभिषेक, ग्रीक पुराव्यावर आधारित, अशा प्रकारे बुद्धाची तारीख 566 आणि ca ४८६

भारतीय स्त्रोत आणि त्यांच्या चिनी आणि तिबेटी भाषांतरांमध्ये एक "लहान कालगणना" आहे, ज्यामध्ये बुद्धाचा जन्म अशोकाच्या राज्याभिषेकाच्या 180 वर्षांपूर्वी आणि अशोकाच्या राज्याभिषेकाच्या 100 वर्षांपूर्वीचा मृत्यू आहे. अशोकाच्या राज्याभिषेकाच्या ग्रीक स्त्रोतांनुसार, ही बुद्धाची तारीख 448 आणि 368 BCE आहे.

20 व्या शतकाच्या सुरुवातीच्या काळात बहुतेक इतिहासकारांनी त्यांचे जीवनकाल 563 BCE ते 483 BCE असे सांगितले आहे. अलीकडेच त्याचा मृत्यू 411 ते 400 BCE दरम्यान झाला आहे, तर 1988, मध्ये झालेल्या या प्रश्नावरील एका परिसंवादात बहुतेक ज्यांनी निश्चित मते मांडली त्यांनी बुद्धाच्या मृत्यूसाठी 400 BCE च्या दोन्ही बाजूंनी 20 वर्षांच्या आत तारखा दिल्या.

बिंबिसार आणि अजातशत्रू यांची तारीखही दीर्घ किंवा लहान कालगणनेवर अवलंबून असते. दीर्घ कालगणनेत, बिंबिसाराने इ.स.पू. 400 BCE, तर अजातशत्रूचा मृत्यू इ.स.च्या दरम्यान झाला. 380 BCE आणि 330 BCE.)

ऐतिहासिक संदर्भ

बौद्ध परंपरेनुसार, शाक्यमुनी बुद्ध हे शाक्य होते, एक उप-हिमालयीन वंश आणि भारतीय उपखंडातील उत्तर-पूर्व प्रदेशातील कुळ होते. शाक्य समुदाय भौगोलिक आणि सांस्कृतिक दोन्ही दृष्ट्या पूर्व भारतीय उपखंडाच्या परिघात होता. 5 व्या शतक BCE.83 समुदाय, जरी एक लहान प्रजासत्ताक म्हणून वर्णन केले गेले असले तरी, बहुधा एक कुलीन वर्ग होता, ज्याचे वडील निवडून आलेले सरदार किंवा कुलीन वर्ग होते. ; त्यांची उत्पत्ती सट्टा आणि वादग्रस्तच राहते. ब्राह्मणवादाच्या भरभराटीचा प्रभाव न पडता आर्यवर्ताच्या बरोबरीने वाढलेल्या या संस्कृतीला ब्रॉन्कहोर्स्ट ग्रेटर मगध म्हणतात.

बुद्धाची उत्पत्तीची टोळी, शाक्य यांच्याकडे गैर-वैदिक धार्मिक प्रथा होत्या, ज्या बौद्ध धर्मात टिकून आहेत, जसे की झाडे आणि पवित्र उपवनांची पूजा आणि वृक्ष आत्मा (यक्खा) आणि सर्प प्राणी (नाग) यांची पूजा. त्यांनी स्तूप नावाच्या दफनभूमीचे बांधकाम केले आहे असे दिसते. बौद्ध धर्मात वृक्षपूजन आजही महत्त्वाचे आहे, विशेषतः बोधी वृक्षांची पूजा करण्याच्या प्रथेमध्ये. त्याचप्रमाणे, यक्क आणि नाग हे बौद्ध धार्मिक प्रथा आणि पौराणिक कथांमध्ये महत्त्वाच्या व्यक्ती आहेत.

श्रमण

बुद्धाच्या जीवनकाळात आजिविका, कार्वाक, जैन आणि अज्ञान यासारख्या विचारसरणीच्या प्रभावशाली श्रमाच्या भरभराटीचा योग जुळून आला. ब्रह्मजला सुतमध्ये अशा बासष्ट विचारधारा आहेत. या संदर्भात, श्रम म्हणजे जो श्रम करतो, परिश्रम करतो किंवा (काही उच्च किंवा धार्मिक हेतूसाठी) करतो. महावीर, पुरा?कसापा, मक्खली गोसाला, अजिता केसकंबली, पाकुधा कक्कयना, आणि संजय बेला?हपुट्टटा यांसारख्या प्रभावशाली विचारवंतांचेही ते युग होते, ज्यांच्या दृष्टिकोनाशी बुद्ध परिचित असावेत. सारिपुत्र आणि मोग्गलाना, बुद्धाचे दोन अग्रगण्य शिष्य, पूर्वी संजय बेला? हपुट्टटा, संशयवादी;चे अग्रगण्य शिष्य होते आणि पाली कॅननमध्ये बुद्ध वारंवार प्रतिस्पर्धी विचारसरणीच्या अनुयायांशी वादविवादात गुंतलेले चित्रण करतात. अलारा कलामा आणि उदका रामापुत हे दोन गुरु खरोखरच ऐतिहासिक व्यक्तिमत्व होते आणि त्यांनी बुद्धाला ध्यान तंत्राचे दोन भिन्न प्रकार शिकवले असावेत असे सूचित करणारे दार्शनिक पुरावे देखील आहेत. त्या काळात.ज्या युगात व्यक्तीची पवित्रता त्यांच्या तपस्वीपणाच्या पातळीनुसार ठरवली जात असे, बुद्ध हे वैदिक ब्राह्मणवादाच्या विरोधात प्रतिगामी न राहता, एका चळवळीतील सुधारणावादी होते.

कोनिंगहॉम आणि यंग यांनी नोंदवले की जैन आणि बौद्ध दोघेही स्तूप वापरतात, तर झाडाची चमक बौद्ध आणि हिंदू दोन्ही धर्मात आढळते.

शहरी वातावरण आणि समतावाद

बौद्ध धर्माचा उदय दुसर्‍या शहरीकरणाशी जुळला, ज्यामध्ये गंगेचे खोरे वसले आणि शहरे वाढली, ज्यामध्ये समतावाद प्रचलित झाला. थापर यांच्या मते, बुद्धाच्या शिकवणी "त्या काळातील ऐतिहासिक बदलांना प्रतिसादही होत्या, ज्यात राज्याचा उदय आणि शहरी केंद्रांचा विकास होता."बौद्ध धर्मगुरूंनी समाजाचा त्याग केला, तेव्हा ते खेड्याजवळ राहत होते. आणि शहरे, सामान्य समर्थकांवर भिक्षा-दानासाठी अवलंबून.

डायसनच्या मते, गंगेचे खोरे उत्तर-पश्चिम आणि आग्नेय, तसेच आतून स्थायिक झाले होते, "आताच्या बिहारमध्ये (पाटलीपुत्राचे स्थान) एकत्र येत होते." गंगेचे खोरे घनदाट जंगलात होते, आणि जेव्हा नवीन भागात जंगलतोड आणि लागवड झाली तेव्हा लोकसंख्या वाढली. मध्यम गंगेच्या खोर्‍यातील समाज "आर्य सांस्कृतिक प्रभावाच्या बाह्य किनार्‍यावर," वर होता आणि पश्चिम गंगेच्या खोर्‍यातील आर्य समाजापेक्षा लक्षणीय भिन्न होता. स्टीनच्या मते आणि बर्टन, "ब्राह्मणवादी यज्ञपंथाच्या देवतांना बौद्ध आणि त्यांच्या समकालीनांनी दुर्लक्षित केले नाही इतके नाकारले गेले नाही." जैन आणि बौद्ध धर्माने ब्राह्मणवादाच्या सामाजिक स्तरीकरणाला विरोध केला आणि मध्य गंगेच्या खोर्‍यातील शहरांमध्ये त्यांची समानता प्रचलित झाली. याने "जैन आणि बौद्धांना ब्राह्मणांपेक्षा अधिक सहजपणे व्यापारात गुंतण्याची परवानगी दिली, ज्यांना कठोर जाती प्रतिबंधांचे पालन करण्यास भाग पाडले गेले."

पारंपारिक चित्रणांचे स्वरूप

माया चमत्कारिकपणे सिद्धार्थाला जन्म देते. संस्कृत, ताडपत्री हस्तलिखित. नालंदा, बिहार, भारत. पाल काळ प्राचीनतम बौद्ध ग्रंथ, निकाय आणि आगमांमध्ये, बुद्धांना सर्वज्ञान (सब्बानु) धारण केलेले चित्रित केलेले नाही किंवा ते शाश्वत (लोकोत्तर) अस्तित्वात असल्याचे चित्रित केलेले नाही. भिक्खू अनालयोच्या मते, बुद्धाच्या सर्वज्ञानाच्या कल्पना (त्याला आणि त्यांचे चरित्र देवीकरण करण्याच्या वाढत्या प्रवृत्तीसह) नंतरच्या काळात, महायान सूत्रांमध्ये आणि नंतरच्या पाली भाष्यांमध्ये किंवा महावास्तूसारख्या ग्रंथांमध्ये आढळतात. संदक सुत्तामध्ये, बुद्धाचे शिष्य आनंद यांनी शिक्षकांच्या दाव्यांच्या विरोधात एक युक्तिवाद मांडला आहे जे म्हणतात की ते सर्व जाणत आहेत तर तेविज्जवचगोत्त सुत्तमध्ये बुद्ध स्वतः सांगतात की त्यांनी कधीही सर्वज्ञ असल्याचा दावा केला नाही, त्याऐवजी त्यांनी "उच्च ज्ञान" (अभिज्ञा) असल्याचा दावा केला. .पाली निकायातील सर्वात जुनी चरित्रात्मक सामग्री बुद्धांच्या जीवनावर एक श्रम म्हणून केंद्रित आहे, अलारा कलामा सारख्या विविध शिक्षकांद्वारे ज्ञानप्राप्तीसाठी त्यांचा शोध आणि शिक्षक म्हणून त्यांची पंचेचाळीस वर्षांची कारकीर्द.

गौतमाच्या पारंपारिक चरित्रांमध्ये अनेकदा असंख्य चमत्कार, शकुन आणि अलौकिक घटनांचा समावेश असतो. या पारंपारिक चरित्रांमधील बुद्धाचे चरित्र बहुतेकदा पूर्णतः अतींद्रिय आणि परिपूर्ण व्यक्तीचे असते ज्याला सांसारिक जगाचा भार नाही. महावास्तूमध्ये, अनेक जीवनांदरम्यान, गौतमाने सुप्रमंडन क्षमता विकसित केल्याचं म्हटलं जातं, यासहः संभोगाशिवाय गर्भधारणा झालेला वेदनारहित जन्म; झोपेची, अन्नाची, औषधाची किंवा आंघोळीची गरज नाही, जरी "जगाशी सुसंगत" मध्ये गुंतलेले असले तरी; सर्वज्ञता, आणि "कर्म दडपण्याची क्षमता" अँड्र्यू स्किल्टन यांनी नमूद केल्याप्रमाणे, बुद्धाचे वर्णन अनेकदा अतिमानव म्हणून केले गेले होते, ज्यात त्यांना "महान माणसाचे" 32 प्रमुख आणि 80 किरकोळ गुण आहेत असे वर्णन केले आहे आणि ही कल्पना बुद्ध हवे असल्यास ते युगानुयुगे जगू शकत होते.

प्राचीन भारतीय सामान्यतः तत्त्वज्ञानावर अधिक लक्ष केंद्रित करून, कालगणनांबद्दल बेफिकीर होते. बौद्ध ग्रंथ ही प्रवृत्ती प्रतिबिंबित करतात, गौतमाने त्याच्या जीवनातील घटनांच्या तारखांपेक्षा काय शिकवले असावे याचे स्पष्ट चित्र प्रदान करते. या ग्रंथांमध्ये प्राचीन भारताच्या संस्कृतीचे आणि दैनंदिन जीवनाचे वर्णन आहे जे जैन धर्मग्रंथांवरून पुष्टी करता येते आणि बुद्धाचा काळ हा भारतीय इतिहासातील सर्वात प्राचीन काळ आहे ज्यासाठी महत्त्वपूर्ण लेखे अस्तित्वात आहेत. ब्रिटीश लेखिका कॅरेन आर्मस्ट्राँग लिहितात की जरी तेथे बरेच काही आहे . ऐतिहासिकदृष्ट्या योग्य मानली जाऊ शकणारी थोडीशी माहिती, सिद्धार्थ गौतम एक ऐतिहासिक व्यक्तिमत्व म्हणून अस्तित्वात होते यावर आपण वाजवीपणे विश्वास ठेवू शकतो. मायकेल कॅरिथर्स हे सांगून थोडे पुढे जातात की "जन्म, परिपक्वता, त्याग, शोध, प्रबोधन आणि मुक्ती, शिकवण, मृत्यू" हे खरे असले पाहिजे.

मागील जीवन

पौराणिक जातक संग्रहात मागील जन्मी बुद्ध दीपंकरासमोर नतमस्तक होऊन, बुद्ध होण्याचा निश्चय करणे आणि भविष्यातील बुद्धत्वाची भविष्यवाणी प्राप्त झाल्याचे चित्रण आहे.

पाली बुद्धवꣳसा आणि संस्कृत जातकमाला यांसारखी पौराणिक चरित्रे बुद्धाची (त्याच्या प्रबोधनापूर्वी "बोधिसत्व" म्हणून संबोधले जाते) कारकीर्द गौतम म्हणून त्याच्या शेवटच्या जन्मापूर्वी शेकडो आयुष्यभर पसरलेली आहे. या पूर्वीच्या जन्माच्या अनेक कथा जातकांमध्ये चित्रित केल्या आहेत. जातकाचे स्वरूप सामान्यत: वर्तमानातील कथा सांगून सुरू होते जे नंतर एखाद्याच्या मागील जीवनाच्या कथेद्वारे स्पष्ट केले जाते.

बुद्धपूर्व भूतकाळाला सखोल कर्माच्या इतिहासाने ओतण्याबरोबरच, जातक बोधिसत्वाचा (बुद्धापासून होणारा) बुद्धत्वाचा मार्ग समजावून सांगण्याचे कामही करतात. बुद्धासारख्या चरित्रांमध्ये, या मार्गाचे वर्णन लांब आणि कठीण असे केले आहे. , "चार अगणित युगे" घेऊन (असमखेय).

या पौराणिक चरित्रांमध्ये, बोधिसत्व अनेक वेगवेगळ्या जन्मांतून (प्राणी आणि मानव) जातो, त्याच्या भूतकाळातील बुद्धांच्या भेटीमुळे प्रेरित होतो आणि नंतर स्वतः बुद्ध बनण्यासाठी अनेक संकल्प किंवा प्रतिज्ञा (प्रणिधान) करतो. मग त्याला भूतकाळातील बुद्धांकडून भविष्यवाण्या मिळू लागतात. यातील सर्वात लोकप्रिय कथा म्हणजे दीपंकरा बुद्ध यांच्याशी त्यांची भेट, जे बोधिसत्वाला भविष्यातील बुद्धत्वाची भविष्यवाणी देतात.

पाली जातक भाष्य (जातक?? हकथ) आणि संस्कृत जातकमालामध्ये आढळणारी आणखी एक थीम म्हणजे बुद्धत्वापर्यंत पोहोचण्यासाठी बुद्धाला अनेक "परिपूर्णता" (पारमिता) कशी आचरणात आणावी लागली. जातक काही वेळा नकारात्मक कृती देखील दर्शवतात. बोधिसत्वाचे मागील जीवन, जे गौतम म्हणून त्याच्या अंतिम जीवनात आलेल्या अडचणींचे वर्णन करतात.

जन्म आणि प्रारंभिक जीवन

लुंबिनी आणि भारतातील इतर प्रमुख बौद्ध स्थळे दाखवणारा नकाशा. लुंबिनी (सध्याचे नेपाळ), हे बुद्धांचे जन्मस्थान आहे, आणि अनेक गैर-बौद्धांसाठीही हे पवित्र स्थान आहे.

लुंबिनी स्तंभावर एक शिलालेख आहे ज्यामध्ये असे म्हटले आहे की हे बुद्धाचे जन्मस्थान आहे

बौद्ध परंपरेनुसार, गौतमाचा जन्म लुंबिनी येथे झाला होता, आता आधुनिक नेपाळमध्ये, आणि वाढला कपिलवस्तुमध्ये. प्राचीन कपिलवस्तुचे अचूक स्थान अज्ञात आहे. ते पिप्रहवा, उत्तर प्रदेश, सध्याचे असावे. डे इंडिया, किंवा तिलौराकोट, सध्याच्या नेपाळमधील.दोन्ही ठिकाणे शाक्य प्रदेशातील होती आणि ती फक्त २४ किलोमीटर (१५ मैल) अंतरावर आहेत.

ख्रिस्तपूर्व तिसऱ्या शतकाच्या मध्यात सम्राट अशोकाने लुंबिनी हे गौतमाचे जन्मस्थान असल्याचे ठरवले आणि अशा प्रकारे तेथे शिलालेख असलेला एक स्तंभ स्थापित केला: "...येथे शाक्य ऋषी (शाक्यमुनी) बुद्धाचा जन्म झाला."

महावास्तू आणि ललितविस्तार यांसारख्या नंतरच्या चरित्रांनुसार, त्याची आई, शुद्धोदनाची पत्नी, माया (मायादेवी), कोलिया राज्याची (आता नेपाळचा रुपन्देही जिल्हा) प्राचीन राजधानी देवदह येथील एक राजकुमारी होती. आख्यायिका आहे की, ज्या रात्री सिद्धार्थाची गर्भधारणा झाली, त्या रात्री राणी मायाने स्वप्नात पाहिले की सहा पांढरे दात असलेला एक पांढरा हत्ती तिच्या उजव्या बाजूला शिरला, आणि दहा महिन्यांनंतर सिद्धार्थचा जन्म झाला. शाक्य परंपरेप्रमाणे, जेव्हा त्याची आई राणी माया गरोदर राहिली तेव्हा तिने कपिलवस्तुला तिच्या वडिलांच्या राज्याला जन्म देण्यासाठी सोडले. तथापि, तिच्या मुलाचा जन्म वाटेत लुंबिनी येथे सालच्या झाडाखालील बागेत झाला असे सांगितले जाते. सर्वात जुने बौद्ध स्त्रोत सांगतात की बुद्धाचा जन्म गोतमा (संस्कृत: गौतम) नावाच्या कुलीन क्षत्रिय (पाली: खत्तिया) कुटुंबात झाला होता, जो भारत आणि नेपाळच्या आधुनिक सीमेजवळ राहणाऱ्या भात-शेतकऱ्यांच्या जमाती शाक्यांचा भाग होता. .त्यांचे वडील शुद्धोदन हे "शाक्य कुळातील निवडून आलेले प्रमुख" होते, ज्यांची राजधानी कपिलवस्तु होती आणि नंतर बुद्धाच्या हयातीत कोसलच्या वाढत्या राज्याने त्यांना जोडले. गौतम हे त्यांचे कौटुंबिक नाव होते.

सुरुवातीच्या बौद्ध ग्रंथांमध्ये गोतम बुद्धाच्या जन्म आणि तारुण्याबद्दल फारच कमी माहिती आहे. नंतरच्या चरित्रांनी तरुण गोतमाचे राजकुमार म्हणून जीवन आणि त्याच्या अस्तित्वातील समस्यांबद्दल नाट्यमय कथा विकसित केली. ते त्यांचे वडील शुद्धोदन यांना वंशपरंपरागत सम्राट म्हणून देखील चित्रित करतात. (पाली: Okkaka) च्या सूर्यवंशातील (सौर राजवंश). तथापि, अनेक विद्वानांचे असे मत आहे की शुद्धोदन हा केवळ शाक्य कुलीन (खत्तिया) होता आणि शाक्य प्रजासत्ताक ही वंशपरंपरागत राजेशाही नव्हती. खरंच, राजकीय पर्याय म्हणून सरकारचे अधिक समतावादी ग॰आसा॰घा स्वरूप. भारतीय राजसत्तेवर, श्रमणिक जैन आणि बौद्ध संघांच्या विकासावर परिणाम झाला असावा, जेथे राजेशाही वैदिक ब्राह्मणवादाकडे झुकत होती.

बुद्धाच्या जन्माचा दिवस थेरवडा देशांमध्ये मोठ्या प्रमाणावर वेसाख म्हणून साजरा केला जातो. नेपाळ, बांगलादेश आणि भारतात बुद्धांच्या जन्मदिवसाला बुद्ध पौर्णिमा म्हणतात कारण त्यांचा जन्म पौर्णिमेच्या दिवशी झाला असे मानले जाते.

नंतरच्या चरित्रात्मक पौराणिक कथांनुसार, जन्माच्या उत्सवादरम्यान, सनकी द्रष्टा असिता यांनी आपल्या पर्वतीय निवासस्थानावरून प्रवास केला, "महान माणसाच्या गुणांसाठी" मुलाचे विश्लेषण केले आणि नंतर घोषित केले की तो एकतर महान राजा (चक्रवर्तीन) किंवा एक महान राजा होईल. महान धार्मिक नेता. शुद्धोदनाने पाचव्या दिवशी नामकरण समारंभ आयोजित केला आणि आठ ब्राह्मण विद्वानांना भविष्य

वाचण्यासाठी आमंत्रित केले. सर्वांनी समान भविष्यवाणी केली. कोंडाना, सर्वांत धाकटा, आणि नंतर बुद्धाव्यतिरिक्त पहिला अर्हत, सिद्धार्थ बुद्ध होईल असे निःसंदिग्धपणे भाकीत करणारा एकमेव म्हणून ओळखला जातो.

सुरुवातीच्या ग्रंथांवरून असे सूचित होते की गौतम आपल्या धार्मिक शोधात निघून जाईपर्यंत त्याच्या काळातील प्रबळ धार्मिक शिकवणींशी परिचित नव्हते, जे मानवी स्थितीबद्दलच्या अस्तित्वाच्या चिंतेने प्रेरित होते असे म्हटले जाते. अनेक शाळांच्या सुरुवातीच्या बौद्ध ग्रंथांनुसार, आणि असंख्य उत्तर-प्रामाणिक लेखांनुसार, गोतमाला एक पत्नी, यशोधरा आणि राहुल नावाचा एक मुलगा होता. याशिवाय, सुरुवातीच्या ग्रंथात बुद्ध सांगतात की "'मी एक खराब, अतिशय बिघडलेले जीवन जगलो, भिक्षू (माझ्या पालकांमध्ये ' घर)."

ललितविस्तारासारखी पौराणिक चरित्रेही तरुण गोतमाच्या महान युद्धकौशल्याची कथा सांगतात, जी इतर शाक्य तरुणांविरुद्धच्या विविध स्पर्धांमध्ये पारखली गेली.

त्याग

सिद्धार्थ गौतमाचे "महान प्रस्थान", प्रभामंडलाने वेढलेले, त्याच्यासोबत असंख्य रक्षक आणि देवता आहेत जे श्रद्धांजली वाहण्यासाठी आले आहेत; गांधार, कुशाण काळ

अगदी सुरुवातीच्या स्त्रोतांमध्ये गोतमाला उच्च आध्यात्मिक ध्येय शोधताना आणि सामान्य जीवनाचा भ्रमनिरास झाल्यानंतर तपस्वी किंवा श्रम बनल्याचे केवळ चित्रित केले गेले आहे, तर नंतरची पौराणिक चरित्रे तो भक्त कसा बनला याबद्दल अधिक विस्तृत नाट्यमय कथा सांगतात.

बुद्धाच्या अध्यात्मिक शोधाची सर्वात जुनी माहिती पाली अरियापरीयेसन-सुत्ता ("उत्तम शोधावर प्रवचन," MN 26) आणि204.मधील चिनी समांतर यांसारख्या ग्रंथांमध्ये आढळते. हे ग्रंथ असे सांगतात की गौतमाचा त्याग कशामुळे झाला. त्याचे जीवन म्हातारपण, रोग आणि मृत्यू यांच्या अधीन आहे आणि काहीतरी चांगले (म्हणजे मुक्ती, निर्वाण) असू शकते असा विचार केला. सुरुवातीच्या ग्रंथांमध्ये बुद्धाचे श्रमण होण्याचे स्पष्टीकरण खालीलप्रमाणे आहे: "घरगुती जीवन, हे स्थान अशुद्धतेचे, संकुचित आहे – समान जीवन म्हणजे मुक्त मोकळी हवा. गृहस्थाला परिपूर्ण, पूर्णपणे शुद्ध आणि परिपूर्ण पवित्र जीवन जगणे सोपे नाही." 155 MN 26, MA 204, धर्मगुप्तक विनय आणि महावास्तू सर्व सहमत आहेत की त्याच्या आई आणि वडिलांनी त्याच्या निर्णयाचा विरोध केला आणि जेव्हा त्याने सोडण्याचा निर्णय घेतला तेव्हा "रडलेल्या चेहऱ्याने" रडले.

पौराणिक चरित्रे देखील गौतमाने प्रथमच बाहेरील जग पाहण्यासाठी आपला महाल कसा सोडला आणि मानवी दुःखांना सामोरे गेल्याने त्याला कसे धक्का बसला याची कथा देखील सांगितली आहे. हे गौतमाच्या वडिलांना धार्मिक शिकवणीपासून आणि मानवी दुःखांच्या ज्ञानापासून संरक्षण म्हणून दाखवतात. , जेणेकरून तो महान धार्मिक नेत्याऐवजी एक महान राजा होईल. निदानकथा (5 वे शतक) मध्ये, गौतमाने एका वृद्ध माणसाला पाहिले

असे म्हटले जाते. जेव्हा त्याचा सारथी चंडकाने त्याला समजावून सांगितले की सर्व लोक वृद्ध झाले आहेत, तेव्हा राजकुमार राजवाड्याच्या पलीकडे आणखी प्रवासाला निघून गेला. त्यावर तो एक रोगट मनुष्य, एक कुजलेला प्रेत आणि एक तपस्वी भेटला ज्याने त्याला प्रेरणा दिली. "चार प्रेक्षणीय स्थळांची" ही कथा दिघा निकाय मधील पूर्वीच्या अहवालावरून रूपांतरित केलेली दिसते जी त्याऐवजी तरुण जीवनाचे चित्रण करते. पूर्वींच्या बुद्धाचा, विपासी.

पौराणिक चरित्रे खालीलप्रमाणे गौतमाच्या राजवाड्यातून निघून गेल्याचे चित्रण करतात. चार दृश्ये पाहिल्यानंतर थोड्याच वेळात, गौतम रात्री उठला आणि त्याने आपल्या स्त्री सेवकांना अनाकर्षक, प्रेतासारख्या स्थितीत पडलेले पाहिले, ज्यामुळे त्याला धक्का बसला. म्हणून, त्याला त्याच्या ज्ञानाच्या वेळी अधिक खोलवर काय समजेल ते शोधून काढले: दुख ("उभे अस्थिर," "असंतोष") आणि दुखाचा शेवट. अनुभवलेल्या सर्व गोष्टींमुळे प्रभावित होऊन त्याने वडिलांच्या इच्छेविरुद्ध मध्यरात्री राजवाडा सोडण्याचा निर्णय घेतला, भटकंतीचं जीवन जगायचं. तपस्वी. चंडकासोबत आणि कंथक घोड्यावर स्वार होऊन, गौतम आपला मुलगा राहुल आणि यशोधरा यांना मागे सोडून राजवाड्यातून निघून गेला. तो अनोमिया नदीवर गेला आणि आपले केस कापले. आपला नोकर आणि घोडा मागे सोडून, तो जंगलात गेला आणि तिथे भिक्षूच्या पोशाखात बदलला, जरी कथेच्या इतर काही आवृत्यांमध्ये, त्याला अनोमिया येथील ब्रह्मा देवतेकडून वस्त्रे मिळाली.

पौराणिक चरित्रांनुसार, जेव्हा तपस्वी गौतम प्रथम राजगहात (सध्याचे राजगीर) रस्त्यावर भिक्षा मागण्यासाठी गेला तेव्हा मगधचा राजा बिंबिसाराला त्याच्या शोधाची माहिती मिळाली आणि त्याने त्याला आपल्या राज्याचा हिस्सा देऊ केला. गौतमाने ऑफर नाकारली परंतु ज्ञान प्राप्त झाल्यावर प्रथम त्याच्या राज्याला भेट देण्याचे वचन दिले.

तपस्वी जीवन आणि जागरण

मजझिमा निकाया मध्ये उल्लेख करण्यात आला आहे की गौतम त्याच्या आध्यात्मिक प्रयत्नांच्या वर्षांमध्ये "दुर्गम जंगलात" राहत होते आणि जंगलात राहताना त्यांना वाटलेल्या भीतीवर मात करावी लागली होती. 176 निकाय-ग्रंथ असेही सांगतात की तपस्वी गौतमाने दोन शिक्षकांच्या हाताखाली सराव केला होता. (MN 26) आणि MA 204 मधील त्याच्या चिनी समांतरानुसार, आरा कलामा (पाली: अलारा कलामा) च्या शिकवणीवर प्रभुत्व मिळवल्यानंतर, ज्याने "शून्यतेचे क्षेत्र" नावाचे ध्यान साधना शिकवली. ", त्याला आरा यांनी त्यांच्या अध्यात्मिक समुदायाचा समान नेता बनण्यास सांगितले. तथापि, गौतमाला या प्रथेने असमाधानी वाटले कारण ते "विद्रोह, वैराग्य, समाप्ती, शांत, ज्ञान, ज्ञानाकडे नेत नाही. जागृत करणे, निब्बानाकडे", आणि उद्रका रामपुत्र (पाली: उदका रामापुट्टा) चे विद्यार्थी बनण्यासाठी पुढे सरकले. त्याच्या सोबत, त्याने उच्च स्तरावरील ध्यानात्मक चेतना ("द स्फेअर ऑफ नाइदर परसेप्शन नॉर नॉन-परसेप्शन") गाठली आणि तो होता. पुन्हा त्याच्या शिक्षकाला सामील होण्यास सांगितले. पण, पुन्हा एकदा, तो

पूर्वीसारख्याच कारणांमुळे समाधानी झाला नाही आणि पुढे गेला.

काही सूत्रांनुसार, आपले ध्यान शिक्षक सोडल्यानंतर, गौतमाने नंतर तपस्वी तंत्रांचा सराव केला. सुरुवातीच्या ग्रंथांमध्ये वर्णन केलेल्या तपस्वी तंत्रांमध्ये अत्यंत कमी आहार घेणे, श्वासोच्छ्वासाचे वेगवेगळे प्रकार आणि मनावर नियंत्रण यांचा समावेश होतो. ग्रंथ सांगतात की तो इतका क्षीण झाला होता की त्याची हाडे त्याच्या त्वचेतून दिसू लागली. महासक्कक-सुत्त आणि त्यातील बहुतेक समांतरे सहमत आहेत की तपस्वीपणा त्याच्या टोकाला गेल्यानंतर, गौतमाला हे लक्षात आले की यामुळे त्याला निर्वाण मिळण्यास मदत झाली नाही, आणि तो आपल्या ध्येयाचा पाठपुरावा करण्यासाठी पुन्हा शक्ती मिळविण्याची गरज होती. एक लोकप्रिय कथा सांगते की त्याने सुजाता नावाच्या एका खेड्यातील मुलीकडून दूध आणि तांदळाची खीर कशी स्वीकारली. संन्यास सोडून त्याच्या पाच साथीदारांनी त्याचा त्याग केला असे म्हटले जाते, कारण त्यांचा असा विश्वास होता. त्याने आपला शोध सोडला होता आणि तो अनुशासनहीन झाला होता. यावेळी, गौतमाला लहानपणी एका झाडाखाली बसून वडील काम करत असताना आलेला ध्यानाचा पूर्वीचा अनुभव आठवला. या आठवणीमुळे त्याला हे समजले की ध्यान ("ध्यान") हा मुक्तीचा मार्ग आहे, आणि ग्रंथ नंतर त्याचे वर्णन करतात. बुद्धाने चारही ध्याने प्राप्त केली, त्यानंतर "तीन उच्च ज्ञान" (तेविज्जा),v चार उदात्त सत्यांबद्दल पूर्ण अंतर्दृष्टी प्राप्त करून, त्याद्वारे संसार, पुनर्जन्माच्या अंतहीन चक्रापासून मुक्ती प्राप्त केली.

धम्मचक्कप्पवत्तन सुत्त (SN 56), तथागतानुसार, गौतम हा शब्द बहुतेक वेळा स्वतःचा संदर्भ देण्यासाठी वापरतो, "मध्यम मार्ग" समजला - आत्मभोग आणि आत्म-मृत्यूच्या टोकापासून दूर असलेला संयमाचा मार्ग, किंवा Noble Eightfold Path. नंतरच्या शतकांमध्ये, गौतम बुद्ध किंवा "जागृत" म्हणून ओळखला जाऊ लागला. शीर्षक सूचित करते की "झोपेत" असलेल्या बहुतेक लोकांप्रमाणे, बुद्ध वास्तविकतेच्या वास्तविक स्वरूपासाठी "जागे" झाले आहेत आणि जगाला 'जसे आहे तसे' (यथा-भूतम्) पाहतात असे समजले जाते. बुद्धाने मुक्ती प्राप्त केली आहे. (विमुत्ती), ज्याला निर्वाण देखील म्हणतात, ज्याला इच्छा, द्वेष आणि अज्ञानाच्या "अग्नी" विझवण्यासारखे पाहिले जाते, जे दुःख आणि पुनर्जन्माचे चक्र चालू ठेवते.

त्याच्या ध्यान शिक्षकांना सोडण्याचा निर्णय घेतल्यानंतर, MA 204 आणि इतर समांतर प्रारंभिक ग्रंथ सांगतात की गौतम पूर्ण जागृत होईपर्यंत (सम-संबोधी) न उठण्याच्या निर्धाराने बसले; अरियापरियेसन-सुत्तमध्ये "पूर्ण जागृती" असा उल्लेख नाही, परंतु केवळ त्याने निर्वाण प्राप्त केले. ही घटना बिहारमधील बोधगया येथे पिपळाच्या झाडाखाली - "बोधी वृक्ष" म्हणून ओळखली जाते असे म्हटले जाते.

पाली कॅननमधील विविध ग्रंथांनुसार, बुद्ध बोधीवृक्षाखाली सात दिवस बसून "मुक्तीचा आनंद अनुभवत होते." पाली ग्रंथ असेही सांगतात की त्यांनी धर्माच्या विविध पैलूंचे सतत चिंतन व चिंतन केले. नैरांजना नदी, जसे की आश्रित उत्पत्ती, पाच आध्यात्मिक क्षमता

आणि दुःख (दुख्खा).

महावास्तू, निदानकथा आणि ललितविस्तार यांसारखी पौराणिक चरित्रे बुद्धाचे निर्वाण रोखण्यासाठी इच्छा क्षेत्राचा अधिपती माराने केलेल्या प्रयत्नाचे चित्रण करतात. तो बुद्धांना मोहित करण्यासाठी आपल्या मुलींना पाठवून, त्याचे श्रेष्ठत्व सांगून आणि राक्षसांच्या सैन्याने त्यांच्यावर प्राणघातक हल्ला करून असे करतो.तथापि, बुद्ध निश्चल आहेत आणि पृथ्वीवर (किंवा दंतकथेच्या काही आवृत्त्यांमध्ये, पृथ्वी देवी) म्हणून हाक मारतात. ध्यानात प्रवेश करण्यापूर्वी जमिनीला स्पर्श करून त्याच्या श्रेष्ठतेची साक्ष द्या. इतर चमत्कार आणि जादुई घटना देखील चित्रित केल्या आहेत.

पहिला प्रवचन आणि संघाची निर्मिती

सारनाथ, भारतातील धार्मिक स्तूप, बुद्धाच्या पहिल्या शिकवणीचे ठिकाण ज्यामध्ये त्यांनी आपल्या पहिल्या पाच शिष्यांना चार उदात्त सत्ये शिकवली.

MN 26 नुसार, जागृत झाल्यानंतर लगेचच, बुद्धांनी इतरांना धर्म शिकवावा की नाही याबद्दल संकोच केला. तो चिंतित होता की मानव अज्ञान, लोभ आणि द्वेषाने पछाडले आहेत की त्यांना "सूक्ष्म, खोल आणि समजण्यास कठीण" मार्ग ओळखणे कठीण होईल. तथापि, देव ब्रह्मा सहंपतीने त्याला पटवून दिले आणि असा युक्तिवाद केला की किमान काही "त्यांच्या डोळ्यात थोडी धूळ आहे" ते समजेल. बुद्ध नम्र झाले आणि शिकवण्यास तयार झाले. Analayo च्या मते, MN 26, MA 204 च्या चिनी समांतर मध्ये ही कथा नाही, परंतु ही घटना इतर समांतर ग्रंथांमध्ये आढळते, जसे की एकोत्तरिका-आगामा प्रवचनात, Catusparisat-सूत्रात आणि ललितविस्तारामध्ये.

MN 26 आणि MA 204 नुसार, शिकवण्याचा निर्णय घेतल्यानंतर, बुद्धांनी सुरुवातीला आपल्या माजी शिक्षक, अलारा कलामा आणि उदका रामापुत्त यांना त्यांचे अंतर्दृष्टी शिकवण्यासाठी भेट देण्याचा विचार केला, परंतु ते आधीच मरण पावले होते, म्हणून त्यांनी आपल्या पाच माजी साथीदारांना भेट देण्याचा निर्णय घेतला. .202 MN आणि MA 204 दोन्ही अहवाल देतात की वाराणसी (बनारस) ला जाताना, त्याला MN 26 मध्ये अजिविका उपका नावाचा आणखी एक भटका भेटला. बुद्धाने घोषित केले की त्याने पूर्ण जागृतता प्राप्त केली आहे, परंतु उपकाला खात्री पटली नाही आणि "त्याने एक भटकंती घेतली. भिन्न मार्ग".

MN 26 आणि MA 204 चालत बुद्ध डीअर पार्क (सारनाथ) येथे पोहोचले (मृगदव, ज्याला ऋषिपतन देखील म्हणतात, "संन्याशांची राख पडली ती जागा") वाराणसीजवळ, जिथे तो पाच संन्याशांच्या गटाला भेटला आणि तो यशस्वी झाला. त्यांना खात्री पटवून द्या की तो खरोखरच पूर्ण जागृत झाला आहे. २०५ MA नुसार (परंतु MN 26 नाही), तसेच थेरवाद विनया, एकोत्तरिका-आगम मजकूर, धर्मगुप्तक विनय, महिषासक विनय आणि महावास्तू, तेव्हा बुद्ध त्यांना "पहिला प्रवचन" शिकवला, ज्याला "बनारस प्रवचन" असेही म्हटले जाते, २०४ म्हणजे "इंद्रिय भोग आणि आत्मकष्ट या दोन टोकांपासून दूर

असलेला मध्यम मार्ग म्हणून उदात्त अष्टमार्गी मार्ग." 205 पाली मजकूर अहवाल देतो. की पहिल्या प्रवचनानंतर, तपस्वी कोना (कौंदिन्य) हे पहिले अरहंत (मुक्त प्राणी) आणि पहिले बौद्ध भिक्खू किंवा संन्यासी बनले. २०६ नंतर बुद्ध इतर संन्याशांना शिकवत राहिले आणि त्यांनी प्रथम सा?घाची स्थापना केली. बौद्ध भिक्षूंची कंपनी

महावास्तू, थेरवाद विनयाचा महाखंडक आणि कॅटसपरिसात-सूत्र यांसारख्या विविध स्त्रोतांमध्ये असेही नमूद करण्यात आले आहे की बुद्धांनी त्यांचे दुसरे प्रवचन त्यांना "स्वतः नसलेल्या" (अनात्मालक? एक सूत्र) च्या वैशिष्ट्याबद्दल शिकवले. किंवा पाच दिवसांनंतर. हे दुसरे उपदेश ऐकून उर्वरित चार संन्यासी देखील अरहंत पदावर पोहोचले.

थेरवाद विनया आणि कॅटुस्परीसात-सूत्र देखील यासा, स्थानिक गिल्ड मास्टर आणि त्याचे मित्र आणि कुटुंब यांच्या धर्मांतराबद्दल बोलतात, जे धर्मांतरित झालेल्या आणि बौद्ध समाजात प्रवेश करणारे काही पहिले लोक होते. तीन भावांचे धर्मांतर कासापा नावाचे त्यांचे अनुसरण केले, ज्यांनी त्यांच्याबरोबर पाचशे धर्मांतरितांना आणले जे पूर्वी "मॅटेड केस तपस्वी" होते आणि ज्यांची आध्यात्मिक प्रथा अग्नी यज्ञांशी संबंधित होती. थेरवाद विनयाच्या मते, बुद्ध नंतर गयाजवळील गयासीसा टेकडीवर थांबले आणि प्रसूत झाले. त्यांचे तिसरे प्रवचन, अदित्तपरियाय सुत्त (अग्नीवरील प्रवचन), ज्यामध्ये त्यांनी शिकवले की जगातील प्रत्येक गोष्ट वासनेने फुगलेली आहे आणि जे अष्टमार्गाचे अनुसरण करतात त्यांनाच मुक्ती मिळू शकते.

पावसाळ्याच्या शेवटी, जेव्हा बुद्धांचा समुदाय सुमारे साठ जागृत भिक्षूंपर्यंत वाढला होता, तेव्हा त्याने त्यांना जगाच्या "कल्याण आणि फायद्यासाठी" स्वतः भटकण्याची, लोकांना शिकवण्याची आणि समाजात नियुक्त करण्याची सूचना दिली.

प्रवास आणि सागाची वाढ

आपल्या आयुष्यातील उर्वरित 40 किंवा 45 वर्षे, बुद्धाने गंगेच्या मैदानात, सध्या उत्तर प्रदेश, बिहार आणि दक्षिण नेपाळमध्ये प्रवास केला, असे म्हटले जाते, विविध प्रकारच्या लोकांना शिकवले: थोरांपासून नोकर, तपस्वी आणि गृहस्थ, अंगुलिमालासारखे खुनी आणि अलावाकासारखे नरभक्षक. शुमनच्या मते, बुद्धांचा प्रवास "यमुनेवरील कोसंबी (अलाहाबादच्या नैऋत्येकडील 25 किमी), कॅम्पा (भागलपूरच्या 40 किमी पूर्वेला) पर्यंत होता आणि "कपिलवत्थु (गोरखपूरच्या 95 किमी उत्तर-पश्चिम) ते उरुवेला (गयाच्या दक्षिणेस) पर्यंत." हे 600 बाय 300 किमी क्षेत्र व्यापते. त्यांच्या संघाला कोसल आणि मगधच्या राजांचे आश्रय मिळाले आणि त्यामुळे त्यांनी खूप खर्च केला. त्यांच्या संबंधित राजधान्यांमध्ये, सावत्ती आणि राजगहा.

बुद्धाची भाषा अज्ञात राहिली असली तरी, बहुधा त्यांनी जवळून संबंधित असलेल्या मध्य इंडो-आर्यन बोलींपैकी एक किंवा अधिक विविधांमध्ये शिकवले असण्याची शक्यता आहे, ज्यापैकी पाली हे प्रमाणीकरण असू शकते.

वास्सा पावसाळ्यातील चार महिने वगळता सर्व धर्माचे तपस्वी क्वचितच प्रवास करत असत या काळात संघ वर्षभर भटकत असे. एक कारण असे होते की वनस्पती आणि प्राण्यांच्या जीवनाला हानी न पोहोचवता असे करणे अधिक कठीण होते. तपस्वींच्या आरोग्याची देखील चिंता होती. वर्षाच्या या वेळी, संघ मठांमध्ये, सार्वजनिक उद्यानांमध्ये मागे जात असे. किंवा जंगले, जिथे लोक त्यांच्याकडे येतील.

संघाची स्थापना झाली तेव्हा पहिले वासन वाराणसी येथे घालवले गेले. पाली ग्रंथानुसार, संघाच्या स्थापनेनंतर लवकरच, बुद्ध मगधची राजधानी राजगाह येथे गेले आणि राजा बिंबिसाराला भेटले, ज्याने संघाला बांबूचे उद्यान भेट दिले.

बुद्धांचा संघ उत्तर भारतात त्यांच्या सुरुवातीच्या प्रवासात वाढतच गेला. बुद्धाचे प्रमुख शिष्य, सारिपुत्त आणि महामोग्गलन, जे दोघे संशयवादी श्रमण संजय बेला꣡हिपुट्टाचे विद्यार्थी होते, यांचे आसाजीने धर्मांतर कसे केले, याची कथा सुरुवातीच्या ग्रंथात सांगितली आहे. ते बुद्धाचा मुलगा राहुल कसा सामील झाला हे देखील सांगतात. बुद्ध त्यांच्या जुन्या घराला, कपिलवस्तुला भेट देत असताना वडील भिक्खू म्हणून.२२१ कालांतराने, इतर शाक्य लोक भिक्खू म्हणून सामील झाले, जसे की बुद्धाचा चुलत भाऊ आनंद, अनुरुद्ध, उपली नाई, बुद्धाचा सावत्र भाऊ नंदा आणि देवदत. दरम्यान, बुद्धाचे वडील शुद्धोदन यांनी आपल्या मुलाची शिकवण ऐकली, बौद्ध धर्म स्वीकारला आणि प्रवाहात प्रवेश केला.

सुरुवातीच्या ग्रंथांमध्ये एका महत्त्वाच्या शिष्याचा उल्लेख आहे, व्यापारी अनाथपी꣡꣡ईका, जो सुरुवातीला बुद्धाचा खंबीर समर्थक बनला. त्याने मोठ्या खर्चाने संघाला जेटाचे ग्रोव्ह (जेतवन) भेट दिल्याचे म्हटले जाते (थेरवडा विनया हजारो सोन्याच्या नाण्यांबद्दल बोलतो).

भिक्खुनी क्रमाची निर्मिती

बुद्धांच्या समुदायाच्या वाढीचा आणखी एक महत्त्वाचा भाग म्हणजे स्त्री भिक्षुकांच्या (भिक्खुनी) समांतर क्रमाची निर्मिती. अनालयोच्या या विषयाच्या तुलनात्मक अभ्यासात नमूद केल्याप्रमाणे, या घटनेच्या विविध आवृत्त्या वेगवेगळ्या आरंभीच्या बौद्ध ग्रंथांमध्ये चित्रित केल्या आहेत.

अनालयोने केलेल्या सर्व प्रमुख आवृत्त्यांनुसार, बुद्धाची सावत्र आई, महाप्रजापती गौतमी, तिला आणि इतर काही स्त्रियांना नियुक्त करण्याची विनंती केल्यानंतर बुद्धांनी सुरुवातीला नकार दिला. महाप्रजापती आणि त्यांचे अनुयायी नंतर त्यांचे केस मुंडतात, कपडे घालतात आणि बुद्धाच्या प्रवासात त्यांचे अनुसरण करतात. बुद्धांना अखेरीस आनंदाने महाप्रजापतीला गुरुधर्म नावाच्या आठ अटी मान्य केल्याबद्दल खात्री पटवून दिली जी नन आणि भिक्षूंच्या नवीन क्रमाच्या संबंधांवर लक्ष केंद्रित करतात.

अनालयोच्या मते, आनंदाने बुद्धांना पटवून देण्यासाठी वापरलेल्या सर्व आवृत्त्यांमध्ये एकच युक्तिवाद समान आहे की स्त्रियांमध्ये प्रबोधनाच्या सर्व टप्प्यांवर पोहोचण्याची क्षमता समान असते. काही आधुनिक विद्वानांनी आठ गुरुधर्मांच्या सत्यतेवर प्रश्नचिन्ह

उपस्थित केले आहे. विविध विसंगतींमुळे त्यांचे सध्याचे स्वरूप . सध्याच्या आठ यादींची ऐतिहासिकता संशयास्पद आहे असे त्यांचे मत आहे, परंतु ते बुद्धाच्या पूर्वींच्या आदेशांवर आधारित असावेत. अनालयो असेही नमूद करतात की विविध परिच्छेद हे सूचित करतात की बुद्धांनी स्त्रियांना नियुक्त करण्यास कचरण्याचे कारण हा धोका होता. भटक्या श्रमणाचे जीवन त्यांच्या कुटुंबातील पुरुष सदस्यांच्या संरक्षणाखाली नसलेल्या स्त्रियांसाठी उभे होते (जसे की लैंगिक अत्याचार आणि अपहरणाचे धोके). यामुळे, गुरुधर्माचे आदेश हा "नन्सचा नवीन स्थापित केलेला क्रम त्याच्या पुरुष समकक्षांशी संबंध ठेवण्याचा एक मार्ग असू शकतो जो सामान्य स्त्रीला तिच्या पुरुष नातेवाईकांकडून जितके संरक्षण अपेक्षित आहे तितके समान आहे."

नंतरचे वर्ष

अजातशत्रूने बुद्धाची पूजा केली, भारतीय संग्रहालय, कोलकाता येथे भरहुत स्तूपातून सुटका

जे.एस. स्ट्रॉन्ग यांच्या मते, त्यांच्या अध्यापन कारकिर्दीच्या पहिल्या २० वर्षांनंतर, बुद्ध हळूहळू कोसल राज्याची राजधानी श्रावस्ती येथे स्थायिक झाल्याचे दिसते आणि नंतरची बहुतेक वर्षे याच शहरात घालवली.

जसजसा संघाचा आकार वाढत गेला तसतसे मठांच्या नियमांच्या प्रमाणित संचाची गरज निर्माण झाली आणि बुद्धाने संघासाठी नियमांचा संच विकसित केलेला दिसतो. हे "प्रतिमोक्ष" नावाच्या विविध ग्रंथांमध्ये जतन केले गेले आहेत जे दर पंधरवड्याला समुदायाद्वारे पाठ केले जातात. प्रतिमोक्षामध्ये सामान्य नैतिक नियमांचा समावेश आहे, तसेच मठातील जीवनातील आवश्यक गोष्टी, जसे की वाट्या आणि झगे.

त्याच्या नंतरच्या काळात, बुद्धाची कीर्ती वाढली आणि त्यांना महत्त्वाच्या शाही कार्यक्रमांना आमंत्रित करण्यात आले, जसे की शाक्यांच्या नवीन कौन्सिल हॉलचे उद्घाटन (MN 53 मध्ये दिसले आहे) आणि राजकुमार बोधीच्या नवीन राजवाड्याचे उद्घाटन (चित्रित केल्याप्रमाणे). MN 85 मध्ये). सुरुवातीच्या ग्रंथांमध्ये बुद्धाच्या वृद्धापकाळात मगधचे राज्य कसे बळकावले गेले होते, हे अजातशत्रू नावाच्या एका नवीन राजाने बळकावले होते, ज्याने त्याचा पिता बिंबिसरा यांचा पाडाव केला होता. समन्फला सुतानुसार, नवीन राजाने वेगवेगळ्या तपस्वी शिक्षकांशी बोलले आणि अखेरीस बुद्धाचा आश्रय घेतला. तथापि, जैन सूत्रांनीही त्याच्या निष्ठेचा दावा केला आणि बहुधा त्याने केवळ बुद्धाच्या संघालाच नव्हे तर विविध धार्मिक गटांना पाठिंबा दिला.

जसजसे बुद्ध प्रवास करत राहिले आणि शिकवत राहिले, तसतसे ते इतर श्रमण पंथांच्या सदस्यांच्या संपर्कात आले. बुद्धाला यापैकी काही आकृत्यांचा सामना करावा लागला आणि त्यांनी त्यांच्या सिद्धांतांवर टीका केली असा पुरावा सुरुवातीच्या ग्रंथांमधून मिळतो. समन्फल सुत्त अशा सहा पंथांची ओळख करून देते.

सुरुवातीच्या ग्रंथांमध्ये वृद्ध बुद्धांना पाठदुखीने त्रस्त असल्याचे चित्रण केले आहे. अनेक ग्रंथांमध्ये ते आपल्या मुख्य शिष्यांना शिकवणी सोपवताना दाखवतात कारण त्यांच्या शरीराला आता अधिक विश्रांतीची आवश्यकता होती. तथापि, बुद्धांनी त्यांच्या वृद्धापकाळात चांगले शिकवणे चालू ठेवले.

बुद्धाच्या वृद्धावस्थेतील सर्वात त्रासदायक घटना म्हणजे देवदत्तचे मतभेद. बुद्धाचा चुलत भाऊ, देवदत्त, याने आदेशाचे नेतृत्व कसे हाती घेण्याचा प्रयत्न केला आणि नंतर अनेक बौद्ध भिक्खूंसोबत संघ सोडला आणि प्रतिस्पर्धी संप्रदाय तयार केला याबद्दल प्रारंभिक स्त्रोत सांगतात. या पंथाला राजा अजातशत्रूनेही पाठिंबा दिल्याचे सांगितले जाते. पाली ग्रंथात देवदत्तला बुद्ध मारण्याचा कट रचल्याचेही चित्रित केले आहे, परंतु या सर्व योजना अयशस्वी ठरल्या. ते बुद्धांना त्यांचे दोन प्रमुख शिष्य (सारिपुत्त आणि मोग्गलाना) पाठवत असल्याचेही चित्रित करतात. देवदत्त सोबत निघालेल्या भिक्षूंना परत येण्यास पटवून देण्यासाठी या कट्टर समाजाकडे.

सुरुवातीच्या सर्व प्रमुख बौद्ध विनय ग्रंथांमध्ये देवदत्तला एक विभक्त व्यक्तिमत्व म्हणून दाखवण्यात आले आहे ज्याने बौद्ध समाजात फूट पाडण्याचा प्रयत्न केला, परंतु ते बुद्धाशी कोणत्या मुद्द्यांवर असहमत होते यावर ते असहमत आहेत. स्थानवीर ग्रंथ सामान्यत: "पाच मुद्द्यांवर" लक्ष केंद्रित करतात ज्यांना अत्याधिक तपस्वी प्रथा म्हणून पाहिले जाते, तर महासाघिक विनया अधिक व्यापक मतभेदाबद्दल बोलतात, ज्यात देवदत्त प्रवचन तसेच मठातील शिस्तीत बदल करतात.

देवदत्तच्या मतभेदाच्या सुमारास, अजातशत्रूचे मगधचे राज्य आणि कोसल यांच्यात युद्ध देखील झाले, ज्याचे नेतृत्व एक वृद्ध राजा पासेनदी करत होते. अजातशत्रू विजयी झाल्याचे दिसते, बुद्धाला पश्चाताप झाल्याच्या घटना घडल्याचा अहवाल आहे.

शेवटचे दिवस आणि परिनिर्वाण

बुद्धाचे शेवटचे दिवस, मृत्यू आणि त्याच्या मृत्यूनंतरच्या घटनांचे मुख्य वर्णन महापरिनिब्बाना सुता आणि संस्कृत, चीनी आणि तिबेटी भाषेतील त्याच्या विविध समांतरांमध्ये आहे. अनालयोच्या मते, यामध्ये चिनी दिर्घा आगमा समाविष्ट आहे. , "महापरिनिर्वाणसूत्राचे संस्कृत तुकडे", आणि "तीन प्रवचने चिनी भाषेत वैयक्तिक भाषांतरे म्हणून संरक्षित आहेत."

महापरिनिब्बन सुत्त बुद्धाच्या शेवटच्या वर्षाचे युद्धकाळ म्हणून वर्णन करते. याची सुरुवात अजातशत्रूच्या वज्जिका लीगशी युद्ध करण्याच्या निर्णयापासून होते, ज्यामुळे त्याने बुद्धांना सल्ला विचारण्यासाठी एका मंत्र्याला पाठवले. 247 बुद्धांनी उत्तर दिले की वज्जिकांनी सात गोष्टी केल्या तोपर्यंत त्यांची उन्नती होण्याची अपेक्षा केली जाऊ शकते, आणि तो नंतर ही सात तत्त्वे बौद्ध संघाला लागू करतात, हे दर्शविते की त्याला भविष्यातील कल्याणाची काळजी आहे. बुद्ध म्हणतात की संघ जोपर्यंत "नियमित आणि वारंवार संमेलने भरवतो, सामंजस्याने भेटतो, प्रशिक्षणाचे नियम बदलत नाही, त्यांच्या

आधी नियुक्त केलेल्या त्यांच्या वरिष्ठांचा सन्मान करतो, सांसारिक इच्छांना बळी पडत नाही, एकनिष्ठ राहतो तोपर्यंत संघ समृद्ध होईल. वन आश्रयस्थानांसाठी, आणि त्यांची वैयक्तिक मानसिकता जतन करा." त्यानंतर संघाने कायम ठेवल्या जाणार्‍या महत्त्वाच्या सद्गुणांच्या याद्या तो देतो.

सुरुवातीच्या ग्रंथांमध्ये बुद्धांचे दोन प्रमुख शिष्य, सारिपुत्त आणि मोग्गलाना, बुद्धांच्या मृत्यूपूर्वी कसे मरण पावले हे देखील चित्रित करते. महापरिनिब्बाना बुद्धांना त्यांच्या आयुष्याच्या शेवटच्या महिन्यांत आजारपणाचा सामना करावा लागला परंतु सुरुवातीला बरे होत असल्याचे चित्रित केले आहे. तो कोणालाही आपला उत्तराधिकारी म्हणून पदोन्नती देऊ शकत नाही असे सांगताना त्याचे चित्रणही त्यात आहे. आनंदाने जेव्हा ही विनंती केली तेव्हा महापरिनिब्बानाने त्यांचा प्रतिसाद खालीलप्रमाणे नोंदवला:

आनंदा, भिक्षूंच्या आदेशाला माझ्याकडून ही अपेक्षा का आहे? मी धम्म शिकवला आहे, "आतील" आणि "बाह्य" असा भेद न करता: तथागतांना "शिक्षकाची मुठी" नाही (ज्यामध्ये काही सत्य मागे ठेवलेले आहेत). "मी ऑर्डरचा ताबा घेईन", किंवा "ऑर्डर माझ्या नेतृत्वाखाली आहे" असा विचार करणारा कोणी असेल, तर अशा व्यक्तीला ऑर्डरची व्यवस्था करावी लागेल. तथागत अशा दृष्टीने विचार करत नाहीत. तथागतांनी आदेशाची व्यवस्था का करावी? मी आता म्हातारा झालो आहे, जीर्ण झालो आहे... मी आयुष्याच्या कालखंडात पोहोचलो आहे, मी ऐंशी वर्षांचा होत आहे. ज्याप्रमाणे जुन्या गाड्याला पट्ट्या बांधून पुढे जाण्यासाठी बनवले जाते, तसेच तथागताच्या शरीराला पट्टी बांधून पुढे जावे लागते... म्हणून आनंदा, तुम्ही स्वतःसाठी बेटं बनून राहा, स्वतःचा आश्रय घ्या, दुसरा कोणताही आश्रय न शोधता; धम्माला बेट म्हणून धरून, धम्माला तुमचा आश्रय म्हणून, दुसरा कुठलाही आश्रय शोधू नका... जे भिक्षू माझ्या काळात किंवा नंतर अशा प्रकारे राहतात, ते स्वतःमध्ये आणि धम्मात आणि इतर कोठेही बेट आणि आश्रय शोधत आहेत, हे आवेशी लोक आहेत. खरोखर माझे भिक्षू आणि अंधारावर (पुनर्जन्म) मात करतील.

अजिंठा लेणीतील महापरिनिब्बण देखावा

प्रवास केल्यानंतर आणि आणखी काही शिकवल्यानंतर, बुद्धांनी शेवटचे जेवण खाल्ले, जे त्यांना कुंडा नावाच्या लोहाराकडून अर्पण म्हणून मिळाले होते. हिंसकपणे आजारी पडल्याने, बुद्धाने आपल्या सेवक आनंदाला कुंडाला खात्री देण्यास सांगितले की त्याच्या जागी खाल्लेल्या जेवणाचा त्याच्या मृत्यूशी काहीही संबंध नाही आणि त्याचे जेवण हे बुद्धासाठी शेवटचे जेवण पुरवत असल्याने तो सर्वात मोठा गुणवत्तेचा स्रोत असेल. भिक्खू मेत्तानांदो आणि ऑस्कर फॉन हिन्युबर असा युक्तिवाद करतात की बुद्धांचा मृत्यू मेसेंटरिक इन्फेक्शनने झाला, जे अन्न विषबाधा ऐवजी वृद्धापकाळाचे लक्षण आहे.

बुद्धांच्या अंतिम भोजनाची नेमकी सामग्री स्पष्ट नाही, भिन्न शास्त्रीय परंपरांमुळे आणि काही महत्त्वाच्या संज्ञांच्या भाषांतराबद्दल अस्पष्टता. थेरवाद परंपरेचा असा विश्वास आहे की बुद्धांना काही प्रकारचे डुकराचे मांस अर्पण केले गेले होते, तर महायान

परंपरेचा असा विश्वास आहे की बुद्धांनी काही प्रकारचे ट्रफल किंवा इतर मशरूम खाल्ले. हे बौद्ध शाकाहाराविषयीचे भिन्न पारंपारिक विचार आणि भिक्षु आणि नन्सच्या नियमांचे प्रतिबिंबित करू शकतात. आधुनिक विद्वान देखील या विषयावर असहमत आहेत, डुकराचे मांस किंवा डुकरांना खायला आवडते अशा प्रकारचे वनस्पती किंवा मशरूम या दोन्ही गोष्टींसाठी वाद घालतात. काहीही असो, शेवटच्या जेवणाचा उल्लेख करणारे कोणतेही स्त्रोत बुद्धांच्या आजारपणाचे कारण जेवणाला देत नाहीत.

महापरिनिब्बाना सुत्तानुसार, कुंडाबरोबर भोजन केल्यानंतर, बुद्ध आणि त्यांच्या साथीदारांनी प्रवास चालू ठेवला जोपर्यंत तो खूप अशक्त झाला नाही तोपर्यंत आणि कुशीनगर येथे थांबावे लागले, जिथे आनंदाला साला झाडांच्या खोबणीत विश्रांतीची जागा तयार केली होती. घोषणा केल्यानंतर संघाला हे समजले की तो लवकरच अंतिम निर्वाणाला जाणार आहे, बुद्धाने एका शेवटच्या नवशिक्याला वैयक्तिकरित्या नियुक्त केले, त्याचे नाव सुभद्द होते. नंतर त्यांनी संघाला त्यांच्या अंतिम सूचनांची पुनरावृत्ती केली, ती म्हणजे धम्म आणि विनय त्यांच्या मृत्यूनंतर त्यांचे शिक्षक होणार होते. मग त्याने विचारले की शिकवण्याबद्दल कोणाला काही शंका आहे का, परंतु कोणीही केले नाही. बुद्धाचे अंतिम शब्द असे नोंदवले जातात: "सर्व साꣿखर नष्ट होतात. ध्येयासाठी परिश्रमपूर्वक प्रयत्न करा (अप्पमदा)" (पाली: 'वायधम्म सा' ꣿखारा अप्पमदेना संपदेथा').

त्यानंतर त्याने त्याच्या अंतिम ध्यानात प्रवेश केला आणि परिनिर्वाण (अंतिम निर्वाण, पुनर्जन्माचा शेवट आणि शरीराच्या मृत्यूनंतर प्राप्त होणारे दुःख) म्हणून ओळखल्या जाणार्‍यापर्यंत पोहोचून त्याचा मृत्यू झाला. महापरिनिब्बानाने नोंदवले आहे की त्याच्या अंतिम ध्यानात त्याने सलग चार ध्यानात प्रवेश केला, त्यानंतर चार अभौतिक सिद्धी आणि शेवटी निरोध-समापत्ती म्हणून ओळखल्या जाणार्‍या ध्यान निवासात, मृत्यूच्या क्षणी चौथ्या ध्यानाकडे परत येण्यापूर्वी.

मरणोत्तर घटना

महापरिनिब्बाना सुत्तानुसार, कुशीनगरच्या मल्ल्यांनी बुद्धाच्या मृत्यूनंतरचे दिवस फुले, संगीत आणि सुगंध देऊन त्यांच्या देहाचा सन्मान केला. मृतदेहावर अंत्यसंस्कार करण्याआधी प्रख्यात ज्येष्ठ महाकसप्पा येईपर्यंत संघाने वाट पाहिली.

त्यानंतर बुद्धाच्या शरीरावर अंत्यसंस्कार करण्यात आले आणि त्यांच्या हाडांसह अवशेष म्हणून ठेवण्यात आले आणि ते मगध, शाक्य आणि कोलिया यांसारख्या उत्तर भारतीय राज्यांमध्ये वितरित करण्यात आले. हे अवशेष स्तूप नावाच्या स्मारकांमध्ये किंवा ढिगाऱ्यांमध्ये ठेवण्यात आले होते, ही एक सामान्य अंत्यविधी प्रथा आहे. त्या वेळी शतकानुशतके नंतर ते मौर्य साम्राज्याच्या आसपास अनेक नवीन स्तूपांमध्ये अशोकाने उत्खनन केले आणि स्थापित केले जातील. अनेक अलौकिक दंतकथा कथित अवशेषांच्या इतिहासाभोवती आहेत कारण त्यांनी बौद्ध धर्माच्या प्रसाराबरोबरच राज्यकर्त्यांना वैधता दिली.

विविध बौद्ध स्त्रोतांनुसार, बुद्धांच्या मृत्यूनंतर शिकवणी गोळा करण्यासाठी, पाठ करण्यासाठी आणि लक्षात ठेवण्यासाठी पहिली बौद्ध परिषद आयोजित करण्यात आली होती. महाकसपा यांची संघाने परिषदेच्या अध्यक्षपदी निवड केली होती. तथापि, पहिल्या परिषदेच्या पारंपारिक खात्यांच्या ऐतिहासिकतेवर आधुनिक विद्वानांनी विवाद केला आहे.

शिकवण

बौद्ध धर्मासाठी अनेक शिकवणी आणि प्रथा अत्यावश्यक मानल्या जातात, ज्यात खालील गोष्टींचा समावेश होतो: संयोजना (बेडी, साखळी किंवा बंधने), म्हणजेच सांखर ("रचना"), क्लेश (अस्वस्थ मानसिक अवस्था), तीन विषांसह, आणि asavas ("इन्फ्लक्स, कॅन्कर"), जो शाश्वत सारा, बनण्याचे पुनरावृत्ती चक्र; सहा इंद्रिय आधार आणि पाच समुच्चय, जे इंद्रिय संपर्कापासून चेतनेपर्यंतच्या प्रक्रियेचे वर्णन करतात ज्यामुळे या बंधनाला सारापर्यंत नेले जाते; अवलंबित उत्पत्ती, जे या प्रक्रियेचे वर्णन करते, आणि ते उलट आहे, तपशीलवार; आणि मध्यम मार्ग, चार उदात्त सत्यांसह आणि नोबल आठपट मार्ग, जे हे बंधन कसे उलट करता येईल हे सांगते.

एन. रॉस रीटच्या मते, थेरवडा पाली ग्रंथ आणि महासांघिक शाळेचे सालिस्तंब सूत्र या मूलभूत शिकवणी आणि पद्धती सामायिक करतात. भिक्खू अनालयोने निष्कर्ष काढला की थेरवाद मज्जिमा निकाया आणि सर्वस्तिवदा मध्य आगमामध्ये मुख्यतः समान सिद्धांत आहेत. असे लिहिले आहे की गांधारन हस्तलिखितांमध्ये आढळणारे सिद्धांत "गैर-महायान बौद्ध धर्माशी सुसंगत आहेत, जे आज श्रीलंका आणि आग्नेय आशियातील थेरवाद शाळेत टिकून आहेत, परंतु प्राचीन काळी अठरा स्वतंत्र शाळांद्वारे प्रतिनिधित्व केले जात होते."

संसार

सर्व प्राणिमात्रांमध्ये सखोलपणे गुंतलेली संयोजना (बेडी, साखळी किंवा बंधने), म्हणजेच सांखर ("निर्मिती"), क्लेश (अस्वस्थ मानसिक अवस्था), तीन विषांसह, आणि आसव ("प्रवाह, नासू"), जी शाश्वत करतात. सारा, होण्याचे आणि पुनर्जन्माचे पुनरावृत्तीचे चक्र. पाली सुतांनुसार, बुद्धाने सांगितले की "हा सारा शोधण्यायोग्य सुरुवातीशिवाय आहे. अज्ञानामुळे अडथळा आणलेल्या आणि तृष्णेने अडकलेल्या प्राण्यांचा पहिला मुद्दा समजला जात नाही.बुद्ध स्पष्ट करतात की "आठ ऐहिक वारे" "जगाला कसे वळण लावतात... लाभ आणि तोटा, कीर्ती आणि बदनामी, स्तुती आणि दोष, सुख आणि दुःख." नंतर तो स्पष्ट करतो की एक थोर (आर्य) व्यक्ती आणि अशिक्षित जगातील फरक हा आहे की एक थोर व्यक्ती या परिस्थितीच्या अनिश्चिततेवर विचार करतो आणि समजतो.

बनण्याचे हे चक्र दुखा द्वारे वैशिष्ट्यीकृत आहे, सामान्यतः "दुःख" म्हणून ओळखले जाते, दुख्खा अधिक योग्यरित्या "असमाधानकारक" किंवा "अस्वस्थता" म्हणून प्रस्तुत केले जाते. हे असमाधानकारक आणि अस्वस्थता आहे जे स्वयंचलित प्रतिसाद आणि सवयीतील स्वार्थीपणा, आणि अशाश्वत, अस्थिर आणि अशा प्रकारे अविश्वसनीय

असलेल्या गोष्टींकडून शाश्वत आनंदाची अपेक्षा करण्याच्या असमाधानकारकतेने ठरते.

संसार हा कर्मादृवारे निर्देशित केला जातो, जो एक अवैयक्तिक नैसर्गिक नियम आहे, ज्याप्रमाणे काही बिया विशिष्ट वनस्पती आणि फळे देतात. बुद्धाने कर्माबरोबरच विविध भौतिक आणि पर्यावरणीय कारणे सूचीबद्ध केल्याप्रमाणे, कर्म हे केवळ एखाद्याच्या परिस्थितीचे कारण नाही. बुद्धाची कर्माची शिकवण जैन आणि ब्राह्मणांपेक्षा वेगळी होती, त्यांच्या मते, कर्म हा प्रामुख्याने मानसिक हेतू आहे (मुख्यत: शारीरिक कृती किंवा कर्मकांडांच्या विरूद्ध). बुद्धांनी म्हटले आहे की "कर्म म्हणजे हेतू आहे. ." रिचर्ड गॉम्ब्रिच बुद्धाच्या कर्माच्या दृष्टिकोनाचा सारांश खालीलप्रमाणे देतात: "सर्व विचार, शब्द आणि कृत्ये त्यांचे नैतिक मूल्य, सकारात्मक किंवा नकारात्मक, त्यांच्या मागे असलेल्या हेतूपासून प्राप्त करतात."

सहा ज्ञानेंद्रिये आणि पाच एकत्रित

आयतन (सहा इंद्रिय आधारे) आणि पाच स्कंध (एकत्रित) हे वर्णन करतात की संवेदी संपर्कामुळे आसक्ती आणि दुःख कसे होते. कान आणि आवाज, नाक आणि गंध, जीभ आणि चव, शरीर आणि स्पर्श आणि मन आणि विचार हे सहा ज्ञानेंद्रिये आहेत. एकत्रितपणे ते इनपुट फीम तयार करतात जे आपण आपले जग किंवा वास्तव तयार करतो, "सर्व." ही प्रक्रिया पाच स्कंध, "एकत्रित," "समूह," "ढीग," शारीरिक आणि मानसिक प्रक्रियांचे पाच गट, अनमेली स्वरूप (किंवा भौतिक प्रतिमा, ठसा) (रुप), संवेदना (किंवा भावना, यांच्याद्वारे प्राप्त होते. स्वरूप) (वेदना), धारणा (संज्ञा), मानसिक क्रियाकलाप किंवा रचना (संखरा), चेतना (विज्ञान). ते इतर बौद्ध शिकवणी आणि सूचींचा भाग बनवतात, जसे की आश्रित उत्पत्ती आणि संवेदी इनपुट शेवटी कसे बंधनात आणतात हे स्पष्ट करतात. मानसिक विकृतींनी संसार.

अवलंबित उत्पत्ती

मस्तकाभोवती प्रसिद्ध ये धर्म हेतु धारा?ि असलेली शिस्त बुद्ध मूर्ती, जी आश्रित उत्पत्तीचा सामान्य सारांश म्हणून वापरली जात होती. त्यात असे म्हटले आहे: "कारणामुळे उद्भवलेल्या अनुभवांपैकी, तथागतांनी म्हटले आहे: 'हे त्यांचे कारण आहे, आणि हे त्यांचे समाप्ती आहे': महान श्रम हेच शिकवतो."

सुरुवातीच्या ग्रंथांमध्ये, आश्रित उत्पत्तीच्या शिकवणीद्वारे दुखाच्या उत्पत्तीची प्रक्रिया स्पष्ट केली गेली आहे, जे म्हणते की जे काही अस्तित्वात आहे किंवा घडते ते कंडिशनिंग घटकांवर अवलंबून आहे. जसे: 'अशाप्रकारे, हे घडते' (पाली: इवम् सती इदम होती). याचा अर्थ असा घेतला जाऊ शकतो की विशिष्ट घटना केवळ तेव्हाच उद्भवतात जेव्हा इतर घटना अस्तित्वात असतात, अशा प्रकारे त्यांचे उद्भवणे इतर घटनांवर "अवलंबून" असते.

मार्क सिडेरिट्स या तत्त्ववेताने बुद्धाच्या दुखाच्या आश्रित उत्पत्तीच्या शिकवणीची मूळ कल्पना खालीलप्रमाणे मांडली आहे:

मनो-शारीरिक घटकांचे (संवेदनशील अस्तित्व बनवणारे भाग) पूर्णतः कार्यरत असेंब्लीचे अस्तित्व दिल्यास, भावनात्मक अस्तित्वाच्या तीन वैशिष्ट्यांविषयी अज्ञान-दुःख, नश्वरता आणि स्वयं-अभिनय-सामान्य परस्परसंवादाच्या दरम्यान नेतृत्व करेल. पर्यावरणासह, विनियोगासाठी (विशिष्ट घटकांची ओळख 'मी' आणि 'माझा' म्हणून). यामुळे इच्छा आणि तिरस्काराच्या स्वरूपात आसक्ती निर्माण होतात आणि संवेदनशील अस्तित्वाच्या खऱ्या स्वरूपाविषयी अज्ञान बळकट होते. हे भविष्यातील पुनर्जन्म सुनिश्चित करतात आणि अशा प्रकारे म्हातारपण, रोग आणि मृत्यूची भविष्यातील उदाहरणे, संभाव्यतः न संपणाऱ्या चक्रात.

अनेक सुरुवातीच्या ग्रंथांमध्ये, हे मूलभूत तत्व सशर्त अवलंबित्व असलेल्या घटनांच्या सूचीसह विस्तारित केले आहे, नंतरच्या विस्ताराच्या परिणामी, पहिल्या चार दुव्यांचा आधार म्हणून वैदिक विश्वनिर्मिती समाविष्ट आहे. रिचर्ड गॉम्ब्रिचच्या मते, बारा पट यादी ही आधीच्या दोन याद्यांचे संयोजन आहे, दुसरी यादी तान्हा, "तहान" ने सुरू होणारी दुःखाचे कारण दुसऱ्या नोबलमध्ये वर्णन केल्याप्रमाणे सत्य." गॉम्ब्रिचच्या मते, दोन याद्या एकत्र केल्या गेल्या, परिणामी त्याच्या उलट आवृत्तीत विरोधाभास निर्माण झाला.

अनत्ता

बुद्धाने त्यांचे अवलंबित उत्पत्तीचे विश्लेषण "शाश्वतवाद" (सातत्ववाद, काही तत्व अनंतकाळ अस्तित्वात असल्याची कल्पना) आणि "उत्तरवाद" (उच्चेदवाद, मृत्यूच्या वेळी आपण पूर्णपणे अस्तित्वातून निघून जातो ही कल्पना) यांच्यातील "मध्यमार्ग" म्हणून पाहिले. या दृष्टीकोनातून, व्यक्ती ही केवळ शाश्वत मानसिक-शारीरिक घटकांची एक कार्यात्मक शृंखला आहे, जे अनात्त आहेत, स्वतंत्र किंवा कायमस्वरूपी स्वतःशिवाय. त्याऐवजी बुद्धांनी असे मानले की आपल्या अनुभवाच्या जगात सर्व गोष्टी क्षणिक आहेत आणि त्यामध्ये काहीही नाही. व्यक्तीचा अपरिवर्तनीय भाग.रिचर्ड गॉम्ब्रिचच्या मते, बुद्धाची स्थिती फक्त अशी आहे की "सर्व काही प्रक्रिया आहे".

अपरिवर्तित स्वतःच्या विरुद्ध बुद्धाचे युक्तिवाद पाच स्कंधांच्या योजनेवर अवलंबून आहेत, जसे की पाली अनत्तलक्खा? सुत्त (आणि गांधारी आणि चिनी भाषेत त्याचे समांतर) मध्ये पाहिले जाऊ शकते. सुरुवातीच्या ग्रंथांमध्ये बुद्ध शिकवतात की सर्व पाच स्कंध, चेतना (विनाना, जी ब्राह्मणांनी शाश्वत मानली होती) यासह, आश्रित उत्पत्तीमुळे उद्भवते. ते सर्व शाश्वत असल्यामुळे, कोणत्याही मानसिक-शारीरिक प्रक्रियांना अपरिवर्तित स्व मानता येत नाही. चेतना सारख्या मानसिक प्रक्रिया देखील आणि इच्छा (सेटाना) ही अवलंबितपणे उत्पत्ती आणि शाश्वत म्हणून पाहिली जाते आणि त्यामुळे ते स्वतः (आत्मा) म्हणून पात्र ठरत नाही.

विविध बदलत्या घटनांकडे लक्ष देणे आणि त्यांची ओळख करून घेणे, तसेच गोष्टी खरोखर कशा आहेत याबद्दलच्या अज्ञानातून निर्माण झालेला आत्मविश्वास बुद्धाने पाहिला. शिवाय, बुद्धांनी असे मानले की आपण चुकीच्या गोष्टींना धरून राहिल्यामुळे

आपल्याला दुःखाचा सामना करावा लागतो. रुपर्ट गेथिन यांनी स्पष्ट केल्याप्रमाणे, बुद्धांसाठी, एक व्यक्ती आहे.

... शारीरिक आणि मानसिक घटनांचा एक जटिल प्रवाह, परंतु या घटना दूर करा आणि त्यांच्या मागे पाहा आणि एखाद्याला स्वतःचा स्वतःचा म्हणता येईल असा एक स्थिर स्वत: ला सापडत नाही. माझी स्वतःची भावना तार्किक आणि भावनिक दृष्ट्या फक्त एक लेबल आहे जे मी या शारीरिक आणि मानसिक घटनांवर त्यांच्या जोडणीच्या परिणामी लादतो.

या मतामुळे (म्हणतात), बुद्धाची शिकवण त्यांच्या काळातील सर्व आत्मा सिद्धांतांच्या विरोधात होती, ज्यात "जीव" ("जीवन मोनाड") च्या जैन सिद्धांत आणि आत्मा (पाली: अट्टा) आणि पुरुष यांच्या ब्राह्मण सिद्धांतांचा समावेश होता. या सर्व सिद्धांतांमध्ये असे मानले गेले की एखाद्या व्यक्तीसाठी एक शाश्वत अपरिवर्तनीय सार आहे, जे सर्व बदलत्या अनुभवांपासून वेगळे होते, आणि जे जीवनातून जीवनात स्थलांतरित होते. हा केवळ एका प्रक्रियेचा (कर्म) पुनर्जन्म आहे, आत्मासारखा सार नाही.

मुक्तीचा मार्ग

मुक्तीचे बौद्ध मार्ग आणि बौद्ध ध्यान

बुद्धाने संयोजना, क्लेश आणि आसव पूर्ववत करण्यासाठी आणि विमुत्ती (मुक्ती) मिळविण्यासाठी प्रशिक्षणाचा एक मार्ग (मार्ग) शिकवला. बुद्धांनी शिकवलेला हा मार्ग सुरुवातीच्या ग्रंथांमध्ये (सर्वात प्रसिद्ध पाली धम्मचक्कप्पवत्तन सुत्ता आणि त्याच्या असंख्य समांतर मध्ये) दर्शविला आहे. मजकूर) एकीकडे इंद्रिय भोग आणि दुसरीकडे शरीराचा अपमान यातील "मध्यम मार्ग" म्हणून.

सुरुवातीच्या ग्रंथांमध्ये आढळलेल्या बुद्धाच्या शिकवणीच्या मूळ संरचनेचे एक सामान्य सादरीकरण म्हणजे चार नोबल सत्ये, जे नोबल आठपट मार्गाचा संदर्भ देते. ग्रंथ म्हणजे "अडथळ्यांचा त्याग करणे, सजगतेच्या चार आस्थापनांचा सराव आणि जागृत घटकांचा विकास."

रुपर्ट गेथिन यांच्या मते, निकाय आणि आगमांमध्ये, बुद्धाचा मार्ग मुख्यतः एकत्रित आणि क्रमिक "चरण-दर-चरण" प्रक्रियेत सादर केला जातो, जसे की समनाफला सुत्ता. इतर प्रारंभिक ग्रंथ जसे की उपनिसा सुत्ता (SN 12.23) मध्ये वर्णन केले आहे. , अवलंबित उत्पत्तीच्या प्रक्रियेचे उलटे म्हणून मार्ग सादर करा.

भावना, निरोगी राज्यांची लागवड, हे बुद्धाच्या मार्गाचे केंद्रस्थान आहे. या उद्दिष्टाच्या सामान्य पद्धती, ज्या मार्गाच्या या सुरुवातीच्या सादरीकरणांपैकी बहुतेकांद्वारे सामायिक केल्या जातात, त्यात शिला (नैतिक प्रशिक्षण), इंद्रियांचा संयम (इंद्रियसंवर), सती (माइंडफुलनेस) आणि संपजना (स्पष्ट जागरूकता) आणि ध्यानाचा सराव यांचा समावेश होतो. , निरोगी अवस्थांचा एकत्रित विकास "परिपूर्ण समता आणि जागरूकता (उपेखा-सती-परिशुध्दी) स्थितीकडे नेतो." ध्यान आधी आहे आणि मार्गाच्या विविध पैलूंद्वारे

समर्थित आहे जसे की इंद्रिय संयम आणि सजगता, ज्यामध्ये सविस्तर वर्णन केले आहे. सतीपत्थन योजना, पाली सतीपत्थन सुत्तामध्ये शिकवल्याप्रमाणे आणि आनापानसतीचे सोळा घटक, जसे की आनापानसती सुत्ता.af मध्ये शिकवले आहे.

जैन आणि ब्राह्मणवादी प्रभाव

विविध ग्रंथांमध्ये, बुद्धांनी आरा कलामा आणि उदका रामापुत्त या दोन नामांकित शिक्षकांच्या हातून शिक्षण घेतल्याचे चित्रण केले आहे. अलेक्झांडर वायने यांच्या मते, हे योगी होते ज्यांनी उपनिषदातील शिकवणी आणि प्रथा शिकवल्या. जोहान्स ब्रॉन्खॉर्स्टच्या मते, बुद्धांनी जागृत होण्यापूर्वी केलेले "श्वासाशिवाय ध्यान आणि कमी आहार" हे संन्यासाचे प्रकार आहेत. जैन प्रथांसारखे.

रिचर्ड गॉम्ब्रिचच्या मते, कर्म आणि पुनर्जन्म याविषयी बुद्धाच्या शिकवणी ही बौद्धपूर्व थीमचा विकास आहे जो बृहदारण्यक उपनिषदाप्रमाणे जैन आणि ब्राह्मणवादी स्रोतांमध्ये आढळू शकतो. आणि आपण त्यांच्यापासून अपायकारक (अहिंसा) आणि अध्यात्मिक पद्धतींद्वारे मुक्ती मिळवली पाहिजे, बुद्धाच्या आधीच्या आणि जैन धर्माच्या सुरुवातीच्या काळात शिकवले गेले होते. केआर नॉर्मनच्या मते, अस्तित्वाच्या तीन चिन्हांची बौद्ध शिकवण देखील प्रतिबिंबित करू शकते. उपनिषदिक किंवा इतर प्रभाव. ब्रह्म-विहार नावाची बौद्ध प्रथा देखील ब्राह्मण शब्दापासून उद्भवली असावी; परंतु श्रमण परंपरांमध्ये तिचा वापर सामान्य असू शकतो.

प्राचीनतम शिकवणींवर विद्वानांची मते

बौद्ध धर्माच्या सर्वात जुन्या गाभ्याविषयी माहिती मिळवण्याची एक पद्धत म्हणजे पाली कॅननच्या सर्वात जुन्या आवृत्यांची आणि इतर ग्रंथांची तुलना करणे, जसे की सर्वस्तिवाद, मूलसर्वास्तिवडा, महिषासक, धर्मगुप्तक, आणि चिनी आगमास. यांची विश्वासार्हता. स्रोत, आणि सर्वात जुन्या शिकवणींचा गाभा काढण्याची शक्यता हा वादाचा विषय आहे. लॅम्बर्ट स्मिथौसेनच्या मते, निकाय:३४५ मध्ये समाविष्ट असलेल्या शिकवणींच्या सत्यतेबाबत बौद्ध धर्माच्या आधुनिक विद्वानांची तीन पदे आहेत.

रिचर्ड गॉम्ब्रिच, अकिरा हिराकावा, अलेक्झांडर वायने आणि एके वॉर्डर यांसारख्या विद्वानांचे असे मत आहे की या आरंभीच्या बौद्ध ग्रंथांमध्ये अशी सामग्री आहे जी कदाचित बुद्धाशी संबंधित आहे. भव्यता आणि—सर्वात समर्पक-सुसंगतता...हे एक संयुक्त कार्य म्हणून पाहणे कठीण आहे." अशाप्रकारे तो असा निष्कर्ष काढतो की ते "एका अलौकिक बुद्धिमत्तेचे कार्य आहेत." पीटर हार्वे देखील सहमत आहे की "बहुतांश" पाली कॅनन "त्यांच्या बुद्धाच्या शिकवणीतून प्राप्त झाला पाहिजे."त्याचप्रमाणे, ए.के. वॉर्डर यांनी लिहिले आहे की "प्रारंभिक शाळांची सामायिक शिकवण बुद्ध आणि त्याच्या निकटवर्ती अनुयायांशिवाय इतर कोणीही तयार केली होती असे सूचित करणारा कोणताही पुरावा नाही." अलेक्झांडर वायने यांच्या मते, "प्रारंभिक बौद्ध साहित्याचे अंतर्गत पुरावे सिद्ध करतात. त्याची ऐतिहासिक सत्यता."

बौद्ध अभ्यासाच्या इतर विद्वानांनी बहुतेक सकारात्मक मताशी असहमत आहे की प्रारंभिक बौद्ध ग्रंथ ऐतिहासिक बुद्धाच्या शिकवणीचे प्रतिबिंबित करतात, असा युक्तिवाद करतात की सुरुवातीच्या ग्रंथांमध्ये समाविष्ट असलेल्या काही शिकवणी बुद्धाच्या अस्सल शिकवणी आहेत, परंतु इतर नाहीत. टिल्मन वेटर यांच्या मते, विसंगती कायम आहेत, आणि त्या विसंगतींचे निराकरण करण्यासाठी इतर पद्धती लागू केल्या पाहिजेत. टिल्मन वेटर यांच्या मते, बौद्ध शिकवणीचा सर्वात प्राचीन गाभा म्हणजे ध्यानाचा अभ्यास, परंतु "मुक्ती अंतर्दृष्टी" हे एक आवश्यक वैशिष्ट्य बनले. बौद्ध परंपरा फक्त नंतरच्या तारखेला. ते असे मत मांडतात की चौथे उदात्त सत्य, आठपट मार्ग आणि आश्रित उत्पत्ती, ज्यांना सामान्यतः बौद्ध धर्मासाठी आवश्यक मानले जाते, ही नंतरची सूत्रे आहेत जी या "मुक्तीच्या अंतर्दृष्टी" च्या स्पष्टीकरणात्मक चौकटीचा भाग बनतात. चार उदात्त सत्ये "मुक्त करणारी अंतर्दृष्टी", जी चार ध्यानांवर प्रभुत्व मिळवल्यानंतर प्राप्त होते, ही नंतरची जोड आहे. ३५४ जोहान्स ब्रॉन्खॉर्स्ट असेही तर्क करतात की चार सत्ये प्राचीन बौद्ध धर्मात तयार केली गेली नसतील, आणि सुरुवातीच्या बौद्ध धर्मात सेवा दिली नसावी. "मुक्ती अंतर्दृष्टी" चे वर्णन म्हणून.

बुद्धाच्या मूळ शिकवणींची पुनर्रचना करण्याचे युरोपियन विद्वानांचे प्रयत्न हे "सर्व केवळ अंदाजच होते" असा युक्तिवाद एडवर्ड कॉन्झे यांनी केला.

बेघर जीवन

सुरुवातीच्या बौद्ध ग्रंथात बुद्धाचे वर्णन एका बेघर आणि ब्रह्मचारी "श्रमण" किंवा भक्तांच्या जीवनाचा प्रचार करण्यासाठी, मार्गाच्या आचरणासाठी आदर्श जीवन मार्ग म्हणून केले आहे. त्यांनी शिकवले की भक्त किंवा (भिक्खू) असे मानले जाते. सर्व मालमत्तेचा त्याग करणे आणि फक्त एक भिक्षेची वाटी आणि तीन वस्त्रे असणे. बुद्धाच्या मठातील शिस्तीचा एक भाग म्हणून, त्यांनी मूलभूत गरजांसाठी (प्रामुख्याने अन्न, वस्त्र आणि निवास) व्यापक समाजावर अवलंबून राहणे अपेक्षित होते.

बुद्धाच्या मठातील शिस्तीवरील शिकवणी वेगवेगळ्या सुरुवातीच्या शाळांच्या विविध विनय संग्रहांमध्ये जतन करण्यात आल्या होत्या.

बौद्ध भिक्षू, ज्यामध्ये भिक्षू आणि नन या दोघांचा समावेश होता, त्यांना त्यांच्या अन्नासाठी भीक मागायची होती, त्यांना अन्न साठवण्याची किंवा दुपारनंतर खाण्याची परवानगी नव्हती आणि त्यांना सोने, चांदी किंवा कोणत्याही मौल्यवान वस्तू वापरण्याची परवानगी नव्हती.

समाज

ब्रॉन्खॉर्स्टच्या मते, "ब्राह्मणवादी परंपरेचे धारक, ब्राह्मण, ज्या भागात बुद्धांनी त्यांचा संदेश उपदेश केला त्या भागात प्रबळ स्थान व्यापले नाही." तरीही, बुद्ध ब्राह्मणवादाशी परिचित होते आणि सुरुवातीच्या बौद्ध ग्रंथांमध्ये, बुद्ध ब्राह्मणी उपकरणांचा संदर्भ देतात. उदाहरणार्थ, पाली कॅननच्या संयुक्त निकाया 111, मज्जिमा निकाया 92 आणि

विनया i 246 मध्ये, बुद्ध अग्निहोत्राला अग्रगण्य यज्ञ आणि गायत्री मंत्राची स्तुती करतात.

वेद हे शाश्वत प्रकट (श्रुती) ग्रंथ आहेत असे ब्राह्मण जातीचे मत होते. दुसरीकडे, बुद्धाने हे मान्य केले नाही की या ग्रंथांचे कोणतेही दैवी अधिकार किंवा मूल्य आहे.

बुद्धांनाही ब्राह्मणी संस्कार आणि प्रथा आध्यात्मिक प्रगतीसाठी उपयुक्त वाटल्या नाहीत. उदाहरणार्थ, उडानामध्ये, बुद्ध दाखवतात की विधी स्नान केल्याने शुद्धता येत नाही, फक्त "सत्य आणि नैतिकता" शुद्धतेकडे नेत आहे. आणि त्यांनी विशेषतः वेदांमध्ये शिकवल्याप्रमाणे पशुबलिदानावर टीका केली. बुद्धांनी त्यांच्या शिकवणींचा विरोधाभास केला. सर्व लोकांना उघडपणे शिकवले, ब्राह्मणांसह, ज्यांनी त्यांचे मंत्र गुप्त ठेवले.

बुद्धाने ब्राह्मणांच्या श्रेष्ठ जन्माच्या दाव्यांवर आणि भिन्न जाती आणि रक्तरेषा मूळतः शुद्ध किंवा अशुद्ध, उदात्त किंवा अज्ञानी आहेत या कल्पनेवर टीका केली.

वसेत्थ सुत्तामध्ये बुद्धांनी असा युक्तिवाद केला आहे की मानवांमधील मुख्य फरक हा जन्म नसून त्यांची कृती आणि व्यवसाय आहे. बुद्धांच्या मते, एक "ब्राह्मण" (म्हणजे ब्रह्मासारखा दैवी) फक्त त्या मर्यादेपर्यंत आहे ज्याने सद्गुण विकसित केले आहे. या कारणास्तव, सुरुवातीच्या ग्रंथात त्यांनी घोषणा केली: "जन्माने कोणी ब्राह्मण नसतो, जन्माने कोणी ब्राह्मण नसतो; - नैतिक कृतीने तो ब्राह्मण असतो"

अग्गाना सुत्त सर्व वर्ग किंवा वर्ण चांगले किंवा वाईट असू शकतात याचे स्पष्टीकरण देते आणि ते दैवीपणे नियुक्त आहेत या ब्राह्मणवादी कल्पनेच्या विरोधात ते कसे निर्माण झाले याचे समाजशास्त्रीय स्पष्टीकरण देते.370 कांचा इलैयाच्या मते, बुद्धाने समाजाचा पहिला करार सिद्धांत मांडला. तेव्हा बुद्धाची शिकवण ही एकच सार्वत्रिक नैतिक कायदा आहे, एकच धर्म प्रत्येकासाठी वैध आहे, जो जातीवर अवलंबून असलेल्या "स्वतःच्या कर्तव्यावर" (स्वधर्म) स्थापन केलेल्या ब्राह्मणी नीतिनियमांच्या विरोधात आहे. यामुळे अस्पृश्यांसह सर्व जातींचे स्वागत होते. बौद्ध क्रमाने आणि जेव्हा कोणी सामील झाले, तेव्हा त्यांनी सर्व जातीय संबंधांचा त्याग केला.

सामाजिक-राजकीय शिकवणी

सुरुवातीच्या ग्रंथांमध्ये बुद्धाला मानवी जीवनातील राजकारणाचे महत्त्व सांगून टाकलेले वर्णन आहे. राजकारण हे अपरिहार्य आहे आणि कदाचित ते आवश्यक आणि उपयुक्त देखील आहे, परंतु ते वेळ आणि श्रम यांचा प्रचंड अपव्यय देखील आहे, तसेच अहंकाराला सर्रास चालवण्याची परवानगी देण्याचा मुख्य प्रलोभन आहे. बौद्ध राजकीय सिद्धांत नाकारतो की लोकांचे राजकारणात व्यस्त राहण्याचे नैतिक कर्तव्य आहे (कर भरा, कायद्यांचे पालन करा, कदाचित निवडणुकीत मतदान करा) आणि ते सक्रियपणे राजकारणात व्यस्ततेचे आणि ज्ञानाचा पाठपुरावा म्हणून चित्रित करते. जीवनातील संघर्षमय मार्ग.

अग्गाना सुत्तामध्ये, बुद्ध राजेशाही कशी निर्माण झाली याचा इतिहास शिकवतात जे मॅथ्यू जे. मूर यांच्या मते "सामाजिक कराराशी जवळीक साधणारे आहे." सामाजिक

जातीवरील वैदिक विचारांच्या विपरीत, विविध वर्ग कसे निर्माण झाले याचे सामाजिक स्पष्टीकरणही अग्गाना सुत्ता देते.

चाक्कवट्टी-सिहानदा सुत्त आणि महासुदासना सुत्त यासारखे इतर प्रारंभिक ग्रंथ धार्मिक चाक वळणा-या नेत्याच्या (कक्कवट्टी) आकृतीवर केंद्रित आहेत. हा आदर्श नेता म्हणजे जो आपल्या कारभारातून धर्माचा प्रचार करतो. तो केवळ नैतिक शुद्धतेद्वारेच त्याचा दर्जा प्राप्त करू शकतो आणि त्याचे स्थान टिकवून ठेवण्यासाठी त्याने नैतिकता आणि धर्माचा प्रचार केला पाहिजे. कक्कवट्टी-सिहानदा सुत्तानुसार, कक्कवट्टीची प्रमुख कर्तव्ये अशी आहेत: "तुमच्या स्वतःच्या कुटुंबासाठी, तुमच्या सैन्यासाठी, तुमच्या श्रेष्ठींसाठी आणि जागीरदारांसाठी, ब्राह्मण आणि गृहस्थांसाठी, शहर आणि देशातील लोकांसाठी धम्मानुसार रक्षक, वार्ड आणि संरक्षण स्थापित करा. तपस्वी आणि ब्राह्मण, पशू आणि पक्ष्यांसाठी. तुमच्या राज्यात कोणताही गुन्हा गाजू नये आणि ज्यांना गरज आहे त्यांना मालमत्ता द्या." चाक फिरवण्याची एक ओळ सांगून गरजूंना देण्याचा आदेश सुत्ता स्पष्ट करतो. सम्राट पडतात कारण ते गरजूंना देण्यात अयशस्वी ठरतात आणि अशा प्रकारे गरिबी वाढते म्हणून राज्य भांडणात पडते, ज्यामुळे नंतर चोरी आणि हिंसाचार होतो.

महापरिनिब्बन सुत्तामध्ये, बुद्धाने अनेक तत्त्वे सांगितली आहेत ज्यांचा त्यांनी वाज्जिका आदिवासी महासंघामध्ये प्रचार केला होता, ज्यात अर्ध-प्रजासत्ताक सरकार होते. त्यांनी त्यांना "नियमित आणि वारंवार संमेलने आयोजित करणे", सुसंवादाने जगणे आणि त्यांच्या परंपरा राखण्यास शिकवले. त्यानंतर बुद्धांनी बौद्ध संघामध्ये अशाच प्रकारच्या प्रजासत्ताक शासन पद्धतीचा प्रचार केला, जेथे सर्व भिक्षूंना खुल्या सभांना उपस्थित राहण्याचा समान अधिकार होता आणि तेथे एकही नेता नसायचा, कारण बुद्धाने देखील एकाची नियुक्ती न करण्याचे निवडले.375 काही विद्वानांनी असा युक्तिवाद केला आहे की ही वस्तुस्थिती सूचित करते की बुद्धांनी प्रजासत्ताक सरकारला प्राधान्य दिले, तर इतर या स्थितीशी असहमत.

ऐहिक सुख

भिक्खू बोधी यांनी नमूद केल्याप्रमाणे, पाली सुत्तांमध्ये दर्शविल्याप्रमाणे बुद्ध केवळ जगाला ध्येयाच्या पलीकडे जाण्याची शिकवण देत नाहीत, तर सामान्य लोकांना सांसारिक सुख (सुख) कसे मिळवायचे हे देखील शिकवतात.

बोधी यांच्या मते, सामान्य व्यक्ती म्हणून कसे जगावे यावर लक्ष केंद्रित करणाऱ्या सुत्तांपैकी "सर्वात व्यापक" म्हणजे सिगलोवडा सुत्त. हे सुत्ता सहा मूलभूत सामाजिक संबंधांबद्दल सामान्य व्यक्ती कसे वागते याची रूपरेषा दर्शवते: "पालक आणि मुले, शिक्षक आणि विद्यार्थी, पती-पत्नी, मित्र आणि मित्र, मालक आणि कामगार, अनुयायी आणि धार्मिक मार्गदर्शक." या पाली मजकुरात चिनी भाषेतही समांतर आहे. आणि संस्कृत तुकड्यांमध्ये.

दुसर्‍या सुत्तामध्ये बुद्ध दोन प्रकारचे आनंद शिकवतात. प्रथम, या जीवनात आनंद दिसतो. बुद्ध सांगतात की चार गोष्टी या आनंदाला कारणीभूत ठरतात: "सतत प्रयत्नांची सिद्धी, संरक्षणाची सिद्धी, चांगली मैत्री आणि संतुलित जीवन." त्याचप्रमाणे, इतर अनेक सुतांमध्ये, बुद्ध विशेषतः कौटुंबिक संबंध कसे सुधारायचे हे शिकवतात. प्रेम आणि कृतज्ञतेचे महत्त्व तसेच वैवाहिक कल्याण.

पुढील जीवनाच्या आनंदाविषयी, बुद्ध (दिघजा?उ सुत्तामध्ये) सांगतात की चांगल्या पुनर्जन्माकडे नेणारे सद्गुण म्हणजे: विश्वास (बुद्ध आणि शिकवणींवर), नैतिक शिस्त, विशेषतः पाच नियमांचे पालन करणे, उदारता. , आणि शहाणपण (उत्पन्न आणि उत्तीर्ण होण्याचे ज्ञान)

सुतांच्या बुद्धाच्या मते, चांगला पुनर्जन्म प्राप्त करणे हे पौष्टिक किंवा कुशल (कुसल) कर्म जोपासण्यावर आधारित आहे, ज्यामुळे चांगले परिणाम मिळतात आणि अशुभ (अकुशल) कर्म टाळतात. बुद्धांनी शिकवलेल्या चांगल्या कर्मांची एक सामान्य यादी म्हणजे MN 41 सलेय्याका सुत्ता (आणि SA 1042 मधील चिनी समांतर) मध्ये दर्शविल्याप्रमाणे कृतीच्या दहा अभ्यासक्रमांची (कम्मपाथ) यादी आहे.

चांगल्या कर्माला योग्यता (पुना) असेही म्हटले जाते आणि बुद्धाने गुणवत्तेच्या तीन पायाची रूपरेषा दिली आहे: देणे, नैतिक शिस्त आणि ध्यान (AN 8:36 मध्ये पाहिल्याप्रमाणे).

शारीरिक गुणधर्म

नेपाळमधील बौद्ध भिक्खू. सुरुवातीच्या स्त्रोतांनुसार, बुद्ध ईशान्य भारतातील सामान्य मुंडण केलेल्या माणसासारखे दिसत होते.

सुरुवातीच्या स्त्रोतांमध्ये बुद्धांचे चित्रण इतर बौद्ध भिक्खूंसारखेच आहे. जगाचा त्याग करताना त्याने "केस आणि दाढी कशी कापली" याचे विविध प्रवचनांमध्ये वर्णन केले आहे. त्याचप्रमाणे, दिघा निकाय 3 मध्ये ब्राह्मणाने बुद्धाचे मुंडके किंवा टक्कल पडलेला (मुंडका) माणूस म्हणून वर्णन केले आहे. दिघा निकाय 2 मध्ये हे देखील वर्णन केले आहे की राजा अजातशत्रू संघाकडे जाताना बुद्धांपैकी कोणता भिक्षु आहे हे सांगू शकत नाही आणि त्याने आपल्या मंत्र्याला विचारले पाहिजे. त्याला सूचित करण्यासाठी. त्याचप्रमाणे, MN 140 मध्ये, स्वतःला बुद्धाचा अनुयायी म्हणून पाहणारा एक विचारवंत बुद्धांना प्रत्यक्ष भेटतो परंतु त्यांना ओळखू शकत नाही.

बुद्धाचे वर्णन सुंदर आणि स्पष्ट वर्ण (दिघा I: 115; अंगुत्तरा I: 181), किमान त्यांच्या तारुण्यातही केले जाते. तथापि, म्हातारपणात, त्याचे वर्णन एक वाकलेले शरीर, सुस्त आणि सुरकुत्या हातपायांसह आहे.

विविध बौद्ध ग्रंथ बुद्धाला "महापुरुषाची 32 चिन्हे" म्हणून ओळखल्या जाणार्‍या विलक्षण शारीरिक वैशिष्ट्यांची मालिका देतात.

अनालयोच्या म्हणण्यानुसार, जेव्हा ते प्रथम बौद्ध ग्रंथांमध्ये दिसतात, तेव्हा या शारीरिक खुणा सुरुवातीला सामान्य व्यक्तीला अगोदर समजल्या जात नाहीत आणि त्यांना शोधण्यासाठी विशेष प्रशिक्षण आवश्यक होते. नंतर मात्र, ते नियमित लोकांद्वारे दृश्यमान असल्याचे आणि बुद्धावरील प्रेरणादायी विश्वास म्हणून चित्रित केले आहे.

कलात्मक चित्रण

भारहुत आणि सांची येथे सापडलेले बुद्धाचे सर्वात जुने कलात्मक चित्रण अप्रतिम आणि प्रतीकात्मक आहेत. या सुरुवातीच्या ऑनिकोनिक कालखंडात, बुद्ध इतर वस्तू किंवा चिन्हांद्वारे चित्रित केले गेले आहेत, जसे की रिकामे सिंहासन, घोडा नसलेला घोडा, पायांचे ठसे, धर्म चाक किंवा बोधी वृक्ष. ऑनिकोनिझममध्ये एकल भक्ती आकृत्यांचा समावेश नसल्यामुळे, बहुतेक प्रतिनिधित्व कथात्मक दृश्यांचे आहेत. त्याच्या आयुष्यातून. मोठ्या पुतळ्यांसोबत बुद्धाची व्यक्ती दाखविल्यानंतरही हे खूप महत्त्वाचे राहिले. सांची येथील कला जातक कथा, बुद्धाच्या मागील जीवनातील कथा देखील दर्शवते.

भारतीय बौद्ध कलेच्या इतर शैलींमध्ये बुद्धाचे मानवी रूपात, एकतर उभे, बसलेले पाय ओलांडलेले (बहुतेकदा लोटस पोझमध्ये) किंवा एका बाजूला पडलेले चित्रित केले आहे. पहिल्या शतकानंतर बुद्धाचे प्रतिकात्मक प्रतिनिधित्व विशेषतः लोकप्रिय आणि व्यापक झाले. यातील काही चित्रण, विशेषतः गांधार बौद्ध धर्म आणि मध्य आशियाई बौद्ध धर्म, हेलेनिस्टिक कलेचा प्रभाव होता, ही शैली ग्रीको-बौद्ध कला म्हणून ओळखली जाते. नंतर पूर्व आशियाई बौद्ध प्रतिमांच्या कलेवर तसेच दक्षिणपूर्व आशियाई थेरवडा बौद्ध धर्मावर प्रभाव टाकला.

8

संत सूरदास

संत सूरदास

Scan for Story Videos - www.itibook.com

संत सूरदास हे 16व्या शतकातील अंध हिंदू भक्ती कवी आणि गायक होते, जे परम भगवान श्रीकृष्णाची स्तुती करण्यासाठी लिहिलेल्या कामांसाठी प्रसिद्ध होते.ते भगवान कृष्णाचे वैष्णव भक्त होते, आणि ते एक आदरणीय कवी आणि गायक देखील होते. त्यांच्या रचनांनी भगवान कृष्णाप्रती त्यांची भक्ती गौरवली आणि पकडली. त्यांच्या बहुतेक कविता ब्रज भाषेत लिहिल्या गेल्या आहेत, तर काही मध्ययुगीन हिंदीच्या इतर बोलींमध्येही लिहिल्या गेल्या आहेत, जसे की अवधी.

सूरदास बद्दल अनेक सिद्धांत आहेत, परंतु सर्वात लोकप्रिय असे म्हटले जाते की ते जन्मापासून आंधळे होते. त्यांच्या काळात वल्लभाचार्य नावाचे दुसरे संत होते. वल्लभाचार्य हे पुष्टी मार्ग संप्रदायाचे संस्थापक होते आणि त्यांचे उत्तराधिकारी विठ्ठलनाथ यांनी आठ कवींची निवड केली होती जे त्यांना संगीत रचना करून भगवान कृष्णाचा महिमा अधिक पसरवण्यास मदत करतील. हे आठ कवी "अस्तचाप" म्हणून ओळखले जात होते आणि त्यांच्या उत्कृष्ट भक्ती आणि काव्य प्रतिभेमुळे सूरदास हे त्यांच्यात अग्रगण्य मानले जातात.

सूर सागर (सूरचा महासागर) हा ग्रंथ पारंपारिकपणे सूरदासांना दिला जातो. तथापि, पुस्तकातील अनेक कविता सूर यांच्या नावाने नंतरच्या कवींनी लिहिलेल्या दिसतात. सूर सागर त्याच्या सध्याच्या स्वरूपात गोकुळ आणि व्रज यांच्या लाडक्या मुलाच्या रूपात कृष्णाच्या वर्णनावर केंद्रित आहे, गोपींच्या दृष्टीकोनातून लिहिलेले आहे.

चरित्र

सूरदासाच्या नेमक्या जन्मतारखेबाबत मतभिन्नता आहे, विद्वानांमध्ये सर्वसाधारण एकमत असून ती 1478 मधील आहे. सूरदासाचा जन्मदिवस वैष्णव कॅलेंडरमध्ये सूरदास

जयंती म्हणून साजरा केला जातो, जो हिंदू महिन्याच्या वैशाख महिन्याच्या 5 व्या दिवशी असतो. त्याच्या मृत्यूची नेमकी तारीख आपल्याला माहीत नाही, पण ती १५६१ ते १५८४ या दरम्यानची मानली जाते. (वय १०१ वर्षे). सूरदासांच्या जन्मस्थानाबाबतही काही मतभेद आहेत, कारण काही विद्वानांच्या मते त्यांचा जन्म इ.स. आग्रा ते मथुरेकडे जाणाऱ्या रस्त्यावर रानुक्ता किंवा रेणुका हे गाव आहे, तर काहींच्या मते त्यांचा जन्म दिल्लीजवळील सिही नावाच्या गावात झाला.

एका सिद्धांतानुसार, सूरदास जन्मापासूनच आंधळा होता आणि त्याच्या गरीब कुटुंबाने दुर्लक्ष केल्यामुळे त्याला वयाच्या सहाव्या वर्षी आपले घर सोडावे लागले. पुढे ते वल्लभ आचार्य यांना भेटले आणि त्यांचे शिष्य झाले. वल्लभ आचार्य यांच्या मार्गदर्शनाखाली आणि प्रशिक्षणाखाली, सूरदास यांनी श्रीमद भागवताचे स्मरण केले, हिंदू धर्मग्रंथांचा अभ्यास केला आणि तात्विक आणि धार्मिक विषयांवर व्याख्याने दिली. ते आयुष्यभर ब्रह्मचारी राहिले

काव्यात्मक कामे

सूरदास हे त्यांच्या सूर सागर या रचनेसाठी प्रसिद्ध आहेत. रचनेतील बहुतेक कविता त्यांच्या नावावर असल्या तरी नंतरच्या कवींनी त्यांच्या नावाने रचल्या आहेत असे वाटते. 16 व्या शतकातील सूरसागरमध्ये कृष्ण आणि राधा यांचे प्रेमी म्हणून वर्णन आहे; जेव्हा कृष्ण अनुपस्थित असतो तेव्हा राधा आणि गोपींची तळमळ. याशिवाय, सूरच्या स्वतःच्या वैयक्तिक भक्तीच्या कविता प्रमुख आहेत आणि रामायण आणि महाभारतातील भाग देखील दिसतात. सूरसागरची आधुनिक प्रतिष्ठा कृष्णाच्या प्रेमळ बालकाच्या वर्णनावर केंद्रित आहे, जे सहसा ब्रजच्या गोपाळ गोपींपैकी एकाच्या दृष्टीकोनातून काढले जाते.

सूरदासांनी सूर सरावली आणि साहित्य लहरी ही रचना केली. समकालीन लेखनात, त्यात एक लाख श्लोक आहेत असे म्हटले जाते, त्यापैकी बरेच अस्पष्टता आणि काळाच्या अनिश्चिततेमुळे गमावले गेले. हे (होळी) या सणाशी साधर्म्य आहे, जेथे भगवान हा महान खेळाडू आहे, जो आपल्या खेळकर मनःस्थितीत, सत्व, रजस आणि तम या तीन गुणांनी युक्त अशा विश्वाची आणि स्वतःपासून प्रथम पुरुषाची निर्मिती करतो. त्यांनी ध्रुव आणि प्रल्हादाच्या दंतकथांसह प्रभूच्या 24 अवतारांचे वर्णन केले आहे. त्यानंतर तो कृष्णाच्या अवताराची कथा सांगतो. यानंतर वसंत (वसंत) आणि होळी सणांचे वर्णन येते. साहित्य लहरीमध्ये 118 श्लोक आहेत आणि त्यात भक्ती (भक्ती) वर जोर देण्यात आला आहे.

शिखांचा पवित्र ग्रंथ गुरु ग्रंथ साहिबमध्येही सूर रचना आढळतात.

प्रभाव

भक्ती चळवळ

सूरदास हा भारतीय उपखंडात पसरलेल्या भक्ती चळवळीचा एक भाग होता. ही चळवळ जनतेच्या आध्यात्मिक सबलीकरणाचे प्रतिनिधित्व करते. जनसामान्यांची संबंधित आध्यात्मिक चळवळ सातव्या शतकात प्रथम दक्षिण भारतात झाली आणि 14व्या-17व्या

शतकात उत्तर भारतात पसरली.

ब्रज भाषा

सूरदासची कविता ब्रज भाषा नावाच्या हिंदी भाषेत लिहिली गेली होती, जोपर्यंत ती फारशी लोकभाषा मानली जात होती, कारण प्रचलित साहित्यिक भाषा फारसी किंवा संस्कृत होत्या. त्यांच्या कार्याने ब्रजभाषेचा दर्जा कच्च्या भाषेतून साहित्यिक असा उंचावला.8

तत्वज्ञान

वल्लभ आचार्यांच्या आठ शिष्यांना साहित्यकृतींच्या शेवटी लिहिलेल्या तोंडी स्वाक्षरीच्या चॅपवरून नाव देण्यात आले आहे. त्यातील सूर हा अग्रगण्य मानला जातो.

9
संत रामकृष्ण परमहंस

संत रामकृष्ण परमहंस

Scan for Story Videos - www.itibook.com

रामकृष्ण परमहंस 18 फेब्रुवारी 1836 - 16 ऑगस्ट 1886, ने रामकृष्ण परमहंस, जन्म गदाधर चट्टोपाध्याय, हे भारतीय हिंदू गूढवादी आणि धार्मिक नेते होते; ज्यांनी भक्ती योग, तंत्र आणि अद्वैत वेदांत, तसेच इस्लाम आणि ख्रिश्चन धर्मातील हिंदू परंपरांमधून विविध धार्मिक प्रथांचे पालन केल्यानंतर, जगातील विविध धर्मांना "एकाच ध्येयापर्यंत पोहोचण्यासाठी अनेक मार्ग" म्हणून घोषित केले, अशा प्रकारे प्रमाणित केले. धर्मांची अत्यावश्यक एकता.रामकृष्णाचे अनुयायी त्यांना अवतार किंवा दैवी अवतार मानू लागले, जसे त्यांच्या काळातील काही प्रमुख हिंदू विद्वानांनी मानले.

अवतरण

"मी सर्व धर्मांचे पालन केले आहे - हिंदू, इस्लाम, ख्रिश्चन - आणि मी विविध हिंदू पंथांचे मार्ग देखील पाळले आहेत. मला आढळले आहे की तो एकच देव आहे ज्याच्या दिशेने सर्वजण वेगवेगळ्या मार्गांनी आपली पावले टाकत आहेत. सर्व समजुती वापरून पहा आणि सर्व वेगवेगळ्या मार्गांनी एकदाच मार्गक्रमण करा. मी जिकडे पाहतो तिकडे मला धर्माच्या नावावर पुरुष भांडताना दिसतात - हिंदू, मोहम्मद, ब्राह्मो, वैष्णव आणि बाकीचे. पण ज्याला कृष्ण म्हणतात त्याला सुद्धा म्हणतात हे ते कधीच प्रतिबिंबित करत नाहीत. शिव, आणि आदिम ऊर्जा, येशू आणि अल्लाह यांचे नाव धारण करतो - एक हजार नावांसह एकच राम. एका तलावाला अनेक घाट आहेत. एकावर, हिंदू घागरीत पाणी घेतात आणि

त्याला 'जल' म्हणतात; मुसलमान चामड्याच्या पिशवीत पाणी घेतात आणि त्याला 'पाणी' म्हणतात. तिसऱ्या क्रमांकावर ख्रिश्चन त्यांलं 'पाणी' म्हणतात. ते 'जल' नसून फक्त 'पाणी' किंवा 'पाणी' आहे याची आपण कल्पना करू शकतो का? किती हास्यास्पद आहे! पदार्थ वेगवेगळ्या नावाने एक आहे, आणि प्रत्येकजण समान पदार्थ शोधत आहे; फक्त मर्यादा, स्वभाव आणि नाव फरक निर्माण करतात. प्रत्येक माणसाने स्वतःच्या मार्गावर चालावे. जर त्याला प्रामाणिकपणे आणि उत्कटतेने देवाला जाणून घ्यायचे असेल तर त्याला शांती असो! त्याला नक्कीच त्याची जाणीव होईल."

लहानपणापासूनच आध्यात्मिक आनंदाचा अनुभव घेतलेल्या रामकृष्ण यांनी राणी रश्मोनी यांनी बांधलेल्या दक्षिणेश्वर काली मंदिरात पुजारी म्हणून त्यांचा आध्यात्मिक प्रवास सुरू केला. लवकरच त्याच्या गूढ स्वभावामुळे त्याला गुरू म्हणून सामान्य लोकांमध्ये मोठ्या प्रमाणावर प्रशंसा मिळाली, विविध धार्मिक शिक्षक, सामाजिक नेते, बंगाली उच्चभ्रू आणि सामान्य लोक त्यांच्याकडे आकर्षित झाले; सुरुवातीला स्वतःला गुरू मानण्यास अनिच्छेने, त्यांनी शेवटी आपल्या शिष्यांना शिकवले, ज्यांनी नंतर मठवासी रामकृष्ण ऑर्डरची स्थापना केली.त्यांच्या निधनानंतर, त्यांचे मुख्य शिष्य स्वामी विवेकानंद यांनी त्यांच्या कल्पना लोकप्रिय केल्या, आणि रामकृष्ण मठाची स्थापना केली, जे मठ आणि गृहस्थांना आध्यात्मिक प्रशिक्षण देते. धर्मादाय, सामाजिक कार्य आणि शिक्षण देण्यासाठी भक्त आणि रामकृष्ण मिशन.

जन्म आणि बालपण

श्री रामकृष्ण यांचा जन्म १८ फेब्रुवारी १८३६,८ रोजी भारताच्या पश्चिम बंगालमधील हुगळी जिल्ह्यातील कमरपुकुर या गावात एका अत्यंत गरीब आणि धार्मिक बंगाली ब्राह्मण कुटुंबात झाला. ते त्यांच्या पालकांचे चौथे आणि सर्वात लहान मूल होते. त्यांचे वडील खुदिराम चट्टोपाध्याय यांचा जन्म १७७५ मध्ये झाला आणि त्यांची आई चंद्रमणी देवी यांचा जन्म १७९१ मध्ये झाला. या जोडप्याचा पहिला मुलगा रामकुमार १८०५ मध्ये जन्मला असे म्हटले जाते. पाच वर्षांनी कात्यायनी या मुलीचा जन्म झाला. दुसरा मुलगा रामेश्वर, १८२६.

चंद्रमणी देवी ही खुदिरामची दुसरी पत्नी होती, कारण त्यांची पहिली पत्नी लहानपणीच मरण पावली होती. भारताच्या पश्चिम बंगालमधील डेरे गावात खुदिरामची वडिलोपार्जित मालमत्ता होती. एक बेईमान जमीनदार, रामानंद रॉय, जो खुदिरामला खोटी साक्ष देण्यास नकार दिल्याने त्याच्यावर रागावला होता, त्याने कोर्टात त्याच्याविरुद्ध खोटी याचिका दाखल केली आणि त्याच्या वडिलोपार्जित संपत्तीचा ताबा घेतला. सर्व संपत्ती सोडून, खुदिराम आणि चंद्रमणी देवी कामरपुकुर येथे राहायला गेले, जिथे एक मित्र, सुखलाल गोस्वामी यांनी त्यांना त्यांच्या देखभालीसाठी एक बिघा आणि दहा चातक जमीन भेट दिली.

रामकृष्णाच्या पालकांना त्यांच्या जन्मासंबंधी अलौकिक घटना आणि दृष्टान्तांचा अनुभव आला असे म्हणतात. गया येथे त्यांचे वडील खुदिराम यांना एक स्वप्न पडले

ज्यामध्ये भगवान गदाधर (भगवान विष्णूचे एक रूप) यांनी त्यांना सांगितले की तो त्यांचा मुलगा म्हणून जन्म घेईल. चंद्रमणी देवीला योगीदर शिवमंदिरातील शिवलिंगातून प्रकाश तिच्या गर्भाशयात प्रवेश करत असल्याचे दृष्टान्त झाल्याचे म्हटले जाते. रामकृष्णाच्या जन्मानंतरच्या दुसऱ्या एका दृष्टांतात, त्यांच्या आईने बाळ रामकृष्णाऐवजी एक विचित्र उंच व्यक्ती अंथरुणावर पडलेली पाहिली.

हे कुटुंब हिंदू देवता रामाला समर्पित होते (कुटुंब देवता श्री रघुबीर, रामाचे नाव होते), आणि खुदीराम आणि चंद्रमणीच्या पुरुष मुलांना राम किंवा रामाने सुरू होणारी नावे दिली गेली: रामकुमार, रामेश्वर आणि रामकृष्ण.तेथे रामकृष्ण या नावाच्या उत्पत्तीबद्दल काही वाद आहेत, परंतु "...रामकृष्ण हे नाव त्यांना त्यांच्या वडिलांनी दिले होते हे निःसंशयपणे सिद्ध करणारे पुरावे आहेत..." मध्ये नोंदवल्याप्रमाणे रामकृष्ण यांनी स्वतः याची पुष्टी केली. "M's डायरी, "मी माझ्या वडिलांचा पाळीव मुलगा होतो. ते मला रामकृष्णबाबू म्हणायचे."

पहिला आध्यात्मिक अनुभव

वयाच्या सहा-सातच्या आसपास, रामकृष्णांनी त्यांच्या आध्यात्मिक समाधीचा पहिला क्षण अनुभवला. एके दिवशी सकाळी, भातशेतीच्या अरुंद कड्यावरून चालत असताना, एका छोट्या टोपलीतून काही फुगवलेले भात खात असताना, त्याला दुधाळ पांढऱ्या क्रेन्सचा कळप दिसला, जो मुसळधार पावसाने भरलेल्या काळ्या ढगांच्या पार्श्वभूमीवर उडत होता. संपूर्ण आकाश. त्यानंतरचे दृश्य इतके सुंदर होते की सर्वत्र विखुरलेल्या तांदूळांसह खाली पडण्यापूर्वी तो त्यात गढून गेला आणि त्याचे बाह्य भान गमावले. आजूबाजूचे लोक ज्यांनी हे पाहिले ते त्याच्या मदतीला धावून आले आणि त्याला घरी घेऊन गेले.

वयाच्या नवव्या वर्षी, ब्राह्मणी परंपरेनुसार, पवित्र धागा त्याच्यावर निहित होता, त्यामुळे तो धार्मिक विधी करण्यासाठी पात्र बनला. तो नंतर आपल्या कुटुंबाला त्यांच्या देवतांची पूजा करण्यात मदत करायचा.उपासनेतील त्याच्या भक्तीचा परिणाम म्हणून, त्याला भाव-समाधी किंवा सविकल्प-समाधीचा अनुभव येऊ लागला.त्याला त्याच्या इतर काही वेळा अशाच स्वरूपाचे अनुभव आले. बालपण - विशालाक्षी देवीची पूजा करताना आणि शिवरात्री उत्सवात एका नाटकात शिवाचे चित्रण करताना.

शिक्षण

रामकृष्ण यांना गावच्या शाळेत पाठवण्यात आले जिथे ते वाचन आणि लिहायला शिकले, परंतु त्यांना अंकगणिताचा तिटकारा होता आणि साध्या बेरीज, गुणाकार आणि भागाकाराच्या पलीकडे त्यांची प्रगती झाली नाही. रामायण, महाभारत आणि इतर धार्मिक पुस्तकांचे त्यांनी भक्तिभावाने वाचन केले. परंतु त्याने विद्वानांचे निरीक्षण केले आणि असे आढळले की त्यांना फक्त संपत्ती मिळवण्यातच रस होता आणि त्याच्या वडिलांच्या अलिप्तपणाच्या आणि नीतिमान आचरणाच्या मानकांशी त्याचा विरोधाभास होता. म्हणून त्याने नंतर या "भाकरी-विजेत्या शिक्षण" मध्ये रस गमावला. त्याऐवजी तो बनविण्यात

निपुण झाला. प्रतिमा, अभिनय आणि चित्रकला. जेव्हा ते चौदा वर्षांचे होते तेव्हा त्यांनी आपल्या काही मित्रांसह एक नाटक गट सुरू केला आणि त्याचा पाठपुरावा करण्यासाठी त्यांनी शाळा सोडली.रामकृष्णांना व्यावहारिकदृष्ट्या कोणतेही औपचारिक शिक्षण नव्हते आणि ते अडाणी उच्चारणासह अव्याकरण अपूर्ण बंगाली बोलत होते.

कामरपुकुर, पुरीच्या सुस्थापित तीर्थयात्रेच्या मार्गांवर एक संक्रमण-बिंदू असल्याने, त्याला त्यागी संत आणि पवित्र पुरुषांच्या संपर्कात आणले. ते पुराण, रामायण, महाभारत आणि भागवत पुराणात चांगले पारंगत झाले. भटके भिक्षू आणि कथक यांच्यापासून - प्राचीन भारतातील पुरुषांचा एक वर्ग ज्यांनी पुराचा उपदेश केला आणि गायला. गावातील बायकांसाठी तो पुरापासूनची गाणी आणि दृश्ये गाऊन दाखवत असे. दुर्गादास पायणे या व्यापारी, ज्यांनी आपल्या घरातील स्त्रियांवर कडक पर्दा लावला, त्यांनी रामकृष्णांना पुराण ऐकण्यासाठी भेटलेल्यांवर टीका केली. रामकृष्णांनी त्यांच्याशी युक्तिवाद केला की स्त्रियांचे संरक्षण केवळ चांगल्या शिक्षणाद्वारे आणि देवाच्या भक्तीने होऊ शकते, पर्दाद्वारे नाही. दुर्गादास यांनी एक आव्हान फेकले होते की त्यांच्या आतील अपार्टमेंटमध्ये डोकावणे अशक्य होते. रामकृष्णाने हे आव्हान स्वीकारले आणि स्वतःला विणकर स्त्रीसारखे कपडे घातले, मग दुर्गादासला त्याच्या वेशात मूर्ख बनवले आणि त्याच्या घराच्या आतील अपार्टमेंटमध्ये प्रवेश केला. पराभूत झालेल्या दुर्गादासांनी स्त्रियांना जाऊन रामकृष्णाचे पठण ऐकण्याची परवानगी दिली.

1843 मध्ये रामकृष्णाच्या वडिलांचे निधन झाले, ही हानी त्यांना खूप तीव्रपणे जाणवली, ज्यामुळे ते अधिक संयमी बनले. यावेळी रामकृष्ण साडेसात वर्षांचे होते. कधी-कधी जवळच्या स्मशानभूमीला एकट्याने भेट देऊन तेथे अध्यात्मिक अनुशासनांचा सराव करत असे.या टप्प्यावर कौटुंबिक जबाबदाऱ्या त्यांच्यापेक्षा एकतीस वर्षांनी मोठे असलेले त्यांचे थोरले भाऊ रामकुमार यांच्यावर येऊन पडली.तेव्हा रामकृष्ण स्मशानभूमीत होते. किशोरवयीन, कुटुंबाची आर्थिक स्थिती बिघडल्याने, रामकुमार यांनी कलकत्ता (झामा पुकुर गल्ली) येथे संस्कृत शाळा सुरू केली, तेथे पुजारी म्हणूनही काम केले. रामकृष्ण 1852 मध्ये त्यांच्या भावासह पुजारी कार्यात मदत करण्यासाठी कलकत्त्याला गेले.

पौरोहित्य आणि विवाह

पुरोहितपदापर्यंत नेले

19व्या शतकात कलकत्ता येथे राणी रसमणी, चार मुलींसह एक श्रीमंत आणि श्रीमंत विधवा राहत होती. रामकृष्णाच्या जीवनात महत्त्वाची भूमिका बजावणाऱ्या अनेक प्रमुख महिलांपैकी त्या पहिल्या होत्या. तिच्या पतीकडून संपत्तीचा वारसा मिळाल्याने, तिने आपल्या इस्टेटमधील अपवादात्मक व्यवस्थापकीय कौशल्ये, ब्रिटिशांविरुद्धचा प्रतिकार याद्वारे शहरातील लोकांप्रती स्वतःला प्रिय बनवले. अधिकारी आणि तिच्या विविध परोपकारी कार्यांद्वारे. तिच्या दयाळूपणासाठी, गरिबांसाठी परोपकारासाठी आणि तिच्या धार्मिक भक्तीसाठी सुप्रसिद्ध, ती सर्वांद्वारे खूप प्रिय आणि आदरणीय होती आणि तिने

स्वतःला "राणी" देवी कालीची उत्कट भक्त म्हणून पात्र असल्याचे सिद्ध केले. तिच्या इस्टेटच्या अधिकृत शिक्कामध्ये "श्री रासमणी दासी, कालीच्या चरणांची आकांक्षा आहे" असे शब्द तिच्याजवळ लिहिलेले होते. देवी कालीचे दर्शन घेतल्यानंतर, तीर्थयात्रेसाठी निघण्याच्या आदल्या रात्री तिला स्वप्नात काशी या पवित्र नगरी, तिने आताचे प्रसिद्ध दक्षिणेश्वर काली मंदिर स्थापन केले. असे सांगितले जाते की, स्वप्नात देवीने तिला काशीला भेट देण्याऐवजी काशीच्या काठावर असलेल्या एका सुंदर ठिकाणी देवीची दगडी मूर्ती बसवण्याची सूचना केली. भागीरथी नदी, आणि तेथे दररोज पूजा आणि प्रसादाची व्यवस्था करा; मग ती देवतेमध्ये प्रकट होईल आणि तिची पूजा करेल.

अत्यंत आनंदाने, राणीने दक्षिणेश्वर येथे हुगळी नदीच्या काठावर एक मोठा भूखंड विकत घेतला आणि नऊ-स्पायर्ड मंदिराचे बांधकाम सुरू केले, जेथे देवीचे दर्शन घेण्यासाठी यात्रेकरू एकत्र येऊ शकतात. तथापि, कासी कैवर्त कुटुंबात जन्माला आल्याने, तिला स्थानिक ब्राह्मणांनी कालीला प्रसाद देण्यास अयोग्य मानले होते. परंतु काली देवतेला प्रसाद देण्याची तिची मनापासून इच्छा होती, आणि जर तिने तसे केले तर ब्राह्मणवादी नियमांच्या विरोधात होते. त्यावेळचा समाज, तेव्हा त्या मंदिरात कोणीही भक्त जात नसत, ना कुलीन ब्राह्मण पुजारी तेथे सेवा करत असत. तिच्या समस्येवर शास्त्रोक्त उपाय शोधण्यासाठी, राणीने देशाच्या विविध भागांतील विविध पंडितांची लेखी मते मागितली, परंतु त्यापैकी एकही तिच्या बाजूने नव्हता. जेव्हा सर्व आशा मावळल्यासारखे वाटत होते, तेव्हा तिला रामकुमार यांचे एक पत्र मिळाले, ज्याने तिने तिला आश्वासन दिले की जर तिने एखाद्या ब्राह्मणाला मालमत्तेची भेट दिली तर शास्त्रवचनीय तत्त्वे पाळली जातील, जो नंतर देवतेची स्थापना करू शकेल आणि अन्न प्रसादाची व्यवस्था करू शकेल. त्यानंतर तेथे प्रसाद घेणाऱ्या कोणालाही कोणताही दोष लागणार नाही.जेव्हा तिने या अटी मान्य केल्या तेव्हा तिने जातीय विशेषाधिकारांच्या कठोरतेच्या आसपास काम करताना त्याच्या निर्बंधांचे स्पष्टपणे पालन केले.

राणीने मंदिर पवित्र करण्याचा निर्णय घेतला आणि आपल्या योजनांसह पुढे जाऊ लागली. पुजाऱ्याचा शोध सुरू असतानाच, महेशचंद्र चट्टोपाध्याय नावाचा ब्राह्मण, जो राणीच्या मालमत्तेवर काम करत होता आणि तिचा सचिव रामधन घोष, जे दोघेही रामकुमारचे चांगले ओळखीचे होते, यांनी त्यांना राणीच्या मंदिरात पुजारी म्हणून काम करण्याची विनंती केली. , तात्पुरते असले तरी. धर्माभिमानी रामकुमार सहमत झाले आणि मे १८५५ च्या शेवटच्या दिवशी राणीने काळी काली प्रतिमा स्थापित केली तेव्हा तो तिचा मुख्य पुजारी झाला.

रामकुमारने रामकृष्णांना पुजारीपद स्वीकारल्याबद्दल माहिती दिली आणि रामकृष्णांना काली मंदिरात राहण्यास सांगितले. रामकृष्णांनी कडाडून आक्षेप घेतला आणि रामकुमारला आठवण करून दिली की त्यांचे वडील कथित 'खालच्या जाती'च्या समारंभात कधीही काम करत नाहीत, परंतु या प्रकरणात रामकुमारची इच्छा प्रबळ आहे.

सुरुवातीपासून ब्राह्मणवादी अधिकार असूनही, प्रत्येक धर्मीय हिंदू, कोणत्याही जातीचा विचार न करता, पंथ आणि वर्गाला या मंदिरात प्रवेश होता.

पुजारी म्हणून पदभार

दक्षिणेश्वर काली मंदिर, 1855 मध्ये राणी रासमणीच्या आश्रयाने बांधले गेले. श्री रामकृष्ण यांनी त्यांच्या आयुष्याचा मोठा भाग येथेच व्यतीत केला.

गुरुवार, 31 मे, 1855 रोजी - रामकुमारने, त्याचा भाऊ रामकृष्ण यांच्या उपस्थितीत, दक्षिणेश्वर काली मंदिराच्या समर्पण समारंभात कार्य केले. मंदिराचा अभिषेक झाल्यानंतर तीन महिन्यांच्या आत, राणीचा उजवा हात माथुर बाबू, रामकृष्णाने खूप प्रभावित होऊन, त्याला कालीच्या देवतेची वेशभूषा करण्याचे काम दिले आणि रामकृष्णाचा सोळा वर्षांचा पुतण्या हृदय याला तो आणि रामकुमार दोघांचा सहाय्यक म्हणून नियुक्त केले. रामकुमार आपल्या भावाला उपासना आणि सेवेची पद्धत शिकवू लागला. देवीच्या आशेने की तो त्याच्या अनुपस्थितीत ते करू शकेल. त्याला योग्य प्रकारे दीक्षा देण्यासाठी केनाराम भट्टाचार्य नावाच्या शक्तीच्या साधकाला आमंत्रित करण्यात आले. रामकृष्णातील धार्मिक उत्साह पाहून तो वरवर मोहित झाला होता, जो त्याच्या कानात मंत्र म्हणताच आनंदी झाला होता.

त्याला सवय लावण्यासाठी, रामकुमारने नंतर काही प्रसंगी रामकृष्णाला कालीची पूजा करण्यासाठी नियुक्त केले. काली मंदिरातील कठीण कर्तव्ये पार पाडण्यासाठी रामकुमार वृद्ध आणि अशक्त झाल्यावर, माथूरने राणीच्या परवानगीने, त्याला पूजा करण्यासाठी संकुलातील विष्णू मंदिरात जाण्याची विनंती केली आणि रामकृष्णाची पुजारी पदावर नियुक्ती केली. या व्यवस्थेने रामकुमारला आनंद झाला आणि मंदिराच्या अभिषेक झाल्यापासून एक वर्ष सेवा केल्यानंतर, सुट्टीवर घरी जाण्याच्या तयारीत असताना, 1856 मध्ये त्यांचा अचानक मृत्यू झाला.

माता कालीचे दर्शन

वयाच्या 20 व्या वर्षी, रामकृष्ण ज्यांनी आतापर्यंत आपल्या कुटुंबात एकापेक्षा जास्त मृत्यू पाहिले होते, जीवनाची पूर्णपणे नश्वरता ओळखून, ते आईच्या पूजेमध्ये अधिक मग्न झाले. रोजच्या पूजेनंतर, रामप्रसाद आणि कमलाकांता सारख्या भक्तांनी रचलेली गाणी गाताना भक्तीमध्ये हरवून जाण्यापूर्वी तो मंदिरात बसून देवतेकडे लक्षपूर्वक पाहत असे. त्यांनी त्यांची गाणी त्यांच्या उपासनेत मदत म्हणून मानली आणि रामप्रसादाप्रमाणेच त्यांना आईचे दर्शन मिळण्याची खात्री होती. उत्कट अंतःकरणाने तो म्हणायचा, "तू रामप्रसादाला दाखवलेस, आई, मग तू मला का प्रकट करू नये? मला संपत्ती, मित्र, नातेवाईक, सुख-भोग वगैरे नको आहेत. तू स्वतःला दाखव. मी." कोणताही वेळ वाया घालवण्यास टाळाटाळ करत, मध्यान्ह किंवा रात्री मंदिर बंद झाल्यावर, तो जवळच्या जंगलात जाऊन आईचे चिंतन व चिंतन करायचा.

ध्यान करण्यापूर्वी, तो आपले कपडे आणि पवित्र धागा बाजूला ठेवायचा आणि पूर्णपणे नग्न ध्यान करायचा. जेव्हा हृदय, त्याच्या पुतण्याला हे कळले तेव्हा त्याने त्याला त्याच्या विचित्र वागणुकीचे स्पष्टीकरण देण्यास सांगितले. रामकृष्णांनी त्यांना समजावून सांगितले की जेव्हा कोणी देवाबद्दल विचार करतो तेव्हा सर्व आसक्ती आणि "द्वेष, भय, लज्जा, घृणा, अहंकार, व्यर्थता, उदात्त वंश आणि चांगले आचरण" या आठ दास्यांपासून मुक्त असले पाहिजे. त्याने आपल्या पवित्र धाग्याकडे आपल्या ब्राह्मण वंशाच्या अहंकाराचे प्रदर्शन म्हणून पाहिले आणि अशा प्रकारे तो बाजूला ठेवला, मातेला हाक मारताना असे म्हटले की, अशा सर्व बंधनांचा त्याग केला पाहिजे आणि एकाग्र चिताने तिचा हाक मारली पाहिजे. त्याने आपल्या पुतण्याला आश्वासन दिले की त्याचे ध्यान संपल्यानंतर तो त्यांना घालू. हे ऐकून हृदय स्तब्ध झाला आणि तो निराश झाला.

अशाप्रकारे, त्याने आपले दिवस आणि रात्र पूर्णपणे प्रार्थना, गायन आणि ध्यानात घालवली, तर तिच्या दर्शनाची त्याची तळमळ दररोज वाढतच गेली. मंदिराच्या आजूबाजूच्या लोकांनी त्याची उत्कटता आणि भक्तीचे पालन लक्षात घेण्यास सुरुवात केली होती, जे त्याच्या सभोवतालच्या लोकांच्या मतांमुळे अविचलित होते. राणीला तिचा जावई माथूर यांनी अशी माहिती दिली: "आम्हाला एक विलक्षण उपासक मिळाला आहे; देवी लवकरच जागृत होईल".

जसजसे दिवस सरत गेले, तसतसे रामकृष्णांचे अन्न सेवन आणि झोप हळूहळू कमी होत गेली आणि पूजा किंवा ध्यान या दोन्हीपैकी एक नसताना त्यांना मातेचे दर्शन होईल की नाही या विचाराने ते गोंधळात पडले.51 संध्याकाळचा सूर्य पाहून, तो ओरडायचा, "आई, अजून एक दिवस गेला आणि तरीही मी तुला पाहिले नाही !" 52 शेवटी तो प्रश्न करेल, "आई, तू खरी आहेस का, की हे सर्व माझ्या मनाने बनवलेले आहे, वास्तविकता नसलेली केवळ कविता आहे? अस्तित्वात आहे, मी तुला का पाहू शकत नाही?"

कालांतराने, तिच्या दर्शनाची त्याची तळमळ कमालीची झाली आणि तो दिवसाचे चोवीस तास पूजा किंवा ध्यानात गुंतला. निराश, आणि एके दिवशी तिला तिची दृष्टी कधीच मिळणार नाही या विचाराने एक असह्य वेदना जाणवत होती, जसे की त्याने नंतर सांगितले: "माझ्या दुःखात मी स्वतःला म्हणालो, 'या जीवनाचा काय उपयोग?' अचानक माझी नजर मंदिरात टांगलेल्या तलवारीवर पडली. मी तिथूनच आयुष्य संपवण्याचा निर्णय घेतला. वेड्यासारखा मी त्या तलवारीकडे धावलो आणि ती ताब्यात घेतली. आणि मग — मला आईचे अद्भुत दर्शन झाले आणि मी खाली पडलो. बेशुद्ध." तो भारावून गेला, आणि मूर्च्छित होण्याआधी, त्याने पाहिले की त्याच्या अध्यात्मिक दृष्टीक्षेपात - घरे, दरवाजे, मंदिरे आणि आजूबाजूचे सर्व काही रिकाम्या पोकळीत नाहीसे होत आहे आणि "मी जे पाहिले ते प्रकाशाचा अमर्याद अमर्याद जागरूक समुद्र होता! कितीही दूर आणि कोणत्याही दिशेने. मी पाहिलं, मला दिसले की एकापाठोपाठ एक प्रखर लाटा समोरून येत होत्या, सर्व बाजूंनी प्रचंड वेगाने उसळत होत्या. लवकरच त्या माझ्यावर पडल्या आणि मला अज्ञात

तळाशी बुडवल्या. मी धडधडत, धडपडत आणि बेशुद्ध पडलो. मग बाह्य जगात काय झाले ते कळले नाही - तो दिवस आणि पुढचा दिवस कसा निसटला. पण, माझ्या अंतःकरणात, याआधी कधीही अनुभवला नसलेल्या तीव्र आनंदाचा प्रवाह वाहत होता आणि मला त्या प्रकाशाचे त्वरित ज्ञान होते. आई होती." जेव्हा तो शुद्धीवर आला तेव्हा तो सापडला, वेदनादायक आवाजात "मा" (आई) हा शब्द वारंवार उच्चारत होता.

तिच्या अस्तित्वाची पूर्ण खात्री असल्याने, रामकृष्ण आता तिच्या निवासस्थानी सर्व वेळ राहत होता आणि एखाद्या मुलाप्रमाणे आईला सोडण्यास नकार दिला होता, तसाच तो त्याच्या दैवी आईला सोडण्यास इच्छुक नव्हता. आनंदाच्या महासागरात घिरट्या घालत, त्यांनी विविध साधकांना आईकडे मार्गदर्शन केले, हे लक्षात आले की ते तिच्याशिवाय कोठेही अनुभवू शकत नाही. जेव्हा आपण देवतेला "माता" का म्हणतो असे विचारले असता, त्याने उत्तर दिले की हे असे आहे कारण मूल सर्वात मुक्त आहे. आई, आणि ती एकटीच मुलाचे इतर कोणापेक्षाही जास्त संगोपन करू शकते. त्याच्या आजूबाजूच्या लोकांनी नोंदवले की तो एकटाच आध्यात्मिक विषयांवर चर्चा करत असे आणि कधीही कोणत्याही सांसारिक समस्यांबद्दल बोलत नाही आणि काली दैवी मातेबद्दल बोलत असताना, तो फक्त रडत असे. उत्तेजित एकदा कोणीतरी त्याला काली पूजेबद्दल विचारले तेव्हा तो म्हणाला:

"मी माती आणि पेंढापासून बनवलेल्या कालीची पूजा करत नाही. माझी आई हे चैतन्य तत्व आहे. माझी आई शुद्ध सच्चिदानंद आहे - अस्तित्व-ज्ञान-परमानंद निरपेक्ष. जे अनंत आणि खोल आहे ते नेहमी गडद रंगाचे असते. विस्तृत आकाश गडद आहे- रंगीत आणि तसाच खोल समुद्र. माझी काली अनंत, सर्वव्यापी आणि चैतन्य आहे."

लग्न

दक्षिणेश्वर येथे केलेल्या अध्यात्मिक पद्धतींमुळे रामकृष्ण अस्थिर झाल्याची अफवा कमरपुकुरमध्ये पसरली. रामकृष्णाची आई आणि त्याचा मोठा भाऊ रामेश्वर यांनी रामकृष्णाशी लग्न करण्याचा निर्णय घेतला, असा विचार केला की लग्नाचा त्याच्यावर चांगला स्थिर प्रभाव पडेल - त्याला जबाबदाऱ्या घेण्यास भाग पाडून, आणि त्याचे लक्ष त्याच्या अध्यात्मिक पद्धती आणि दृष्टान्तांवर न ठेवता सामान्य गोष्टींवर केंद्रित करून. कमरपुकुरच्या उत्तर-पश्चिमेस तीन मैलांवर असलेल्या जयरामबाटी येथील रामचंद्र मुखर्जी यांच्या घरी त्यांना वधू सापडेल असा उल्लेख स्वतः रामकृष्णांनी केला आहे . पाच वर्षांची वधू, शारदामणी मुखोपाध्याय (नंतर शारदा देवी म्हणून ओळखली जाते; तिला अवतार देखील मानले जाते) सापडले आणि विवाह 1859 मध्ये विधिवत सोहळा पार पडला. यावेळी रामकृष्ण तेवीस वर्षांचे होते, परंतु वयातील हा फरक विवाह एकोणिसाव्या शतकातील ग्रामीण बंगालमध्ये सामान्य होता. ५७ नंतर शारदा देवी चौदा वर्षांची आणि रामकृष्ण बत्तीस वर्षांची असताना त्यांनी कामरपुकुरमध्ये तीन महिने एकत्र घालवले. रामकृष्ण हे शारदाच्या जीवनातील एक अतिशय प्रभावशाली व्यक्तिमत्त्व बनले, आणि ती त्यांच्या

शिकवणींची दृढ अनुयायी बनली. लग्नानंतर, शारदा जयरामबाटी येथे राहिल्या आणि वयाच्या अठराव्या वर्षी दक्षिणेश्वरमध्ये रामकृष्णाला सामील झाल्या.

त्याची वधू त्याच्याशी सामील झाली तोपर्यंत, रामकृष्णाने आधीच एका संन्यासीचे संन्यासी जीवन स्वीकारले होते; लग्न कधीच पूर्ण झाले नाही. पुजारी या नात्याने, रामकृष्णाने विधी समारंभ केला – षोडशी पूजा त्यांच्या खोलीत, जिथे त्यांनी त्यांची पत्नी, शारदा देवी यांची दैवी माता म्हणून पूजा केली. रामकृष्णाने शारदा देवींना वैयक्तिकरित्या दैवी माता मानले, तिला पवित्र माता म्हणून संबोधले, आणि या नावानेच ती रामकृष्णांच्या शिष्यांना ओळखत असे. शारदा देवी रामकृष्णापेक्षा चौतीस वर्षे जगल्या आणि नवजात धार्मिक चळवळीत त्यांनी महत्त्वाची भूमिका बजावली.

अध्यात्मिक मनःस्थितीचा सराव करण्याचा एक भाग म्हणून, ज्याला मधुरा भव साधना म्हणतात, रामकृष्णाने स्त्री म्हणून वेशभूषा केली आणि वागले.

माणूस उत्कटतेवर कसा विजय मिळवू शकतो? त्याने स्त्रीची वृती गृहीत धरावी. मी देवाची दासी म्हणून बरेच दिवस घालवले. मी स्वतःला स्त्रियांचे कपडे घातले, दागिने घातले आणि माझ्या शरीराचा वरचा भाग एखाद्या स्त्रीप्रमाणेच स्कार्फने झाकून घेतला. स्कार्फ घालून मी प्रतिमेसमोर संध्याकाळची पूजा करायचो. नाहीतर मी माझ्या बायकोला आठ महिने सोबत कसे ठेवले असते? आम्ही दोघे जण दैवी मातेची दासी आहोत असे वागलो.

विविध परंपरांद्वारे ईश्वर-साक्षात्कार

1860 मध्ये, रामकृष्ण दक्षिणेश्वरला परतले आणि आपली पत्नी, घर, शरीर आणि परिसर विसरून ते पुन्हा एका अध्यात्मिक वादळात अडकले. त्यांनी एकदा त्यांच्या आयुष्यातील या सर्वात गोंधळाच्या काळात त्यांच्या अनुभवांचे वर्णन केले:

"मी एका अध्यात्मिक संकटातून निघून गेल्यावर दुसऱ्या संकटाची जागा घेतली. हे एका वावटळीत असल्यासारखे होते, माझा पवित्र धागाही उडून गेला होता. मी क्वचितच माझे धोतर धरून ठेवू शकलो. कधी कधी मी माझे उघडले. तोंड, आणि जणू माझा जबडा स्वर्गातून पाताळात पोचला असे होईल. "आई!" मी हताशपणे ओरडेन. मला वाटले की मी तिला आत खेचले पाहिजे, जसे एक मच्छीमार त्याच्या जाळ्याने मासे ओढतो. रस्त्यावर चालणारी वेश्या मला सीता वाटेल, तिच्या विजयी पतीला भेटायला जात आहे. झाडासमोर पाय रोवून उभ्या असलेल्या एका इंग्रज मुलाने मला कृष्णाची आठवण करून दिली आणि मी भान हरपले. कधी कधी मी माझे अन्न कुत्र्यासोबत वाटून घ्यायचे. माझे केस झाले. चटपटीत. पक्षी माझ्या डोक्यावर बसतील आणि पूजेच्या वेळी तिथे बसलेल्या तांदूळाच्या दाण्याकडे डोकावतील. माझ्या गतिहीन शरीरावर साप रेंगाळतील. एक सामान्य माणूस त्या प्रचंड उत्साहाचा एक चतुर्थांश भाग घेऊ शकत नाही; तो जळला असेल. त्याला वर. मला सहा वर्षे अजिबात झोप लागली नाही. माझे डोळे डोळे मिचकावण्याची शक्ती गमावली. मी आरशासमोर उभे राहून माझ्या बोटाने पापण्या बंद करण्याचा प्रयत्न केला आणि मला ते जमले नाही! मी घाबरलो आणि आईला म्हणालोः "आई, तुला हाक मारणाऱ्यांचे असे होते

का? मी स्वतःला तुझ्या स्वाधीन केले आणि तू मला हा भयंकर रोग दिलास!" मी अश्रू ढाळत असे - पण नंतर, अचानक, मी आनंदाने भरून जायचे. मी पाहिले की माझ्या शरीराला काही फरक पडत नाही - त्याचे महत्त्व नाही, एक क्षुल्लक गोष्ट. आईने मला दर्शन दिले आणि माझे सांत्वन केले आणि मला माझ्या भीतीपासून मुक्त केले."

रामकृष्ण भगवान रामाच्या भक्तीचा सराव करत मोठे झाले आणि दक्षिणेश्वर मंदिरातील पुजारी म्हणून त्यांनी केलेल्या कर्तव्यांमुळे त्यांना माता कालीची उपासना करण्यास प्रवृत्त केले. दक्षिणेश्वर येथे मंदिराचे पुजारी म्हणून सेवा करत असताना, रामकृष्ण विविध प्रवासी साधूंना भेटतील जे त्यांच्या ठिकाणी भेट देतील आणि काही काळ तेथे राहतील. त्यांच्या स्वतःच्या उपासनेच्या पद्धतींचा सराव करून, त्यांच्यापैकी अनेकांनी रामकृष्णांना हिंदू धर्माच्या विविध शाळांमध्ये दीक्षा दिली.

सन १८६१ मध्ये, भैरवी ब्राह्मणी नावाच्या एका स्त्री तपस्वीने रामकृष्णाला तंत्राची दीक्षा दिली.नंतर, त्यांनी जटाधारी नावाच्या वैष्णव गुरूच्या हाताखाली वात्सल्य भवाचा (मातापित्याची वृत्ती) प्रथा सुरू केली. १८६५ मध्ये वेदांत तोता पुरी नावाच्या भिक्षूने रामकृष्णांना संन्यासाची दीक्षा दिली आणि त्यांनी निर्विकल्प समाधी प्राप्त केली, जी अध्यात्मिक पद्धतींचा कळस मानली जाते. 1866 मध्ये, सूफी धर्माचे पालन करणारे हिंदू गुरू गोविंदा रॉय यांनी रामकृष्णांना इस्लामची दीक्षा दिली, पुढे 1873 मध्ये, रामकृष्ण आणि ख्रिश्चन धर्माचे पालन केले. बायबल त्याला वाचून दाखवले.

विविध धार्मिक मार्गांवर दशकाहून अधिक साधने केल्यानंतर, प्रत्येकाने त्या मार्गाने भगवंताचा साक्षात्कार घडवून आणला, त्याच्या वैयक्तिक पद्धती स्थिर झाल्या, आणि तो भावमुखात राहिला, असे म्हटले जाते, एक आनंददायी समाधी. पंचवटी (दक्षिणेश्वर मंदिराच्या मैदानाचा एक जंगली आणि निर्जन भाग), काली मंदिरात जाऊन मातेला फुले अर्पण करा आणि विविध देवता आणि धार्मिक व्यक्तींना धूप लावा, ज्यांची चित्रे त्याच्या खोलीत टांगली.

रामभक्ती

कालीचे दर्शन आणि त्याचा विवाह यादरम्यानच्या काळात काही क्षणी, रामकृष्णाने दास्य भवाचा अभ्यास केला, ज्या दरम्यान त्यांनी रामाचा आदर्श भक्त आणि सेवक मानल्या जाणार्‍या हनुमानाच्या वृत्तीने रामाची पूजा केली. रामकृष्णाच्या म्हणण्यानुसार, या साधनेच्या शेवटी, त्यांना रामाची पत्नी सीतेचे दर्शन झाले, ते त्यांच्या शरीरात विलीन झाले.

भैरवी ब्राह्मणी, एक तपस्वी जी तिच्यासोबत रघुवीर शिला घेऊन जात असे - भगवान राम आणि सर्व वैष्णव देवतांचे प्रतिनिधित्व करणारी एक दगडी मूर्ती, जी गौडीय वैष्णव धर्माच्या ग्रंथांमध्ये देखील पारंगत आहे,यांनी सांगितले की रामकृष्ण एक घटना अनुभवत होते, जी महाभवासोबत होती. परमात्म्याबद्दल प्रेमळ भक्तीची सर्वोच्च वृत्ती,आणि भक्तीशास्त्रांचे उद्धृत करून तिने सांगितले की राधा आणि चैतन्य सारख्या इतर धार्मिक

व्यक्तींनाही असेच अनुभव आले होते.

तंत्र

तंत्र शक्तीच्या उपासनेवर लक्ष केंद्रित करते आणि तांत्रिक प्रशिक्षणाचा उद्देश मुक्ती मिळविण्याचे साधन म्हणून पवित्र आणि अपवित्र यांच्यातील अडथळे पार करणे आणि नैसर्गिक जगाच्या सर्व पैलूंना दैवी शक्तीचे प्रकटीकरण म्हणून पाहणे.

१८६१ मध्ये, भैरवी ब्राह्मणी नावाच्या एका मध्यमवयीन महिला तपस्वीने रामकृष्णांना तंत्राची दीक्षा दिली. तिच्या मार्गदर्शनाखाली, रामकृष्णांनी चौसष्ट प्रमुख तांत्रिक साधना केल्या ज्या १८६३ मध्ये पूर्ण झाल्या. सर्व चौसष्ट साधना त्यांनी केली. प्रत्येकी फक्त तीन दिवस पूर्ण व्हायचे.त्यांनी जप आणि पुरस्कार यांसारख्या मंत्र विधींनी सुरुवात केली आणि मन शुद्ध करण्यासाठी आणि आत्म-नियंत्रण स्थापित करण्यासाठी डिझाइन केलेले इतर अनेक विधी. नंतर तो तांत्रिक साधनांकडे गेला, ज्यात सामान्यत: वामाचार (डाव्या हाताचा मार्ग) नावाच्या विषम पद्धतींचा समावेश आहे, ज्याचा उपयोग मुक्तीचे साधन म्हणून केला जातो, वाळलेले धान्य, मासे आणि मांस खाणे यासह वाइन पिणे आणि लैंगिक संभोग यासारख्या क्रियाकलापांचा समावेश होतो. रामकृष्ण आणि त्यांच्या चरित्रकारांच्या म्हणण्यानुसार, रामकृष्णांनी त्या शेवटच्या दोन कार्यात प्रत्यक्ष सहभाग घेतला नाही (काही जण म्हणतात की ते मांसाहारात गुंतले नव्हते), त्यांना अपेक्षित परिणाम देण्यासाठी त्यांना फक्त एक सूचना हवी होती. रामकृष्णाने डाव्या हाताचा तांत्रिक मार्ग मान्य केला, जरी त्यात "अवांछनीय वैशिष्ट्ये" आहेत, "ईश्वर-साक्षात्कारासाठी वैध मार्गांपैकी एक" म्हणून, त्यांनी आपल्या भक्तांना आणि शिष्यांना त्याच्याशी संबंध न ठेवण्याबद्दल सातत्याने सावध केले.

भैरवीने रामकृष्णांना कुमारी-पूजा देखील शिकवली, हा एक प्रकारचा विधी आहे ज्यामध्ये कुमारी देवीची प्रतीकात्मकपणे तरुण मुलीच्या रूपात पूजा केली जाते. भैरवीच्या आश्रयाने, रामकृष्णाने कुंडलिनी योग देखील शिकला. भैरवीने, योगिक तंत्रे आणि तंत्राने, रामकृष्णाच्या सुरुवातीच्या आध्यात्मिक विकासात महत्त्वाची भूमिका बजावली.

वैष्णव भक्ती

1864 मध्ये, रामकृष्णाने वैष्णव गुरू जटाधारी यांच्या हाताखाली वात्सल्य भवाचा अभ्यास केला.या काळात, त्यांनी आईच्या वृत्तीत रामललाच्या (लहानपणी राम) लहान धातूच्या प्रतिमेची पूजा केली. रामकृष्णाच्या मते, त्यांना धातूच्या प्रतिमेत जिवंत देव म्हणून बाल रामाची उपस्थिती जाणवू शकते.

रामकृष्ण नंतर मधुरा भवाच्या अभ्यासात गुंतले, गोपींची आणि राधाची कृष्णाकडे असलेली वृत्ती.या भवाच्या अभ्यासादरम्यान, रामकृष्णाने अनेक दिवस स्वत:ला स्त्रियांच्या पोशाखात परिधान केले आणि स्वतःला वृंदावनातील गोपींपैकी एक मानले. रामकृष्णाच्या मते, अध्यात्मिक जीवनात अडथळा म्हणून पाहिल्या जाणार्या सेक्सच्या कल्पनेला उखडून टाकण्याचा एक मार्ग म्हणजे मधुरा भव. रामकृष्णांच्या मते, या साधनेच्या शेवटी,

त्यांनी सविकल्प समाधी (स्वरूपात दिसणारा देव) प्राप्त केला. आणि गुण)-दृष्टी आणि कृष्णाशी एकरूप.

बंगाली गौडिया वैष्णव भक्तीचे पंधराव्या शतकातील संस्थापक चैतन्य महाप्रभू आणि नित्यानंद प्रभू यांच्या घरी रामकृष्ण यांनी नादियाला भेट दिली. रामकृष्णाच्या म्हणण्यानुसार, तो नावेतून नदी ओलांडत असताना दोन तरुण मुले आपल्या शरीरात विलीन झाल्याची तीव्र दृष्टी त्याला पडली.90 पूर्वी, कलीच्या दर्शनानंतर, त्याने संतभाव - बाल वृत्ती - जोपासली असे म्हटले जाते. कालीकडे.

तोटा पुरी आणि वेदांत

1864 च्या अखेरीस, तोटा पुरी नावाचा एक प्रवासी साधू, गोंधळलेल्या केसांचा उंच नग्न सेवक, बहुधा पंजाबमध्ये जन्मलेला महानिर्वाणी आखाड्याचा नागा साधू, भारतातील विविध पवित्र स्थानांमधून तीर्थयात्रा करत असताना दक्षिणेश्वर येथे आला. ते एका मठाचे प्रमुख होते आणि त्यांनी सातशे संन्याशांवर नेतृत्वाचा दावा केला होता.हे संन्यासी ब्रह्म जाणणारे म्हणून प्रसिद्ध आहेत, आणि स्वतःमध्ये पूर्णपणे समाधानी असल्याने, संपूर्ण विश्वाला ब्रह्म आणि मायेद्वारे त्याचे प्रकटीकरण म्हणून पहा. ते नेहमी फिरत असतात, वेगवेगळ्या तीर्थक्षेत्रांना प्रवास करतात, विविध मंदिरांना भेट देतात आणि तेथे ब्रह्म अनुभवण्यासाठी पवित्र पुरुषांना भेटतात. तोटा पुरी असाच एक माणूस होता जो दक्षिणेश्वरला आला तेव्हा अशाच भेटीवर होता. कोणत्याही एका ठिकाणी तीन दिवसांपेक्षा जास्त वेळ घालवायचा नाही हे त्याच्याबरोबर पारंपारिक अधिवेशन होते आणि काली मंदिरात फक्त तीन दिवस घालवायचे होते.

प्रारंभिक बैठक

मंदिराच्या घाटावर आल्यावर, तोटा पुरी, रामकृष्णाच्या भक्तीमय चेहऱ्याचे दर्शन घेत, तो बंगालमध्ये वेदांत शिकण्यासाठी योग्य इच्छुक असू शकतो का, या विचाराने त्याच्याकडे पाऊल टाकले, जे तेव्हा तंत्राने भरलेले होते. रामकृष्णांचे काटेकोरपणे निरीक्षण केल्यावर, त्यांनी स्वतःच्या इच्छेने त्यांना विचारले की तुम्हाला कोणत्याही वेदांतिक विषयांचा अभ्यास करण्यात रस आहे का. रामकृष्णांनी उत्तर दिले, "मी काय करावे किंवा काय करू नये याबद्दल मला काहीच माहिती नाही; माझ्या आईला सर्व काही माहित आहे; मी तिच्या आज्ञेप्रमाणे करीन." आश्चर्यचकित झालेल्या तोताने त्याला जा तुझ्या आईला विचारायला सांगितले, त्यावर रामकृष्ण शांतपणे मंदिरात गेले आणि आनंदी चेहऱ्याने आनंदाने परतले आणि तोताला कळवले की त्याची आई म्हणाली, "जा आणि शिका, तुला शिकवायचे आहे ते साधू. इकडे ये." रामकृष्ण ज्याला आपली आई म्हणून संबोधत होते ती मंदिरातील देवीची मूर्ती होती याची जाणीव असल्याने, तोटा जरी त्याच्या बालसुलभ साधेपणाने मोहित झाला असला तरी, त्याचे वागणे अज्ञान आणि चुकीच्या समजुतीमुळे होते. विद्वान आणि कुशाग्र बुद्धीचा असल्याने तोताला वेदांतातील ईश्वराशिवाय इतर कोणत्याही देवतेची पर्वा नव्हती. तो देवीला एक भ्रामक आकृती म्हणून पाहत होता आणि

तिच्या अस्तित्वावर विश्वास नव्हता, तिची पूजा किंवा प्रार्थनेत कमी होता. तथापि, त्यांनी रामकृष्णांना याबद्दल काहीही सांगितले नाही, कारण त्यांना वाटत होते की संन्यास सुरू केल्यावर त्यांचे मनावरील ठसे लवकरच निघून जातील.

संन्यासाची दीक्षा

मंदिराच्या बागेच्या उत्तरेला असलेल्या पंचवटी येथे रामकृष्णांना तोता पुरीने संन्यासाची दीक्षा दिली. ब्रह्ममुहूर्ताच्या शुभ मुहूर्तावर पहाटेच्या वेळी होम अग्नी प्रज्वलित करून, संन्यासी होण्याच्या प्रक्रियेत गुंतलेल्या विविध संस्कार आणि समारंभांद्वारे त्यांना मार्गदर्शन करण्यात आले. शास्त्राच्या आदेशानुसार आणि पुढील पिढ्यांच्या परंपरेनुसार त्यांनी जोडीदार, संतती, संपत्ती, लोकांकडून मिळणारी प्रशंसा, सुंदर शरीर इत्यादींच्या इच्छेपासून मुक्त होण्यासाठी अर्पण म्हणून अर्पण केले आणि त्या सर्वांचा त्याग केला. त्यानंतर त्याने आपला पवित्र धागा आणि त्याच्या डोक्यावरील केसांचा तुकडा अर्पणचा भाग म्हणून अर्पण केला. कौपीनाची एक जोडी (गोष्टींवर परिधान केलेले कापड) आणि एक गेरू कापड नंतर गुरू तोटा यांनी साधक रामकृष्ण यांना सादर केले, आणि त्यांना असे निर्देश देण्यात आले:

"ब्रह्म, असा एक पदार्थ जो एकटाच सनातन शुद्ध, शाश्वत जागृत, काळ, स्थळ आणि कार्यकारणभावाने अमर्यादित आहे, तो पूर्णपणे वास्तविक आहे. मायेद्वारे, जी अशक्य गोष्ट शक्य करते, ती आपल्या प्रभावामुळे, असे भासवते. नाव आणि रूपांमध्ये विभागलेले. ब्रह्म खरोखर इतके विभागलेले नाही. कारण, समाधीच्या वेळी, एक थेंबही नाही, म्हणजे काळ आणि स्थान आणि मायेने निर्माण केलेले नाव आणि रूप समजले जाते. म्हणून जे काही आहे, ते आहे. नाम आणि रूप याच्या मर्यादेत कधीही वास्तव असू शकत नाही. चांगल्या अंतराने दूर राहा. सिंहाच्या जबरदस्त ताकदीने नाव आणि रूपाचा पक्का पिंजरा फोडा आणि त्यातून बाहेर पडा. अस्तित्वात असलेल्या आत्म्याच्या वास्तवात खोलवर जा स्वतःमध्ये. समाधीच्या साहाय्याने त्याच्याशी एक व्हा. नंतर तुम्हाला नाम आणि रूप असलेले विश्व दिसेल, जसे की ते शून्यात नाहीसे होईल; तुम्हाला लहानाची चेतना दिसेल ज्यामध्ये मी विलीन होतो. मी, जिथे ते कार्य करणे थांबवते; आणि तुम्हाला त्वरित ज्ञान मिळेल अविभाज्य अस्तित्वाचे-ज्ञान-स्वतःच्या रूपात आनंद."

समाधीचा अनुभव

धर्मग्रंथांचा हवाला देत, तोटा यांनी आपल्या शिष्याला अद्वैत चैतन्य प्राप्त करण्याची गरज समजावून सांगितली, कारण तीच माणसाला परम आनंद देऊ शकते. आपली कंबर बांधून, त्यांनी त्याच दिवशी आपल्या शिष्याला आपल्या आजीवन साधनेतून मिळणारे फायदे अनुभवण्यास सक्षम करण्याचा प्रयत्न केला आणि त्याला समाधी प्राप्त करण्याचा प्रयत्न केला. त्यांनी आपल्या शिष्याला सर्व कार्यापासून आपले मन मुक्त करण्यास सांगितले आणि ते स्वतःच्या ध्यानात विलीन करण्यास सांगितले. असे घडले की जेव्हा रामकृष्ण ध्यानासाठी बसले तेव्हा ते त्यांचे मन कार्य करण्यापासून थांबवू शकत नव्हते.

तो सर्व गोष्टींपासून आपले मन सहज काढून घेईल, परंतु त्याने असे करताच, शुद्ध चेतनेने बनलेले दैवी मातेचे जवळचे परिचित रूप, एक जिवंत आणि गतिशील प्राणी म्हणून त्याच्यासमोर प्रकट होईल आणि त्याला त्यागापासून बेफिकीर बनवेल. प्रत्येक वेळी जेव्हा तो ध्यानासाठी बसला तेव्हा हे सर्व पुन्हा घडले आणि जवळजवळ हताश होऊन तो आपल्या गुरूला म्हणाला, "नाही, असे करता येणार नाही; मी मनाला कार्यापासून मुक्त करू शकत नाही आणि त्याला आत्म्यात डुबकी मारण्यास भाग पाडू शकत नाही." त्याच्या अवहेलनाबद्दल आपल्या शिष्यावर अत्यंत कठोरपणे टीका करून, तोटा आता तापाने झोपडीत काहीतरी शोधू लागला. तुटलेला काचेचा तुकडा सापडल्यावर त्याने तो हातात घेतला आणि त्याचा सुईसारखा टोकदार टोक आपल्या शिष्याच्या कपाळावर भुवयांच्या मधोमध बळजबरीने टोचला आणि म्हणाला, "इथपर्यंत मनाचा ठाव घे. रामकृष्ण, आता दृढनिश्चय करून, ध्यानासाठी बसले, आणि जेव्हा पूर्वीप्रमाणेच दैवी मातेचे रूप त्यांच्या मनात प्रकट झाले, तेव्हा त्यांनी ताबडतोब ज्ञानाच्या तलवारीने तिचे दोन तुकडे केले. तेव्हा "मनात कोणतेही कार्य राहिले नाही, जे नाम आणि रूपांच्या क्षेत्राच्या पलीकडे जाऊन मला समाधीत विलीन करते."

बराच वेळ आपल्या शिष्याच्या जवळ राहिल्यानंतर, जो आता समाधीत प्रवेश केला, तोटा झोपडीतून बाहेर आला आणि कोणीतरी आत जाऊ नये म्हणून दरवाजा लॉक केला. पंचवटीच्या खाली बसून तो दार उघडण्याच्या हाकेची वाट पाहू लागला. दिवस निघून गेले आणि रात्र लोटत गेली आणि तीन दिवसांनंतर एकही फोन आला नाही, आश्चर्य आणि उत्सुकतेने तो झोपडीत शिरला आणि त्याला रामकृष्ण ज्या स्थितीत सोडले होते त्याच अवस्थेत बसलेले दिसले, श्वासोच्छ्वासाचे कोणतेही चिन्ह नव्हते. , आणि चेहरा शांत आणि तेजस्वी आहे. समाधीच्या घटनेत अत्यंत पारंगत, तोता आश्चर्यचकित झाला आणि विचार केला, "मी जे माझ्यासमोर मांडले आहे ते खरोखरच खरे आहे का? या महान आत्म्याला एका दिवसात खरोखरच कळले आहे का जे मला फक्त चाळीस वर्षांच्या साधनेचे फळ म्हणून अनुभवता आले? ?" अविश्वासाने, तो आता रामकृष्णाच्या शरीरात प्रकट झालेल्या सर्व चिन्हे तपशीलवारपणे तपासू लागला. त्याचे हृदय धडधडत आहे का आणि त्याच्या नाकपुड्यांमधून श्वासोच्छ्वास कमी प्रमाणात बाहेर पडत आहे की नाही हे त्याने विशेषतः तपासले. त्याने त्याच्या शरीराला स्पर्श केला आणि तपासले, जे आता स्थिर लाकडाच्या तुकड्यासारख्या स्थिर स्थितीत होते. बदलाची कोणतीही चिन्हे किंवा सामान्य चेतना परत येत नसल्याचे पाहून, तोता, आनंदाने आणि विस्मयाने भरलेला, उद्गारला, "ती समाधी आहे का? ती निर्विकल्प समाधी आहे का, वेदांतात सांगितलेल्या ज्ञानाच्या मार्गाने प्राप्त झालेले अंतिम परिणाम. ? अहो, ईश्वराची माया किती विचित्र आहे." त्यानंतर त्यांनी "हरी औम" या मंत्राचा उच्चार करून आपल्या शिष्याला सामान्य शुद्धीवर आणण्याची प्रक्रिया सुरू केली, ज्याचा आवाज पंचवटीच्या सभोवतालच्या संपूर्ण जागेत घुमला.

माया आणि दैवी माता

निर्विकल्प समाधीच्या अनुभवानंतर, रामकृष्णांना कळले की मायेचा महान विणकर दुसरा कोणी नसून, काली, स्वतः दैवी माता आहे; की ती तिच्या इच्छेनुसार स्वतःहून जाळे फिरवणाऱ्या कोळ्याप्रमाणे प्रक्षेपित करते आणि अग्नीतून जाळण्याच्या शक्तीपेक्षा ती ब्रह्मापेक्षा वेगळी असू शकत नाही. मायेला दिव्यत्वाचे भव्य आणि गूढ विधान म्हणून पाहिल्यानंतर, इतर आत्म्यांमध्ये दिसणाऱ्या तिरस्कारापेक्षा ते पूज्य आणि प्रेमाने भरले होते.

जगामध्ये माया दोन प्रकारे कार्य करते हे त्यांनी पाहिले आणि त्यांना "अविद्या माया" आणि "विद्या माया" असे नाव दिले. अविद्या माया हे वाईट, लोभ, क्रूरता इत्यादी खालच्या शक्तींद्वारे दर्शविल्या जाते, जे मनुष्याला अस्तित्वाच्या खालच्या स्तरावर पोहोचवतात आणि विद्या माया हे दयाळूपणा, प्रेम आणि भक्ती यासारख्या उच्च शक्तींनी प्रतिनिधित्व केले जाते, जे एखाद्याला उन्नत करते. मनुष्याच्या अस्तित्वाच्या उच्च पातळीपर्यंत, त्याला असे वाटले की जेव्हा एखादी व्यक्ती विद्या मायेच्या मदतीने स्वतःला अविद्या मायेपासून मुक्त करू शकते तेव्हा तो मद्यदित किंवा मायेपासून मुक्त होईल. मायेचे हे दोन पैलू म्हणजे सृष्टीच्या दोन शक्ती आहेत, कालीच्या दोन शक्ती आहेत - जो त्या दोघांच्या पलीकडे उभा आहे, वेगवेगळ्या रंगांच्या आणि नमुन्यांच्या ढगांच्या मागे तेजस्वी सूर्याप्रमाणे, आणि त्या सर्वांमधून चमकत आहे. वेदांतानुसार जगाकडे ब्रह्माचा भ्रम म्हणून पाहण्याऐवजी, रामकृष्णांनी त्याकडे दैवी मातेचे रूप म्हणून पाहिले.

त्यांनी वेदांतातील ब्राह्मण आणि तंत्राची दैवी माता याविषयी त्यांचे मत पुढीलप्रमाणे विशद केले:

"जेव्हा मी परमात्म्याला निष्क्रीय समजतो - निर्माण किंवा जतन किंवा नष्ट करत नाही - मी त्याला ब्रह्म किंवा पुरुष, निराकार देव म्हणतो. जेव्हा मी त्याला सक्रिय - निर्माण करणे, जतन करणे आणि नष्ट करणे असे समजतो - तेव्हा मी त्याला शक्ती किंवा माया म्हणतो. किंवा प्रकृती, वैयक्तिक देव. परंतु त्यांच्यातील भेदाचा अर्थ फरक नाही. वैयक्तिक आणि व्यक्तित्व एकच गोष्ट आहे, जसे दूध आणि त्याची शुभ्रता, हिरा आणि त्याची चमक, साप आणि त्याची मुरगळणे. हे अशक्य आहे. दुसऱ्याशिवाय एकाची गर्भधारणा करणे. दैवी माता आणि ब्रह्म एक आहेत."

तोता पुरी नम्र

वेदांतिक मार्गात रामकृष्णांची झपाट्याने झालेली प्रगती पाहून, तोता पुरी आता त्यांच्याशी दैवी माता आणि वेदांतिक ब्राह्मणाच्या भक्तीबद्दल अनेक गंभीर चर्चा करू लागले. अशाच एका सजीव चर्चेदरम्यान, मंदिराच्या बागेतील एका सेवकाने त्यांची भेट घेतली आणि स्वतः महान तपस्वींनी प्रज्वलित केलेल्या पवित्र धुनी अग्नीच्या खड्ड्यातून तंबाखू पेटवण्यासाठी कोळशाचा तुकडा घेतला. या प्रसंगावर तोता संतापाने उडून गेला आणि त्या माणसाला धमकावू लागला, तर बाजूला बसलेला रामकृष्ण तोताच्या वागण्यावर मायेचा प्रभाव किती प्रबळ होता हे पाहून हसत हसत जमिनीवर पडला. सर्व काही कसे ब्रह्म

आहे आणि सर्व लोक त्याचे रूप आहेत याबद्दल बोलत होते, परंतु सर्वकाही विसरले आणि माणसावर राग आला. लाजल्यासारखं झालेल्या टोटाने पुन्हा कधीही रागावणार नाही अशी शपथ घेतली. रामकृष्ण पुढे म्हणायचे, "पंच तत्वांच्या जाळ्यात अडकले, ब्रह्म रडते" आणि मायेच्या सामर्थ्याने भगवंताची कृपा होईपर्यंत मनुष्याचे आत्मज्ञान कितीही चांगले होणार नाही.

बंगाल प्रांतात काही काळ राहिल्यानंतर, पूज्य तोता पुरी, ज्यांना तोपर्यंत त्यांच्या आयुष्यात कधीही आजार झाला नव्हता, त्यांना आमांश झाला, ज्यामुळे त्यांचे जीवन अत्यंत दयनीय झाले. आपली रजा घेऊन निघून जाण्याचा विचार करून, तो रामकृष्णाकडे गेला, परंतु प्रत्येक वेळी त्याने असे केले तर तो एकतर त्याचा उल्लेख करणे विसरत असे, किंवा त्याच्यातील कोणीतरी बोलण्यापासून रोखले असे वाटायचे आणि संकोचतेने परत जायचे. त्याचे नाजूक शरीर पाहून आणि त्याची प्रकृती जाणून रामकृष्णांनी माथूरच्या मदतीने विशेष आहार आणि औषधांची व्यवस्था केली, सर्व काही उपयोगात आले नाही. ध्यानात पारंगत असल्याने, तोता पुरी आपले मन इच्छेनुसार समाधीमध्ये विलीन करायचे आणि त्यामुळे शरीरातील वेदना जाणवणे टाळायचे. तथापि, एका रात्री त्याच्या आतड्यांमधील वेदना इतकी तीव्र झाली की त्याचे मन आता समाधीत विलीन होऊ शकले नाही आणि त्याने आपला "हाडे आणि मांसाचा पिंजरा" गंगा नदीत बुडवून त्यापासून मुक्त होण्याचा निर्णय घेतला. अशा रीतीने तो निघाला आणि नदीच्या एका काठावर पोहोचला, त्यात चालत जाऊ लागला आणि पुढे जवळजवळ तीराच्या पलीकडे चालत राहिला. स्वतःला बुडवण्याइतपत नदीत पाणी नसल्याचं पाहून आश्चर्यचकित होऊन, त्याने मागे वळून पाहिलं, एका चकचकीत दृश्यात, तुरियाच्या पलीकडे असलेल्या दैवी मातेचं, त्याच्या आजूबाजूची सगळी जागा भरून गेलं. आश्चर्य वाटले आणि ज्या ब्रह्माची तो आयुष्यभर पूजा करत होता ती दुसरी कोणीही नसून ती दैवी माता होती हे लक्षात आल्याने तो कृतज्ञ अंतःकरणाने मागे फिरला आणि उरलेली रात्र पंचवटीच्या धुनीजवळ दैवी मातेचे ध्यान करीत घालवली.

सकाळी त्यांच्या तब्येतीची विचारपूस करण्यासाठी रामकृष्ण त्यांना भेटले तेव्हा त्यांना कोणताही आजार नसलेला पूर्णपणे वेगळा माणूस दिसला. दैवी आईला न स्वीकारणे किती अविवेकी आहे हे लक्षात घेऊन, तोताने त्याला आदल्या रात्री घडलेल्या घटना समजावून सांगितल्या आणि आईच्या कृपेने तो आता त्याच्या आजारातून मुक्त झाला आहे. रामकृष्ण हसत हसत म्हणाले, "ठीक आहे, तू आधी आईला स्वीकारले नाहीस आणि शक्ती अवास्तविक आहे असे सांगून माझ्याशी वाद घातलास! पण तू आता तिला स्वतः पाहिले आहेस आणि प्रत्यक्ष अनुभवाने तुझ्या युक्तिवादात चांगलीच भर पडली आहे. तिने मला आधीच पटवून दिले आहे. ज्याप्रमाणे अग्नी आणि त्याची ज्वलनशक्ती भिन्न नाही, त्याचप्रमाणे ब्रह्म आणि ब्रह्माची शक्ती भिन्न नसून एकच आहेत." त्यानंतर तोताने रामकृष्णला तिला जाण्याची परवानगी देण्यास सांगितले, कारण आता त्याला समजले की

तिची इच्छा आहे की त्याने, ज्याने तीन दिवसांपेक्षा जास्त दिवस एका ठिकाणी घालवले नव्हते, त्याने तिथे अकरा महिने घालवले होते. त्यानंतर दोघांनीही मंदिराला भेट दिली आणि तोता, जो तोपर्यंत देवीच्या प्रतिमेला एक भ्रम मानत होता, त्याने रामकृष्णासह तिच्या मूर्तीसमोर साष्टांग नमस्कार केला. काही दिवसांनी त्यांनी रजा घेऊन दक्षिणेश्वर सोडला. ही त्यांची त्या ठिकाणची पहिली आणि शेवटची भेट होती.

समाधीतील बोध

दक्षिणेश्वरहून तोता पुरी निघून गेल्यानंतर काही काळानंतर, जगामध्ये जीवनात किंवा इच्छांमध्ये कोणतेही प्रतिबंधक घटक नसल्यामुळे, रामकृष्णांनी निर्विकल्प समाधीच्या समतलात राहण्याचा निर्णय घेतला. तसा प्रयत्न करत असतानाच पुन्हा एकदा दैवी मातेचे "सुंदर, सर्वात सुंदर" असे रूप त्याच्या मनात दिसू लागले आणि तिला मागे सोडून पुढे जाण्याचे मन न बाळगता तो परत आला. . खूप आंतरिक विचारमंथनानंतर, मोठ्या धैर्याने, त्याने पुन्हा, ध्यान करत असताना, तलवारीच्या रूपात ज्ञान हाती घेतले आणि तिचे दोन तुकडे केले आणि "तेव्हा मनात काहीही उरले नाही; आणि ते पूर्ण निर्विकल्प अवस्थेकडे वेगाने धावले.

रामकृष्ण सतत सहा महिने निर्विकल्प अवस्थेत राहिले, अशी धारणा अशी स्थिती आहे की ज्यातून कोणीही सामान्य माणूस परत येत नाही, कारण एकवीस दिवसांनी शरीर झाडाच्या कोरड्या पानांसारखे मृत होते. या कालावधीत तो बाह्य जगाविषयी बेशुद्ध राहिला, आणि त्याच्या तोंडातून आणि नाकपुड्यांमधून केस आणि माश्या फिरत असताना तो मृत माणसासारखाच राहिला. त्यावेळेस दक्षिणेश्वर येथे उपस्थित असलेल्या एका अज्ञात भिक्षूच्या अथक परिश्रमाने आणि रामकृष्ण ज्या अवस्थेत होते हे ओळखून, त्यांच्या कल्याणासाठी त्यांचे शरीर जिवंत ठेवले पाहिजे, असे वाटले नाही तर ते कदाचित मरण पावले असतील. आईचे काम अजून बाकी आहे, आणि त्याला काठीने मारून, आणि चैतन्याच्या परिणामी क्षणभंगुर क्षणांमध्ये त्याला खायला देऊन पुन्हा जागरुकता आणण्यासाठी दररोज प्रयत्न केले, जे फार क्वचितच दिसून आले. काही दिवसात काही क्षणांसाठी. निर्विकल्प अवस्थेत राहण्याचा हा कालावधी रामकृष्णांना आईकडून भाव मुखात राहण्याची आज्ञा मिळाल्यानंतर संपला, ही चैतन्य स्थिती निरपेक्ष आणि सापेक्ष जगामध्ये लीन होण्याच्या दरम्यानची सीमा आहे, लोकांना ज्ञान देण्यासाठी. . यानंतर त्याला आमांशाचा तीव्र त्रास होत होता. सुमारे सहा महिने सतत आतड्यांमध्ये तीव्र वेदना सहन केल्यानंतर, त्याचे मन हळूहळू चेतनेच्या सामान्य स्तरावर परत आले, त्यापूर्वी ते निर्विकल्प अवस्थेत अधूनमधून उठून स्थिर होत असे.

त्यानंतर त्यांनी तंत्राच्या सहाव्या चक्रात आपली जाणीव दृढ केली आणि एकतर अव्यक्त निरपेक्षतेमध्ये लीन होण्यामध्ये किंवा मातेच्या वैयक्तिक भक्तीमध्ये राहून त्याच्या चेतनेने जगले.नंतरच्या आयुष्यात, असे दिसून आले की याविषयी बोलताना किंवा भगवंताशी संबंधित विषय ऐकताना, चेहऱ्यावर हसू आणि शरीर तेजस्वी असलेले रामकृष्ण

लक्षणीयपणे ताठ आणि बेशुद्ध व्हायचे. जेव्हा त्यांच्या एका शिष्याने त्यांना विचारले की असे का होते आणि त्यांना त्या अवस्थेत काय अनुभव येतो? रामकृष्ण हसले आणि उत्तरले:

"ठीक आहे, याला समाधी म्हणतात, ध्यानाचा कळस आहे. मी दैवी आईकडून मनाचा एक सोळावा भाग उधार घेतो आणि तुझ्याशी बोलतो आणि हसतो, परंतु उरलेला भाग आईकडे असतो, तिच्या अस्तित्वाचे वास्तविक सार ध्यानात ठेवतो- ज्ञान-आनंद निरपेक्ष. जेव्हा मी आईबद्दल बोलतो किंवा ऐकतो तेव्हा संपूर्ण मन परमात्म्याकडे जाते आणि लगेच समाधी लागते. तुम्हाला माहिती आहे की समाधी म्हणजे काय? ती ब्रह्मात पूर्ण लीन आहे. त्या वेळी मला कसे वाटते हे तुम्हाला माहिती आहे का? समजा समुद्र किनाऱ्यावर पाण्याचे कुंड आहे आणि त्यात एक मासा बंदिस्त आहे, जर खोरे चुकून तुटले, तर मासा अथांग समुद्राकडे जाण्याचा मार्ग शोधतो, मग तो आनंदाच्या उंबरठ्यावर उधळतो, नाही का? त्याचप्रमाणे, समाधीच्या वेळी माझे मन या शरीरातून जसे होते तसे उडी मारते आणि अस्तित्व-ज्ञान-परम परमानंदात डुंबते. त्यामुळे शरीर असे दिसते. दुसऱ्या शब्दांत, शरीर-चेतना नसते, आणि आत्मा शरीरात विलीन होतो. उच्च स्व - परमात्मा - सहस्त्र पाकळ्यांच्या कमळात डोके आणि अवर्णनीय आनंद अनुभवतो. त्या अनुभवाने चेहऱ्यावर दिव्य आनंदाची लहर येते आणि शरीर तेजस्वी होते. हाच स्वत्व मग शिव बनतो, परम."

समाधीचा कालावधी नंतर रामकृष्णांच्या जीवनाचा एक नियमित भाग बनला आणि त्यांच्या जवळचे लोक त्यांना समाधीच्या अवस्थेत वेळोवेळी, कधी कधी दिवसाचे चोवीस तास शोधत असत. एकदा एका सरकारी अधिकाऱ्याला तो सलग तीन दिवस आणि तीन रात्री परमानंद अवस्थेत सापडला. बराच काळ समाधीमध्ये गढून गेलेला आढळला की, त्याचे भक्त गाईचे तूप त्याच्या मणक्याला मानेपासून खालच्या पाठीपर्यंत आणि गुडघ्यांवर पायांच्या तळव्यापर्यंत घासून खालच्या दिशेने खेचत, जेणेकरून त्याला आणता येईल. सामान्य चेतनेच्या विमानाकडे परत. रामकृष्ण म्हणायचे की त्यांच्या मनाची स्वाभाविक प्रवृत्ती निर्विकल्पाकडे असते आणि एकदा समाधी घेतल्यानंतर ते चैतन्याच्या सामान्य स्तरावर परत येण्यास प्रवृत्त नसतात, परंतु त्यांच्या भक्तांच्या फायद्यासाठी परत येतात आणि काहीवेळा हे देखील होईल. पुरेसे नव्हते, म्हणून "मी तंबाखू खाईन", "मी पाणी पिईन", "मी हे घेईन", "मी असे बघेन, "मी बोलेन", अशा क्षुल्लक इच्छांनी त्याचे मन भरले. आणि अशा गोष्टी आपल्या मनाला वारंवार सांगून तो त्याला हळूहळू देहबुद्धीकडे परत आणत असे. नंतर ते आपल्या भक्तांना "द्वैतरहित ज्ञान आपल्या कपड्याच्या कोपऱ्यात बांधून ठेवा आणि मग जे काही कराल ते करा. पाहिजे".

इस्लाम आणि ख्रिश्चन

इस्लाम

1866 मध्ये, गोविंदा रॉय, पूर्वी इस्लाममध्ये दीक्षा घेतलेला आणि सूफी धर्माचा अभ्यास करणारा हिंदू माणूस, त्याने रामकृष्णाला इस्लाममध्ये दीक्षा दिली. दक्षिणेश्वरला त्यांच्या नियमित भेटीतून रामकृष्णांना गोविंदाबद्दल माहिती मिळाली. गोविंदातील

देवावरील श्रद्धा आणि प्रेम पाहून खूप प्रभावित होऊन, रामकृष्णाने इस्लामचा आचरण करण्याचा निर्णय घेतला, असा तर्क केला, "हा देखील ईश्वराच्या साक्षात्काराचा मार्ग आहे; क्रीडा करणारी आई, अनंत लीलांचा स्रोत, अनेक लोकांना आशीर्वाद देत आहे. या मार्गानेही तिच्या कमळाच्या चरणांची प्राप्ती होते. या मार्गाने ती तिचा आश्रय घेणाऱ्यांना त्यांचा इच्छित अंत कसा मिळवून देते हे मला पहावे लागेल."

रामकृष्णांनी इस्लामच्या विहित नियमांनुसार स्वतःला आचरणात गुंतवून घेतले. त्याने भक्तीपूर्वक अल्लाहचे नाव उच्चारले आणि दिवसातून पाच वेळा त्यांची प्रार्थना केली आणि तीन दिवस त्या मनःस्थितीत राहिले, त्यानंतर त्यांना त्यांच्या मार्गाची पूर्ण जाणीव झाली.

या प्रथेदरम्यान, रामकृष्णाला एका तेजस्वी आकृतीचे दर्शन झाले आणि स्वामी निखिलानंदांच्या चरित्रात ती आकृती 'कदाचित मोहम्मद' असावी असा अंदाज आहे. या अहवालानुसार, रामकृष्णांनी "भक्तीने अल्लाहच्या नावाची पुनरावृत्ती केली, अरब मुस्लिमांसारखे कपडे घातले, त्यांची प्रार्थना दररोज पाच वेळा केली, आणि हिंदू देवी-देवतांच्या प्रतिमा पाहण्यासही अनास्था वाटली, त्यांची पूजा करणे फारच कमी होते- कारण हिंदू विचारसरणी माझ्या मनातून पूर्णपणे नाहीशी झाली होती." तीन दिवसांच्या सरावानंतर त्यांना दृष्टी मिळाली. एक "गंभीर चेहरा आणि पांढरी दाढी असलेले तेजस्वी व्यक्तिमत्व पैगंबरासारखे होते आणि त्यांच्या शरीरात विलीन होते." त्यांनी ही दृष्टी सर्वव्यापी ब्रह्म गुणधर्मांसह असल्याचे मत व्यक्त केले, कारण ही दृष्टी अखेरीस गुणरहित पूर्ण ब्रह्मामध्ये विलीन झाल्यामुळे संपली. कृपाल लिहितात की बहुतेक मुस्लिमांसाठी हा "मध्यम आणि द्वारे एक विधर्मी अनुभव असेल."

इस्लामचे पालन करण्याच्या त्यांच्या अनुभवानंतर, रामकृष्णांनी असे मत मांडले की वेदांताचे ज्ञान हिंदू आणि मुस्लिमांना एकमेकांबद्दल सहानुभूतीशील बनवू शकते कारण, "त्यांच्यामध्ये फरकाचा डोंगर आहे. त्यांचे विचार आणि श्रद्धा, कृती आणि वागणूक कायम आहे. इतके दिवस एकत्र राहूनही एकमेकांना समजत नाही."

ख्रिश्चन धर्म

1873 च्या शेवटी, रामकृष्णांनी ख्रिश्चन धर्माची प्रथा सुरू केली. संभू चंद्र मल्लिक नावाच्या त्याच्या भक्तांपैकी एकाने त्याला बायबल वाचून दाखविल्यानंतर, त्याला येशूचे जीवन आणि शिकवण चांगल्या प्रकारे परिचित झाली.

एकदा त्याला बायबल मोठ्याने वाचून दाखवले जात असताना, अगदी सुरुवातीपासूनच पापाच्या सिद्धांताचे संदर्भ होते. थोडं ऐकून आणि लक्षात आलं की ते पापाशिवाय काहीच बोलत नाही, त्याने पुढे ते ऐकण्यास नकार दिला आणि म्हणाला, "जसे सर्पदंशाच्या बाबतीत, रुग्णाला विष नाही असा विश्वास ठेवता आला तर, तो बरा होईल. त्याचप्रमाणे जर एखाद्याने सतत विचार केला की, मी भगवंताचे नाम घेतले आहे, म्हणून मी पापरहित आहे, तो पवित्र होतो." त्याने विचार केला की "मी पापी आहे", "मी कमकुवत आहे" अशा कल्पना

आपण जितके सोडून देऊ तितके सर्वांसाठी चांगले होईल, कारण आपण सर्व देवाची मुले आहोत, त्यामुळे दुर्बल आणि पापी नाही. त्याने स्वतःला दुर्बल समजणे आणि पापी समजणे हे सर्वात मोठे पाप मानले.

1874 मध्ये, दक्षिणेश्वरमधील काली मंदिराच्या दक्षिणेला असलेल्या जादू मल्लिकच्या बागेच्या घराच्या पार्लरमध्ये रामकृष्णांना एक विचित्र दृष्टी आली. तो तिथे बसला होता आणि भिंतीवर टांगलेल्या मॅडोना आणि मुलाच्या चित्राकडे उत्सुकतेने पाहत होता, जेव्हा त्याने अचानक पाहिले की प्रतिमेतून प्रकाशाच्या तेजस्वी किरणांनी ते जिवंत झाले आणि त्याच्या हृदयात विलीन झाले. काही दिवसांनंतर, पंचवटीत फिरत असताना, त्याला येशू त्याच्याकडे येताना, मिठी मारून त्याच्या शरीरात विलीन झाल्याचे दृष्टान्त दिसले. या क्षणी त्याने आपले सामान्य भान गमावले, समाधीमध्ये प्रवेश केला आणि काही काळ तो सर्वव्यापी ब्रह्म गुणधर्मांसह ओळखला गेला.

त्याच्या स्वत:च्या खोलीत इतर दैवी चित्रांमध्ये ख्रिस्ताचे एक होते आणि तो सकाळ संध्याकाळ त्यापूर्वी धूप जाळत असे. येशू ख्रिस्त सेंट पीटरला पाण्यात बुडण्यापासून वाचवत असल्याचे चित्र देखील होते.

लोकप्रियता आणि अंतिम वर्षे

कालीबद्दल गाऊन झाल्यावर भाव समाधीत रामकृष्ण. त्याचा भाचा हृदय, त्याला आधार देत त्याच्या कानात ओम म्हणू लागला, त्याला पुन्हा शुद्धीवर आणले. २१ सप्टेंबर १८७९ रोजी केशबचंद्र सेन यांच्या घरी ब्राह्मो समाज भक्तांसोबत.

1875 मध्ये, रामकृष्ण ब्राह्मो समाजाचे प्रभावी नेते केशब चंद्र सेन यांना भेटले. केशब यांनी ख्रिश्चन धर्म स्वीकारला होता, आणि आदि ब्राह्मो समाजापासून वेगळे झाले होते. पूर्वी, केशबांनी मूर्तिपूजा नाकारली होती, परंतु रामकृष्णाच्या प्रभावाखाली त्यांनी हिंदू बहुदेववाद स्वीकारला आणि रामकृष्णाच्या तत्त्वांवर आधारित "नवीन व्यवस्था" (नव विधान) धार्मिक चळवळीची स्थापना केली - "माता म्हणून देवाची पूजा", "सर्व धर्म सत्य" आणि "ब्राह्मोइझममध्ये हिंदू बहुदेववादाचे आत्मसात करणे." केशबने अनेक वर्षांच्या कालावधीत रामकृष्णाच्या शिकवणींचा प्रचार न्यू डिस्पेन्सेशनच्या जर्नल्समध्ये केला, ज्याने रामकृष्णांना व्यापक श्रोत्यांच्या, विशेषतः भद्रलोक (इंग्रजी-) चे लक्ष वेधून घेतले. बंगालचे सुशिक्षित वर्ग) आणि भारतात राहणारे युरोपियन.

केशबांच्या पाठोपाठ, विजयकृष्ण गोस्वामी यांसारख्या इतर ब्राह्मणांनी रामकृष्णांची प्रशंसा करणे, त्यांच्या आदर्शांचा प्रचार करणे आणि त्यांच्या सामाजिक-धार्मिक दृष्टिकोनाची पुनर्रचना करणे सुरू केले. कोलकात्यातील अनेक प्रथितयश लोक - प्रतापचंद्र मुझुमदार, शिवनाथ शास्त्री आणि त्रैलोक्यनाथ सन्याल यांनी या काळात (१८७१-१८८५) त्यांना भेटायला सुरुवात केली. मुझुमदार यांनी रामकृष्णाचे पहिले इंग्रजी चरित्र लिहिले, ज्याचे शीर्षक The Hindu Saint in the Theistic Quarterly Review (1879), ज्याने जर्मन इंडोलॉजिस्ट मॅक्स मुलर सारख्या पाश्चात्य लोकांना रामकृष्णाची ओळख करून

देण्यात महत्त्वाची भूमिका बजावली. वृत्तपत्रांनी वृत्त दिले की रामकृष्ण "प्रेम" पसरवत होते आणि कोलकात्यातील सुशिक्षित वर्गातील "भक्ती" आणि ज्यांची नैतिकता भ्रष्ट होती अशा काही तरुणांचे चारित्र्य सुधारण्यात तो यशस्वी झाला होता.

रामकृष्ण यांनी रवींद्रनाथ टागोरांचे वडील देबेंद्रनाथ टागोर आणि प्रसिद्ध समाजसेवक ईश्वरचंद्र विद्यासागर यांच्याशीही संवाद साधला होता. ते स्वामी दयानंद यांनाही भेटले होते.रामकृष्ण बंगाली पुनर्जागरणातील मुख्य योगदानकर्त्यांपैकी एक मानले जातात.

विवेकानंद

रामकृष्णांचा प्रभाव असलेल्या युरोपियन लोकांमध्ये कोलकाता येथील स्कॉटिश चर्च कॉलेजचे प्राचार्य डॉ. विल्यम हॅस्टी होते. विल्यम वर्डस्वर्थच्या द एक्सरजन या कवितेतील ट्रान्स हा शब्द समजावून सांगताना, हॅस्टीने आपल्या विद्यार्थ्यांना सांगितले की जर त्यांना त्याचा "खरा अर्थ" जाणून घ्यायचा असेल तर त्यांनी "दक्षिणेश्वराच्या रामकृष्णाकडे" जावे. यामुळे नरेंद्रनाथ दत्ता (नंतर स्वामी विवेकानंद) यांच्यासह त्यांच्या काही विद्यार्थ्यांना रामकृष्णांना भेटण्यास प्रवृत्त केले.

सुरुवातीचे आरक्षण असूनही, विवेकानंद हे रामकृष्णांचे सर्वांत प्रभावशाली अनुयायी बनले, त्यांनी तंत्र, योग आणि अद्वैत वेदांत यांचा सुसंवाद साधणार्‍या भारतीय परंपरांचे आधुनिक विवेचन लोकप्रिय केले. विवेकानंदांनी रामकृष्ण ऑर्डरची स्थापना केली, ज्याने अखेरीस त्याचे मिशन पोस्ट जगभरात पसरवले. आपल्या कुटुंबाचा त्याग करून रामकृष्ण आदेशाचे सर्वांत जुने संन्यासी बनलेल्या मठवासी शिष्यांमध्ये राखल चंद्र घोष (स्वामी ब्रह्मानंद), कालीप्रसाद चंद्र (स्वामी अभेदानंद), तारकनाथ घोषाल (स्वामी शिवानंद), शशिभूषण चक्रवर्ती (स्वामी रामकृष्ण चक्रवर्ती), सराफनंद चक्रवर्ती (स्वामी ब्रह्मानंद) यांचा समावेश होता. स्वामी सारदानंद), तुलसी चरण दत्ता (स्वामी निर्मलानंद), गंगाधर घटक (स्वामी अखंडानंद), हरी प्रसन्न (स्वामी विज्ञानानंद) स्वामी तुरियानंद आणि इतर.

इतर भक्त आणि शिष्य

जसजसे त्यांचे नाव पसरले, तसतसे सर्व वर्ग आणि जातीच्या लोकांची सतत बदलणारी गर्दी रामकृष्णांना भेटायला आली. 1879 ते 1885.61 दरम्यान रामकृष्णांचे बहुतेक प्रमुख शिष्य आले. रामकृष्ण ऑर्डरमध्ये सामील झालेल्या सुरुवातीच्या सदस्यांव्यतिरिक्त, त्यांच्या मुख्य शिष्यांमध्ये हे होते:

गृहस्थ किंवा गृहस्थ-महेंद्रनाथ गुप्ता, गिरीश चंद्र घोष, महेंद्र लाल सरकार, अक्षय कुमार सेन आणि इतर.

गौरी मा आणि योगीन मांसह महिला शिष्यांचा एक छोटा गट. त्यापैकी काहींना मंत्र दीक्षेद्वारे संन्यासाची दीक्षा देण्यात आली. स्त्रियांमध्ये, रामकृष्णाने तपस्या (तपस्या) पेक्षा इतर स्त्रियांच्या सेवेवर भर दिला. गौरी मा यांनी बराकपूर येथे सरदेशवरी आश्रमाची स्थापना केली, जी स्त्रियांच्या शिक्षण आणि उन्नतीसाठी समर्पित होती.

संन्यासी जीवनाच्या तयारीसाठी, रामकृष्णांनी आपल्या मठातील शिष्यांना जातीचा भेद न करता घरोघरी अन्न मागण्याची आज्ञा दिली. त्यांनी त्यांना भगवा झगा, संन्यासी चिन्ह दिले आणि त्यांना मंत्र दीक्षा दिली.

शेवटचे दिवस

1885 च्या सुरुवातीला रामकृष्ण यांना पाळकांच्या घशाचा त्रास झाला, ज्याचा हळूहळू घशाचा कर्करोग झाला. त्यांना कोलकात्याजवळील श्यामपुकुर येथे हलवण्यात आले, जिथे डॉ. महेंद्रलाल सरकार यांच्यासह त्या काळातील काही उत्तम वैद्य गुंतले होते. जेव्हा त्यांची प्रकृती बिघडली तेव्हा त्यांना 11 डिसेंबर 1885. रोजी कोसीपोर येथील एका मोठ्या उद्यानात हलवण्यात आले.

त्याच्या शेवटच्या दिवसांमध्ये, त्याच्या मठातील शिष्यांनी आणि शारदा देवींनी त्यांची काळजी घेतली. रामकृष्णांना डॉक्टरांनी कडक मौन पाळण्याचा सल्ला दिला होता, परंतु त्यांच्या सल्ल्याकडे दुर्लक्ष करून, त्यांनी अभ्यागतांशी सतत संवाद साधला. पारंपारिक अहवालांनुसार, त्यांच्या मृत्यूपूर्वी, रामकृष्णांनी त्यांची आध्यात्मिक शक्ती विवेकानंदांकडे हस्तांतरित केली आणि त्यांना त्यांच्या अवतारीय स्थितीची खात्री दिली. विवेकानंदांकडे त्यांचा नेता म्हणून पाहण्याची इतर मठातील शिष्यांना विनंती करून, रामकृष्णांनी विवेकानंदांना शिष्यांच्या कल्याणाची काळजी घेण्यास सांगितले, "माझ्या मुलांना एकत्र ठेवा", आणि त्यांना "त्यांना शिकवायला" सांगितले.

रामकृष्णांची प्रकृती हळूहळू बिघडत गेली आणि 16 ऑगस्ट 1886 रोजी पहाटे कोसीपूर गार्डन हाऊसमध्ये त्यांचे निधन झाले. त्यांच्या शिष्यांच्या म्हणण्यानुसार, ही महासमाधी होती. त्यांचा शेवटचा शब्द, एका खात्यावर "मा" होता, तर दुसऱ्या म्हणण्यानुसार, त्याने मृत्यूपूर्वी "काली" हा शब्द तीनदा उच्चारला.

त्यांच्या गुरुच्या मृत्यूनंतर, विवेकानंदांच्या नेतृत्वाखाली मठातील शिष्यांनी गृहस्थ शिष्यांच्या आर्थिक सहाय्याने गंगा नदीजवळ बारानगर येथील अर्ध्या पडक्या घरात एक फेलोशिप तयार केली. हा पहिला मठ किंवा शिष्यांचा मठ बनला ज्याने पहिला रामकृष्ण आदेश तयार केला.

स्वागत आणि शिकवण

रामकृष्णाच्या धार्मिक प्रथा आणि जागतिक दृष्टिकोनामध्ये भक्ती, तंत्र आणि वेदांताचे घटक होते. रामकृष्णाने ईश्वर-साक्षात्कारावर भर दिला, असे सांगून की, "देवाची जाणीव करणे हे जीवनातील एकच ध्येय आहे." रामकृष्णांना असे आढळले की हिंदू धर्म, ख्रिश्चन आणि इस्लाम हे सर्व एकाच देवाकडे किंवा ईश्वराकडे वाटचाल करतात, जरी भिन्न मार्ग वापरतात: "अनेक धर्म, त्यामुळे एकाच ध्येयापर्यंत पोहोचण्यासाठी अनेक मार्ग आहेत," म्हणजे देव किंवा दैवी अनुभवण्यासाठी. रामकृष्ण पुढे म्हणाले, "सर्व धर्मग्रंथ - वेद, पुराणे, तंत्रे - फक्त त्यालाच शोधतात आणि कोणीही नाही." वैदिक वाक्यांश " सत्य एक आहे; फक्त त्याला वेगवेगळ्या नावांनी संबोधले जाते," हा रामकृष्णांचा समावेशवाद व्यक्त

करण्यासाठी एक स्टॉक वाक्यांश बनला.

रामकृष्णांनी "निर्विकल्प समाधीच्या आत्म-नाश करणाऱ्या विसर्जनापेक्षा स्वतःच्या पलीकडे असलेल्या देवत्वाची पूजा करण्याच्या द्वैततेला प्राधान्य दिले आणि त्यांनी "पूर्व ऊर्जावादाच्या क्षेत्रात आणण्यास आणि मानवाला अद्याप प्राप्त न झालेल्या वास्तविकतेच्या दरम्यान असलेल्या राक्षसी उत्सवाची जाणीव करण्यास मदत केली. आणि एक वास्तविकता ज्यापर्यंत ती आता मर्यादित नाही." रामकृष्ण निखिलानंद गॉस्पेलमध्ये उद्धृत केले आहेत, "देवाच्या भक्ताला साखर खाण्याची इच्छा आहे, साखर बनू नये."

Max Müllernote ने रामकृष्णाचे चित्रण केले आहे की, "...एक भक्त, देवतेचा उपासक किंवा प्रेमी, ज्ञानीन किंवा जाणकारापेक्षा खूप जास्त आहे." उत्तर वसाहतवादी साहित्यिक सिद्धांतकार गायत्री चक्रवर्ती स्पिवक यांनी लिहिले की रामकृष्ण हे "बंगाली भक्त दूरदर्शी आणि" होते. की एक भक्त म्हणून, "तो मुख्यतः कालीकडे वळला."

इंडोलॉजिस्ट हेनरिक झिमर हे पहिले पाश्चात्य विद्वान होते ज्यांनी रामकृष्णाच्या दैवी मातेच्या उपासनेचा विशेषतः तांत्रिक घटकांचा समावेश केला होता. नीवल यांनी असेही मत मांडले की रामकृष्णाच्या आध्यात्मिक विकासात तंत्राची मुख्य भूमिका होती.

शिकवण

रामकृष्णाच्या शिकवणीचा मुख्य स्त्रोत महेंद्रनाथ गुप्ता यांचे श्री श्री रामकृष्ण कथामृता आहे, ज्याला बंगाली क्लासिक 150151 आणि "परंपरेचा मध्यवर्ती मजकूर" म्हणून ओळखले जाते. गुप्ताने गॉस्पेलचे लेखक म्हणून "एम" हे उपनाम वापरले. हा मजकूर 1902 ते 1932 या कालावधीत पाच खंडांमध्ये प्रकाशित झाला. गुप्ता यांच्या डायरीच्या नोट्सवर आधारित, प्रत्येक पाच खंडात 1882 ते 1886 या काळात रामकृष्णांच्या जीवनाचे दस्तऐवजीकरण करण्यात आले आहे.

कथामृताचे सर्वात लोकप्रिय इंग्रजी भाषांतर स्वामी निखिलानंद यांनी केलेले श्री रामकृष्णाचे गॉस्पेल आहे. निखिलानंदांच्या अनुवादाने कथामृताच्या पाच खंडांतील दृश्यांची पुनर्रचना एका रेखीय क्रमाने केली. स्वामी निखिलानंद यांनी अध्यक्ष वुड्रो विल्सन यांची मुलगी मार्गारेट वुड्रो विल्सन यांच्यासोबत काम केले, ज्यांनी स्वामींना त्यांची साहित्य शैली "फ्लॉइंग अमेरिकन इंग्लिश" मध्ये परिष्कृत करण्यास मदत केली. अमेरिकन कवी जॉन मॉफिट यांनी गूढ स्तोत्रे मुक्त श्लोकात सादर केली. विल्सन आणि अमेरिकन पौराणिक कथा अभ्यासक जोसेफ कॅम्पबेल यांनी हस्तलिखित संपादित करण्यास मदत केली.१५३१५४ अल्डॉस हक्सले यांनी त्यांच्या फॉरवर्ड टू द गॉस्पेलमध्ये लिहिले, "...'एम' ने माझ्या माहितीनुसार, हॅगिओग्राफीच्या साहित्यात एक अद्वितीय पुस्तक तयार केले. एका महान धार्मिक गुरूचे प्रासंगिक आणि अभ्यास न केलेले उच्चार इतक्या सूक्ष्म तपशिलांसह मांडले आहेत." तत्त्वज्ञानी लेक्स हिक्सन लिहितात की रामकृष्णाची गॉस्पेल "आध्यात्मिकदृष्ट्या प्रामाणिक" आणि "कथामृताचे शक्तिशाली प्रस्तुतीकरण" आहे. दोघांचाही तर्क आहे की भाषांतर अविश्वसनीय आहे, कृपालच्या

व्याख्यावर ह्यू अर्बन यांनी टीका केली आहे.

कथा आणि बोधकथांचा वापर करून रामकृष्णाच्या शिकवणी अडाणी बंगाली भाषेत देण्यात आल्या होत्या. त्यांच्या कल्पना आधुनिकता किंवा राष्ट्रीय स्वातंत्र्याच्या मुद्द्यांपासून दूर असल्याच्या वस्तुस्थिती असूनही, या शिकवणींचा कोलकाताच्या बौद्धिकांवर जबरदस्त प्रभाव पडला. समकालीन अहवालांनुसार, रामकृष्णाची भाषिक शैली बंगाली बोलणाऱ्यांसाठीही ते अद्वितीय होते. त्यात खेडेगावातील बंगाली भाषेतील अस्पष्ट स्थानिक शब्द आणि मुहावरे आहेत, ज्यात तात्त्विक संस्कृत संज्ञा आणि वेद, पुराणे आणि तंत्रांचे संदर्भ आहेत. त्या कारणास्तव, तत्त्ववेत्ता लेक्स हिक्सन यांच्या मते, त्यांची भाषणे इंग्रजी किंवा इतर कोणत्याही भाषेत शब्दशः भाषांतरित केली जाऊ शकत नाहीत. विद्वान अमिया पी. सेन यांनी असा युक्तिवाद केला की रामकृष्णांनी केवळ आधिभौतिक अर्थाने वापरलेल्या काही संज्ञा अयोग्यरित्या नवीन वापरल्या जात आहेत. समकालीन अर्थ.

रामकृष्णाचे प्राथमिक चरित्रकार त्यांचे वर्णन बोलके असे करतात. चरित्रकारांच्या म्हणण्यानुसार, रामकृष्ण त्यांच्या स्वतःच्या घटनापूर्ण आध्यात्मिक जीवनाची तासनतास आठवण करून देत, कथा सांगायचे, अत्यंत सांसारिक उदाहरणांसह वेदांतिक शिकवण समजावून सांगायचे, प्रश्न उपस्थित करायचे आणि त्यांची स्वतः उत्तरे द्यायचे, विनोद करायचा, गाणी गात आणि सर्व प्रकारच्या सांसारिक मार्गांची नक्कल करायचे. लोक, अभ्यागतांना मंत्रमुग्ध करून ठेवतात. रामकृष्णाच्या शिकवणीचे आणि त्यांच्या अनुयायांसह मौजमस्तीचे उदाहरण म्हणून, त्यांच्या प्रदर्शनाला दिलेल्या भेटीबद्दल येथे एक कोट आहे, "मी एकदा संग्रहालयाच्या नोट 5 ला भेट दिली होती तेथे जीवाश्मांचे प्रदर्शन होते: जिवंत प्राणी बनले होते. दगड फक्त सहवासाची ताकद बघा! जर तुम्ही सतत पवित्राचा सहवास ठेवला तर काय होईल याची कल्पना करा." मणि मल्लिक उत्तरले (हसत): "तुम्ही पुन्हा तिथे गेलात तर आम्हाला आणखी दहा ते पंधरा वर्षे आध्यात्मिक सूचना मिळू शकतील."

रामकृष्ण शब्दांमध्ये कुशल होते आणि त्यांच्याकडे उपदेश आणि सूचना देण्याची विलक्षण शैली होती, ज्यामुळे कदाचित त्यांच्या कल्पना मंदिरातील सर्वात संशयी अभ्यागतांपर्यंत पोचविण्यात मदत झाली असेल. त्यांच्या भाषणातून आनंद आणि आनंदाची भावना प्रकट झाली होती, परंतु जेव्हा त्यांना तोटा झाला नाही. बौद्धिक तत्त्ववेत्त्यांशी वादविवाद.तत्त्वज्ञानी अरिंदम चक्रवर्ती यांनी रामकृष्णाच्या बोलकेपणाची तुलना बुद्धांच्या पौराणिक संयमशीलतेशी केली आणि त्यांच्या शिकवण्याच्या शैलीची सॉक्रेटिसशी तुलना केली.

समाज

यत्र जीव तत्र शिव (जिथे जीव आहे तिथे शिव आहे) अशी शिकवण रामकृष्णांनी दिली. त्यांची शिकवण, "जीव दया नय, शिव ज्ञाने जीव सेवा" (जीवांवर दयाळूपणा नव्हे, तर

सजीवांची स्वतः शिव म्हणून सेवा करणे) ही त्यांचे प्रमुख शिष्य विवेकानंद यांनी केलेल्या परोपकारी कार्याची प्रेरणा मानली जाते. .

एकोणिसाव्या शतकाच्या मध्यापासून ते उत्तरार्धाच्या कोलकाता दृश्यात, चक्री विषयावर रामकृष्णांचे मत होते. चक्रीचे वर्णन सुशिक्षित पुरुषांद्वारे केल्या जाणाऱ्या कमी पगाराच्या दास्यत्वाचा एक प्रकार म्हणून केले जाऊ शकते - विशेषतः सरकारी किंवा वाणिज्य-संबंधित कारकुनी पदांवर. मूलभूत स्तरावर, रामकृष्णांनी या प्रणालीला युरोपियन सामाजिक संस्थेचे एक भ्रष्ट स्वरूप म्हणून पाहिले ज्याने शिक्षित पुरुषांना केवळ कार्यालयातील त्यांच्या मालकांचेच नव्हे तर घरात त्यांच्या पत्नीचेही नोकर बनण्यास भाग पाडले. रामकृष्णांनी चक्रीचे प्राथमिक नुकसान म्हणून जे पाहिले, ते असे होते की ते कामगारांना कठोर, अवैयक्तिक घड्याळ-आधारित वेळेची रचना करण्यास भाग पाडते. घड्याळावरील प्रत्येक सेकंदाला काटेकोरपणे पालन करणे हे अध्यात्माचा अडथळा म्हणून त्यांनी पाहिले. असे असूनही, तथापि, रामकृष्णाने हे दाखवून दिले की पाश्चात्य शैलीतील शिस्त आणि कामाच्या ठिकाणी अनेकदा भेदभाव असताना शांतता अनुभवण्यासाठी भक्तीचा अभ्यास केला जाऊ शकतो.

त्यांच्या आध्यात्मिक चळवळीने राष्ट्रवादाला अप्रत्यक्षपणे मदत केली, कारण त्यांनी जातीय भेद आणि धार्मिक पूर्वग्रह नाकारले.

प्रभाव आणि वारसा

19व्या-20व्या शतकातील बंगाली नवजागरणातील एक महत्त्वाची व्यक्ती रामकृष्ण मानली जाते. त्यांच्या नावाने अनेक संस्था स्थापन करण्यात आल्या आहेत. रामकृष्ण मठ आणि मिशन ही स्वामी विवेकानंदांनी १८९७ मध्ये स्थापन केलेली मुख्य संस्था आहे. हे मिशन आरोग्य सेवा, आपत्ती निवारण, ग्रामीण व्यवस्थापन, आदिवासी कल्याण, प्राथमिक आणि उच्च शिक्षण क्षेत्रात व्यापक कार्य करते. ही चळवळ भारतातील पुनरुज्जीवन चळवळीपैकी एक मानली जाते. अमिया सेन लिहितात की विवेकानंदांचे "समाजसेवेचे सुवार्ता" हे रामकृष्णांच्या थेट प्रेरणेतून निर्माण झाले आहे आणि गुरुच्या संदेशाच्या "अलिम गुणवत्तेवर" अवलंबून आहे.

इतर संस्थांमध्ये 1923 मध्ये स्वामी अभेदानंदांनी स्थापन केलेली रामकृष्ण वेदांत सोसायटी, 1929 मध्ये बंडखोर गटाने स्थापन केलेला रामकृष्ण शारदा मठ, 1976 मध्ये स्वामी नित्यानंदांनी स्थापन केलेला रामकृष्ण विवेकानंद मिशन आणि श्री शारदा मठ आणि रामकृष्ण शारदा 1929 मध्ये स्थापन करण्यात आले. रामकृष्ण मठ आणि मिशनची एक भगिनी संस्था.

रवींद्रनाथ टागोरांनी रामकृष्णावर रामकृष्ण परमहंस देवासाठी कविता लिहिली:

निरनिराळ्या पूर्ततेच्या झऱ्यांपासून उपासनेचे विविध अभ्यासक्रम तुमच्या ध्यानात मिसळले आहेत.

अनंताच्या आनंदाच्या अनेकविध प्रकटीकरणाने तुमच्या जीवनात एकतेच्या मंदिराचे रूप दिले आहे.

जिथे दुरून आणि जवळून नमस्कार येतात ज्यात मी स्वतः सामील होतो.

कलकत्ता येथील रामकृष्ण मिशन येथे 1937 मध्ये झालेल्या धर्म संसदेच्या वेळी टागोरांनी रामकृष्णांना महान संत म्हणून मान्यता दिली.

...त्याच्या आत्म्याच्या विशालतेमुळे साधनेच्या विरोधी वाटणाऱ्या पद्धती समजू शकतात, आणि कारण त्याच्या आत्म्याचा साधेपणा पोप आणि पंडितांच्या वैभवशालीपणाला लाजवेल.

मॅक्स म्युलर, महात्मा गांधी, जवाहरलाल नेहरू, श्री अरबिंदो आणि लिओ टॉल्स्टॉय यांनी मानवतेसाठी रामकृष्णाच्या योगदानाची कबुली दिली आहे.

दृश्ये आणि अभ्यास

विवेकानंदांनी रामकृष्णांना अद्वैत वेदांती म्हणून चित्रित केले. विवेकानंदांचा दृष्टीकोन 19 व्या शतकाच्या मध्यात रामकृष्ण आणि कलकत्ताच्या ऐतिहासिक पार्श्वभूमीमध्ये स्थित असू शकतो. नीवेल नोंदवतात की रामकृष्णाच्या प्रतिमेत त्यांच्या प्रमुख प्रशंसकांच्या लिखाणात अनेक बदल घडून आले, ज्यांनी 'धार्मिक वेडे' शांत आणि शांततेत बदलले. अद्वैत वेदांताचे चांगले वर्तन करणारे समर्थक.नरसिंग सिल यांनी असा युक्तिवाद केला आहे की रामकृष्णांच्या मृत्यूनंतर विवेकानंदांनी रामकृष्णाची प्रतिमा सुधारित केली आणि पौराणिक कथा तयार केली.मॅकडॅनियल नोंदवतात की रामकृष्ण मिशन अद्वैत वेदांताचा पक्षपाती आहे आणि मॅकॉलिझममधील सामर्थ्यवादाचे महत्त्व कमी करते. असा युक्तिवाद केला की रामकृष्ण चळवळ "रामकृष्णाचे एक विशिष्ट प्रकारचे स्पष्टीकरण सादर करते, की ते एक प्रकारचे नव-वेदांतवादी होते ज्यांनी शिकवले की सर्व धर्म एकाच देवत्वाकडे नेतात."

कार्ल ओल्सनने असा युक्तिवाद केला की त्यांच्या गुरुच्या सादरीकरणात विवेकानंदांनी रामकृष्णाच्या लाजिरवाण्या लैंगिक विचित्र गोष्टी लोकांपासून लपवून ठेवल्या होत्या, कारण त्यांना भीती होती की रामकृष्णाचा गैरसमज होईल.त्यागानंद आणि व्रजप्राण यांनी असा युक्तिवाद केला की ओस्लॉन यांनी कृपल्युलेशनच्या आधारे त्यांचा "आश्चर्यकारक दावा" केला आहे. कालीज चाइल्डमध्ये, ज्याचा त्यांचा तर्क आहे की कोणत्याही स्त्रोत ग्रंथाद्वारे समर्थित नाही.

सुमित सरकार यांनी असा युक्तिवाद केला की त्यांना कथामृतामध्ये अशिक्षित मौखिक शहाणपण आणि साक्षर ज्ञान यांच्यातील बायनरी विरोधाच्या खुणा आढळल्या. तो असा युक्तिवाद करतो की रामकृष्णाविषयीची आमची सर्व माहिती, एक अडाणी-अशिक्षित ब्राह्मण, शहरी भद्रलोक भक्तांकडून आलेली आहे, "...ज्यांच्या ग्रंथ एकाच वेळी प्रकाशित होतात आणि बदलतात."

अमिया प्रसाद सेन यांनी नीवेलच्या विश्लेषणावर टीका केली, आणि लिहितात की "तंत्रिक रामकृष्ण यांना वेदांतिकांपासून वेगळे करणे खरोखर कठीण आहे", कारण वेदांत आणि तंत्र "काही बाबतीत भिन्न असू शकतात" परंतु ते "दरम्यान काही महत्त्वाचे सूत्रे देखील सामायिक करतात. त्यांना".

समाधीचे विश्लेषण

त्याच्या शाळेच्या 10व्या किंवा 11व्या वर्षापासून, त्याच्या जीवनाचा एक सामान्य भाग बनला होता, आणि त्याच्या शेवटच्या वर्षापर्यंत रामकृष्णांच्या समाधीचा कालावधी जवळजवळ दररोज येत होता. सुरुवातीच्या काळात, या अनुभवांचा अर्थ एपिलेप्टिक दौरे म्हणून केला गेला आहे, एक व्याख्या जो नाकारला गेला. रामकृष्ण स्वतः

मनोविश्लेषण

1927 मध्ये रोमेन रोलँड यांनी सिग्मंड फ्रॉइड यांच्याशी रामकृष्णाने वर्णन केलेल्या "समुद्री भावना" बद्दल चर्चा केली. 187 सुधीर काकर (1991), जेफ्री कृपाल (1995), आणि नरसिंघा सिल (1998), यांनी रामकृष्ण आणि धार्मिक वृत्तीचा वापर करून मानसशास्त्राचे विश्लेषण केले. त्याचे गूढ दर्शन, तंत्र, मधुरा भवातील विधी संभोगाचे पालन करण्यास नकार आणि कामिनी-कांचना (स्त्रिया आणि सोने) यांच्यावरील टीका समलैंगिकतेचे प्रतिबिंबित करते असा तर्क.

रोमेन रोलँड आणि "ओशनिक फीलिंग"

मनोविश्लेषण आणि रामकृष्ण यांच्यावरील संवाद 1927 मध्ये सुरू झाला जेव्हा सिग्मंड फ्रॉइडचा मित्र रोमेन रोलँड याने त्यांना त्यांच्या मनोवैज्ञानिक कृतींमध्ये आध्यात्मिक अनुभवांचा किंवा "समुद्रीय भावनांचा" विचार करावा असे लिहिले. रोमेन रोलँड यांनी रामकृष्णाने अनुभवलेल्या ट्रान्स आणि गूढ अवस्थांचे वर्णन केले. "महासागरीय" भावना म्हणून इतर गूढवादी, ज्याचा रोलँडने देखील अनुभव घेतला होता. रोलँडचा असा विश्वास होता की सार्वत्रिक मानवी धार्मिक भावना या "समुद्रीय भावना" सारखी आहे. एकता आणि शाश्वतता जी रामकृष्णांनी त्यांच्या गूढ अवस्थेत अनुभवली आणि रामकृष्णाने त्या भावनांची देवी काली म्हणून केलेली व्याख्या.

10
त्रिलंगा स्वामी

त्रिलंगा स्वामी

Scan for Story Videos - www.itibook.com

त्रालंगा स्वामी (तैलंग स्वामी, तेलंग स्वामी) (अहवाल 1 27 नोव्हेंबर 16072- 26 डिसेंबर 188723), ज्यांचे मठवासी नाव स्वामी गणपती सरस्वती होते, हे हिंदू योगी आणि गूढवादी होते जे वाराणसी, भारत येथे राहणाऱ्या आपल्या आध्यात्मिक शक्तींसाठी प्रसिद्ध होते. तो बंगालमधील एक पौराणिक व्यक्तिमत्त्व आहे, त्याच्या योगिक शक्ती आणि दीर्घायुष्याच्या कथा सांगितल्या जातात. काही वृत्तांनुसार, त्रैलंगा स्वामी 280 वर्षांचे होते, 1737 ते 1887 या काळात वाराणसी येथे 25 वर्षांचे वास्तव्य होते. भक्त त्यांना शिवाचा अवतार मानतात. श्री रामकृष्णांनी त्यांना "वाराणसीचा चालणारा शिव" म्हणून संबोधले.

प्रारंभिक जीवन

त्रैलंगा स्वामींचा जन्म कुंबिलापुरम येथे झाला (आता आंध्र प्रदेशातील विजयनगरम जिल्ह्यातील पुस्पतिरेगाची कुमिली म्हणून ओळखले जाते, ज्याला शिवरामाच्या नावाने ओळखले जाते. त्यांच्या शिष्य चरित्रकाराच्या मते, शिवरामाचा जन्म शके युगाच्या 1529 च्या अनुषंगाने 1607 मध्ये झाला होता. त्यांचे जीवनचरित्र बिरुदुराजू रामराजू यांनी त्यांच्या आंध्र योगुलु या सहा खंड प्रकल्पातील एक खंड म्हणून लिहिले आहे.

शिवरामाचे आई-वडील, नरसिंह राव आणि विद्यावती देवी, जे शिवभक्त होते. 1647 मध्ये वडिलांच्या निधनानंतर वयाच्या 40 व्या वर्षी त्यांनी संपत्ती आणि कौटुंबिक जबाबदाऱ्या त्यांचा सावत्र भाऊ श्रीधर यांच्याकडे सोडल्या. त्यानंतर त्याच्या आईने

मृत्यूच्या वेळी तिच्या वडिलांनी तिच्या पोटी जन्म घेण्याची आणि मानवजातीच्या हितासाठी आपली काली साधना सुरू ठेवण्याची इच्छा व्यक्त केली हे सत्य त्याच्याशी सामायिक केले. तिने शिवरामाला सांगितले की तिचा विश्वास आहे की ते तिचे वडील (स्वतःचे आजोबा) पुनर्जन्म घेतले आहेत आणि त्यांनी काली साधना करावी. आपल्या आईकडून काली मंत्राची दीक्षा घेतल्यावर, शिवरामांनी जवळच्या काली मंदिरात आणि पुण्यक्षेत्रात काली साधना केली, परंतु ते कधीही आपल्या आईपासून दूर नव्हते. 1669 मध्ये त्याच्या आईच्या मृत्यूनंतर, त्याने तिची राख (चिता भस्म) जतन केली. तो तिची अस्थिकलश धारण करायचा आणि रात्रंदिवस त्याची काली साधना (तीवर साधना) चालू ठेवायचा. त्या काळात शिवराम स्मशानभूमीजवळ त्यांच्या सावत्र भावाने बांधलेल्या झोपडीत एकांतवासाचे जीवन जगत होते. 20 वर्षांच्या अध्यात्मिक साधना (साधना) नंतर, ते 1679 मध्ये पंजाबमधून त्यांचे गुरु स्वामी भगीरथानंद सरस्वती यांना भेटले. भगीरथानंद यांनी शिवरामाला मठातील व्रत (संन्यास) मध्ये दीक्षा दिली आणि 1685 मध्ये त्यांचे नाव स्वामी गणपती सरस्वती ठेवले.

वाराणसी

1922 मध्ये वाराणसी, जिथे स्वामींनी त्यांच्या आयुष्याचा बराचसा भाग घालवला

दशनामी आदेशाचा एक सदस्य, शिवराम वाराणसीमध्ये स्थायिक झाल्यानंतर, मठवासी जीवन जगल्यानंतर ते त्रैलंगा स्वामी म्हणून ओळखले जाऊ लागले.

त्रैलंगा स्वामींनी अष्ट सिद्धी जिंकल्या होत्या - त्यांनी पाण्यावर चालत असे अनेक विलक्षण पराक्रम केले असावेत.

वाराणसीमध्ये, 1887 मध्ये त्यांच्या मृत्यूपर्यंत, त्यांनी अस्सी घाट, हनुमान घाटावरील वेद-व्यासाश्रम, दशाश्वमेध घाट यासह विविध ठिकाणी वास्तव्य केले. तो अनेकदा रस्त्यावर किंवा घाटांवर फिरताना, अगदी नग्न आणि "लहानपणी निश्चिंत" होता. तो गंगा नदीवर तासन्तास पोहताना किंवा तरंगताना दिसला. तो फारच कमी बोलायचा आणि कधी कधी अजिबात नाही. त्यांचे दुःख दूर करण्यासाठी त्यांची योगशक्ती ऐकून अनेक लोक त्यांच्याकडे आकर्षित झाले त्यांच्या वाराणसीतील वास्तव्यादरम्यान, संत म्हणून ओळखल्या जाणाऱ्या अनेक प्रमुख समकालीन बंगाली लोकांनी त्यांची भेट घेतली आणि त्यांचे वर्णन केले, ज्यात लोकनाथ ब्रह्मचारी, बेनीमाधव ब्रह्मचारी, भगवान गांगुली, रामकृष्ण, विवेकानंद, महेंद्रनाथ गुप्ता, लाहिरी महाशय, आणि स्वामी अभेदानंद., प्रेमानंद भास्करानंद, विशुद्धानंद, आणि विजयकृष्ण. आणि साधक भामखेपा.

त्रैलंगा पाहिल्यानंतर रामकृष्ण म्हणाले, "मी पाहिले की सार्वभौम भगवान स्वतः त्यांच्या शरीराचा उपयोग प्रकटीकरणासाठी वाहन म्हणून करत आहेत. ते ज्ञानाच्या उच्च अवस्थेत होते. त्यांच्यामध्ये शरीराची जाणीव नव्हती. तेथे वाळू इतकी गरम झाली होती. सूर्य की त्यावर कोणीही पाय ठेवू शकत नाही. पण तो त्यावर आरामात पडला." रामकृष्णांनी असेही सांगितले की त्रैलंगा हा खरा परमहंस होता (लिटः "सर्वोच्च हंस", जो अध्यात्मिक

गुरुसाठी सन्माननीय म्हणून वापरला जातो) आणि "सर्व बनारस त्याच्या मुक्कामामुळे प्रकाश पडला होता."

एक खरा राज-योगी, त्याने तीव्र राज-योग आणि तंत्राच्या सात्विक-राजसिक प्रकारांचा सराव केला.

त्रालंगाने न शोधण्याचे व्रत घेतले होते - जे काही मिळाले त्यात समाधानी राहून.त्याच्या आयुष्याच्या उत्तरार्धात, त्याची कीर्ती पसरली तेव्हा, यात्रेकरूंच्या गर्दीने त्याला भेट दिली. त्याच्या शेवटच्या दिवसांमध्ये, त्याने अजगर (अजगरवृत्ती) सारखे जीवन स्वीकारले ज्यामध्ये तो कोणतीही हालचाल न करता स्थिर बसला आणि भक्तांनी पहाटेपासून दुपारपर्यंत त्याच्यावर पाणी (अभिषेक) ओतले आणि शिवाचा जिवंत अवतार म्हणून पाहत.

मृत्यू

ट्रेलंगा यांचे सोमवारी संध्याकाळी निधन झाले. २६ डिसेंबर १८८७. त्यांच्या पार्थिवाला गंगेत सलीलसमाधी देण्यात आली, दशनामी संप्रदायातील भिक्षूंच्या अंत्यसंस्कारानुसार घाटावर उभ्या असलेल्या शोकाकुल भक्तांच्या उपस्थितीत.

दंतकथा आणि कथा

ट्रेलंगा आणि त्याच्या अध्यात्मिक शक्तींबद्दल अनेक कथा सांगितल्या जातात, जसे की तो भारतातील एक पौराणिक व्यक्तिमत्त्व बनला आहे. रॉबर्ट अर्नेट लिहितात की त्याचे चमत्कार "चांगले दस्तऐवजीकरण" आहेत आणि "त्याने चमत्कारिक शक्ती प्रदर्शित केल्या ज्या मिथक म्हणून नाकारल्या जाऊ शकत नाहीत" आणि त्याच्या "आश्चर्यकारक पराक्रमाचे जिवंत साक्षीदार होते." ट्रेलंगा सुमारे 300 वर्षे जगले असे मानले जाते. एका खात्यानुसार तो "लोकांची मने पुस्तकांप्रमाणे वाचू शकतो."

बर्‍याच प्रसंगी, ट्रेलंगा कोणताही वाईट परिणाम न होता घातक विष पिताना दिसले. एका प्रसंगात, एका संशयिताला त्याला फसवणूक म्हणून उघड करायचे होते. साधूला त्याचे दीर्घकाळ उपवास सोडलेल्या दुधाच्या बादल्या (ताक) ने करण्याची सवय होती, म्हणून संशयवादी त्याच्याऐवजी भिंतींना पांढरे करण्यासाठी वापरल्या जाणार्‍या कॅल्शियम-चुना मिश्रणाची बादली आणून देत असे. साधूने कोणताही वाईट परिणाम न होता संपूर्ण बादली प्याली - त्याऐवजी, संशयी वेदनांनी कुडकुडत जमिनीवर पडला. साधूने त्याचे नेहमीचे मौन तोडून कर्माचे नियम, कारण आणि परिणाम समजावून सांगितले.

दुसर्‍या एका कथेनुसार, ट्रेलंगा बहुतेक वेळा नागा (किंवा "आकाश घातलेले", नग्न) साधूंप्रमाणे कोणत्याही कपड्यांशिवाय फिरत असे. वाराणसी पोलिस त्याच्या वागण्याने बदनाम झाले आणि त्यांनी त्याला तुरुंगाच्या कोठडीत बंद केले. तो लवकरच तुरुंगाच्या छतावर, त्याच्या सर्व "आकाश पोशाख" वैभवात दिसला. पोलिसांनी त्याला पुन्हा त्याच्या बंद कोठडीत ठेवले, फक्त तो तुरुंगाच्या छतावर पुन्हा दिसला. त्यांनी लवकरच हार मानली आणि त्याला पुन्हा वाराणसीच्या रस्त्यावर फिरू दिले.

हजारो लोकांनी त्याला गंगा नदीच्या पृष्ठभागावर एका वेळी अनेक दिवस बसलेल्या स्थितीत पाहिले होते. तो वरवर पाहता लाटांच्या खाली दीर्घ काळासाठी अदृश्य होईल आणि असुरक्षितपणे पुन्हा दिसू लागेल. शिवानंद सरस्वतींनी त्यांच्या काही चमत्कारांचे श्रेय सिद्धी किंवा योगिक शक्ती भूतजयाला दिले - पाच घटकांवर विजय: "अग्नी अशा योगीला जाळणार नाही. पाणी नाही. त्याला बुडवा."

त्याच्या कथित योगिक शक्तींच्या संदर्भात, ट्रेलंगाच्या चरित्रांमध्ये आणि अपवादात्मकपणे दीर्घ आयुष्यामध्ये चमत्कार विपुल आहेत. स्वामी मेधासानंद लिहितात की "योगशास्त्र" नुसार, त्यांची प्राप्ती "अशक्य" नाही.

असेही म्हटले जाते की ट्रेलंगा हे दक्षिण भारतातील कुझनदियानंद स्वामीगल यांच्यासारखेच आहे ज्यांच्या मदुराई, तेनकासी आणि बटालागुंडू येथे समाधी आहेत.

शिकवण

ट्रेलंगाच्या शिकवणी अजूनही अस्तित्वात आहेत आणि उमाचरण मुखोपाध्याय (1849-1900) यांच्या चरित्रात उपलब्ध आहेत, ट्रेलंगाच्या अग्रगण्य शिष्यांपैकी एक. त्रालंगा यांनी बंधनाचे वर्णन "जगाशी आसक्ती" आणि मुक्तिचे वर्णन "जगाचा त्याग आणि देवामध्ये लीन होणे." ते पुढे म्हणाले की इच्छाशून्यतेची स्थिती प्राप्त केल्यानंतर, "हे जग स्वर्गात रूपांतरित होते" आणि त्यातून मुक्त होऊ शकते. "आध्यात्मिक ज्ञान" द्वारे संसार (जीवन हे जन्म आणि मृत्यूचे चक्र आहे असा हिंदू विश्वास आहे). Trailanga च्या मते, "अवश्यक" जगाशी असलेली जोड म्हणजे "आपला जुनाट आजार" आणि औषध "अलिप्तता" आहे.

ट्रायलंगा यांनी माणसाच्या इंद्रियांना त्याचा शत्रू आणि त्याच्या नियंत्रित इंद्रियांचा मित्र म्हणून वर्णन केले. गरीब व्यक्तीचे त्यांचे वर्णन "अत्यंत लोभी" आणि नेहमी समाधानी राहणाऱ्याला श्रीमंत समजले. ते म्हणाले की सर्वात मोठे तीर्थक्षेत्र "आपले स्वतःचे शुद्ध मन" आहे आणि लोकांना "वेदांतिक सत्याचे पालन" करण्यास सांगितले. गुरु." त्यांनी साधूचे वर्णन केले की जो आसक्ती आणि भ्रांतीपासून मुक्त आहे. जो अहंकाराच्या पलीकडे गेला आहे.

11

नरसिंह मेहता / नरसिंह भगत

नरसिंह मेहता / नरसिंह भगत

Scan for Story Videos - www.itibook.com

नरसिंह मेहता, ज्यांना नरसिंह भगत म्हणूनही ओळखले जाते, ते 15व्या शतकातील गुजरात, भारतातील कवी-संत होते, ज्यांना गुजराती भाषेतील पहिले कवी किंवा आदिकवी म्हणून गौरवण्यात आले. नरसिंह मेहता हे नगर ब्राह्मण समाजाचे सदस्य आहेत. नरसिंह कृष्णाचे भक्त बनले, आणि भक्ती किंवा कृष्णाप्रती भक्ती म्हणून वर्णन केलेल्या काव्यात्मक रचना करण्यासाठी आपले जीवन समर्पित केले. त्यांची भजने गुजरात आणि राजस्थानमध्ये 5 शतकांहून अधिक काळ लोकप्रिय आहेत. विशेष म्हणजे, त्यांची वैष्णव जन तो ही रचना महात्मा गांधींची आवडती होती आणि भारतभरातील स्वातंत्र्यसैनिकांमध्ये लोकप्रिय झाली.

चरित्र

या काळात औपचारिक ऐतिहासिक दस्तऐवज नसल्यामुळे नरसिंह मेहता यांच्याबद्दल जे काही ज्ञात आहे, त्यातील बरेच काही त्यांच्या स्वतःच्या रचना आणि काव्य रचनांमधून मिळालेले आहे. कविता नरसिंह मेहता यांच्या व्यक्तिमत्त्वाचे आणि त्यांच्या जीवनातील काही महत्त्वाच्या घटनांचे तपशीलवार वर्णन करतात.

अचूक तारखांवर विद्वानांमध्ये एकमत नसले तरी, नरसिंहाचा जन्म 1414 मध्ये झाला आणि 79.4 वर्षांपर्यंत जगला असे मानले जाते, परंतु नरसिंहच्या आत्मचरित्रात्मक रचनांमध्ये किंवा नंतरच्या कवींच्या कृतींमध्ये कोणत्याही विशिष्ट तारखेचा उल्लेख

नसला तरी, वर्णन केलेल्या घटनांवरून नरसिंहची उपस्थिती सिद्ध होते. 15 व्या शतकात, विशेषत: मंडलिका III. च्या कारकिर्दीत

प्रारंभिक जीवन

नरसिंह मेहता यांचा जन्म तळजा (आता गुजरातमधील भावनगर जिल्ह्यात स्थित) गावात झाला. नगर ब्राह्मण समाजाचे सदस्य म्हणून, नरसिंहच्या वडिलांनी शाही दरबारात प्रशासकीय पद भूषवले होते. वयाच्या आठव्या वर्षापर्यंत नरसिंह नि:शब्द होते. "राधे श्याम" हे वाक्य उच्चारणाऱ्या एका पवित्र माणसाला भेटल्यानंतरच तो बोलू लागला. त्याचा मोठा भाऊ बन्सीधर त्याच्यापेक्षा 17 वर्षे ज्येष्ठ होता. नरसिंह पाच वर्षांचा असताना त्याचे आई-वडील मरण पावले आणि तो त्याचा मोठा भाऊ आणि मेहुणीवर अवलंबून राहिला.

नृसिंहांच्या काव्यरचनांची भाषा, शैली आणि भावनांवर आधारित, असे मानले जाते की त्यांनी त्यांच्या नगर कुटुंबातील परंपरेचा अभ्यास केला होता आणि त्यांना साहित्यिक परंपरा आणि सर्जनशीलतेचे ज्ञान होते. तथापि, त्यांची कविता केवळ धार्मिक भक्तीवर केंद्रित आहे आणि कृष्णाचे भक्त होण्याचे श्रेय आहे.

कृष्णाचा भक्त होऊन

नरसिंह आणि त्याची पत्नी मानेकबाई त्याचा मोठा भाऊ बन्सीधरच्या घरी राहत होत्या, पण बन्सीधरच्या पत्नीने (नरसिंहाची मेहुणी किंवा भाभी) त्यांना अतिशय वाईट वागणूक दिली. एक वाईट स्वभावाची स्त्री, तिने नरसिंहला वारंवार टोमणे मारली आणि अपमान केला. एके दिवशी, जेव्हा नरसिंहला तिचे टोमणे आणि अपमान पुरेसे होते, तेव्हा तो घर सोडला आणि शांततेच्या शोधात जवळच्या जंगलात गेला, तेथे त्याने सात दिवस गोपनाथ महादेव मंदिरातील निर्जन शिवलिंगाचे उपवास आणि ध्यान केले. त्याच्या भक्तीने प्रसन्न होऊन, शिव नरसिंहासमोर प्रकट झाले आणि त्यांना वृंदावनात घेऊन गेले जेथे त्यांनी कृष्ण आणि गोपींना नाचताना (रस लीला) पाहिले. तेथे त्यांना मशाल धारण करण्याची सेवा देण्यात आली ज्यामुळे कृष्ण आणि गोपींसाठी मैदान उजळले. तो कृष्णाला पाहण्यात इतका तल्लीन झाला होता की मशाल आपला हात जळत आहे हे त्याला कळले नाही.२४ नरसिंहाच्या भक्तीवर कृष्ण प्रसन्न झाला आणि त्याने त्याला एक इच्छा दिली. नरसिंहांनी कृष्णाची कधीही न संपणारी भक्ती आणि त्यांच्या गौरवाबद्दल गाण्याची क्षमता ठेवण्यास सांगितले. कृष्णाने त्याला रास लीला आणि नेहमी नृसिंहाच्या पाठीशी राहण्याचे वचन देऊन हे दिले. 22,000 कीर्तने किंवा रचना रचण्याचा त्यांनी संकल्प केला.

या परिवर्तनीय अनुभवानंतर, नरसिंह आपल्या गावी परतला, त्याने आपल्या मेहुणीच्या पायाला आदर म्हणून स्पर्श केला आणि तिचा अपमान केल्याबद्दल तिचे आभार मानले, जर तिने त्याला अस्वस्थ केले नसते तर वरील प्रसंग घडला नसता.4 त्यानंतर नरसिंह बाहेर गेला. त्याच्या भावाचे घर आणि जुनागढमधील एका छोट्याशा घरात, जिथे त्याने कृष्णाला समर्पित भक्तीपूर्ण जीवन सुरू केले.

जुनागडमधील वेळ

जुनागढमध्ये, मेहता त्यांची पत्नी आणि दोन मुले, शामलदास नावाचा मुलगा आणि कुंवरबाई नावाच्या एका मुलीसह गरिबीत राहत होते. भजन गायक म्हणून त्यांची लोकप्रियता वाढली, कारण त्यांनी लिंग, वर्ग आणि जात यांचा विचार न करता सर्वांच्या सहवासात कृष्णाची स्तुती गायली आणि नृत्य केले. नरसिंह ज्या नागरी ब्राह्मण समाजाचा होता, त्यांना नरसिंह खालच्या जातीच्या मानल्या गेलेल्या लोकांशी संबंधित असल्याचे आक्षेपार्ह वाटले. नागर ब्राह्मणांना "उच्च दर्जाचे" मानले जात असे आणि ते त्यांच्या शोभिवंत शिष्टाचारासाठी, संगीत कौशल्यासाठी आणि दरबारी नियुक्तीसाठी ओळखले जायचे. त्यावेळी अनेक नगर ब्राह्मणांनी शिवाची उपासना केली आणि काही स्रोत सांगतात की यामुळे त्यांचा विरोध आणि नरसिंह, जो प्रखर कृष्ण भक्त होता, त्याला त्रास दिला.

नरसिंहांच्या आत्मचरित्रात्मक कृती तसेच इतर कवींच्या नंतरच्या रचना त्यांच्या जीवनातील काही प्रमुख घटनांची झलक देतात, ज्यात नरसिंहाची कृष्णाप्रती असलेली भक्ती दर्शविली जाते.

शामलदासांचे लग्न

मदन मेहता नावाच्या प्रभावशाली व्यक्तीचे कौटुंबिक पुजारी, मदन मेहता यांच्या मुलीसाठी योग्य जोडीदाराच्या शोधात जुनागडला आले. एका स्थानिक नागर ब्राह्मणाने पुजाऱ्याला नरसिंहचा मुलगा शामलदास याला भेटण्याची सूचना केली, या आशेने पुजारी नरसिंहच्या गरिबीचा अनुभव घेईल आणि ही बातमी इतर शहरांमध्ये पसरवेल. मात्र, पुजाऱ्याने शामलदासला होकार देत सगाईची घोषणा केली. नरसिंहने कृष्णाला लग्नासाठी आमंत्रित केले, जे इतर ब्राह्मणांची थट्टा करतात ज्यांनी नरसिंहच्या गरिबीची थट्टा केली आणि कृष्ण त्याला मदत करेल अशी आशा बाळगली. शामलदासच्या लग्नाचा मेजवानी, तुटपुंज्या माणसांनी भरलेली, जुनागडहून निघाली आणि सर्वांच्या अपेक्षेपेक्षा जास्त थाटामाटात पोहोचली. असे मानले जाते की कृष्णाने चमत्कारिकरित्या नरसिंहच्या कुटुंबाला शामलदासच्या लग्नासाठी आवश्यक असलेल्या सर्व गोष्टी पुरवल्या.

पुत्र विवाह किंवा शामलदास नो विवाह ही एक रचना आहे जी या घटनेचे चित्रण करते आणि कृष्ण आपल्या भक्ताच्या मदतीला येत असल्याचे चित्रित करते.

शपथपत्र

समाजातील अनेकांनी नरसिंहच्या गरिबीवर प्रश्नचिन्ह उपस्थित केले आणि तो सर्वांना फसवत असल्याचे समजले. स्थानिक नागर ब्राह्मणांनी एकदा यात्रेकरूंच्या एका गटाला नृसिंहाकडून £700 ची वचनपत्रे मिळवण्यासाठी पटवून दिले आणि त्यांना सांगितले की नरसिंह दिसायला असूनही खरोखर श्रीमंत माणूस होता. जेव्हा यात्रेकरूंनी संपर्क साधला तेव्हा नरसिंहला समजले की आपली फसवणूक केली जात आहे, परंतु त्याने पैसे स्वीकारले आणि द्वारकेतील एका व्यापाऱ्याला वचन लिहिले, जिथे यात्रेकरू प्रवास करत होते.

या चिठ्ठीत व्यापाऱ्याचे नाव शामलशा शेठ असे होते. द्वारकेत आल्यावर, यात्रेकरूंना असे आढळले की या नावाच्या व्यक्तीबद्दल कोणीही ऐकले नाही आणि नरसिंहने £700

मधून त्यांची फसवणूक केली आहे असे गृहीत धरले. त्यांना आश्चर्य वाटले, शामलशा नावाची एक व्यक्ती यात्रेकरूंचा शोध घेताना दिसली आणि त्याने मोठ्या व्याजासह मुद्दल दिले. असे मानले जाते की वचनपत्र पूर्ण करण्यासाठी कृष्ण शामलशा म्हणून प्रकट झाला होता.

नरसिंह यांची "हुंडी" ही रचना केवळ गुजरातीमध्येच नाही तर भारताच्या इतर भागांमध्येही प्रसिद्ध आहे आणि कृष्णाने यात्रेकरूंकडून हे बंधन स्वीकारल्यानंतर ती प्रार्थना म्हणून लिहिली गेली होती ("मारी हुंडी स्विकरो महाराज रे शामला गिरधारी...", ज्याचे भाषांतर "हे देवा, कृपया माझ्या श्रेयाची नोंद स्वीकारा...")

कुंवरबाईंच्या गरोदरपणाचा सोहळा

एक उल्लेखनीय आत्मचरित्रात्मक रचना नरसिंहची मुलगी, कुंवरबाई आणि तिच्या गरोदरपणाच्या सन्मानार्थ झालेल्या समारंभावर आधारित आहे. त्यावेळच्या परंपरेनुसार आई-वडील आपल्या मुलीच्या सासरच्या लोकांना गरोदरपणाच्या सातव्या महिन्यात भेटवस्तू देतात, ही प्रथा मामेरू म्हणून ओळखली जाते. नरसिंहची अत्यंत गरिबी आणि कृष्णाच्या भक्तीमध्ये पूर्ण मग्न असल्याने तो आपल्या मुलीच्या सासरच्या घरी रिकाम्या हाताने पोहोचला. त्यांनी त्यांच्याकडे नेहमीच्या भेटवस्तूंची यादी मागितली, तेव्हा कुंवरबाईंच्या सासरच्यांनी नरसिंहला अप्राप्य असलेल्या महागड्या वस्तूंची यादी दिली. यादी मिळाल्यावर, नरसिंहाने कृष्णाची प्रार्थना केली आणि लवकरच एक व्यापारी, कृष्णाचे रूप धारण करून, भरपूर भेटवस्तू घेऊन प्रकट झाला.

नरसिंहांच्या आत्मचरित्रात्मक रचनेत हा प्रसंग टिपण्यात आला आहे - "कुंवरबाई नु मामेरु" किंवा "मामेरू नू पद". नरसिंहाच्या मदतीला कृष्ण आल्याची आख्यायिका नंतरच्या कवी आणि चित्रपटांच्या रचनांद्वारे देखील जतन केली गेली आहे.

कृष्णाकडून पुष्पहार

नागर ब्राह्मणांनी नरसिंहाचा विरोध सुरूच ठेवला आणि जुनागढचा राजा रा मंडलिका याला नरसिंहाची परीक्षा घेण्यासाठी प्रवृत्त केले. राजाने नृसिंहावर खोटे आरोप केले आणि नरसिंहाने कृष्णाला दामोदरच्या मंदिरातील मूर्तीची माला पाठवण्यास सांगावे अशी मागणी केली. हेच नरसिंहला निर्दोष ठरवेल आणि त्याचा जीव वाचवेल. नरसिंहाने रात्रभर प्रार्थना केली आणि राजाची मागणी पूर्ण करण्यासाठी कृष्णाला विनवणी केली, जेणेकरून इतरांना भक्तीचा मार्ग अवलंबण्याची भीती वाटू नये. दुसऱ्या दिवशी सकाळी कृष्णाने नृसिंहाच्या गळ्यात पुष्पहार घातला आणि नरसिंहाला राजाकडून क्षमायाचना मिळाली.

नंतरचे जीवन आणि वारसा

नरसिंह मेहता नू अख्यान (18 व्या शतकात लिहिलेले) यांसारख्या नंतरच्या लेखकांच्या काही कृती, नरसिंह मेहता यांचे कुल, वंश आणि वंशावळ स्थापित करण्याचा प्रयत्न करतात.

नरसिंह यांच्या जीवनातील प्रसंग आणि सूरदास, तुलसीदास, मीरा, कबीर, नामदेव आणि सुंदरर यासारख्या इतर संत-कवींच्या जीवनातील अनेक समांतरता रेखाटलेली आहेत. कालखंडातील इतर अनेकांप्रमाणेच, नरसिंह यांना समाजाच्या तीव्र विरोधाचा सामना करावा लागला परंतु ते त्यांच्या भक्तीमध्ये स्थिर राहिले. जाती, धर्म, आणि सामाजिक स्थिती याची पर्वा न करता सर्व लोकांशी त्यांची स्वीकार्यता आणि सहवास हे त्या वेळी नगर ब्राह्मणांसाठी अद्वितीय होते आणि ते वैष्णव परंपरेचे पालन आणि बांधिलकीचा एक महत्त्वाचा भाग राहिले.

त्यांच्या नंतरच्या आयुष्यात, नरसिंह मंगरूळ येथे गेले, जिथे वयाच्या ७९ व्या वर्षी त्यांचा मृत्यू झाला असे मानले जाते.

मंगरोळ येथील स्मशानभूमीला 'नरसिंह नू समशान' म्हणतात, आणि गुजराती आदि कवी म्हणून ओळखल्या जाणाऱ्या पहिल्या कवीचे स्मरण आहे.

गुजराती साहित्यातील उत्कृष्टता ओळखण्यासाठी त्यांच्या नावाने नरसिंह मेहता पुरस्काराची स्थापना करण्यात आली.

त्यांच्या सन्मानार्थ अहमदाबादमधील वस्त्रापूर तलावाचे अधिकृत नामकरण करण्यात आले आहे.

काव्यात्मक कामे

नरसिंहच्या काव्यात्मक कार्याला सामान्यतः कृष्णाप्रती भजन म्हणून पाहिले जाते परंतु हिंदू भक्ती म्हणूनही पाहिले जाते. गुजरातचे एक आद्य कवी म्हणून, त्यांची भजने गुजरात आणि राजस्थानमध्ये 5 वर्षापासून गायली गेली आहेत या रचना तात्विक किंवा नैतिक आहेत आणि अनेकदा राधा आणि कृष्णाच्या प्रेमाचे वर्णन करतात.

उल्लेखनीय वैशिष्ट्ये

नरसिंहची भजने गुजराती भाषेतील "देशी" शैलीशी संबंधित आहेत, ज्याला उत्तर भारतीय भाषांमध्ये "पॅड" म्हणून देखील ओळखले जाते. दोन्ही शैली पारंपारिक मीटर आणि लोकप्रिय सूर आणि तालांमध्ये अँकर करतात. सकाळच्या वेळी, वसंत ऋतु आणि पावसाळ्यात सामान्य रागांसाठी ते ओळखले जातात.

चंपकलाल नायक यांच्या मते, कृष्णाविषयी योग्य रागांमध्ये भजने रचणारे नरसिंह हे पहिले आहेत. नरसिंहने स्वतःच्या गायनासाठी आयटम तयार केले आणि त्यांनी ज्या रागांमध्ये ते गायले त्याची पुष्टी करणे किंवा त्यांची पुनर्रचना करणे अशक्य आहे.

मेहता यांच्या कलाकृतींचे एक महत्त्वाचे वैशिष्ट्य म्हणजे ते ज्या भाषेत नरसिंह यांनी रचले त्या भाषेत ते उपलब्ध नाहीत. ते मुख्यत्वे तोंडी जतन केले गेले आहेत. त्यांच्या कामाची सर्वात जुनी उपलब्ध हस्तलिखिते 1612 च्या आसपासची आहे आणि ती गुजरात विधानसभेतील प्रसिद्ध विद्वान केशवराम काशीराम शास्त्री यांना सापडली. त्यांच्या कलाकृतींच्या प्रचंड लोकप्रियतेमुळे त्यांच्या भाषेत कालांतराने बदल होत गेले.

नरसिंह यांचे कार्य त्यांच्या हिंदू भक्तीपलीकडे शालेय कार्यक्रम आणि सांस्कृतिक कार्यक्रम यांसारख्या धर्मनिरपेक्ष संदर्भांमध्ये विस्तारले आहे.

गुजराती लोकसंगीताचे प्रकार

नरसिंहची भजने गार्बी, ढोल आणि प्रभातिया या लोकप्रिय गुजराती शैलींमध्ये वारंवार सादर केली जातात. गरबी आणि ढोल हे उत्सवाचे प्रकार आहेत, तर प्रभातिया प्रकार शांतता आणि समाधानासाठी सकाळी गायला जातो.

रचनांच्या श्रेणी

नरसिंहची कामे सामान्यत: विस्तृत श्रेणींमध्ये आयोजित केली जातात ज्यात लक्षणीय आच्छादन असते

आत्मचरित्रात्मक रचना: पुत्र विवाह/शामलदास नो विवाह, मामेरू/कुंवरबाई नु मामेरू, हुंडी, हर माला, झरी ना पाडा, आणि हरिजनांचा स्वीकार दर्शविणाऱ्या रचना.

विविध कथा: चतुरी, सुदामा चरित, दान लीला आणि श्रीमद भागवतावर आधारित भाग

शृंगारची गाणी. राधा आणि कृष्ण दर्शविणारी प्रेम कविता

भक्तीची गाणी, तात्विक कविता आणि उपदेशात्मक कामे

महात्मा गांधींनी वापरलेली कामे-

महात्मा गांधींनी त्यांच्या भाषणात, लेखनात आणि सार्वजनिक प्रार्थनांमध्ये नरसिंह यांच्या कार्याचा उल्लेख केला. गांधींनी वैष्णव जन या भजनाचा पुनरावृत्ती केलेला संदर्भ मानवजातीसाठी करुणा, नैतिक सचोटी आणि कर्तव्याचे जागतिक गीत म्हणून आकार देण्यासाठी. गांधींनी नरसिंह यांचे जीवन आणि कार्य धार्मिक संदर्भांच्या पलीकडे आणि अधिक नैतिक आणि नैतिक थीममध्ये उन्नत केले.

12
चैतन्य महाप्रभू

चैतन्य महाप्रभू

Scan for Story Videos - www.itibook.com

चैतन्य महाप्रभू (IAST: चैतन्य महाप्रभू; जन्म विश्वंभर मिश्रा) हे १५व्या शतकातील भारतीय संत होते ज्यांना त्यांच्या शिष्यांनी आणि विविध धर्मग्रंथांनी राधा आणि कृष्णाचे एकत्रित अवतार मानले आहे. चैतन्य महाप्रभूंची कृष्णाची उपासना करण्याची पध्दत आनंदमय गाण्यात आणि बंगालमधील वैष्णव धर्मावर नृत्याचा खोलवर परिणाम झाला. ते अचिंत्य भेदा अभेद तत्वाच्या वेदांतिक तत्वज्ञानाचे प्रमुख समर्थकही होते. महाप्रभूंनी गौडीय वैष्णववाद (उर्फ ब्रह्म-मध्व- गौडीय संप्रदाय) स्थापन केला. त्यांनी भक्ती योगाचा विस्तार केला आणि हरे कृष्ण महा-मंत्राचा जप लोकप्रिय केला. त्यांनी शिक्षाष्टकम् (आठ भक्ती प्रार्थना) ची रचना केली.

वितळलेल्या सोन्यासारख्या रंगामुळे चैतन्यला कधीकधी गौरांगा किंवा गौरा म्हटले जाते. त्याचा वाढदिवस गौरा-पौर्णिमा म्हणून साजरा केला जातो. कडुनिंबाच्या झाडाखाली जन्माला आल्याने त्याला निमाई असेही म्हणतात.

जीवन

चैतन्य म्हणजे "एक जो चेतन आहे" (चेतना पासून व्युत्पन्न, म्हणजे "चेतन"); महा म्हणजे "महान" आणि प्रभू म्हणजे "प्रभु" किंवा "गुरु". चैतन्यचा जन्म जगन्नाथ मिश्राचा दुसरा मुलगा विश्वंभर मिश्र म्हणून झाला. जगन्नाथ आणि त्यांची पत्नी, निलांबरा चक्रवर्ती यांची कन्या साची देवी, दोघेही सिल्हेटचे ब्राह्मण होते. जगन्नाथ मिश्रा यांचे

कुटुंब श्रीहट्टा (सिलेट) येथील धाकदक्षिण गावातील होते आणि नंतर ते नबद्वीप येथे स्थलांतरित झाले. त्यांच्या वडिलोपार्जित घराचे अवशेष आजच्या बांगलादेशात अजूनही टिकून आहेत.

लहानपणापासूनच कृष्णाच्या नावाचा जप आणि गायन करण्याकडे चैतन्यचे आकर्षण असल्याचे सांगणाऱ्या अनेक कथा देखील अस्तित्वात आहेत, 15 परंतु मुख्यत्वे हे ज्ञान प्राप्त करणे आणि संस्कृतचा अभ्यास करण्याच्या त्याच्या स्वारस्यासाठी दुय्यम आहे असे मानले जाते. आपल्या दिवंगत वडिलांसाठी श्राद्ध समारंभ करण्यासाठी गया येथे प्रवास करताना, चैतन्यने त्याचे गुरू, तपस्वी ईश्वरा पुरी यांची भेट घेतली, ज्यांच्याकडून त्यांनी गोपाळ कृष्ण मंत्राने दीक्षा घेतली. ही बैठक चैतन्यच्या दृष्टीकोनात महत्त्वपूर्ण बदल घडवून आणणारी होती १६ आणि बंगालला परतल्यावर अद्वैत आचार्य यांच्या नेतृत्वाखालील स्थानिक वैष्णव त्याच्या बाह्य 'हृदयपरिवर्तन' ('विद्वान' वरून 'भक्त') पाहून थक्क झाले आणि लवकरच चैतन्य नादियामधील त्यांच्या वैष्णव गटाचे प्रख्यात नेते बनले

बंगाल सोडल्यानंतर आणि स्वामी केशव भारतीच्या संन्यास आदेशात प्रवेश मिळाल्यानंतर, चैतन्यने कृष्णाच्या दैवी नावांचा सतत जप करत अनेक वर्षे संपूर्ण भारतभर प्रवास केला. त्यावेळी त्यांनी बारानगर, महिनगर, अतिसारा आणि शेवटी छत्रभोग अशा अनेक ठिकाणी पायी प्रवास केला. छत्रभोग हे स्थान आहे जिथे गंगा आणि शिव यांची भेट झाली, तेव्हा येथून गंगेची शंभर तोंडे दिसत होती. वृंदावनदासाच्या चैतन्य भागवताच्या उगमस्थानावरून, त्यांनी छत्रभोगच्या अंबुलिंग घाटावर जिव्हाळ्याच्या साथीदारांसह मोठ्या सुरात (कीर्तन) स्नान केले. एक रात्र मुक्काम करून स्थानिक प्रशासक रामचंद्र खान यांच्या मदतीने ते बोटीने पुरीला निघाले. त्यांनी त्यांच्या आयुष्यातील शेवटची २४ वर्षे पुरी, ओडिशा, राधाकांता मठातील जगन्नाथाचे महान मंदिर असलेल्या शहरात घालवली. गजपती राजा, प्रतापरुद्र देव, चैतन्यला कृष्णाचा अवतार मानत होते आणि चैतन्यच्या पठण (संकीर्तन) मेळाव्याचे उत्साही संरक्षक आणि भक्त होते. या वर्षांमध्ये चैतन्य त्याच्या अनुयायांच्या मते विविध दैवी-प्रेम समाधित बुडाला होता. (समाधी) आणि दैवी परमानंद (भक्ती) चे मनोरंजन केले.

वृंदावन, राधा राणीची भूमी, "मंदिरांचे शहर" राधा आणि कृष्णाच्या मनोरंजनाचे प्रदर्शन करण्यासाठी 5000 हून अधिक मंदिरे आहेत. वृंदावनाचे सार 16 व्या शतकापर्यंत कालांतराने हरवले होते, जेव्हा ते चैतन्यने पुन्हा शोधले होते. 1515 मध्ये, चैतन्यने वृंदावनला भेट दिली, कृष्णाच्या अतींद्रिय मनोरंजनाशी संबंधित हरवलेल्या पवित्र स्थानांचा शोध घेण्याच्या उद्देशाने. वृंदावनातील विविध पवित्र जंगलात ते दिव्य प्रेमाच्या आध्यात्मिक समाधित भटकत होते. असे मानले जात होते की त्यांच्या दैवी आध्यात्मिक सामर्थ्याने, ते वृंदावन आणि आजूबाजूला कृष्णाच्या मनोरंजनाची सर्व महत्त्वाची ठिकाणे शोधण्यात सक्षम होते, ज्यात सात मुख्य मंदिरे किंवा सप्त देवालय यांचा समावेश आहे, ज्याची आजपर्यंत चैतन्य परंपरेत वैष्णव पूजा करतात.

ओळख

16व्या शतकातील लेखकांच्या हगिओग्राफीनुसार, त्यांनी अनेक प्रसंगी भगवान कृष्णाप्रमाणेच त्यांचे वैश्विक स्वरूप प्रदर्शित केले, विशेषतः अद्वैत आचार्य आणि नित्यानंद प्रभू यांना.

रुपा गोस्वामी जेव्हा पहिल्यांदा चैतन्य महाप्रभूंना भेटल्या तेव्हा त्यांनी त्यांच्यातील देवत्व पाहिले आणि पुढील श्लोक रचला:

"हे परम दैवी अवतार! तू स्वतः श्रीकृष्ण चैतन्य महाप्रभूच्या रूपात प्रकट झालेला कृष्ण आहेस. तू श्रीमति राधारणीचा सोनेरी रंग धारण केला आहेस, आणि तू कृष्णाचे विशुद्ध प्रेम सर्वत्र पसरवत आहेस. आम्ही तुला आदरपूर्वक वंदन करतो."

चैतन्य महाप्रभू हे भगवान श्रीकृष्णाचे अवतार आहेत या श्रद्धेचा पुरावा श्रीमद्भागवतामध्ये आढळतो:

कलियुगात, बुद्धिमान व्यक्ती भगवंताच्या अवताराची उपासना करण्यासाठी सामूहिक नामजप करतात जे सतत कृष्णाचे नाम घेतात. जरी त्याचा रंग काळा नसला तरी तो स्वतः कृष्ण आहे. त्याच्यासोबत त्याचे सहकारी, नोकर, शस्त्रे आणि गोपनीय साथीदार असतात.

—?कॅन्टो 11, धडा 5, श्लोक 3234

अशाप्रकारे, हे प्रभु, आपण विविध अवतारांमध्ये मनुष्य, प्राणी, महान संत, देवता, मासा किंवा कासव या रूपात प्रकट होता, अशा प्रकारे संपूर्ण सृष्टी वेगवेगळ्या ग्रह प्रणालींमध्ये राखली जाते आणि आसुरी तत्त्वांचा संहार करता. वयानुसार, हे स्वामी, तू धर्माच्या तत्त्वांचे रक्षण करतोस. कलियुगात, तथापि, तुम्ही स्वतःला देवत्वाचे सर्वोच्च पुरुषत्व म्हणून ठासून सांगत नाही, आणि म्हणून तुम्हाला त्रियुग किंवा तीन युगांमध्ये प्रकट होणारे भगवान म्हणून ओळखले जाते.

—?कॅन्टो 7, धडा 9, श्लोक 3835

तसेच विष्णु सहस्रनाम, भविष्य पुराण, पद्म पुराण, गरुड पुराण यांसारख्या इतर काही धर्मग्रंथांमध्ये चैतन्य महाप्रभू कृष्णाचा अवतार असल्याचे उल्लेख आहेत. कृष्ण-वर्णम श्लोक SB 11.5.32 सारख्या पुराव्याचे अनेक विद्वानांनी विवेचन केले आहे, ज्यात श्रीधर स्वामी यांचा समावेश आहे ज्यांना स्वतः महाप्रभूंनी अधिकार म्हणून स्वीकारले आहे.

गौडीय वैष्णव चैतन्यला स्वतः भगवान कृष्ण मानतात परंतु कलियुगात कृष्णभावना प्राप्त करण्याचा सर्वात सोपा मार्ग दाखवण्यासाठी स्वतःच्या भक्ताच्या रूपात प्रकट झालेल्या (चन्ना अवतार) आच्छादित रूपात प्रकट होते. गौडीय वैष्णव आचार्य भक्तिविनोदा ठाकुरांनी देखील शोधून काढले होते. अथर्ववेद विभागातील चैतन्य उपनिषदचे दुर्मिळ हस्तलिखित, जे चैतन्यची ओळख प्रकट करते. हिंदू धर्मग्रंथांमध्ये असे विविध पुरावे आहेत की, चैतन्य महाप्रभू हे कृष्णापेक्षा वेगळे नव्हते. कृष्णाच्या इतर अवतारांप्रमाणे त्याने कोणत्याही राक्षसाचा वध केला नाही. महाप्रभूंनी हरे कृष्ण महामंत्राच्या जपाने प्रकाश आणला. महाप्रभूंच्या जीवनाचे सविस्तर वर्णन देणाऱ्या चैतन्य

भागवतानुसार, महाप्रभूंनी असे भाकीत केले होते की जगातील प्रत्येक गावात आणि गावात कृष्णाचे पवित्र नाव गायले जाईल आणि हे इतिहासात दिसून येते. इंटरनॅशनल सोसायटी ऑफ कृष्णा चेतना यूएसए मध्ये श्रील प्रभुपाद यांनी सुरू केली होती, भविष्यवाणी खरी असल्याचे सिद्ध केले. संदर्भ आवश्यक आहे.

तत्त्वज्ञान आणि परंपरा

चैतन्य महाप्रभू हे ईश्वर पुरी यांचे शिष्य होते असे म्हटले जाते जे माधवेंद्र पुरी यांचे शिष्य होते जे लक्ष्मीपती तीर्थांचे शिष्य होते जे व्यासतीर्थ (१४६९-१५३९) मध्वाचार्यांच्या संप्रदायाचे शिष्य होते. शंकराच्या परंपरेतून संन्यास घेऊन, चैतन्यचे तत्त्वज्ञान कधीकधी वैष्णवांच्या चौकटीत त्यांची स्वतःची परंपरा म्हणून गणले जाते – मध्वाचार्यांच्या इतर अनुयायांच्या प्रथा आणि धर्मशास्त्राशी काही स्पष्ट फरक आहेत. त्यांनी ईश्वरापुरीतून मंत्र उपदेश आणि केशव भारतीकडून संन्यास दीक्षा घेतली.

चैतन्यने सिक्सस्तक म्हणून ओळखल्या जाणार्‍या श्लोकांच्या मालिकेशिवाय किंवा "आठ श्लोकांचे" जे ते बोलले होते आणि त्यांच्या एका जवळच्या सहकार्याने रेकॉर्ड केले होते त्याशिवाय त्यांनी स्वतः काहीही लिहिलेले नाही. चैतन्यने रचलेल्या आठ श्लोकांमध्ये गौडीय वैष्णवांचे संपूर्ण तत्त्वज्ञान घनरूपात आहे असे मानले जाते. चैतन्यने आपल्या अनुयायांपैकी काही निवडकांना (ज्यांना नंतर वृंदावनचे सहा गोस्वामी म्हणून ओळखले गेले) विनंती केली की त्यांनी त्यांना शिकवलेले भक्तीचे धर्मशास्त्र त्यांच्या स्वतःच्या लेखनात पद्धतशीरपणे मांडावे. हे सहा संत आणि धर्मशास्त्रज्ञ रूपा गोस्वामी, सनातन होते. गोस्वामी, गोपाळ भट्ट गोस्वामी, रघुनाथ भट्ट गोस्वामी, रघुनाथ दासा गोस्वामी आणि जीवा गोस्वामी, रुपा आणि सनातन या भावांचे पुतणे. या व्यक्ती गौडी वैष्णव धर्मशास्त्राला पद्धतशीर करण्यासाठी जबाबदार होत्या.

नरोत्तमा दासा, श्रीनिवास आचार्य आणि श्यामानंद मंडल हे गौडिया वैष्णवांच्या दुसर्‍या पिढीतील दिग्गज होते. जीवा गोस्वामी यांच्या हाताखाली शिक्षण घेतल्यानंतर, त्यांनी संपूर्ण बंगाल, ओडिशा आणि पूर्व भारतातील इतर प्रदेशांमध्ये गोस्वामींच्या शिकवणीचा प्रसार करण्यात महत्त्वाची भूमिका बजावली. रामचंद्र कविराजा आणि गंगा नारायण चक्रवर्ती यांसारखे त्यांच्या सहकार्यांपैकी पुष्कळजण हे देखील त्यांच्या स्वतःचे प्रख्यात शिक्षक होते.

17व्या शतकाच्या सुरुवातीला चैतन्यचे शिष्य कलाचंद विद्यालंकार यांनी बंगालमध्ये त्यांचे उपदेश लोकप्रिय केले. अस्पृश्यताविरोधी, सामाजिक न्याय आणि जनशिक्षणाच्या सुवार्तेचा प्रसार करण्यासाठी त्यांनी भारतभर प्रवास केला. त्यांनी बहुधा बंगालच्या पूर्व भागात 'पंक्ति भोजन' आणि कृष्ण संकीर्तन सुरू केले असावे. अनेक शाळा (संप्रदाय) शेकडो वर्षांपासून त्याचा सराव करत आहेत. गीताश्री छबी बंदोपाध्याय आणि राधारानी देवी या अनेकांपैकी आहेत ज्यांनी कीर्तन गाऊन प्रसिद्धी मिळवली. बंगालमधील दलित, त्या काळी उपेक्षित आणि वंचित जातीने, त्यांचा स्वातंत्र्यवादी दृष्टीकोन सहजपणे स्वीकारला

आणि महाप्रभूंचा सिद्धांत स्वीकारला. त्यांचे शिष्य कलाचंडी संप्रदाय म्हणून ओळखले जात होते, ज्यांनी लोकांना निरक्षरता आणि जातिवाद निर्मूलनासाठी प्रेरित केले. अनेकजण कलाचंद यांना पूर्व बंगालमधील बुद्धिवादाचे जनक मानतात.

नित्यानंदांच्या पत्नी जाह्नवा ठाकुरानी यांच्या अध्यक्षतेखालील खेतूरी उत्सव, चैतन्यच्या अनुयायांच्या विविध शाखांचे नेते एकत्र जमण्याची पहिलीच वेळ होती. अशा उत्सवांद्वारे, शिथिलपणे आयोजित केलेल्या परंपरेचे सदस्य त्यांच्या संबंधित धर्मशास्त्रीय आणि व्यावहारिक बारकाव्यांसह इतर शाखांशी परिचित झाले. या काळात, अनुक्रमे वीरभद्र आणि कृष्ण यांच्या नेतृत्वाखालील नित्यानंद आणि अद्वैत आचार्य यांच्या शिष्यांनी आणि वंशजांनी त्यांचे कुटुंब सुरू केले. (वंश) परंपरा राखण्यासाठी. नित्यानंदापासून त्याचा मुलगा वीरभद्र यांच्याद्वारे अवतरलेला वंश आधुनिक गौडीया परंपरेची सर्वात प्रमुख शाखा बनवतो, जरी चैतन्यच्या इतर अनेक सहकाऱ्यांच्या वंशजांसह अद्वैतचे वंशज, विशेषतः बंगालच्या ग्रामीण भागात त्यांचे अनुसरण करतात. चैतन्यचे एक तरुण सहकारी आणि वक्रेश्वर पंडित यांचे अनुयायी गोपाळ गुरु गोस्वामी यांनी ओडिशामध्ये दुसरी शाखा स्थापन केली. परंपरेतील आंतरिक उपासनेच्या पद्धतींवर गोपालाच्या लेखनासह त्यांचे शिष्य ध्यानचंद्र गोस्वामी यांच्या लेखनाचा मोठा प्रभाव पडला आहे. संदर्भ आवश्यक आहे.

बंगालमध्ये चैतन्यच्या भक्ती चळवळीच्या सुरुवातीपासूनच हरिदास ठाकूर आणि इतर, जन्माने मुस्लिम किंवा हिंदू, सहभागी होते. श्री रामकृष्ण परमहंस, दक्षिणेश्वरचे महान ऋषी, जे 19व्या शतकात वास्तव्य करतात, त्यांनी चैतन्यच्या भक्तिमार्गावर जोर दिला, ज्यांना त्यांनी "गौरंगा" म्हणून संबोधले. (श्री रामकृष्णाची गॉस्पेल). या मोकळेपणाला 19व्या शतकाच्या उत्तरार्धात भक्तिविनोद ठाकुरांच्या व्यापक मनाच्या दृष्टीतून चालना मिळाली आणि 20 व्या शतकात भक्तिसिद्धांत सरस्वती यांनी त्यांच्या गौडीया मठात संस्थात्मक रूप धारण केले.

20 व्या शतकात चैतन्यची शिकवण पश्चिमेकडे आणली गेली. प्रथमच, बाबा प्रेमानंद भारती (1858-1914), श्रीकृष्णाचे लेखक—द लॉर्ड ऑफ लव्ह (1904)—इंग्रजीतील गौडीया वैष्णववादाचा पहिला पूर्ण-लांबीचा ट्रेमेंट, ज्यांनी 1902 मध्ये अल्पायुषी न्यूयॉर्क शहरातील "कृष्ण समाज" सोसायटी आणि लॉस एंजेलिसमध्ये एक मंदिर बांधले. ५५५६ ते गुरु प्रभू जगद्बंधू ५७ च्या वर्तुळातील होते, ज्याच्या नंतरच्या इस्कॉन मिशनच्या शिकवणी होत्या. त्यांच्या अनुयायांनी नंतर अनेक संस्था स्थापन केल्या, ज्यात आता ऑर्डर ऑफ लिव्हिंग सर्व्हिसचा समावेश आहे. आणि एयूएम टेंपल ऑफ युनिव्हर्सल ट्रूथ. आणखी एक प्रमुख मिशनरी होते एसी भक्तिवेदांत स्वामी प्रभुपाद (१८९६-१९७७), चैतन्यच्या परंपरेतील भक्तिसिद्धांत सरस्वती शाखेचे प्रतिनिधी. प्रभुपादांनी चैतन्यच्या शिकवणीचा जगभरात प्रसार करण्यासाठी द इंटरनॅशनल सोसायटी फॉर कृष्णा कॉन्शसनेस (इस्कॉन) या नावाने ओळखल्या जाणाऱ्या चळवळीची स्थापना केली. सारस्वत गुरु आणि आचार्य, गोस्वामी वंशाचे सदस्य आणि चैतन्य महाप्रभूंचा आदर करणारे अनेक हिंदू संप्रदाय, प्रमुख

वैष्णवांच्या भक्तांसह मथुरा जिल्ह्यातील पवित्र स्थळे, पश्चिम बंगाल आणि ओडिशा, 20 व्या शतकाच्या शेवटच्या दशकात भारताबाहेर कृष्ण आणि चैतन्य यांना समर्पित मंदिरे देखील स्थापन केली. 21 व्या शतकात, वैष्णव भक्तीचा अभ्यास आता अनेक शैक्षणिक संस्थांमध्ये कृष्णविज्ञान या शैक्षणिक माध्यमाद्वारे केला जात आहे.

सांस्कृतिक वारसा

बंगाल, ओडिशा आणि मणिपूरमधील सांस्कृतिक वारशावर चैतन्यचा प्रभाव लक्षणीय आहे, अनेक रहिवासी कृष्णाचा अवतार म्हणून त्यांची दररोज पूजा करतात. काही लोक त्याला बंगालमधील पुनर्जागरणाचे श्रेय देतात, 19व्या शतकातील बंगालच्या पुनर्जागरणापेक्षा वेगळे. प्रख्यात बांगलादेशी भाषाशास्त्रज्ञ सलीमुल्ला खान (जन्म 1958) म्हणतात, "सोळावे शतक हा चैतन्यदेवांचा काळ आहे, आणि तो बंगालमधील आधुनिकतावादाचा प्रारंभ आहे. 'मानवता' ही संकल्पना प्रत्यक्षात आली ती त्याच्या समकालीन आहे. युरोप"

चैतन्य, नीलाचले महाप्रभू (1957) वरील प्रसिद्ध बंगाली चरित्रात्मक चित्रपट, कार्तिक चट्टोपाध्याय (1912-1989) यांनी दिग्दर्शित केला होता. चैतन्यच्या निधनावर आधारित बंगाली चित्रपट, लॉहो गौरांजर नाम रे, दिग्दर्शित केले जाणार आहे सृजित मुखर्जी ज्यामध्ये परमब्रत चॅटर्जी दिसणार आहेत. चैतन्य महाप्रभूंचे चित्रण.

13
संत रविदास

संत रविदास

Scan for Story Videos - www.itibook.com

रविदास किंवा रैदास, 15 व्या ते 16 व्या शतकातील भक्ती चळवळीतील एक भारतीय गूढ कवी-संत होते. उत्तर प्रदेश, राजस्थान, गुजरात, महाराष्ट्र, मध्य प्रदेश, पंजाब आणि आधुनिक प्रदेशांमध्ये गुरू (शिक्षक) म्हणून पूजित होते. हरियाणा, ते कवी, समाजसुधारक आणि आध्यात्मिक व्यक्तिमत्त्व होते.

रविदासांचे जीवन तपशील अनिश्चित आणि विवादित आहेत. 1450 मध्ये त्यांचा जन्म झाला असे विद्वान मानतात. परंतु काही विद्वानांचा असा विश्वास आहे की त्याचा जन्म 1377 मध्ये झाला आणि 1528 मध्ये त्याचा मृत्यू झाला. त्यांनी जात आणि लिंग यातील सामाजिक विभागणी काढून टाकण्याची शिकवण दिली आणि वैयक्तिक आध्यात्मिक स्वातंत्र्याच्या शोधात एकतेला प्रोत्साहन दिले.

गुरु ग्रंथ साहिब म्हणून ओळखल्या जाणाऱ्या शीख धर्मग्रंथांमध्ये रविदासांच्या भक्ती श्लोकांचा समावेश करण्यात आला होता.हिंदू धर्मातील दादू पंथी परंपरेतील पंचवाणी ग्रंथात रविदासांच्या असंख्य कवितांचाही समावेश आहे. ते रविदासिया धार्मिक चळवळीतील मध्यवर्ती व्यक्ती देखील आहेत.

जीवन

गुरु रविदासांच्या जीवनाचे तपशील फारसे ज्ञात नाहीत. विद्वानांचे म्हणणे आहे की त्यांचा जन्म 1377 मध्ये झाला आणि 1528 मध्ये बनारस येथे वयाच्या 151 व्या वर्षी

मृत्यू झाला.

रविदासांना गुरू रैदास म्हणूनही ओळखले जात असे. त्यांचा जन्म सध्या उत्तर प्रदेश, भारतातील वाराणसीजवळील सर गोवर्धनपूर या गावात झाला. त्यांचे जन्मस्थान आता श्री गुरु रविदास जन्मस्थान म्हणून ओळखले जाते. माता कलसी त्यांची आई आणि त्यांचे वडील संतोख दास होते. त्यांचे आई-वडील चामड्याचे काम करणाऱ्या चामर समाजाचे होते ज्यामुळे त्यांना अस्पृश्य जातीचे बनवले जाते. त्यांचा मूळ व्यवसाय चामड्याचे काम होता, परंतु त्यांनी आपला बहुतेक वेळ आध्यात्मिक व्यवसायात घालवण्यास सुरुवात केली. गंगेच्या काठावर. त्यानंतर त्यांनी आपले बहुतेक आयुष्य सुफी संत, साधू आणि तपस्वी यांच्या संगतीत घालवले. वयाच्या 12 व्या वर्षी रविदास यांचा विवाह लोना देवीशी झाला. त्यांना विजय दास हा मुलगा होता.

अनंतदास परखाई हा मजकूर रविदासांच्या जन्माविषयी बोलणाऱ्या विविध भक्ती चळवळीतील कर्वींच्या जीवनातील सर्वात प्राचीन जीवनचरित्रांपैकी एक आहे.

मध्ययुगीन काळातील ग्रंथ, जसे की भक्तमाल असे सुचविते की गुरु रविदास हे ब्राह्मण भक्ति-कवी रामानंद यांचे शिष्य होते.910 त्यांना परंपरेने कबीरांचे लहान समकालीन मानले जाते.

तथापि, रत्नावली या मध्ययुगीन ग्रंथात असे म्हटले आहे की गुरु रविदास यांनी त्यांचे आध्यात्मिक ज्ञान रामानंदांकडून मिळवले आणि ते रामानंदी संप्रदाय परंपरेचे अनुयायी होते.

त्यांच्या कल्पना आणि कीर्ती त्यांच्या जीवनकाळात वाढत गेली आणि ग्रंथ असे सुचविते की ब्राह्मण (पुरोहित उच्च जातीचे सदस्य) त्यांच्यापुढे नतमस्तक होत असत. त्यांनी आंध्र प्रदेश, महाराष्ट्र, गुजरात, राजस्थान आणि हिमालयातील हिंदू तीर्थस्थळांना भेट देऊन मोठ्या प्रमाणात प्रवास केला. त्यांनी सगुण (गुण, प्रतिमेसह) परम प्राणीमात्रांचा त्याग केला आणि परम प्राणीमात्रांच्या निर्गुण (गुणविरहित, अमूर्त) स्वरूपावर लक्ष केंद्रित केले. प्रादेशिक भाषांमधील त्यांच्या काव्यात्मक भजनांनी इतरांना प्रेरणा दिली म्हणून, विविध पार्श्वभूमीतील लोकांनी त्यांच्या शिकवणी आणि मार्गदर्शनाची मागणी केली.

बहुतेक विद्वानांचा असा विश्वास आहे की गुरू रविदास हे शीख धर्माचे संस्थापक गुरु नानक यांना भेटले होते. 2 शीख धर्मग्रंथात त्यांना पूज्य मानले जाते आणि गुरु रविदासांच्या 41 कवितांचा समावेश आदि ग्रंथात केला आहे. या कविता त्यांच्या कल्पना आणि साहित्यिक कृतींचे सर्वात जुने प्रमाणित स्रोत आहेत. रविदासांच्या जीवनाविषयी दंतकथा आणि कथांचा आणखी एक महत्त्वपूर्ण स्रोत म्हणजे शीख परंपरेतील प्रेमबोध नावाचा हागिओग्राफी. हा ग्रंथ गुरूंच्या 170 वर्षांनंतर रचला गेला. 1693 मध्ये रविदासांच्या मृत्यूमध्ये, भारतीय धार्मिक परंपरेतील सतरा संतांपैकी एक म्हणून त्यांचा समावेश होतो. 17व्या शतकातील नाभदासचे भक्तमाळ आणि अनंतदासांचे परके या दोन्ही ग्रंथांमध्ये गुरु रविदासांचे अध्याय आहेत. या व्यतिरिक्त, धर्मग्रंथ आणि ग्रंथ शीख परंपरा आणि

हिंदू दादूपंथी परंपरा, रविदासांच्या जीवनाविषयी इतर बहुतेक लिखित स्रोत, रविदासी (गुरु रविदासांचे अनुयायी) यांचा समावेश आहे, 20 व्या शतकाच्या सुरुवातीला किंवा त्यांच्या मृत्यूनंतर सुमारे 400 वर्षांनी रचले गेले.

14 हा ग्रंथ, ज्याला परकैस (किंवा परचाई) म्हणतात, त्या संतांमध्ये रविदासांचा समावेश होता ज्यांचे चरित्र आणि कविता समाविष्ट होत्या. कालांतराने अनंतदासांच्या परकाईच्या नवीन हस्तलिखितांचे पुनरुत्पादन करण्यात आले, काही भारतातील विविध स्थानिक भाषांमध्ये. विनांड कॅलेवार्ट यांनी नमूद केले आहे की, अनंतदासांच्या गुरु रविदासांच्या हगिओग्राफीच्या सुमारे ३० हस्तलिखिते भारताच्या विविध भागात सापडल्या आहेत. १५ पैकी चार हस्तलिखिते पूर्ण आहेत, संकलित आणि 1662, 1665, 1676 आणि 1687 ला दिनांकित केले गेले आहेत. पहिले तीन अर्थ प्रभावित न करता काही रूपात्मक रूपांसह जवळ आहेत, परंतु 1687 आवृत्ती पद्धतशीरपणे मजकूरात विविध ठिकाणी, जाती-संबंधित विधानांसह, नवीन श्लोक समाविष्ट करते. ब्राह्मणांनी गुरु रविदासांचा छळ केल्याचे दावे, रविदासांच्या अस्पृश्यतेच्या नोंदी, कबीरांनी रविदासांच्या कल्पना दिल्याचे दावे, निर्गुणी आणि सगुणी विचारांचे उपहास, आणि असा मजकूर भ्रष्टाचार: 16 कॅलवेर्ट 1676 च्या आवृत्तीला मानक आवृत्ती मानतो, रविदासांच्या हागीग्रोफीची त्याची समीक्षात्मक आवृत्ती या सर्व प्रवेशांना वगळून, अनंतदासांच्या परकेसची स्वच्छ टीकात्मक आवृत्ती सूचित करते की सहामध्ये आणखी बरेच काही आहे. भक्ती चळवळीतील रविदास, कबीर आणि सेन यांच्या विचारांमध्ये पूर्वीच्या विचारापेक्षा ममोन.

खरे यांनी त्याचप्रमाणे रविदासांवरील मजकूर स्रोतांवर प्रश्नचिन्ह उपस्थित केले आहे आणि "रविदासांच्या हिंदू आणि अस्पृश्य उपचारांबद्दल काही सहज उपलब्ध आणि विश्वासार्ह मजकूर स्रोत आहेत."

साहित्यिक कामे

शीखांचा आदिग्रंथ आणि हिंदू योद्धा-संन्यासी गट दादूपंथींचे पंचवाणी हे गुरु रविदासांच्या साहित्यकृतींचे दोन सर्वात जुने प्रमाणित स्त्रोत आहेत.१ आदि ग्रंथात रविदासांच्या चाळीस कवितांचा समावेश आहे आणि ते छत्तीस पैकी एक आहे. शिख धर्माच्या या अग्रगण्य धर्मग्रंथात योगदान देणारे.१८१९ आदि ग्रंथातील कवितेचे हे संकलन इतर गोष्टींबरोबरच संघर्ष आणि जुलूम, युद्ध आणि निराकरण, आणि योग्य कारणासाठी जीवन समर्पित करण्याची इच्छा या मुद्द्यांना प्रतिसाद देते. १८ रविदासांची कविता न्याय्य राज्याची व्याख्या जेथे द्वितीय किंवा तृतीय श्रेणीचे असमान नागरिक नसतात, वैराग्याची गरज आणि वास्तविक योगी कोण आहे यासारख्या विषयांचा समावेश आहे.

जेफ्री एबेसन यांनी नमूद केले आहे की, भारतातील इतर भक्ती संत-कवी आणि पाश्चात्य साहित्यातील काही प्रकरणांप्रमाणेच, नंतरच्या काळातील भारतीय कवींनी रचलेल्या अनेक कविता रविदासांना श्रेय दिले आहेत, जरी गुरु रविदास यांना काहीही नव्हते. या कविता किंवा त्यात व्यक्त केलेल्या कल्पनांसह करा.

प्रतीकवादावरील गुरु रविदास साहित्य

पीटर फ्रीडलँडर सांगतात की गुरू रविदास यांचे हेगीओग्राफी, त्यांच्या मृत्यूनंतर खूप काळानंतर लिहिलेली असली तरी, भारतीय समाजातील संघर्षाचे चित्रण करते, जिथे रविदासांचे जीवन विविध सामाजिक आणि आध्यात्मिक विषयांना व्यक्त करण्याचे साधन देते. एका पातळीवर, ते संघर्षाचे चित्रण करते. तत्कालीन प्रचलित विषम समुदाय आणि सनातनी ब्राह्मणी परंपरा यांच्यात. दुसऱ्या स्तरावर, दंतकथा हा एक अंतर्जातीय, आंतर-धार्मिक संघर्ष आहे ज्याचा अंतर्निहित शोध आणि सामाजिक ऐक्याची इच्छा आहे. आणखी एका स्तरावर, फ्रिडलँडर म्हणतात, कथा व्यक्तीच्या आत्मिक संघर्षाचे वर्णन करतात.

गुरु रविदास यांच्या हिंदू ब्राह्मणांसोबतच्या संघर्षापासून ते मुस्लिम सुलतान सिकंदर लोदी यांच्याशी झालेल्या संघर्षापर्यंतच्या या हेगिओग्राफीमध्ये ऐतिहासिकता पडताळण्यासाठी कोणताही ऐतिहासिक पुरावा नाही. फ्रिडलँडर सांगतात की या कथांमध्ये सामाजिक गतिशीलता प्रतिबिंबित होते ज्याने हागिओग्राफीच्या रचनाकारांना प्रभावित केले. 17 व्या ते 20 व्या शतकादरम्यान. या दंतकथा आहेत ज्यात रविदास विजयी झाला कारण देवाने दगड पाण्यात तरंगणे, किंवा गंगा नदीला उलटे मार्गी लावणे आणि वरच्या प्रवाहात वाहणे यासारख्या चमत्कारांनी हस्तक्षेप केला.

डेव्हिड लॉरेन्झेन असेच सांगतात की गुरु रविदासांना श्रेय दिलेली, आणि रविदासी (त्यांचे अनुयायी) यांनी १७व्या-२०व्या शतकापर्यंत चॅम्पियन केलेल्या कवितेमध्ये ब्राह्मणविरोधी आणि सांप्रदायिक विरोधी थीम आहे.२४ दंतकथा, लॉरेन्झेन सुचवतात, असे असू शकत नाही. या काळातील शक्ती आणि राजकीय परिस्थितीपासून वेगळे झाले आणि ते भारतीय समाज इस्लामिक राजवटीत आणि नंतर वसाहतवादी राजवटीच्या काळात उपेक्षित गटांद्वारे सामाजिक आणि धार्मिक असंतोषाचे एक मजबूत घटक प्रतिबिंबित करतात.

तत्त्वज्ञान

गुरु रविदासांची गाणी निर्गुण-सगुण विषयांवर चर्चा करतात, तसेच हिंदू धर्माच्या नाथ योग तत्त्वज्ञानाच्या पायावर असलेल्या कल्पनांवर चर्चा करतात. सहज या गूढ राज्याचा उल्लेख ते वारंवार करतात, जिथे अनेकांच्या सत्यांचे एकत्रीकरण असते. एक.

रैदास म्हणतो, मी काय गाणार?

गाता, गाता मी पराभूत झालो.

मी किती काळ विचार करू आणि घोषणा करू:

आत्म्यात आत्मसात करतो?

हा अनुभव असा आहे,

की ते सर्व वर्णन नाकारते.

मी परमेश्वराला भेटलो,

माझे नुकसान कोण करू शकते?

प्रत्येक गोष्टीत हरि, हरिमध्ये सर्व काही -

जो हरि आणि आत्म्याला जाणतो त्याच्यासाठी,

इतर कोणतीही साक्ष आवश्यक नाही:

जाणकार लीन होतो.

—?रविदास, विनांड कॅलवेर्ट आणि पीटर फ्रीडलॅंडर यांनी अनुवादित केले.

डेव्हिड लॉरेन्झेन सांगतात की रविदासांची कविता देवाप्रती असीम प्रेमळ भक्ती या विषयांनी ओतप्रोत आहे, ज्यामध्ये या परमात्म्याची निर्गुण म्हणून कल्पना केली आहे.२७ शीख परंपरेत, नानकांच्या कवितेचे विषय रविदास आणि इतर अग्रगण्य उत्तरेकडील निर्गुण भक्ती कल्पनांसारखेच आहेत. भारतीय संत-कवी. बहुतेक उत्तर-आधुनिक विद्वान, कॅरेन पेचिलिस म्हणतात, गुरु रविदासांच्या विचारांना भक्ती चळवळीतील निर्गुण तत्त्वज्ञानाशी संबंधित मानतात.

अद्वैतवादी ब्राह्मण किंवा मानवरूपी देव

१८व्या आणि १९व्या शतकातील राजस्थान आणि उत्तर प्रदेशात सापडलेल्या अनेक हस्तलिखितांमध्ये कबीर आणि रविदास यांच्यातील निरपेक्षतेच्या स्वरूपावर एक थिओसॉफिकल वादविवाद आहे, विशेषत: ब्रह्म (अंतिम वास्तव, शाश्वत सत्य) अद्वैतवादी एकता आहे की नाही. एक वेगळा मानववंशीय अवतार. कबीर पूर्वीच्या बाजूने युक्तिवाद करतात. याउलट, रविदास, नंतरच्या आधारापासून दोन्ही एक आहेत असा तर्क करतात. या हस्तलिखितांमध्ये कबीर सुरुवातीला प्रचलित आहेत, रविदास मान्य करतात की ब्राह्मण अद्वैतवादी आहे, परंतु शेवटपर्यंत कबीराने दैवी अवताराची पूजा करणे स्वीकारले नाही (सगुण संकल्पना).

एक माणूस: त्याच्या मतांवर आणि तत्त्वज्ञानावर दोन भिन्न दावे

रविंद्र खरे सांगतात की रविदासांच्या तत्त्वज्ञानाशी संबंधित ग्रंथांच्या अभ्यासातून दोन भिन्न आवृत्त्या समोर येतात. नाभादासांनी लिहिलेला १७व्या शतकातील भक्तमाल ग्रंथ एक आवृत्ती प्रदान करतो, तर २०व्या शतकातील दलितांचा ग्रंथ (आधी ज्यांना "आधुनिक शब्द" म्हटले जात होते. अस्पृश्य") दुसरे प्रदान करतात.

भक्तमाल ग्रंथानुसार, रविदास शुद्ध वाणीचे होते, त्यांच्याशी चर्चा करणाऱ्यांच्या आध्यात्मिक शंकांचे निरसन करण्यास सक्षम होते, त्यांची विनम्र उत्पत्ती आणि वास्तविक जात सांगण्यास घाबरत नव्हते. पुढे, भक्तमाल ग्रंथात असे म्हटले आहे की रविदासांच्या शिकवणी वैदिक आणि प्राचीनांशी सहमत होती. धर्मग्रंथांमध्ये, त्याने अद्वैतावादाचे सदस्यत्व घेतले, लिंग किंवा जातिभेद न करता ब्राह्मणांसह सर्वांशी आध्यात्मिक कल्पना आणि तत्त्वज्ञानावर चर्चा केली आणि त्याची क्षमता एका व्यक्तीला प्रतिबिंबित करते जी सर्वोच्च तपस्वीच्या आंतरिक सामग्री स्थितीपर्यंत पोहोचली होती.

20 व्या शतकातील आवृत्ती, दलित समाजाच्या ग्रंथांमध्ये प्रचलित आहे, शुद्ध भाषण आणि आध्यात्मिक शंकांचे निराकरण करण्याच्या भागांशी सहमत आहे. तथापि, ते उर्वरित

भागांमध्ये भिन्न आहेत. रविदासांनी हिंदू वेद नाकारले, त्याला ब्राह्मणांनी विरोध केला आणि जातीय हिंदूंनी तसेच हिंदू तपस्वींनी आयुष्यभर त्याचा प्रतिकार केला आणि दलित समाजातील काही सदस्यांनी रविदासांवर विश्वास ठेवला, असे ग्रंथ आणि दलित समाजाच्या प्रचलित समजुती आहेत. ते मूर्तिपूजक (सगुणी भक्ती संत) होते तर 20 व्या शतकातील इतर ग्रंथ असे प्रतिपादन करतात की रविदासांनी मूर्तिपूजा नाकारली. उदाहरणार्थ, गुरु ग्रंथसाहिबमध्ये उपस्थित असलेले रविदासांचे खालील स्तोत्र, अशा दाव्यांचे समर्थन करतात जेथे ते वेद नाकारतात आणि कर्मकांडाचा स्वीकार करतात. आंघोळ एखाद्याला शुद्ध करू शकते.

एखादी व्यक्ती चांगली आणि वाईट कृतींमध्ये फरक करू शकते आणि वेद आणि पुराणे ऐकू शकते, परंतु शंका अजूनही कायम आहे. संशय नित्य अंतःकरणात वास करतो, मग अहंकारी अभिमान कोण घालवू शकेल? बाहेरून, तो पाण्याने धुतो, परंतु आत खोलवर, त्याचे हृदय सर्व प्रकारच्या दुर्गुणांनी कलंकित झाले आहे. मग तो शुद्ध कसा होणार? त्याची शुद्धीकरणाची पद्धत हत्तीसारखी आहे, आंघोळीनंतर स्वतःला धुळीने झाकून घेते!

—?रविदास, गुरु ग्रंथ साहिब

तथापि, हे लक्षात घ्यावे लागेल की त्यांचे आध्यात्मिक गुरू गुरू रामानंद हे ब्राह्मण होते आणि त्यांच्या शिष्या मीराबाई राजपूत राजकुमारी होत्या.

वारसा

रविदासिया

रविदासिया आणि शीख धर्मातील फरक, ऑंटारियोमधील श्री गुरु रविदास मंदिराने केलेल्या पोस्टद्वारे वर्णन केल्याप्रमाणे खालीलप्रमाणे आहे:

रविदासियांच्या नात्याने आपल्या वेगवेगळ्या परंपरा आहेत. आम्ही शीख नाही. जरी, आम्ही 10 गुरु आणि गुरु ग्रंथ साहिब यांना अत्यंत आदर देतो, गुरु रविदास जी आमचे सर्वोच्च आहेत. गुरुग्रंथसाहिब नंतर गुरू नाही या घोषणेचे पालन करण्याची आम्हाला कोणतीही आज्ञा नाही. आम्ही गुरू ग्रंथ साहिबचा आदर करतो कारण त्यात आमच्या गुरूजींची शिकवण आणि इतर धार्मिक व्यक्तींच्या शिकवणी आहेत ज्यांनी जातीव्यवस्थेच्या विरोधात बोलले, नाम आणि समतेचा संदेश दिला. आपल्या परंपरेनुसार, गुरु रविदास जींचा संदेश पुढे नेणाऱ्या समकालीन गुरूंनाही आम्ही अत्यंत आदर देतो.

रविदासिया धर्म हा शीख धर्माचा एक स्पिन-ऑफ धर्म आहे, जो 21 व्या शतकात रविदासांच्या शिकवणींच्या अनुयायांनी तयार केला होता. 2009 मध्ये व्हिएन्ना येथील रविदासिया मंदिरावर शीख कट्टरपंथीयांनी केलेल्या हल्ल्यानंतर त्याची स्थापना करण्यात आली होती, ज्यामुळे उपप्रमुख रामानंद दास यांचा मृत्यू झाला आणि अन्य 16 जखमी झाले, जिथे चळवळीने स्वतःला शीख धर्मापासून पूर्णपणे विभक्त धर्म असल्याचे घोषित केल्यानंतर. रविदासिया धर्म संकलित झाला. एक नवीन पवित्र ग्रंथ, अमृतबानी गुरु रविदास जी. संपूर्णपणे रविदासांच्या लेखन आणि शिकवणीवर आधारित, यात 240 स्तोत्रे

आहेत. निरंजन दास हा डेरा सचखंड बल्लानचा प्रमुख आहे.

कॅथरीन लुम यांनी रविदासिया धर्म आणि शीख धर्माच्या विभक्त होण्यामागील गतीशीलतेचा सारांश दिला आहे आणि रविदासांवर लक्ष केंद्रित केले आहे, खालीलप्रमाणे:

रविदासियाचा असा विश्वास आहे की चामरांसाठी पुढे जाण्याचा सर्वोत्तम मार्ग म्हणजे स्वतःच्या ओळखीचा दावा करणे आणि ठामपणे करणे. या अधिक स्वतंत्र शिबिरासाठी, शीख धर्माला आड धर्म (मूळ लोक) चळवळीने कल्पित केल्याप्रमाणे, क्वाम (वेगळा धर्म आणि राष्ट्र) म्हणून चामर समुदायाच्या पूर्ण विकासात अडथळा आणणारा म्हणून पाहिले जाते. या विभक्त रविदासियांच्या मते , चामरांच्या प्रगतीचा एकमेव मार्ग म्हणजे गुरु रविदासांच्या आकृतीवर केंद्रित स्वतंत्र धार्मिक मार्गाचा अवलंब करणे.

गुरु रविदास मंदिर, फोलेशिल, यूके.

रविदास हे संत म्हणून पूज्य आहेत आणि त्यांच्या श्रद्धावानांनी त्यांचा आदर केला आहे. त्याला त्याच्या भक्तांनी धार्मिक निषेधाचे जिवंत प्रतीक मानले आहे, आणि कोणत्याही अंतिम एकत्रित सांस्कृतिक तत्त्वाचे आध्यात्मिक प्रतीक नाही.

14
शिर्डीचे साईबाबा

शिर्डीचे साईबाबा

Scan for Story Videos - www.itibook.com

शिर्डीचे साई बाबा (1838 - 15 ऑक्टोबर 1918), शिर्डीचे साई बाबा म्हणून ओळखले जाणारे, एक भारतीय आध्यात्मिक गुरु आणि फकीर होते, त्यांना संत मानले जाते, त्यांच्या काळात आणि नंतर हिंदू आणि मुस्लिम दोन्ही भक्तांद्वारे आदरणीय होते.

त्यांच्या जीवनातील वृत्तांनुसार, साई बाबा यांनी "स्वतःची प्राप्ती" चे महत्त्व सांगितले आणि "नाशवंत गोष्टींवरील प्रेम" अशी टीका केली. त्याच्या शिकवणी प्रेम, क्षमा, इतरांना मदत करणे, दान, समाधान, आंतरिक शांती आणि देव आणि गुरूंची भक्ती या नैतिक संहितेवर केंद्रित आहेत. त्यांनी खऱ्या सतगुरुंना शरण जाण्याच्या महत्त्वावर भर दिला, जो परमात्मा चेतनेचा मार्ग पायदळी तुडवून शिष्याला आध्यात्मिक वाढीच्या जंगलातून नेऊ शकतो.

साई बाबांनी धर्म किंवा जातीवर आधारित भेदभावाचा निषेध केला. तो मुस्लीम होता की हिंदू हे अस्पष्ट राहिले आहे, परंतु या भेदाचा परिणाम त्या माणसालाच झाला नाही. ५ त्याच्या शिकवणीने हिंदू आणि इस्लामचे घटक एकत्र केले: ज्या मशिदीत तो राहत होता त्या मशिदीला त्याने द्वारकामयी हे हिंदू नाव दिले, दोन्ही सराव केला. हिंदू आणि मुस्लिम विधी, आणि दोन्ही परंपरांमधून काढलेले शब्द आणि आकृत्या वापरून शिकवले.

"माझ्याकडे बघ, आणि मी तुला पाहीन" आणि "अल्ला तेरा भला करेगा" (अनुवाद: देव तुम्हाला आशीर्वाद देईल) हे भक्तांना त्यांच्या आवडत्या वचनांपैकी एक होते. ते हिंदू देवाचा

अवतार मानतात. दत्तात्रेय

चरित्र

शिर्डी साईबाबांबद्दलची बहुतेक माहिती हेमाडपंत (अण्णासाहेब दाभोलकर / गोविंद रघुनाथ म्हणूनही ओळखले जाते) नावाच्या शिष्याने 1922 मध्ये मराठीत लिहिलेल्या श्री साई सत्चरित्र नावाच्या पुस्तकातून घेतली जाते. हे पुस्तक विविध शिष्यांच्या लेखांवर आधारित संकलन आहे. आणि 1910 पासून हेमाडपंतांची वैयक्तिक निरीक्षणे. आणखी एक भक्त, श्री नरसिंह स्वामी यांनी साई बाबांचे जीवन हे पुस्तक लिहिले.

सुरुवातीची वर्षे

जरी शिर्डी साईबाबांचे ठिकाण आणि जन्मतारीख अज्ञात आहे, तरीही काही संकेत आहेत की त्यांचा जन्म शिर्डीपासून फार दूर नाही, आताच्या पश्चिम भारतातील महाराष्ट्र राज्यातील एका गावात झाला आहे. काही स्रोतांनुसार, त्यांचा जन्म महाराष्ट्रातील पाथरी या छोट्याशा गावात गंगा भावडिया आणि त्यांची पत्नी देवगिरीअम्मा नावाच्या नाविकाच्या पोटी झाला. १२१३ साई बाबा यांचाही जन्म तामिळनाडूमध्ये झाल्याचा दावा केला जातो. या आवृत्तीनुसार त्यांच्या आईचे नाव वैष्णवदेवी आणि वडिलांचे नाव अब्दुल सत्तार होते.

काही भक्तांसह साईबाबा

बाबा आपल्या पालकत्व आणि उत्पत्तीबद्दलच्या प्रश्नांना अस्पष्ट, दिशाभूल करणारी आणि विरोधाभासी उत्तरे देण्यासाठी कुप्रसिद्ध होते, माहिती बिनमहत्त्वाची असल्याचे स्पष्टपणे सांगत. त्याने एका जवळच्या अनुयायी, महालसापतीला सांगितले की, तो पाथरी गावात देशस्थ ब्राह्मण आई-वडिलांच्या पोटी जन्माला आला होता आणि त्याच्या बाल्यावस्थेमध्ये एका मुस्लिम फकीराची काळजी घेण्यात आली होती. अनेक स्रोतांनुसार, त्याचे पालनपोषण एका फकीराने केले होते. बालपणात. दुसऱ्या एका प्रसंगी, बाबांनी सांगितले की फकीराच्या पत्नीने त्यांना सेलू येथील हिंदू गुरू वेंकुसाच्या देखरेखीखाली सोडले होते आणि ते वेंकुसासोबत त्यांचे शिष्य म्हणून १२ वर्षे राहिले होते.

बाबा सुमारे सोळा वर्षांचे असताना महाराष्ट्रातील अहमदनगर जिल्ह्यातील शिर्डी गावात आले. या घटनेच्या तारखेबद्दल चरित्रकारांमध्ये एकमत नसले तरी साधारणपणे असे मान्य केले जाते की बाबा शिर्डीत तीन वर्षे राहिले, एक वर्ष गायब झाले आणि नंतर १८५७ च्या भारतीय बंडानंतर १८५८ च्या सुमारास कायमचे परतले. 1838 चे संभाव्य जन्म वर्ष त्यांनी तपस्वी जीवन जगले, कडुलिंबाच्या झाडाखाली स्थिर बसून आणि आसनात बसून ध्यान केले. गावकऱ्यांच्या प्रतिक्रिया साई सच्चरित्रात सांगितल्या आहेत.

एवढा तरुण मुलगा उष्ण किंवा थंडीची पर्वा न करता कठोर तपश्चर्या करताना पाहून गावातील लोक आश्चर्यचकित झाले. दिवसा तो कोणाशीच संबंध ठेवत नाही, रात्री त्याला कोणाचीच भीती वाटत नव्हती.

काही धार्मिक प्रवृत्तीचे गावकरी (महालसापती, आप्पा जोगले आणि काशिनाथ) त्यांना नियमित भेट देत. गावातील मुलांनी त्याला वेडा समजून त्याच्यावर दगडफेक केली.काही वेळाने तो गाव सोडून गेला आणि तो कुठे गेला किंवा त्याचे काय झाले हे माहीत नाही. त्यांनी अनेक संत आणि फकीरांना भेटून विणकर म्हणून काम केल्याचे काही संकेत आहेत. 1857. च्या भारतीय बंडाच्या वेळी झाशीची राणी लक्ष्मीबाईच्या सैन्याशी त्यांनी लढा दिल्याचे त्यांनी सांगितले आहे.

नाव

साई बाबांचे खरे नाव अद्याप अज्ञात आहे. 1858 मध्ये जेव्हा ते शिर्डीला परत आले तेव्हा मंदिराचे पुजारी महालसापती यांनी त्यांना साई हे नाव दिले होते. साई हा शब्द एका धार्मिक भक्ताला सूचित करतो परंतु त्याचा अर्थ देव असाही होऊ शकतो. अनेक भारतीय आणि मध्य-पूर्व भाषांमध्ये बाबा हा शब्द आजोबा म्हणून सन्माननीय आहे. , वडील, म्हातारा किंवा सर. अशा प्रकारे साई बाबा "पवित्र पिता", "संत पिता" किंवा (पूज्य) गरीब वृद्ध व्यक्तीला सूचित करतात.

शिर्डी कडे परत-

याच सुमारास साई बाबांनी गुडघ्यापर्यंत एक-पीस काफनी झगा आणि कापडी टोपी घालण्याची प्रथा स्वीकारली. रामगीर बुवा, एक भक्त, यांनी साक्ष दिली की साई बाबा एखाद्या ॲथलीटसारखे कपडे घातले होते आणि ते शिर्डीत आले तेव्हा 'त्यांच्या मणक्याच्या टोकापर्यंत लांब केस वाहतात' आणि त्यांनी कधीही आपले डोके मुंडन केले नव्हते. बाबांनी मोहिद्दीन तांबोळी या एका कुस्तीचा सामना गमावल्यानंतरच त्यांनी कफनी आणि कापडी टोपी, विशिष्ट सूफी कपड्यांचे सामान घेतले. या पोशाखाने बाबांची मुस्लिम फकीर म्हणून ओळख निर्माण केली आणि त्यांच्याशी सुरुवातीच्या वैमनस्याचे एक कारण होते. प्रामुख्याने हिंदू गावात.

चार-पाच वर्षे बाबा कडुलिंबाच्या झाडाखाली राहिले आणि दीर्घकाळ ध्यानधारणा केली. त्याची रीती माघार घेणारी आणि संवाद साधणारी असल्याचे सांगण्यात आले आणि तो अनेकदा शिर्डीच्या आजूबाजूच्या जंगलात बराच काळ भटकत असे. अखेरीस त्याला एका जुन्या आणि मोडकळीस आलेल्या मशिदीत राहण्यास प्रवृत्त करण्यात आले, जिथे तो एकाकी जीवन जगत होता, भिक्षा मागून जगत होता. भिक्षा आणि प्रवासी हिंदू किंवा मुस्लिम अभ्यागतांना स्वीकारणे. मशिदीमध्ये, त्यांनी पवित्र अग्नी (धुनी) ठेवला आणि अतिथींना त्यांच्या प्रस्थानाच्या वेळी अग्निमधून पवित्र राख ('उडी') दिली. राखेमध्ये उपचार आणि अपोट्रोपिक शक्ती असल्याचे मानले जात होते. त्यांनी स्थानिक हकीमचे कार्य केले आणि अस्थी लावून आजारी लोकांवर उपचार केले. त्यांनी आपल्या अभ्यागतांना आध्यात्मिक शिकवणी दिली आणि हिंदूंसाठी रामायण आणि भगवत गीता आणि मुस्लिमांसाठी कुराण वाचण्याची शिफारस केली. त्याने देवाच्या नावाच्या अखंड स्मरणाच्या अपरिहार्यतेवर आग्रह धरला (धिकार), आणि अनेकदा बोधकथा, चिन्हे आणि

रूपकांचा वापर करून स्वतःला गूढ पद्धतीने व्यक्त केले.

बाबांनी लेंडीबाग नावाच्या बागेची देखभाल केली असे मानले जाते, ज्याचे नाव लेंडी नावाच्या नदीच्या नावावरून होते जे जवळून वाहते. बाग अजूनही अस्तित्वात आहे; त्यात बाबांच्या जीवनाशी निगडित लोक आणि प्राण्यांचे स्मरण करणारी मंदिरे (समाधी) आहेत आणि यात्रेकरू त्यांना भेट देत असतात.

शिर्डी साईबाबांचे काही शिष्य सुप्रसिद्ध आध्यात्मिक व्यक्ती आणि संत झाले, विशेषत: शिर्डीतील खंडोबा मंदिराचे पुजारी महालसापती आणि उपासनी बाबा महाराज, जे स्वतः मेहेर बाबांचे गुरू झाले. बिडकर महाराज, गगनगिरी महाराज, जानकीदास महाराज आणि सती गोदावरी माताजी यांसारख्या इतर संतांनीही त्यांचा आदर केला. साईबाबांनी अनेक संतांना 'माझे भाऊ' म्हणून संबोधले, विशेषत: अक्कलकोटच्या स्वामी समर्थांचे शिष्य.

1910 मध्ये, शिर्डी साईबाबांची ख्याती मुंबईत पसरू लागली. चमत्कार करण्याची शक्ती असलेले संत म्हणून ओळखले जात, आणि अवतार म्हणूनही असंख्य लोक त्यांना भेटायला आले. त्यांनी कर्जतच्या भिवपुरी येथे त्यांचे पहिले मंदिर बांधले.

अंतिम वर्षे आणि मृत्यू (समाधी)

ऑगस्ट 1918 मध्ये, शिर्डी साईबाबांनी त्यांच्या काही भक्तांना सांगितले की ते लवकरच "आपले नश्वर शरीर सोडणार आहेत." सप्टेंबरच्या शेवटी, त्यांना खूप ताप आला आणि त्यांनी खाणे बंद केले. त्यांची प्रकृती बिघडल्याने त्यांनी आपल्या शिष्यांना विचारले. त्याला पवित्र ग्रंथ पाठ करा, जरी तो अभ्यागतांना भेटत राहिला. 15 ऑक्टोबर 1918 रोजी त्या वर्षीच्या विजयादशमी उत्सवाच्या दिवशीच त्यांचे निधन झाले. त्यांच्या अवशेषांवर शिर्डीतील बुटी वाडा येथे अंत्यसंस्कार करण्यात आले, जे नंतर एक पूजास्थान बनले जे आज श्री समाधी मंदिर किंवा शिर्डी साई बाबा मंदिर म्हणून ओळखले जाते.

शिकवण आणि आचरण-

साई बाबांनी धर्म किंवा जातीवर आधारित सर्व छळाचा विरोध केला. ते धार्मिक सनातनी - ख्रिश्चन, हिंदू आणि मुस्लिम यांचे विरोधक होते.

साई बाबांनी आपल्या भक्तांना प्रार्थना करण्यास, देवाच्या नावाचा जप करण्यास आणि पवित्र ग्रंथ वाचण्यास प्रोत्साहित केले. त्यांनी मुस्लिमांना कुराण आणि हिंदूंना रामायण, भगवद्गीता आणि योग वसिष्ठ या ग्रंथांचा अभ्यास करण्याचा सल्ला दिला. त्यांनी आपल्या भक्तांना आणि अनुयायांना नैतिक जीवन जगावे, इतरांना मदत करावी, प्रत्येक जीवावर कोणताही भेदभाव न करता प्रेम करावे, आणि चारित्र्याची दोन महत्त्वाची वैशिष्ट्ये विकसित करा: श्रद्धा (श्रद्धा) आणि संयम (सबुरी). त्यांनी नास्तिकतेवर टीका केली.

आपल्या शिकवणीमध्ये, साईबाबांनी ऐहिक गोष्टींशी आसक्ती न ठेवता कर्तव्ये पार पाडण्याच्या आणि परिस्थितीची पर्वा न करता समाधानी राहण्याच्या महत्त्वावर जोर दिला. त्याच्या वैयक्तिक व्यवहारात, त्याने इस्लामशी संबंधित उपासना पद्धती पाळल्या; जरी तो नियमित विधींमध्ये गुंतला नसला तरी, त्याने मुस्लिम सणाच्या वेळी नमाज, अल-

फातिहा आणि कुराण वाचनाची सराव करण्यास परवानगी दिली. अधूनमधून अल-फातिहा पठण करताना, बाबांना मावलिद आणि कव्वाली ऐकण्यात आनंद वाटला. तबला आणि सारंगी दिवसातून दोनदा.

साई बाबांनी इस्लाम आणि हिंदू या दोन्ही धर्मांच्या धार्मिक ग्रंथांचा अर्थ लावला. त्यांनी अद्वैत वेदांताच्या भावनेने हिंदू धर्मग्रंथांचा अर्थ भक्ती (भक्ती) मार्गावर जोर देऊन स्पष्ट केला. भक्ती योग, ज्ञानयोग आणि कर्मयोग या तीनही प्रमुख हिंदू आध्यात्मिक मार्गांनी त्यांच्या शिकवणींवर प्रभाव टाकला.

साई बाबांनी दानधर्माला प्रोत्साहन दिले आणि सामायिकरणाच्या महत्त्वावर जोर दिला. तो म्हणाला

काही नातं किंवा जोड असल्याशिवाय कुणीही कुठे जात नाही. जर कोणी पुरुष किंवा प्राणी तुमच्याकडे आले तर त्यांना उदासीनतेने हाकलून देऊ नका, परंतु त्यांचे स्वागत करा आणि त्यांच्याशी योग्य आदराने वागा. तहानलेल्याला पाणी, भुकेल्याला भाकर, नग्नांना कपडे आणि अनोळखी माणसांना बसायला आणि विश्रांतीसाठी तुमचा व्हरांडा दिल्यास श्री हरी (देव) नक्कीच प्रसन्न होतील. जर कोणाला तुमच्याकडून पैसे हवे असतील आणि तुमची इच्छा नसेल तर देऊ नका, पण कुत्र्यासारखे त्याच्यावर भुंकू नका."

पूजा आणि भक्त

एक स्थानिक खंडोबाचा पुजारी, म्हाळसापती नागरे, हे शिर्डीचे साईबाबांचे पहिले भक्त होते असे मानले जाते. 19व्या शतकात, साई बाबांचे अनुयायी शिर्डीतील रहिवासी आणि भारताच्या इतर भागांतील काही लोकांचा फक्त एक छोटा गट होता. आज, साईबाबांमुळे, शिर्डी हे भारतातील महत्त्वाचे स्थान बनले आहे आणि हिंदूंच्या प्रमुख तीर्थक्षेत्रांमध्ये त्याची गणना केली जाते. पहिले साईबाबा मंदिर कुडाळ, सिंधुदुर्ग येथे आहे. हे मंदिर 1922 मध्ये बांधले गेले.

शिर्डीतील साईबाबा मंदिराला दिवसाला सरासरी २५,००० यात्रेकरू भेट देतात. धार्मिक उत्सवांदरम्यान, ही संख्या 100,000 पर्यंत पोहोचू शकते. मंदिराचा आतील भाग आणि बाहेरील सुळका सोन्याने मढवलेला असतो. मंदिराच्या आत, साईबाबांची मूर्ती इटालियन संगमरवरी कोरलेली आहे आणि शाही कापडाने कोरलेली, सोन्याचा मुकुट परिधान केलेली आणि ताज्या फुलांच्या हारांनी सजलेली दिसते. मंदिराचे व्यवस्थापन श्री साई बाबा संस्थान ट्रस्ट द्वारे केले जाते.

बाबा जिवंत असतानाच्या काळातील विधी आणि परंपरांचे पालन करून, समाधी मंदिरात दररोज (दिवसाच्या वेळेनुसार) चार आरत्या होतात.

पहाटे ४:३० वाजता काकड आरती (सकाळी आरती)

मध्य आरती (दुपारची आरती) दुपारी १२:०० वाजता (दुपारी)

धुप आरती (संध्याकाळची आरती) 6:30 (pm)

शेज आरती (रात्रीची आरती) रात्री 10:30 वाजता

साईबाबांची पालखी मिरवणूक दर गुरुवारी समाधी मंदिर ते द्वारकामाई, पुढे चावडी आणि परत साईबाबा मंदिरापर्यंत निघते. सर्व धर्मातील भाविकांचे समाधी मंदिरात दर्शन घेण्यासाठी आणि प्रसादालयात जात, पंथ आणि धर्माचा विचार न करता मोफत भोजन करण्यासाठी स्वागत आहे.

महाराष्ट्र, ओडिशा, आंध्र प्रदेश, तेलंगणा, कर्नाटक, तामिळनाडू आणि गुजरात या राज्यांमध्ये शिर्डीचे साई बाबा विशेषत: पूजनीय आणि पूज्य आहेत.

शिर्डी साईबाबांची चळवळ 19 व्या शतकात सुरू झाली, ते शिर्डीत राहत असताना. अलिकडच्या वर्षांत, चळवळ नेदरलँड्स, कॅरिबियन, नेपाळ, कॅनडा, युनायटेड स्टेट्स, ऑस्ट्रेलिया, संयुक्त अरब अमिराती, मलेशिया, युनायटेड किंगडम, जर्मनी, फ्रान्स आणि सिंगापूरमध्ये पसरली आहे.

हिंदू आणि मुस्लिम

"मूलत: हिंदू आणि मुस्लिम यांच्यात काहीही फरक नाही. हे दाखवण्यासाठी तुम्ही मानवी शरीरात जन्म घेतला. हिंदू आणि मुस्लिम दोघांकडेही तुम्ही प्रेमाने पाहतात. हे साई, सर्वांचा आत्मा म्हणून सर्वव्यापी आहेत, हे दाखवून देतात. "

बाबा अनेकदा हिंदू देवतांबद्दल बोलायचे आणि पवित्र ग्रंथातून उद्धृत करायचे. प्रसंगी ते भगवद्गीता, ईशा उपनिषद आणि इतर उताऱ्यांवर भाष्य करायचे. कृष्ण आणि राम ही नावे त्यांच्यासाठी पवित्र होती. मुस्लिम अनुयायांसह, तो अल्लाह आणि कुराणबद्दल बोलला, अनेकदा पर्शियन श्लोकांचा हवाला देत. तो वारंवार "अल्लाह रखेंगा वैया रहेना" ("आपल्याकडे जे आहे त्यात समाधानी राहूया आणि आपली इच्छा अल्लाहकडे सोपवूया") हा शब्दप्रयोग वापरला. त्याने आपल्या श्रोत्यांना सांगितले की तो त्यांच्यासारखाच अल्लाहचा भक्त होता, दोन हात आणि दोन पाय असलेला नम्र फकीर होता. नंतरच्या काळात पारशी आणि ख्रिश्चन लोकही शिर्डीत त्यांना भेटायचे. त्याने सर्व धर्मांचा आदर केला आणि शिकवले की सर्व एका अगम्य ध्येयाकडे जाणारे विशिष्ट मार्ग आहेत.

सर्व मानवजातीच्या एकतेची त्यांची कल्पना अद्वैतवाद आणि सूफीवाद या दोन्हींशी सुसंगत होती. "देव एक आहे आणि सर्वांचा स्वामी आहे याचा अर्थ असा होतो की त्याचे सर्व प्राणी एका मोठ्या कुटुंबाचा भाग होते," सिकंद लिहितात. "हा विश्वास पूर्णपणे भक्ती तत्त्वज्ञान तसेच सुफींच्या शिकवणीनुसार होता, ज्यांचा असा विश्वास होता की देवाचा प्रकाश प्रत्येक जीवात, त्याच्या निर्मितीच्या प्रत्येक कणामध्ये आहे." साईबाबांसाठी, सर्व मार्ग होते. तितकेच वैध, "ईश्वर" (हिंदू देव) आणि "अल्लाह" समानार्थी आहेत. त्याच्या निवासस्थानी येणारे लोक हिंदू, मुस्लिम आणि इतरांना इतके शांततेने एकत्र राहताना पाहून इतके आश्चर्यचकित झाले की अनेक घटनांमध्ये त्यांचे संपूर्ण जीवन आणि विश्वास प्रणाली बदलली.

अनुयायी

शिर्डी साईबाबांनी कोणताही आध्यात्मिक वारस सोडला नाही, शिष्य नियुक्त केले नाहीत आणि विनंती करूनही औपचारिक दीक्षा (दीक्षा) दिली नाही. साईबाबांच्या काही उल्लेखनीय शिष्यांमध्ये महालसापती, माधवराव (शामा), नानासाहेब पेशवे, बायजाबाई, तात्या कोते पाटील, काकासाहेब दीक्षित, राधाकृष्ण माई, हेमाडपंत, भूती, दास गानू, लक्ष्मीबाई, नानावली, अब्दुल बाबा, नानासाहेब, नानासाहेब, नानासाहेब, चंद, चंदकर यांचा समावेश होतो. BV नरशिमा स्वामीजी. काही शिष्य सुप्रसिद्ध आध्यात्मिक व्यक्ती बनले, जसे की साकोरीचे उपासनी महाराज. साईबाबांच्या मृत्यूनंतर, उपासनी महाराजांनी 10 वर्षांत दोनदा शिर्डीला भेट दिली तेव्हा त्यांच्या भक्तांनी त्यांना रोजची आरती केली.

हिंदू

येवला येथील हिंदू संत आनंदनाथ यांनी साईबाबांना "मौल्यवान हिरा" संबोधले. दुसरे संत, गंगागीर म्हणाले, "शिर्डी धन्य आहे, की त्याला हा मौल्यवान रत्न मिळाला." , त्यांना जगद्गुरू ही पदवी बहाल केली. वासुदेवानंद सरस्वती (टेंबये स्वामी म्हणून ओळखले जाणारे) यांनी साई बाबांचाही खूप आदर केला. शैव योगींच्या गटानेही त्यांचा आदर केला, ज्यांना नाथ-पंचायत म्हणून ओळखले जाते. त्यांना एक मानले जाते. "सर्वोच्च वास्तविकता" (ब्राहमण किंवा देव), सतगुरू किंवा संत यांचा अवतार, वैयक्तिक इच्छांवर अवलंबून. हे हिंदू धर्मात असामान्य नाही जेथे केंद्रीय सिद्धांत किंवा विश्वविज्ञान नाही, परंतु वैयक्तिक श्रद्धा आणि अध्यात्माचा आधार आहे.

मुस्लिम

अब्दुल बाबा हे साईबाबांचे जवळचे भक्त होते आणि 1918 ते 1922 या काळात ते मंदिराचे देखभाल करणारे होते. 1980 च्या दशकापर्यंत मोठ्या संख्येने मुस्लिम भाविक मंदिरात येत असत.

पारशी

साईबाबांना नानाभॉय पालखीवाला, फरहाद पंथकी आणि होमी भाभा यांसारख्या प्रमुख झोरोस्ट्रियन लोकांद्वारे पूज्य केले जात होते आणि झोरोस्ट्रियन्सची सर्वात लोकप्रिय गैर-झोरास्ट्रियन धार्मिक व्यक्ती म्हणून त्यांचा उल्लेख केला जातो.

झोरोस्ट्रियन कुटुंबात जन्मलेल्या मेहर बाबा डिसेंबर 1915 मध्ये साई बाबांना भेटले. ही घटना मेहर बाबांच्या आयुष्यातील सर्वात महत्त्वाची मानली जाते. श्री साई सच्चरित्रात (साई बाबांची जीवनकथा) मेहर बाबांचा उल्लेख नाही, परंतु मेहर बाबांच्या जीवनकथेतील भगवान मेहरमध्ये साई बाबांचे असंख्य संदर्भ आहेत.

मेहर बाबांनी स्वतःच्या अवतारीय आगमनाचे श्रेय उपासनी, साई बाबा आणि इतर तीन परिपूर्ण गुरुंना दिले: हजरत बाबाजान, हजरत ताजुद्दीन बाबा आणि नारायण महाराज. त्यांनी साईबाबांना कुतुब-ए-इर्शाद (पाच कुतुबांपैकी सर्वोच्च, अध्यात्मिक पदानुक्रमातील "विश्वाचा मास्टर") असल्याचे घोषित केले. अवतार आणि सतगुरुंचे हे वर्गीकरण आणि संबंधित नाव मेहर बाबामध्ये लागू केले जाते. एकटा समुदाय.

चमत्कार

साईबाबांच्या अनुयायांचा असा दावा आहे की त्यांनी द्विलोकीकरण, उत्सर्जन, मन-वाचन, भौतिकीकरण, भूतबाधा, इच्छेनुसार समाधीच्या अवस्थेत प्रवेश करणे, पाण्याने दिवे लावणे, असाध्य आजारी व्यक्तीला बरे करणे आणि दुसऱ्याला मारहाण केल्यावर मारलेले दिसणे यासारखे चमत्कार केले. दर्शनादरम्यान (पवित्र दर्शन) त्यांनी श्री राम, कृष्ण, विठोबा, शिव आणि इतर देवतांच्या रूपात भक्तांच्या श्रद्धेनुसार लोकांना दर्शन दिले.

त्याच्या अनुयायांच्या मते, तो त्यांना त्यांच्या स्वप्नात दिसला आणि त्यांना सल्ला दिला. त्यांच्या भक्तांनी त्यांचे अनुभव नोंदवले आहेत.

संस्कृतीत

पवित्र कला आणि वास्तुकला

भारतात शिर्डी साईबाबांची अनेक मंदिरे आहेत. मंदिरे भारताबाहेरील देशांमध्येही आहेत, ज्यात युनायटेड स्टेट्स, त्रिनिदाद आणि टोबॅगो, गयाना, सुरीनाम, फिजी, मॉरिशस, दक्षिण आफ्रिका, नेदरलँड, केनिया, बेनिन, क्युबा, कॅनडा यांचा समावेश आहे. , पाकिस्तान, ऑस्ट्रेलिया, युनायटेड किंगडम, जर्मनी, जपान आणि न्यूझीलंड. शिर्डी येथील मशिदीत जेथे साई बाबा राहत होते, तेथे मुंबईतील कलाकार शमाराव जयकर यांनी त्यांचे जीवन-आकाराचे पोर्ट्रेट आहे. शिर्डीच्या साईबाबांची धार्मिक कार्यासाठी डिझाइन केलेली असंख्य स्मारके आणि पुतळे आहेत. यापैकी एक बालाजी वसंत तालीम नावाच्या शिल्पकाराने संगमरवरी बनवलेले आहे, ते शिर्डी येथील समाधी मंदिरात आहे जिथे साईबाबांना पुरले होते.

2008 मध्ये, इंडिया पोस्टने शिर्डी साईबाबांच्या सन्मानार्थ £5.00 चे स्मारक पोस्ट तिकीट जारी केले.

15

संत मीराबाई

संत मीराबाई

Scan for Story Videos - www.itibook.com

मीरा, ज्याला मीराबाई म्हणून ओळखले जाते आणि संत मीराबाई म्हणून पूजले जाते, त्या 16 व्या शतकातील हिंदू गूढ कवयित्री आणि कृष्णाच्या भक्त होत्या. ती एक प्रसिद्ध भक्ती संत आहे, विशेषतः उत्तर भारतीय हिंदू परंपरेत.

मीराबाईचा जन्म कुडकी (राजस्थानचा आधुनिक पाली जिल्हा) येथील राठोड राजपूत राजघराण्यात झाला आणि तिचे बालपण मेरता येथे गेले. भक्तमालमध्ये तिचा उल्लेख आहे, 1600 सीई पर्यंत ती भक्ती चळवळ संस्कृतीत सर्वत्र ओळखली जाणारी आणि एक प्रेमळ व्यक्ती होती याची पुष्टी करते.

मीराबाईबद्दलच्या बहुतेक दंतकथांमध्ये सामाजिक आणि कौटुंबिक परंपरांबद्दल तिची निर्भय अवहेलना, कृष्णाप्रती तिची भक्ती, कृष्णाला तिचा पती मानणे आणि तिच्या धार्मिक भक्तीसाठी सासरच्यांकडून छळ झाल्याचा उल्लेख आहे. ती असंख्य लोककथा आणि हौगिक कथांचा विषय आहे. दंतकथा, जे तपशीलांमध्ये विसंगत किंवा मोठ्या प्रमाणावर भिन्न आहेत.

भारतीय परंपरेत कृष्णाची उत्कट स्तुती करणारी लाखो भक्तिगीते मीराबाईना दिली आहेत, परंतु विद्वानांनी फक्त काहीशेच अस्सल असल्याचे मानले आहे आणि सर्वात आधीच्या लिखित नोंदींवरून असे सूचित होते की दोन स्तोत्रे वगळता बहुतेक फक्त श्लोकांमध्येच लिहिलेली होती. 18वे शतक. मीराचे श्रेय दिलेली अनेक कविता नंतर मीराची

प्रशंसा करणाऱ्या इतरांनी रचली असावी. हे भजन एक प्रकारचे भजन आहेत, आणि संपूर्ण भारतामध्ये खूप प्रसिद्ध आहेत.

चित्तोडगड किल्ल्यासारखी हिंदू मंदिरे मीराबाईच्या स्मृतीला समर्पित आहेत. मीराबाईच्या जीवनाविषयीच्या दंतकथा, विवादित सत्यता, आधुनिक काळातील चित्रपट, चित्रपट, कॉमिक स्ट्रिप्स आणि इतर लोकप्रिय साहित्याचा विषय आहेत.

चरित्र

राजस्थानच्या चित्तोड किल्ल्यावर मीराचे कृष्णाचे मंदिर

मीराबद्दलच्या अस्सल नोंदी उपलब्ध नाहीत आणि विद्वानांनी मीराचे चरित्र दुय्यम साहित्यातून स्थापित करण्याचा प्रयत्न केला आहे ज्यात तिचा उल्लेख आहे आणि त्यात तारखा आणि इतर क्षण आहेत. 1516. मध्ये मीराने अनिच्छेने मेवाडचा युवराज भोज राज याच्याशी विवाह केला. 1518 मध्ये दिल्ली सल्तनतसोबत सुरू असलेल्या एका युद्धात तिचा नवरा जखमी झाला आणि 1521 मध्ये युद्धात झालेल्या जखमांमुळे त्याचा मृत्यू झाला. तिचे वडील आणि सासरे दोघेही (पहिला मुघल सम्राट बाबर विरुद्ध खानवाच्या लढाईत त्यांचा पराभव झाल्यानंतर काही दिवसांनी राणा संगा मरण पावला.

तिचे सासरे राणा संगाच्या मृत्यूनंतर, विक्रम सिंह मेवाडचा शासक बनला. एका लोकप्रिय आख्यायिकेनुसार, तिच्या सासरच्या लोकांनी तिची हत्या करण्याचा अनेक वेळा प्रयत्न केला, जसे की मीराला विषाचा ग्लास पाठवणे आणि ते अमृत असल्याचे सांगणे किंवा तिला फुलांऐवजी साप असलेली टोपली पाठवणे. हागिओग्राफिक दंतकथांनुसार, साप चमत्कारिकरीत्या कृष्णाची मूर्ती बनल्याने (किंवा आवृत्तीनुसार फुलांचा हार) बनल्यामुळे तिला कोणत्याही परिस्थितीत कोणतीही इजा झाली नाही. या दंतकथांच्या दुसऱ्या आवृत्तीत, तिला विक्रम सिंगने स्वतःला बुडायला सांगितले, ज्याचा ती प्रयत्न करते. पण ती स्वतःला पाण्यात तरंगताना दिसली.अजून एक आख्यायिका सांगते की तिसरा मुघल सम्राट अकबर तानसेनसोबत मीराला भेटायला आला होता आणि त्याने मोत्याचा हार दिला होता, पण विद्वानांना असे वाटते की असे कधी घडले होते कारण तानसेन १५६२ मध्ये अकबराच्या दरबारात सामील झाला, तिच्या मृत्यूनंतर १५ वर्षांनी. त्याचप्रमाणे, काही कथा सांगतात की गुरु रविदास हे तिचे गुरू (शिक्षक) होते, परंतु यासाठी कोणतेही ऐतिहासिक पुरावे नाहीत. काही आवृत्या सूचित करतात की हे घडले असावे. इतर असहमत.

2014 च्या तीन भिन्न जुन्या नोंदींमध्ये मीराचा उल्लेख आहे, 14 हे सर्व 17 व्या शतकातील आहे आणि मीराच्या मृत्यूच्या 150 वर्षांच्या आत लिहिलेले आहे, तिच्या बालपणाबद्दल किंवा भोजराजशी झालेल्या तिच्या लग्नाच्या परिस्थितीबद्दल काहीही उल्लेख नाही किंवा त्यात उल्लेख नाही की लोक तिच्या सासरच्यांनी किंवा काही राजपूत राजघराण्यातील लोकांनी तिचा छळ केला. नॉन्सी मार्टिन-केरशॉ सांगते की ज्या प्रमाणात मीराला आव्हान दिले गेले आणि त्याचा छळ केला गेला, धार्मिक किंवा सामाजिक परंपरा हे कारण असण्याची शक्यता नव्हती, उलट संभाव्य कारण राजकीय अराजक होते. आणि

राजपूत राज्य आणि मुघल साम्राज्य यांच्यातील लष्करी संघर्ष.

इतर कथा सांगतात की मीराबाई मेवाडचे राज्य सोडून तीर्थयात्रेला गेल्या. मीरा तिच्या शेवटच्या वर्षांत द्वारका किंवा वृंदावन येथे राहत होती, जेथे पौराणिक कथा सांगते की ती 1547. मध्ये कृष्णाच्या मूर्तीमध्ये विलीन होऊन चमत्कारिकरित्या गायब झाली होती, परंतु ऐतिहासिक पुराव्यांअभावी विद्वानांनी चमत्कारांना विरोध केला होता, परंतु हे सर्वमान्यपणे मान्य केले जाते की मीराने तिचे जीवन समर्पित केले. भगवान कृष्ण, भक्ती गीते रचणारे, आणि भक्ती चळवळीतील सर्वात महत्वाचे कवी-संत होते.

कविता

मीराच्या बहुतेक कविता कृष्णाच्या (डावीकडे) रूपात देवाला समर्पित आहेत, त्याला गडद एक किंवा पर्वत उचलणारा म्हणतात. मीराच्या काही गाण्यांमध्ये कृष्णाची प्रेयसी राधा (उजवीकडे) यांचा समावेश होतो. तिच्या सर्व कवितांमध्ये तात्विक अर्थ आहे.

मीराबाईंच्या अनेक रचना आजही भारतात गायल्या जात आहेत, बहुतेक भक्ती गीते (भजने) म्हणून, जरी त्यापैकी जवळजवळ सर्व एक तात्विक अर्थ आहे. तिच्या सर्वात लोकप्रिय रचनांपैकी एक "पायोजी में नाम रतन धन पायो" ("मला परमेश्वराच्या नावाच्या आशीर्वादाची समृद्धता देण्यात आली आहे").1920 मीराच्या कविता राजस्थानी गीतात्मक पदे (मेट्रिक श्लोक) आहेत. तिला हजारो श्लोकांचे श्रेय दिले जात असले तरी, त्यातील किती श्लोक मीराने स्वतः लिहिले याविषयी विद्वानांच्या मते विभागली गेली आहे. तिच्या काळातील तिच्या काव्याची कोणतीही हस्तलिखिते अस्तित्वात नाहीत आणि दोन कवितांसह सर्वात जुन्या नोंदी आहेत. तिचे श्रेय 18 व्या शतकाच्या सुरुवातीचे आहे, द्वारका मंदिरातील द्वारकाधीशच्या मूर्तीचे विसर्जन झाल्यानंतर 150 वर्षांहून अधिक.

हिंदी आणि राजस्थानी

तिला श्रेय दिलेला सर्वात मोठा कविता संग्रह 19 व्या शतकातील हस्तलिखितांमध्ये आहे. विद्वानांनी कविता आणि मीरा या दोघांचाही इतर हस्तलिखितांमध्ये तसेच शैली, भाषाशास्त्र आणि स्वरूपावर आधारित सत्यता प्रस्थापित करण्याचा प्रयत्न केला आहे. 822 जॉन स्ट्रॅटन हॉले सावध करतात, "जेव्हा मीराबाईच्या कवितेबद्दल बोलतो, तेव्हा नेहमीच एक गोष्ट असते. गूढतेचा घटक. आपण उद्धृत केलेल्या कविता आणि ऐतिहासिक मीरा यांचा काही खरा संबंध आहे का, असा प्रश्न नेहमीच राहिला पाहिजे."

तिच्या कवितांमध्ये, कृष्ण एक योगी आणि प्रेमी आहे, आणि ती स्वतः एक योगिनी आहे जी तिच्या शेजारी आध्यात्मिक वैवाहिक आनंदात घेण्यास तयार आहे. मीराच्या शैलीमध्ये उत्कट मनःस्थिती, अवहेलना, तळमळ, अपेक्षा, आनंद आणि मिलनाचा आनंद, नेहमी कृष्णावर केंद्रित.

त्याने मला मागे सोडले आहे, तो कधीही परतला नाही, त्याने मला एक शब्दही पाठवला नाही.

म्हणून मी माझे दागिने, दागिने आणि अलंकार काढून टाकले आहेत, माझ्या डोक्याचे केस कापले आहेत.

आणि पवित्र वस्त्रे परिधान करा, सर्व त्याच्या कारणास्तव, चारही दिशांनी त्याला शोधत आहात.

मीरा: जोपर्यंत ती अंधाऱ्याला, तिच्या परमेश्वराला भेटत नाही, तोपर्यंत तिला जगायचेही नाही.

—?मीरा बाई, जॉन स्ट्रॅटन हॉले द्वारा अनुवादित २४

मीरा कृष्णाशी तिचा प्रियकर, स्वामी आणि पर्वत उचलणारा म्हणून वैयक्तिक नातेसंबंध सांगते. (संसों की माला पे सिमरू में पी का नाम) मीराबाईंनी लिहिलेली कृष्णाप्रती तिची समर्पण दर्शवते. पूर्ण आत्मसमर्पण हे त्यांच्या कवितेचे वैशिष्ट्य आहे.

मला तुझ्यासाठी एवढं पडायला लावल्यावर तू कुठे जातोस?

जोपर्यंत मी तुला पाहतो तोपर्यंत आराम मिळत नाही: माझे जीवन, किनाऱ्यावर धुतलेल्या माशासारखे, वेदनांनी भरलेले आहे.

तुझ्यासाठी मी स्वतःला योगिनी बनवीन, मी काशीच्या करवतीवर स्वतःला मारून टाकीन.

मीराचा प्रभु हा चतुर पर्वत उचलणारा आहे आणि मी त्याचा, त्याच्या कमळाच्या पायांचा गुलाम आहे.

—?मीरा बाई, जॉन स्ट्रॅटन हॉले द्वारा अनुवादित25

मीराला बहुतेकदा उत्तरेकडील संत भक्तींसोबत वर्गीकृत केले जाते ज्यांनी भगवान श्री कृष्णाबद्दल सांगितले.

शीख साहित्य

प्रेम अबोध पोथी, गुरु गोविंद सिंग यांना श्रेय दिलेला आणि 1693 सीई मध्ये पूर्ण झालेला मजकूर, शीख धर्मासाठी महत्त्वपूर्ण असलेल्या सोळा ऐतिहासिक भक्ती संतांपैकी एक म्हणून मीराबाईच्या काव्याचा समावेश आहे.

16
दयानंद सरस्वती

दयानंद सरस्वती

Scan for Story Videos - www.itibook.com

दयानंद सरस्वती 2 फेब्रुवारी 1824 - 30 ऑक्टोबर 1883 महर्षी दयानंद या नावानेही ओळखले जाणारे एक भारतीय तत्त्ववेता, सामाजिक नेते आणि आर्य समाजाचे संस्थापक आहेत, एक वैदिक धर्माची सुधारणा चळवळ आहे. . त्यांचे मॅग्नस ओपस हे सत्यार्थ प्रकाश हे पुस्तक आहे जे वेदांच्या तत्त्वज्ञानावर आणि मानवाच्या विविध कल्पना आणि कर्तव्यांचे स्पष्टीकरण यावर अत्यंत प्रभावशाली ग्रंथ राहिले आहे. 1876 मध्ये "भारतीयांसाठी भारत" म्हणून स्वराज्याची हाक देणारे ते पहिले होते, नंतर लोकमान्य टिळकांनी ही हाक दिली. मूर्तिपूजा आणि कर्मकांडाच्या उपासनेचा निषेध करून, त्यांनी वैदिक विचारसरणीचे पुनरुज्जीवन करण्याच्या दिशेने कार्य केले. त्यानंतर, तत्त्वज्ञ आणि भारताचे राष्ट्रपती, एस. राधाकृष्णन यांनी त्यांना श्री अरबिंदोप्रमाणेच "आधुनिक भारताचे निर्माते" म्हणून संबोधले.

ज्यांच्यावर दयानंदांचा प्रभाव होता आणि त्यांचे अनुसरण केले त्यात राय साहिब पूरन चंद, मादाम कामा, पंडित लेख राम, स्वामी श्रद्धानंद, श्यामजी कृष्ण वर्मा, किशन सिंग, भगतसिंग, विनायक दामोदर सावरकर, भाई परमानंद, लाला हरदयाल, मदन लाल धिंग्रा, राम यांचा समावेश होता. प्रसाद बिस्मिल, महादेव गोविंद रानडे, अशफाक उल्ला खान, महात्मा हंसराज, लाला लजपत राय, आणि योगमाया न्यौपाने.

ते बालपणापासूनच संन्यासी आणि विद्वान होते. वेदांच्या अतुलनीय अधिकारावर त्यांचा विश्वास होता. दयानंदांनी कर्म आणि पुनर्जन्म या सिद्धांताचा पुरस्कार केला. त्यांनी ब्रह्मचर्याच्या वैदिक आदर्शांवर भर दिला, ज्यात ब्रह्मचर्य आणि देवाची भक्ती समाविष्ट आहे.

दयानंदांच्या योगदानांपैकी त्यांनी स्त्रियांच्या समान हक्कांचा प्रचार केला, जसे की शिक्षणाचा अधिकार आणि भारतीय धर्मग्रंथांचे वाचन, आणि वेदांवर संस्कृत तसेच हिंदीमध्ये वैदिक संस्कृतमधून केलेले भाष्य.

प्रारंभिक जीवन

दयानंद सरस्वती यांचा जन्म पौर्णिमंता फाल्गुन महिन्यातील मावळत्या चंद्राच्या 10 व्या दिवशी (12 फेब्रुवारी 1824) तिथीला एका भारतीय गुजराती हिंदू ब्राह्मण तिवारी "त्रिवेदी" येथे झाला, मूळ कुटुंब टंकारा, काठियावाड प्रदेश (आता गुजरातचा मोरबी जिल्हा) येथे. त्यांचे मूळ नाव मूल शंकर तिवारी होते कारण त्यांचा जन्म धनु राशीत आणि मूल नक्षत्रात झाला होता. त्यांचे वडील करशनजी लालजी तिवारी आणि आई यशोदाबाई.

जेव्हा ते आठ वर्षांचे होते, तेव्हा त्यांचा यज्ञोपविता संस्कार सोहळा पार पडला, ज्याने त्यांचा औपचारिक शिक्षणात प्रवेश झाला. त्यांचे वडील शिवाचे अनुयायी होते आणि त्यांनी त्यांना शिवाची उपासना करण्याचे मार्ग शिकवले. उपवासाचे महत्त्वही शिकवले. शिवरात्रीच्या दिवशी दयानंद शिवाच्या आजेत रात्रभर जागून बसले. यापैकी एका उपवासाच्या वेळी, त्याला एक उंदीर प्रसाद खाताना आणि मूर्तीच्या अंगावर धावताना दिसला. हे पाहिल्यानंतर त्यांनी प्रश्न केला की जर शिव उंदरापासून स्वतःचा बचाव करू शकत नाही तर तो जगाचा रक्षणकर्ता कसा होऊ शकतो.

त्याच्या धाकट्या बहिणीच्या आणि त्याच्या काकांच्या कॉलराने झालेल्या मृत्यूमुळे दयानंद जीवन आणि मृत्यूच्या अर्थाचा विचार करू लागले. तो प्रश्न विचारू लागला ज्यामुळे त्याच्या पालकांना काळजी वाटली. तो त्याच्या किशोरवयातच गुंतला होता, परंतु त्याने ठरवले की लग्न त्याच्यासाठी नाही आणि 1846. मध्ये घरातून पळून गेला.

दयानंद सरस्वती यांनी 1845 ते 1869 अशी सुमारे पंचवीस वर्ष धार्मिक सत्याचा शोध घेत भटके तपस्वी म्हणून घालवली. त्याने भौतिक वस्तूंचा त्याग केला आणि आत्म-त्यागाचे जीवन जगले, स्वतःला जंगलात, हिमालय पर्वतातील माघार आणि उत्तर भारतातील तीर्थक्षेत्रांमध्ये आध्यात्मिक साधनेसाठी समर्पित केले. या वर्षांमध्ये त्यांनी योगाच्या विविध प्रकारांचा सराव केला आणि विराजानंद दंडेश नावाच्या धर्मगुरूचे शिष्य बनले. विराजानंदचा असा विश्वास होता की हिंदू धर्म त्याच्या ऐतिहासिक मुळांपासून भरकटला आहे आणि त्यातील अनेक प्रथा अशुद्ध झाल्या आहेत. दयानंद सरस्वती यांनी विराजानंद यांना वचन दिले की ते हिंदू धर्मातील वेदांचे योग्य स्थान पुनर्संचयित करण्यासाठी त्यांचे जीवन समर्पित करतील.

दयानंदाची शिकवण

महर्षी दयानंद यांनी प्रतिपादन केले की सर्व मानव काहीही साध्य करण्यास सारखेच सक्षम आहेत. ते म्हणाले की सर्व प्राणी हे परम परमेश्वराचे शाश्वत प्रजा किंवा नागरिक आहेत. ते म्हणाले की ऋग्वेद, यजुर्वेद, सामवेद आणि अथर्ववेद हे चार वेद हेच धर्माचे खरे अभ्रष्ट स्त्रोत आहेत, जे प्रत्येक सृष्टीच्या प्रारंभी परमभगवानाने प्रकट केले आहेत. शिवाय, कारण संस्कृत प्रॉसोडी किंवा छंद आणि वेगवेगळ्या वैदिक जप तंत्रांसह श्लोकांची संख्या मोजण्याचे वेगवेगळे तंत्र वापरून बदल न करता ते एकमेव उत्तम प्रकारे जतन केलेले ज्ञान आहे. ते म्हणतात, वेदांच्या चुकीच्या व्याख्यांमुळे वेदांबाबत संभ्रम निर्माण झाला. आणि वेद विज्ञानाला चालना देतात आणि मानवांना अंतिम सत्य शोधण्यास सांगतात, ज्यावर त्यांनी वेदांवरील भाष्यांमध्ये भर दिला आहे.

त्यांनी पहिल्या दहा प्रमुख उपनिषदांची शिकवणही श्वेताश्वतर उपनिषदासह स्वीकारली, जे वेदांच्या अध्यात्म भागाचे स्पष्टीकरण देते. ते म्हणाले, तरीही, उपनिषदांसह कोणतेही स्त्रोत विचारात घेतले पाहिजेत आणि ते वेदांच्या शिकवणीशी सुसंगत असतील तेवढेच स्वीकारले पाहिजेत.

त्यांनी सहा वेदांग ग्रंथ स्वीकारले ज्यात व्याकरण आणि वेदांच्या योग्य व्याख्येसाठी आवश्यक असलेल्या गोष्टींचा समावेश आहे. संस्कृत व्याकरणाच्या ग्रंथांमध्ये, ते म्हणतात, भगवान पा?इनींचे अ?अध्यायी आणि त्याचे भाष्य, महर्षी पतंजलीचे महाभाष्य हे सध्याचे अस्तित्वात असलेले वैध ग्रंथ आहेत आणि इतर सर्व हयात असलेले आधुनिक-व्याकरण ग्रंथ गोंधळात टाकणारे, अप्रामाणिक आणि इच्छाशक्तीचे आहेत म्हणून स्वीकारले जाऊ नयेत. लोकांना वेद सहजपणे शिकण्यास मदत करू नका.

त्यांनी सर्व सहा दर्शनशास्त्रे स्वीकारली ज्यात सांख्य, वैशेषिक, न्याय, पतंजलीची योगसूत्रे, पूर्व मीमांसा सूत्रे, वेदांत सूत्रे यांचा समावेश आहे. ते म्हणाले की सर्व सहा दर्शने विरोधक नाहीत परंतु प्रत्येक सृष्टीला आवश्यक असलेल्या वेगवेगळ्या पैलूंवर प्रकाश टाकतात. म्हणून ते सर्व आपापल्या अधिकाराने स्वतंत्र आहेत आणि ते सर्व वेदांच्या शिकवणुकीशी सुसंगत आहेत. ते म्हणतात सांख्य दर्शनाचे आचार्य कपिला हे नास्तिक नव्हते तर त्यांच्या सूत्रांचा चुकीचा अर्थ लावणारे विद्वान होते.

ते म्हणाले की, वेदांचा अर्थ सांगण्यासाठी द्रष्ट्यांनी रचलेली ऐतरेय ब्राह्मण, शतपथ ब्राह्मण, सम ब्राह्मण, गोपथ ब्राह्मण इत्यादी ब्राह्मण-ग्रंथ देखील वैध आहेत परंतु ते मान्य करतात त्या प्रमाणातच. चार वेदांसह कारण हे ग्रंथ इतरांद्वारे प्रक्षेपित करण्यास प्रवण आहेत. या ग्रंथांना "इतिहास, पुराण, नरशंश, कल्प, गाथा" या नावांनी देखील संबोधले जाते कारण त्यात द्रष्ट्यांच्या जीवनाची आणि घटनांची माहिती असते, ते जगाच्या निर्मितीची माहिती देतात.

मागील परिच्छेदात सांगितल्याप्रमाणे अठरा पुराणे आणि अठरा उपपुराणे ही खरी पुराणे नाहीत आणि ती व्यास ऋषींनी रचलेली नाहीत आणि वेदांच्या शिकवणींचे उल्लंघन करत असल्याने ते स्वीकारले जाऊ नयेत असे ते म्हणाले. आणि अठरा पुराणे आणि

उपपुराणसरे हे विरोधाभास, मूर्तिपूजा, मंदिरे, कर्मकांड आणि प्रथा यांनी वेदांच्या विरुद्ध आहेत. त्यांच्या सत्यार्थ प्रकाश या पुस्तकात ते म्हणतात की या अठरा पुराणांमध्ये आणि उपपुराणांमध्ये जे काही 'चांगले' आहेत, ते वेदांमध्ये आधीपासूनच आहेत आणि त्यात लोकांची दिशाभूल करणारी खूप खोटी माहिती असल्याने ती नाकारली पाहिजेत.

ते म्हणाले की ऋषी व्यासांना "व्यास" या नावाने संबोधले गेले कारण त्यांनी वेदांचे विभाजन केले नाही तर ते "व्यास किंवा रुंदी" दर्शविते म्हणजे वेदव्यास ऋर्षींनी वेदांचा सखोल अभ्यास केला होता.

जग आणि परमेश्वराविषयीची समज विकसित करण्यासाठी त्यांनी विविध कामांची यादी केली आहे ज्यांना प्रामाणिक ग्रंथ मानले जाऊ नये. त्यांनी पंचरात्रासह तांत्रिक ग्रंथातील "सर्व" नाकारले. ते म्हणाले की हे ग्रंथ वैध नाहीत कारण ते वेदांच्या विरोधात असलेल्या विविध प्रथा, विधी आणि प्रथा शिकवतात.

महर्षी दयानंद यांनी वेदांवर त्यांच्या शिकवणींचा आधार घेतला ज्याचा सारांश खालीलप्रमाणे आहे:

तीन अस्तित्वे आहेत जी शाश्वत आहेत: 1. परमात्मा किंवा परमात्मा, 2. वैयक्तिक आत्मा किंवा जीवात्मा, जे असंख्य आहेत परंतु अमर्याद नाहीत, 3. प्रकृति किंवा निसर्ग.

प्रकृती किंवा निसर्ग, जे सृष्टीचे भौतिक कारण आहे, ते शाश्वत आहे आणि सत्व (शुद्ध अस्तित्व), रजस (रजः म्हणजे चमकणे, प्रकाश किंवा अणू किंवा अस्तित्वाची माहिती देणारे) आणि तम (अज्ञानात असलेले अस्तित्व) द्वारे वैशिष्ट्यीकृत आहे. त्याचे स्वरूप), जे समतोल स्थितीत असते. सृष्टीच्या प्रत्येक चक्रात, चैतन्यमय परम भगवान त्याचे संतुलन बिघडवतील आणि जग आणि त्याच्या शक्तींच्या निर्मितीसाठी आणि वैयक्तिक आत्म्यांना आवश्यक असलेल्या शरीराच्या निर्मितीसाठी उपयुक्त बनवतील. ब्रह्माचा दिवस (ब्रह्मा म्हणजे महान, लांब इत्यादी...) नावाच्या विशिष्ट दीर्घ काळानंतर, सृष्टी विसर्जित होईल आणि निसर्ग त्याच्या समतोल स्थितीत परत येईल. ब्रह्मदेवाच्या दिवसाच्या लांबीच्या बरोबरीच्या ब्रह्माची रात्र नावाच्या कालखंडानंतर, सृष्टी पुन्हा सुरू होईल. निर्मिती आणि विघटनाच्या या चक्राला सुरुवात किंवा अंत नाही, म्हणूनच शाश्वतचे वैशिष्ट्य आहे.

जीव किंवा जीवात्मा किंवा वैयक्तिक शाश्वत आत्मा जे एकमेकांपासून भिन्न आहेत तरीही त्यांच्यात समान वैशिष्ट्ये आहेत आणि ते मोक्ष किंवा मुक्तीच्या स्थितीत आनंदाच्या 'समान स्तरावर' पोहोचू शकतात (अन्य एका परिच्छेदात खाली स्पष्ट केले आहे). ते शरीरहीन आहेत म्हणून ते सर्व लिंग आणि जगात दिसणाऱ्या इतर सर्व वैशिष्ट्यांच्या पलीकडे आहेत, परंतु ते निसर्गापासून बनलेले शरीर प्राप्त करतात आणि त्याला 'जन्म' म्हणून ओळखले जाते. ते निसर्गाच्या सामग्रीपासून बनलेले नाहीत, आणि ते निसर्गापेक्षा सूक्ष्म आहेत, परंतु त्यांच्या भूतकाळातील कर्माच्या आधारे परमभगवानांनी स्थापित केलेल्या सर्जनशील तत्त्वांनुसार शरीराद्वारे जन्म घेतात आणि ते स्वतःला

सुधारण्यासाठी प्रयत्न करतात. स्वतःला, प्रकृतीचा आणि परमात्म्याचा साक्षात्कार करून, वैयक्तिक आत्मे मुक्त होतात. पण ही जाणीव त्यांच्या प्रयत्नांवर आणि मिळालेल्या ज्ञानावर अवलंबून असते. ते जगात येत राहतात, निसर्गाचा उपयोग करतात, त्यांच्या कृतीची फळे मिळवतात आणि विविध प्राण्यांचे असंख्य जीवन घेताना दिसतात. कर्म किंवा कृती), ते त्यांच्या कृती पुन्हा करतात आणि त्यांच्या कृती निवडण्यासाठी, शिकण्यासाठी आणि पुन्हा शिकण्यासाठी, मुक्ती मिळविण्यासाठी पूर्णपणे स्वतंत्र आहेत आणि मोक्ष किंवा मुक्तीच्या दीर्घ कालावधीनंतर, पुन्हा जगात परत येतील. मोक्षाचा किंवा मुक्तीचा हा कालावधी अत्यंत मोठा असल्याने, असे दिसते की ते कधीही परत येत नाहीत किंवा जगात अजूनही असलेल्या इतर प्राण्यांकडून ते पुन्हा जन्म घेत नाहीत. ते शाश्वत असल्याने आणि कार्य करण्यास सक्षम असल्याने, ही वैशिष्ट्ये नष्ट होऊ शकत नाहीत. ते कालातीत, शाश्वत आहेत परंतु ते सर्वज्ञ नाहीत आणि ते संपूर्ण अवकाशात व्यापणारे असू शकत नाहीत.

परात्पर भगवान जो त्याच्यासारखाच एक आहे, जो ओम नावाने जातो, तो विश्वाचे कार्यक्षम कारण आहे. परमेश्वराची मुख्य वैशिष्ट्ये म्हणजे - सत्, चित् आणि आनंद म्हणजे, "ते अस्तित्वात आहे", "परम चेतना आहे" आणि "अनंत आनंदी" आहे. परमेश्वर आणि त्याची वैशिष्ट्ये सारखीच आहेत. परमभगवान सर्वत्र विराजमान आहेत, ज्याची वैशिष्ट्ये प्रकृती किंवा प्रकृतीच्या पलीकडे आहेत आणि सर्व वैयक्तिक आत्मे आणि प्रकृतीमध्ये व्याप्त आहेत . जन्म घेणे किंवा अवतार घेणे हे परम परमेश्वराचे वैशिष्ट्य नाही. तो सदैव शुद्ध असतो, म्हणजे निसर्ग आणि वैयक्तिक आत्म्यांच्या वैशिष्ट्यांनी अखंड असतो. परम परमेश्वर अशरीरी, अनंत आहे, म्हणून त्याचे कोणतेही रूप नाही आणि म्हणून मूर्तींद्वारे त्याची पूजा करता येत नाही, परंतु पतंजलीच्या योगसूत्रांमध्ये सारांशित केलेल्या वेदांमध्ये सांगितल्याप्रमाणे केवळ योगिक समाधीद्वारे कोणत्याही व्यक्तीपर्यंत पोहोचता येते. परमेश्वर हा अशरीरी आहे आणि म्हणून सर्व लिंगांच्या पलीकडे आहे, म्हणून वेद त्याला पिता, माता, मित्र, जगाचा कारक, निर्माता इत्यादी संबोधतात... तो निसर्ग आणि इतर सर्व सचेतन वैयक्तिक आत्म्यांहून सूक्ष्मतम अस्तित्व आहे. , म्हणून तो सूक्ष्म व्याप्त आहे. त्याच्या सूक्ष्मतेमुळे तो जग निर्माण करण्यासाठी निसर्गाचा हात धरू शकला आणि अवकाशातील जगाच्या हालचालीसाठी त्याला कोणतीही अडचण आली नाही. म्हणून त्याला परमात्मन म्हटले जाते, ज्याचा अर्थ 'अंतिम पर्वकर्ता' आहे. त्याच्या बरोबरीचा कोणीही नाही आणि त्याचा पूर्णपणे विरोधही नाही. भूत वगैरे कल्पना वेदांना परकीय आहेत.

अग्नी, शिव, विष्णू, ब्रह्मा, प्रजापती, परमात्मा, विश्व, वायू इत्यादी नावे ही परम परमेश्वराची वेगवेगळी वैशिष्ट्ये आहेत, ज्याचा अर्थ धतुपथ किंवा मूळ (भाषाशास्त्र) द्वारे प्राप्त केला पाहिजे असे ते म्हणाले. परंतु ही नावे व्यवहारात असलेल्या कोणत्याही पुराण देवतांना सूचित करत नाहीत. तसेच, काही नावे जागतिक घटकांना देखील संदर्भित करू

शकतात जे त्यांच्या संदर्भांमधून वेगळे केले पाहिजेत.

महर्षी दयानंद यांच्या बुद्धीची खूण आहे की ते परमभगवानाच्या सगुण आणि निर्गुण वैशिष्ट्यांच्या कल्पनेत सहजतेने सामंजस्य करू शकले. सगुण, तो म्हणतो, सगुण म्हणजे परमेश्वरामध्ये असलेल्या वैशिष्ट्यांचा संदर्भ आहे जसे की व्यापकता, सर्वशक्तिमानता, परमानंद, परम चेतना इत्यादी... आणि, निर्गुण, तो म्हणतो, याचा अर्थ असा आहे की त्याच्याकडे निसर्गाची आणि वैयक्तिक आत्म्यांची कोणतीही सांसारिक वैशिष्ट्ये नाहीत. जसे की अस्तित्वाच्या विविध अवस्था, जन्म घेणे इ.. त्याच्या काळापर्यंत, प्रत्येकाला 'सगुण' हे 'रूप आणि शरीर, अवतार' आणि 'निर्गुण' हे परमेश्वराच्या 'रूप आणि शरीराशिवाय' अवस्था समजत होते.

मोक्ष किंवा मुक्तीची स्थिती: मोक्ष कोणत्याही वैशिष्ट्यपूर्ण स्थानाचा संदर्भ देत नाही तर ती स्वतंत्र आत्म्यांची स्थिती आहे ज्यांनी मुक्ती प्राप्त केली आहे. जीव किंवा वैयक्तिक आत्मे अस्तित्वाच्या चार वेगवेगळ्या अवस्थांद्वारे वैशिष्ट्यीकृत आहेतः 1. जागृत (जागृतता), 2. स्वप्न (स्वप्नमय अवस्था), 3. सुषुप्ती (गाढ झोप) आणि 4. तुरिया. हे चौथ्या तुरिया अवस्थेत आहे, वैयक्तिक आत्मे निसर्गाशी संपर्क न करता अस्तित्वात आहेत परंतु ते स्वतःचे, इतर वैयक्तिक आत्मे आणि सर्वोच्च परमेश्वर (किंवा शाश्वत सत्य) बद्दल जागरूक असतात. मोक्ष किंवा तुरियाची ही अवस्था जगात दिसत नाही म्हणून अतुलनीय आहे परंतु ती केवळ जाणवू शकते. या अवस्थेत ते निसर्गाच्या प्रत्येक रंगापासून मुक्त असतात आणि त्यांचे स्वतःचे मन धारण करतात आणि आनंद, त्यांच्या स्वातंत्र्याचा आनंद आणि इतर गोष्टींचा अनुभव घेतात, जे जगातील कोणत्याही प्रकारच्या आनंदाशी अतुलनीय आहेत. ते त्या अवस्थेत अशरीरी असतात आणि कोणत्याही बाह्य एजंटची गरज न लागता स्वतःच्या इच्छेने कोणत्याही प्रकारचे सुख प्राप्त करू शकतात, उदाहरणार्थ, कान इत्यादी भौतिक कानांची आवश्यकता नसताना ते स्वतःच कानांचे कार्य करू शकतात. त्या अवस्थेत ते पूर्ण करण्यास सक्षम असतात. त्यांच्या सर्व इच्छेनुसार, त्यांना हव्या त्या वेळी आणि तेथे कुठेही जाऊ शकतात, जगाची निर्मिती, देखभाल आणि विघटन पाहू शकतात, ते मुक्त झालेल्या इतर व्यक्तींच्या संपर्कात देखील येतात. पण त्या अवस्थेतही विश्व-सृजनात्मक शक्ती परम परमेश्वराकडेच राहतात. मोक्षात, वैयक्तिक आत्मे एकमेकांपासून आणि परम परमेश्वरापासून वेगळे राहतात. आणि स्वतःच्या कर्तृत्वाने आणि परमात्म्याला त्यांचे साधन मानून ते आनंदाचा उपभोग घेतात. मोक्षकाळानंतर, ते पुन्हा या जगात जातात, ज्याच्या समर्थनार्थ, त्यांनी त्यांच्या सत्यार्थ प्रकाश आणि ऋग्वेदादि भाषा भूमिका: या पुस्तकात वेदमंत्र आणि मुंडकोपनिषद श्लोक उद्धृत केले आहेत.

पुन्हा, हे महर्षी दयानंदांच्या बुद्धीची खूण आहे की ते अनंत किंवा शाश्वत मोक्षाच्या कल्पनेशी जुळवून घेतात. ते म्हणतात, 'शाश्वत मोक्ष' किंवा 'अनंत मोक्ष', याचा अर्थ 'मोक्षातील सुखांची शाश्वतता' आहे, आणि याचा अर्थ असा नाही की वैयक्तिक आत्मा

कायमस्वरूपी मोक्षात राहतील. वैयक्तिक आत्मा हे कायमस्वरूपी असतात आणि म्हणून त्यांची वैशिष्ट्ये देखील असतात असे सांगून ते स्पष्ट करतात आणि वैयक्तिक आत्मा अनंतकाळातील एका क्षणात अडकून मर्यादित वापरून जगातून अनंतकाळासाठी सुटका होईल असे मानणे 'अतार्किक' आहे. विविध प्राणी स्वरूपात त्याच्या जीवनाचा कालावधी. जरी अतार्किक मान्य केले तरी याचा अर्थ असा होतो की तो सृष्टीत अडकण्याआधीच तो मोक्षात होता आणि त्यामुळे त्याचा मोक्षकाळ कधीतरी अयशस्वी होऊ शकतो हा निष्कर्ष असा आहे की मोक्ष अनंत काळासाठी आहे या गृहीतकाच्या विरुद्ध आहे. त्यामुळे स्वतंत्र आत्म्याने मुक्तीनंतर परत यावे ही वैदिक शिकवण वैध मानली पाहिजे. वेगवेगळ्या दृष्टीकोनातून, तो एकच विचार स्पष्ट करतो की सर्व कृती, जे काही ठराविक कालावधीसाठी केले जाते, ते अमर्याद परिणाम किंवा कृतीचे फळ देऊ शकत नाही आणि मोक्षाच्या कालावधीनंतर, जीव किंवा व्यक्तीला असे नसावे. पुढे मोक्षाचा आनंद घेण्याची क्षमता.

ते म्हणाले, हे वेद आणि उपनिषदांनुसार आहेत आणि वेदांतील श्लोक उद्धृत करतात.

सामाजिक कारणे: त्यांनी जातिव्यवस्था, सती प्रथा, मूर्तीपूजा, बालविवाह इत्यादींना विरोध केला, जे वेदांच्या आत्म्याच्या विरुद्ध आहेत आणि समाजातील सर्व वाईट गोष्टींची सखोल चौकशी करून त्या दूर केल्या पाहिजेत असा सल्ला दिला. वर्ण प्रणाली ही शिक्षण आणि व्यवसायावर आधारित आहे आणि त्यांच्या सत्यार्थ प्रकाश या पुस्तकात त्यांनी मनुस्मृति, गृह्य सूत्रे आणि वेदांमधील उतारे उद्धृत केले आहेत जे त्यांच्या दाव्यांचे समर्थन करतात. त्यांनी संपूर्ण जगात राष्ट्र आणि एक सरकार या संकल्पनेचा पुरस्कार केला, ज्याला चक्राधिपत्य असेही म्हणतात.

दयानंद यांचे मिशन

ओम किंवा ओम हे आर्य समाजाने देवाचे सर्वोच्च आणि योग्य नाव मानले आहे.

त्यांचा असा विश्वास होता की वेदांच्या मूलभूत तत्त्वांपासून विचलित झाल्यामुळे हिंदू धर्म भ्रष्ट झाला आहे आणि पुरोहितांच्या आत्मोन्नतीसाठी पुरोहितशाहीने हिंदूंची दिशाभूल केली आहे. या मिशनसाठी, त्यांनी आर्य समाजाची स्थापना केली, ज्यामध्ये कृणवंतो विश्वर्यम् नावाच्या सार्वभौमिकतेची संहिता म्हणून दहा वैश्विक तत्त्वे स्पष्ट केली. या तत्त्वांद्वारे, त्याने संपूर्ण जग आर्यांचे निवासस्थान बनवण्याचा मानस ठेवला.

त्याचे पुढचे पाऊल म्हणजे देवाला नवीन समर्पण करून हिंदू धर्मात सुधारणा करणे. त्यांनी देशभर प्रवास केला आणि धर्मपंडितांना आणि धर्मगुरूंना चर्चेसाठी आव्हान दिले, त्यांच्या युक्तिवादाच्या बळावर आणि संस्कृत आणि वेदांच्या ज्ञानाच्या बळावर वारंवार विजय मिळवला.24 हिंदू धर्मगुरूंनी सामान्यांना वैदिक ग्रंथ वाचण्यापासून परावृत्त केले आणि गंगा नदीत स्नान करण्यासारख्या धार्मिक विधींना प्रोत्साहन दिले. वर्धापनदिनानिमित्त पुरोहितांना भोजन देणे, ज्याला दयानंदांनी अंधश्रद्धा किंवा स्वयंसेवा प्रथा म्हणून उच्चारले. राष्ट्राला अशा अंधश्रद्धा नाकारण्याचा उपदेश करून, राष्ट्राला वेदांच्या शिकवणीकडे परत जाण्यासाठी आणि वैदिक जीवनपद्धतीचे पालन करण्यास

शिक्षित करणे हा त्यांचा उद्देश होता. त्यांनी हिंदूंना राष्ट्रीय समृद्धीसाठी गायीचे महत्त्व तसेच राष्ट्रीय एकात्मतेसाठी राष्ट्रीय भाषा म्हणून हिंदीचा स्वीकार करण्यासह सामाजिक सुधारणा स्वीकारण्याचे आवाहन केले. आपल्या दैनंदिन जीवनात आणि योग आणि आसने, शिकवण, उपदेश, प्रवचन आणि लेखन याद्वारे त्यांनी हिंदूंना स्वराज्य (स्वराज्य), राष्ट्रवाद आणि अध्यात्मवादाची आकांक्षा बाळगण्यास प्रेरित केले. त्यांनी स्त्रियांना समान हक्क आणि आदर दिला आणि लिंग पर्वा न करता सर्व मुलांच्या शिक्षणाची वकिली केली.

दयानंद यांनी ख्रिश्चन आणि इस्लाम, तसेच जैन, बौद्ध आणि शीख धर्म यांसारख्या इतर भारतीय धर्मांच्या विश्वासांचे गंभीर विश्लेषण केले. हिंदू धर्मातील मूर्तिपूजेला परावृत्त करण्याबरोबरच, ते त्यांच्या स्वतःच्या देशातील खऱ्या आणि शुद्ध श्रद्धेचा भ्रष्टतेच्या विरोधातही होते. हिंदू धर्मातील त्याच्या काळातील इतर अनेक सुधारणांच्या चळवळीप्रमाणेच, आर्य समाजाचे आवाहन केवळ भारतातील काही शिक्षित लोकांनाच नाही, तर संपूर्ण जगाला उद्देशून होते, हे आर्य समाजाच्या सहाव्या तत्त्वात दिसून आले आहे. परिणामी , त्यांच्या शिकवणीने सर्व सजीवांसाठी सार्वभौमत्वाचा दावा केला आणि कोणत्याही विशिष्ट पंथ, विश्वास, समुदाय किंवा राष्ट्रासाठी नाही.

आर्य समाज हिंदू धर्मात धर्मांतरितांना परवानगी देतो आणि प्रोत्साहित करतो. दयानंदांची धर्माची संकल्पना सत्यार्थ प्रकाशच्या "श्रद्धा आणि अविश्वास" विभागात सांगितली आहे, ते म्हणतात:

"निःपक्षपाती न्याय, सत्यता आणि यासारख्या गोष्टींशी पूर्णतः सुसंगत असलेल्या गोष्टींचा मी धर्म म्हणून स्वीकार करतो; जे वेदांमध्ये अवतरलेल्या ईश्वराच्या शिकवणीच्या विरोधात नाही. जे पक्षपातीपणापासून मुक्त नाही आणि अन्यायकारक आहे, असत्याचे भागीदार आहे आणि जसे की, आणि वेदांमध्ये मूर्त स्वरूप असलेल्या देवाच्या शिकवणीचा विरोध केला आहे - ज्याला मी अधर्म मानतो."

"जो नीट विचार करून सत्य स्वीकारण्यास आणि असत्य नाकारण्यास सदैव तयार असतो; जो स्वतःच्या आनंदाप्रमाणे इतरांच्या सुखाची गणना करतो, त्याला मी न्यायी म्हणतो."

-?सत्यार्थ प्रकाश

दयानंदच्या वैदिक संदेशाने इतर मानवांसाठी आदर आणि आदर यावर जोर दिला, ज्याला व्यक्तीच्या दैवी स्वरूपाच्या वैदिक कल्पनेने समर्थन दिले. आर्य समाजाच्या दहा तत्त्वांमध्ये, त्यांनी "सर्व कृती मानवजातीच्या हिताच्या मुख्य उद्देशाने केल्या पाहिजेत" अशी कल्पना मांडली आहे, जसे की कट्टर रीतिरिवाजांचे पालन करणे किंवा मूर्ती आणि प्रतीकांचा आदर करणे याच्या विरोधात. पहिली पाच तत्त्वे सत्याबद्दल बोलतात, तर शेवटची पाच तत्त्वे कुलीन, नागरीक, सहजीवन आणि शिस्तबद्ध जीवन असलेल्या समाजाबद्दल बोलतात. स्वतःच्या जीवनात, त्यांनी मोक्षाचा अर्थ कमी कॉलिंग असा केला, कारण तो इतरांना मुक्त करण्यासाठी कॉल करण्याऐवजी व्यक्तीच्या फायद्यासाठी

युक्तिवाद करतो.

दयानंदांच्या "वेदांकडे परत" संदेशाने जगभरातील अनेक विचारवंत आणि तत्त्वज्ञांना प्रभावित केले.

उपक्रम

दयानंद सरस्वती हे 14 वर्षांचे असल्यापासून सक्रिय होते, तेव्हा ते धार्मिक श्लोकांचे पठण करण्यास आणि त्यांच्याबद्दल शिकवण्यास सक्षम होते. धार्मिक वादविवादात भाग घेतल्याबद्दल त्याकाळी त्यांचा आदर होता. त्यांच्या वादविवादांना मोठा जनसमुदाय उपस्थित होता.

22 ऑक्टोबर 1869 रोजी वाराणसी येथे त्यांनी 27 विद्वान आणि 12 तज्ञ पंडितांविरुद्ध वादविवाद जिंकला. या चर्चेला 50,000 हून अधिक लोकांनी हजेरी लावल्याचे सांगण्यात आले. मुख्य विषय होता "वेद देवपूजेचे समर्थन करतात का?"

आर्य समाज

दयानंद सरस्वती यांच्या निर्मितीने, आर्य समाजाने अनेक भिन्न धर्म आणि समुदायांच्या प्रथांचा निषेध केला, ज्यामध्ये मूर्तिपूजा, पशुबली, तीर्थयात्रा, पुजारी हस्तकला, मंदिरांमध्ये अर्पण, जाती, बालविवाह, मांसाहार आणि स्त्रियांवरील भेदभाव यासारख्या प्रथांचा समावेश आहे. त्यांनी असा युक्तिवाद केला की या सर्व प्रथा चांगल्या अर्थाच्या आणि वेदांच्या शहाणपणाच्या विरुद्ध आहेत.

अंधश्रद्धेवरील दृश्ये

त्यांनी जादूटोणा आणि ज्योतिष यासह अंधश्रद्धा मानल्या जाणाऱ्या प्रथांवर कठोर टीका केली, ज्या त्या वेळी भारतात प्रचलित होत्या. खाली त्यांच्या सत्यार्थ प्रकाश या पुस्तकातील अनेक अवतरणे आहेत:

"त्यांनी मग अंधश्रद्धेला कारणीभूत असलेल्या आणि खऱ्या धर्माला आणि विज्ञानाला विरोध करणाऱ्या सर्व गोष्टींविरुद्ध सल्ला दिला पाहिजे, जेणेकरून ते भूत (भुत) आणि आत्मे (प्रेता) सारख्या काल्पनिक गोष्टींना कधीही विश्वास देऊ शकत नाहीत."

-?सत्यार्थ प्रकाश

"सर्व किमयागार, जादूगार, मांत्रिक, जादूगार, भूतविद्यावादी इ. फसवणूक करणारे आहेत आणि त्यांच्या सर्व पद्धतींकडे सरळ फसवणूकीशिवाय दुसरे काहीही नाही म्हणून पाहिले पाहिजे. तरुणांना त्यांच्या लहानपणापासूनच या सर्व फसवणुकीविरुद्ध चांगले समुपदेशन केले पाहिजे, जेणेकरून ते ते करू शकतील. कोणत्याही तत्त्वनिष्ठ व्यक्तीकडून फसवणूक होऊन त्रास होऊ नये."

-?सत्यार्थ प्रकाश

ज्योतिषशास्त्रावर त्यांनी लिहिले,

जेव्हा हे अज्ञानी लोक एका ज्योतिषाकडे जातात आणि म्हणतात, "महाराज! या व्यक्तीचे काय चुकले"? तेव्हा तो उत्तर देतो "सूर्य आणि इतर तारे त्याच्यासाठी अपायकारक

आहेत. जर तुम्ही प्रायश्चित्त समारंभ केला असेल किंवा जादूची सूत्रे जपली असतील किंवा प्रार्थना केली असेल किंवा विशिष्ट धर्मादाय कृत्ये केली असतील तर तो बरा होईल. अन्यथा, प्रदीर्घ दुःख सहन केल्यानंतर त्याला आपला जीव गमवावा लागला तरी मला आश्चर्य वाटू नये."

चौकशीकर्ता – बरं, श्री ज्योतिषी, तुम्हाला माहिती आहे, सूर्य आणि इतर तारे आपल्या या पृथ्वीसारख्या निर्जीव वस्तू आहेत. प्रकाश, उष्णता इ. देण्याशिवाय ते काहीही करू शकत नाहीत. तुम्ही त्यांना मानवी आकांक्षा, आनंद आणि राग या जाणीवेने ग्रासले आहे, जे दुखावले जाते तेव्हा दुःख आणि दुःख आणतात आणि मानवांना आनंद देतात?

ज्योतिषी - मग, ताऱ्यांच्या प्रभावाने काही लोक श्रीमंत तर काही गरीब, काही राज्यकर्ते तर काही त्यांची प्रजा असतात हे तर नाही ना?

Inq. - नाही, हे सर्व त्यांच्या कर्मांचे फळ आहे....चांगले किंवा वाईट.

Ast. - मग ताऱ्यांचे विज्ञान असत्य आहे का?

Inq. – नाही, त्यातील अंकगणित, बीजगणित, भूमिती इत्यादींचा समावेश असलेला आणि खगोलशास्त्र या नावाने जाणारा भाग खरा आहे; परंतु दुसरा भाग जो मानवावर ताऱ्यांचा प्रभाव आणि त्यांच्या कृतींचा विचार करतो आणि ज्योतिषाच्या नावाने जातो तो सर्व खोटा आहे.

—?अध्याय २.२ सत्यार्थ प्रकाश

तो ज्योतिषशास्त्र आणि ज्योतिषशास्त्र यात स्पष्ट फरक करतो आणि ज्योतिषाला फसवणूक म्हणतो.

"त्यानंतर, त्यांनी ज्योतिष शास्त्राचा - ज्यामध्ये अंकगणित, बीजगणित, भूमिती, भूगोल, भूविज्ञान आणि खगोलशास्त्र यांचा समावेश होतो, दोन वर्षात सखोल अभ्यास केला पाहिजे. त्यांना या शास्त्रांचे व्यावहारिक प्रशिक्षण देखील मिळाले पाहिजे, यंत्रे योग्यरित्या हाताळणे शिकले पाहिजे, त्यांच्या कार्यपद्धतीमध्ये प्रभुत्व मिळवले पाहिजे, आणि ते कसे वापरायचे ते माहित आहे. परंतु त्यांनी ज्योतिषशास्त्र - जे मनुष्याच्या नशिबावर तारे आणि नक्षत्रांचा प्रभाव, काळ शुभ आणि अशुभ, जन्मकुंडली इत्यादी - एक फसवणूक मानली पाहिजे आणि कधीही शिकू किंवा शिकवू नका. या विषयावरील कोणतीही पुस्तके.

हत्येचे प्रयत्न

दयानंद यांच्या जीवनावर अनेक अयशस्वी हत्येचे प्रयत्न झाले.

त्याच्या समर्थकांच्या म्हणण्यानुसार, त्याला काही प्रसंगी विषबाधा झाली होती, परंतु हठयोगाच्या नियमित सरावामुळे तो अशा सर्व प्रयत्नांतून वाचला. एक कथा सांगते की हल्लेखोरांनी एकदा त्याला नदीत बुडवण्याचा प्रयत्न केला होता, परंतु दयानंदने हल्लेखोरांना नदीत ओढले, तरीही त्याने त्यांना बुडण्यापूर्वी सोडून दिले.

दुसऱ्या खात्याचा दावा आहे की गंगा नदीवर ध्यान करत असताना त्यांनी इस्लामवर केलेल्या टीकेमुळे नाराज झालेल्या मुस्लिमांनी त्यांच्यावर हल्ला केला होता. त्यांनी त्याला

पाण्यात फेकून दिले पण त्याने स्वतःला वाचवले असा दावा केला जातो कारण त्याच्या प्राणायाम सरावाने त्याला हल्लेखोर निघून जाईपर्यंत पाण्याखाली राहू दिले.

हत्या

1883 मध्ये, जोधपूरचे महाराज, जसवंत सिंग द्विवतीय यांनी दयानंद यांना त्यांच्या राजवाड्यात राहण्यासाठी आमंत्रित केले. महाराज दयानंदांचे शिष्य बनण्यास आणि त्यांची शिकवण शिकण्यास उत्सुक होते. दयानंद आपल्या मुक्कामाच्या वेळी महाराजांच्या प्रसाधनगृहात गेला आणि त्याला नन्ही जान नावाच्या नाचणाऱ्या मुलीसोबत पाहिले. दयानंदांनी महाराजांना मुलगी आणि सर्व अनैतिक कृत्ये सोडून खऱ्या आर्य (उच्च) प्रमाणे धर्माचे पालन करण्यास सांगितले. दयानंदच्या सूचनेने नन्हीला नाराज केले, ज्याने बदला घेण्याचे ठरवले.

29 सप्टेंबर 1883 रोजी, तिने दयानंदचा स्वयंपाकी, जगन्नाथ यांना त्याच्या रात्रीच्या दुधात काचेचे छोटे तुकडे मिसळण्यासाठी लाच दिली. दयानंदांना झोपण्यापूर्वी ग्लास भरलेले दूध देण्यात आले, जे त्यांनी ताबडतोब प्यायले, अनेक दिवस अंथरुणाला खिळले आणि त्यांना भयानक वेदना झाल्या. महाराजांनी त्वरीत त्याच्यासाठी डॉक्टरांच्या सेवेची व्यवस्था केली. तथापि, डॉक्टर येईपर्यंत त्याची प्रकृती अधिकच बिघडली होती आणि त्याला मोठ्या प्रमाणात रक्तस्त्राव झाला होता. दयानंदाचे दुःख पाहून जगन्नाथला अपराधीपणाने ग्रासले आणि त्याने दयानंदसमोर आपला गुन्हा कबूल केला. त्याच्या मृत्यूशय्येवर, दयानंदने त्याला माफ केले, आणि त्याला पैशाची थैली दिली, त्याला महाराजांच्या माणसांकडून सापडण्यापूर्वी आणि मारले जाण्यापूर्वी राज्य सोडून पळून जाण्यास सांगितले.

नंतर, महाराजांनी रेसिडेन्सीच्या सल्ल्यानुसार त्यांना माउंट अबूला पाठवण्याची व्यवस्था केली, तथापि, अबूमध्ये काही काळ राहिल्यानंतर, 26 ऑक्टोबर 1883 रोजी, त्यांना चांगल्या वैद्यकीय सेवेसाठी अजमेरला पाठवण्यात आले. मध्ये कोणतीही सुधारणा झाली नाही. त्यांची तब्येत बिघडली आणि 30 ऑक्टोबर 1883 रोजी दिवाळीच्या हिंदू सणाच्या दिवशी सकाळी मंत्रोच्चार करताना त्यांचे निधन झाले.

अंत्यसंस्कार आणि स्मरण

अजमेरच्या दक्षिणेस 54 किमी अंतरावर भिनई येथील भिनाई कोठी येथे त्यांनी अखेरचा श्वास घेतला आणि त्यांच्या इच्छेनुसार त्यांची अस्थी ऋषी उद्यानातील अजमेर येथे विखुरली गेली. ऋषी उद्यान, ज्यामध्ये दररोज सकाळ आणि संध्याकाळ यज्ञ होमासह कार्यशील आर्य समाज मंदिर आहे. NH58 अजमेर-पुष्कर महामार्गावरील आना सागर तलावाच्या काठी स्थित आहे. दरवर्षी ऑक्टोबरच्या शेवटी ऋषी दयानंद यांच्या पुण्यतिथीला ऋषी उद्यानात वार्षिक ३ दिवसीय आर्य समाज मेळा आयोजित केला जातो, ज्यामध्ये वैदिक चर्चासत्रे, वेद स्मृती स्पर्धा, यज्ञ आणि ध्वजा रोहन ध्वज मार्च यांचा समावेश होतो. हे परोपकारिणी द्वारे आयोजित केले जाते. 16 ऑगस्ट 1880 रोजी स्वामी

दयानंद सरस्वती यांनी मेरठमध्ये स्थापन केलेली सभा, 27 फेब्रुवारी 1883 रोजी अजमेरमध्ये नोंदणीकृत आणि 1893 पासून अजमेर येथील कार्यालयातून कार्यरत आहे.

टंकारा ट्रस्टने आयोजित केलेल्या टंकारा येथे दरवर्षी महाशिवरात्रीला आर्य समाज ऋषी बोध उत्सव साजरा करतात, त्यादरम्यान शोभा यात्रा मिरवणूक आणि महायज्ञ आयोजित केला जातो; कार्यक्रमाला भारताचे पंतप्रधान नरेंद्र मोदी आणि गुजरातचे मुख्यमंत्री विजय रुपाणी देखील उपस्थित आहेत.

गुलाबबागमधील नवलखा महाल आणि उदयपूर येथील प्राणीसंग्रहालय देखील त्यांच्याशी संबंधित आहे जिथे त्यांनी संवत 1939 (1882-83 CE) मध्ये त्यांच्या महत्त्वपूर्ण कार्याची दुसरी आवृत्ती सत्यार्थ प्रकाश लिहिली.

वारसा

दयानंद सरस्वती भारताच्या 1962 च्या तिकिटावर

रोहतकमधील महर्षी दयानंद विद्यापीठ, अजमेरमधील महर्षी दयानंद सरस्वती विद्यापीठ, जालंधरमधील डीएव्ही विद्यापीठ (दयानंद अँग्लो-वेदिक स्कूल सिस्टम) त्यांच्या नावावर आहे. अजमेर येथील दयानंद कॉलेजसह DAV कॉलेज व्यवस्थापन समितीच्या अंतर्गत 800 हून अधिक शाळा आणि महाविद्यालये आहेत. उद्योगपती नानजी कालिदास मेहता यांनी महर्षी दयानंद विज्ञान महाविद्यालय बांधले आणि ते पोरबंदरच्या एज्युकेशन सोसायटीला देणगी देऊन त्याचे नाव दयानंद सरस्वती यांच्या नावावर ठेवले.

दयानंद सरस्वती हे भारताच्या स्वातंत्र्य चळवळीवर प्रभाव टाकण्यासाठी सर्वात उल्लेखनीय आहेत. त्यांचे विचार आणि लेखन वेगवेगळ्या लेखकांनी वापरले आहे, ज्यात श्यामजी कृष्ण वर्मा यांचा समावेश आहे, ज्यांनी लंडनमध्ये इंडिया हाऊसची स्थापना केली आणि इतर क्रांतिकारकांना मार्गदर्शन केले; सुभाषचंद्र बोस; लाला लजपत राय; मॅडम कामा; विनायक दामोदर सावरकर; लाला हरदयाल; मदनलाल धिंग्रा; राम प्रसाद बिस्मिल; महादेव गोविंद रानडे;९ स्वामी श्रद्धानंद; S. सत्यमूर्ती; पंडित लेख राम; महात्मा हंसराज; आणि इतर.

त्यांचा भगतसिंगांवरही लक्षणीय प्रभाव होता. ४५ सिंग यांनी प्राथमिक शाळा पूर्ण केल्यानंतर लाहोरमधील मोहन लाल रोडवरील दयानंद अँग्लो वैदिक मिडल स्कूलमध्ये प्रवेश घेतला. ४६ सर्वपल्ली राधाकृष्णन यांनी शिवरात्रीच्या दिवशी २४ फेब्रुवारी १९६४ रोजी दयानंद यांच्याविषयी लिहिले. :

आधुनिक भारताच्या निर्मात्यांमध्ये स्वामी दयानंद यांचे स्थान सर्वोच्च आहे. देशाच्या राजकीय, धार्मिक आणि सांस्कृतिक मुक्तीसाठी त्यांनी अथक परिश्रम घेतले होते. हिंदू धर्माला पुन्हा वैदिक पायावर घेऊन जाण्यासाठी त्यांनी तर्कशुद्ध मार्गदर्शन केले. त्यांनी स्वच्छतेने समाज सुधारण्याचा प्रयत्न केला होता, ज्याची आज पुन्हा गरज होती. भारतीय राज्यघटनेत मांडण्यात आलेल्या काही सुधारणा त्यांच्या शिकवणीतून प्रेरित होत्या.

दयानंद यांनी त्यांच्या जीवनात भेट दिलेली ठिकाणे बहुधा सांस्कृतिकदृष्ट्या बदलली गेली. परिणामी जोधपूरने हिंदीचा स्वीकार केला आणि नंतरच्या काळात राजस्थाननेही तेच केले. इतर प्रशंसकांमध्ये स्वामी विवेकानंद, रामकृष्ण, बिपिन चंद्र पाल, यांचा समावेश होता. वल्लभभाई पटेल, श्यामा प्रसाद मुखर्जी, आणि रोमेन रोलँड, ज्यांनी दयानंदांना उल्लेखनीय आणि अद्वितीय व्यक्तिमत्व मानले.

अमेरिकन अध्यात्मवादी अँड्र्यू जॉक्सन डेव्हिस यांनी दयानंद यांच्यावरील प्रभावाचे वर्णन केले, दयानंद यांना "देवाचा पुत्र" म्हटले आणि राष्ट्राचा दर्जा पुनर्संचयित केल्याबद्दल त्यांचे कौतुक केले. स्वीडिश विद्वान स्टेन कोनो यांनी नमूद केले की दयानंद यांनी भारताच्या इतिहासाचे पुनरुज्जीवन केले.

निनियन स्मार्ट आणि बेंजामिन वॉकर यांचा त्याच्यावर विशेष प्रभाव पडला होता.

कार्य करते

दयानंद सरस्वती यांनी एकूण 60 पेक्षा जास्त कामे लिहिली, ज्यात सहा वेदांगांचे 16 खंडांचे स्पष्टीकरण, अष्टाध्यायी (पाणिनीचे व्याकरण) वरील अपूर्ण भाष्य, नैतिकता आणि नैतिकतेवरील अनेक लहान पत्रिका, वैदिक विधी आणि संस्कार आणि विश्लेषणाचा एक भाग यांचा समावेश आहे. प्रतिस्पर्धी सिद्धांतांचे (जसे की अद्वैत वेदांत, इस्लाम आणि ख्रिस्ती). सत्यार्थ प्रकाश, सत्यार्थ भूमिका, संस्कारविधी, ऋग्वेदी भाषा भूमिका, ऋग्वेद भाष्याम (७/६१/२ पर्यंत) आणि यजुर्वेद भाषाम या त्यांच्या काही प्रमुख कामांचा समावेश आहे. भारतातील अजमेर शहरात स्थित परोपकारिणी सभेची स्थापना सरस्वतीने त्यांची कामे आणि वैदिक ग्रंथ प्रकाशित करण्यासाठी आणि प्रचार करण्यासाठी केली होती. 19व्या शतकात ते एक सामाजिक धार्मिक सुधारक देखील होते.(भारत)

17
संत गुरु नानक

संत गुरु नानक

Scan for Story Videos - www.itibook.com

संत गुरू नानक (१५ एप्रिल १४६९ - २२ सप्टेंबर १५३९), बाबा नानक ('वडील नानक) म्हणूनही ओळखले जातात. हे शीख धर्माचे संस्थापक होते आणि ते दहा शीख गुरूंपैकी पहिले आहेत. त्यांचा जन्म जगभरात गुरु नानक गुरुपूरब म्हणून कटक पूरनमाशी ('कट्टकची पौर्णिमा') म्हणून साजरा केला जातो, म्हणजेच ऑक्टोबर-नोव्हेंबर.

नानकांनी आशिया खंडात दूरवर प्रवास केला आणि लोकांना इक ओंकार ('एक देव') चा संदेश शिकवला, जो त्याच्या प्रत्येक सृष्टीत वास करतो आणि शाश्वत सत्य बनवतो. समानता, बंधुप्रेम, चांगुलपणा आणि सद्गुण यावर आधारित एक अद्वितीय आध्यात्मिक, सामाजिक आणि राजकीय व्यासपीठ.

नानकांचे शब्द 974 काव्यात्मक स्तोत्रे, किंवा शब्दाच्या रूपात, शीख धर्माच्या पवित्र ग्रंथ, गुरु ग्रंथ साहिबमध्ये नोंदणीकृत आहेत, ज्यात काही प्रमुख प्रार्थना जपजी साहिब (जप, 'पाठ करणे'; जी आणि साहेब प्रत्यय आहेत. आदर दर्शविणारा); आसा दी वर ('आशेचे गीत'); आणि सिद्ध गोश्त ('सिद्धांशी चर्चा'). हा शीख धार्मिक श्रद्धेचा भाग आहे की नानकांच्या पवित्रतेचा, देवत्वाचा आणि धार्मिक अधिकाराचा आत्मा त्यानंतरच्या प्रत्येक नऊ गुरूवर उतरला होता जेव्हा त्यांना गुरुपद सोपवण्यात आले होते.

जन्म

नानकाना साहिब, पाकिस्तानमधील गुरुद्वारा जन्मस्थान, त्या जागेचे स्मरण करते जेथे नानकांचा जन्म झाला असे मानले जाते.

नानकांचा जन्म 15 एप्रिल 1469 रोजी दिल्ली सल्तनतच्या लाहोर प्रांतातील राय भोई की तलवाऽ‍ं‍ गावात (सध्याचे नानकाना साहिब, पंजाब, पाकिस्तान) येथे झाला, जरी एका परंपरेनुसार त्यांचा जन्म भारतीय महिन्यात झाला. कार्तिक किंवा नोव्हेंबरचा, पंजाबीमध्ये कट्टक म्हणून ओळखला जातो

बहुतेक जन्मसाख्यांमध्ये (जन्म कथा'), किंवा नानकांच्या पारंपारिक चरित्रांमध्ये त्यांचा जन्म संवत १५२६च्या बैशाख महिन्यात (एप्रिल) तेजस्वी चंद्र पंधरवड्याच्या तिसऱ्या दिवशी झाला असल्याचा उल्लेख आहे. पुरातन ('पारंपारिक' किंवा 'प्राचीन') जन्मसाखी, मिहारबन जन्मसाखी, भाई मणि सिंग यांची ज्ञान-रत्नावली आणि विलायत वाली जन्मसाखी. शीख नोंदी सांगतात की नानकांचा मृत्यू संवत 1596 च्या असाज महिन्याच्या 10 व्या दिवशी झाला (22 सप्टेंबर 1539 CE), वयाच्या 70 वर्षे, 5 महिने आणि 7 दिवस. यावरून पुढे असे सूचित होते की त्यांचा जन्म कत्तक (नोव्हेंबर) नव्हे तर वैशाख (एप्रिल) महिन्यात झाला होता.

कत्तक जन्मतारीख

1815 च्या उत्तरार्धात, रणजितसिंगच्या कारकिर्दीत, नानकांच्या जन्मदिवसाच्या स्मरणार्थ उत्सव एप्रिलमध्ये त्यांच्या जन्माच्या ठिकाणी आयोजित करण्यात आला होता, तो नानकाना साहिब म्हणून ओळखला जात होता. तथापि, नानकांच्या जन्माचा दिवस—गुरपूरब (गुर+) पूरब, 'सेलिब्रेशन')—त्यानंतर नोव्हेंबरमध्ये कत्तक महिन्याच्या पौर्णिमेच्या दिवशी साजरा केला जाऊ लागला. नानकाना साहिबमध्ये अशा प्रकारच्या उत्सवाची सर्वात जुनी नोंद 1868 CE. पासून आहे.

शीख समुदायाने कत्तक जन्मतारीख स्वीकारण्याची अनेक कारणे असू शकतात. एक तर, दबेस्तान-ए माजहेबने सुचविल्याप्रमाणे, 1496 मध्ये नानकच्या ज्ञानाची किंवा "आध्यात्मिक जन्माची तारीख" असावी.

कत्तक जन्म परंपरेला आधार देणारी एकमेव जन्मसाखी म्हणजे भाई बाळा. नानक यांचे काका लालू यांच्याकडून भाई बाला यांना नानकची कुंडली मिळाली होती, त्यानुसार नानक यांचा जन्म २० ऑक्टोबर १४६९ या तारखेला झाला होता. तथापि, ही जन्मसखी हंडाळींनी लिहिली होती- शिखांच्या एका पंथाने जो हंडाल म्हणून ओळखला जाणारा शीख-धर्मांतरित होता- संस्थापक नानकांपेक्षा श्रेष्ठ असल्याचे चित्रण करण्याचा प्रयत्न करीत होता. महिना कमकुवत आणि अशुभ मानला जात होता, म्हणूनच नानकांचा जन्म याच महिन्यात झाला असे ग्रंथात म्हटले आहे.

नानकांच्या मृत्यूनंतर अनेक दशकांनंतर कट्टक महिन्याच्या पौर्णिमेच्या दिवशी भाई गुरदास यांनी लिहिले होते की, नानकांना त्याच दिवशी "सर्वज्ञान प्राप्त झाले होते" आणि आता लेखकाची "दैवी प्रकाश प्राप्त" करण्याची पाळी होती.

मॅक्स आर्थर मॅकॉलिफ (1909) यांच्या मते, 19व्या शतकात अमृतसरमध्ये कार्तिक पौर्णिमेला आयोजित करण्यात आलेल्या हिंदू उत्सवाला मोठ्या संख्येने शिखांनी आकर्षित केले. शीख समुदायाचे नेते ग्यानी संत सिंग यांना हे आवडले नाही, अशा प्रकारे त्यांनी त्याच दिवशी सुवर्ण मंदिराच्या शीख मंदिरात एक उत्सव सुरू केला आणि तो गुरु नानकचा जयंती उत्सव म्हणून सादर केला.

मॅकॉलिफ असेही नमूद करतात की वैशाख (मार्च-एप्रिल) मध्ये होळी, रामनवमी आणि वैशाखी सारखे अनेक महत्त्वाचे सण आधीच पाहिले गेले आहेत-म्हणूनच लोक बैसाखीच्या कापणीच्या सणानंतर कृषी कार्यात व्यस्त असतील. त्यामुळे, वैशाखीनंतर लगेचच नानक जयंती साजरी केल्याने उपस्थिती कमी झाली असती आणि त्यामुळे शीख धर्मीयांसाठी देणग्या कमी झाल्या असत्या. दुसरीकडे, कत्तक पौर्णिमेच्या दिवशी, दिवाळीचा मोठा हिंदू सण आधीच संपला होता, आणि शेतकरी - ज्यांच्याकडे पीकविक्रीतून अतिरिक्त रोख होती - ते उदार हस्ते दान करू शकले.

कौटुंबिक आणि प्रारंभिक जीवन

नानकचे आईवडील, वडील कल्याणचंद दास बेदी (सामान्यतः मेहता कालू) आणि आई माता तृप्ता, दोघेही हिंदू खत्री होते आणि व्यापारी म्हणून नोकरी करत होते. १७१८ त्यांचे वडील, विशेषतः पीक महसूलाचे स्थानिक पटवारी (लेखापाल) होते. तळवंडी गाव.

शीख परंपरेनुसार, नानकांच्या आयुष्यातील जन्म आणि सुरुवातीची वर्षे अनेक घटनांनी चिन्हांकित आहेत ज्यांनी नानकांना दैवी कृपेने आशीर्वादित केले होते हे दाखवून दिले. त्यांच्या जीवनावरील भाष्ये लहानपणापासूनच त्यांच्या उमललेल्या जागरूकतेचा तपशील देतात. उदाहरणार्थ, वयाच्या पाचव्या वर्षी नानकांना दैवी विषयांमध्ये रस होता असे म्हटले जाते. वयाच्या सातव्या वर्षी, त्याच्या वडिलांनी प्रथेप्रमाणे त्याला गावच्या शाळेत दाखल केले. २१ उल्लेखनीय दंतकथा सांगते की, लहानपणीच, नानकने आपल्या शिक्षकांना वर्णमालेतील पहिल्या अक्षराचे अव्यक्त प्रतीकात्मक वर्णन करून आश्चर्यचकित केले, जे एका अक्षराच्या गणिती आवृत्तीसारखे होते. , देवाची एकता किंवा एकता दर्शविणारी. 22 त्याच्या बालपणातील इतर कथा नानकबद्दलच्या विचित्र आणि चमत्कारिक घटनांचा संदर्भ देतात, जसे की राय बुलार यांनी पाहिलेली घटना, ज्यामध्ये झोपलेल्या मुलाचे डोके कडक सूर्यप्रकाशापासून सावलीत होते. आवश्यक असलेल्या झाडाच्या स्थिर सावलीद्वारे किंवा दुसऱ्यामध्ये, विषारी कोब्राद्वारे.

नारोवाल, पाकिस्तानमधील गुरुद्वारा दरबार साहिब करतार पुर, हे ठिकाण चिन्हांकित करते जेथ गुरू नानक यांचा मृत्यू झाला असे म्हटले जाते.

नानकची एकुलती एक बहीण नानकी त्याच्यापेक्षा पाच वर्षांनी मोठी होती. 1475 मध्ये, तिने लग्न केले आणि सुलतानपूरला स्थलांतरित झाले. नानकीचा पती जय राम, दिल्ली सल्तनतच्या लाहोरचा गव्हर्नर दौलत खान यांच्या सेवेत मोडीखाना (नॉन-कॅश स्वरूपात जमा केलेल्या महसूलासाठी भांडार) येथे नोकरीला होता. राम नानकांना नोकरी मिळवून

देण्यास मदत करतील. नानक सुलतानपूरला गेले आणि वयाच्या १६व्या वर्षी मोदीखान्यात काम करू लागले.

तरुण असताना, मी नानकने मुल चंद (उर्फ मूल) iiiii आणि चांदो राय यांची मुलगी सुलखानीशी लग्न केले , श्री चंद आणि लखमी चंद(किंवा लखमी दास).इ.स.पर्यंत नानक सुलतानपूरमध्ये राहिले. 1500, जो त्याच्यासाठी एक प्रारंभिक वेळ असेल, जसे पुरातन जन्मसखी सूचित करते, आणि त्याच्या स्तोत्रांमध्ये सरकारी संरचनेच्या असंख्य संकेतांमध्ये, बहुधा यावेळी प्राप्त झाले.

शेवटची वर्षे

वयाच्या 55 च्या आसपास, नानक करतारपूर येथे स्थायिक झाले, सप्टेंबर 1539 मध्ये त्यांचा मृत्यू होईपर्यंत ते तेथेच राहिले. या काळात त्यांनी अचलच्या नाथ योगी केंद्र आणि पाकपट्टन आणि मुलतानच्या सुफी केंद्रांमध्ये लहान प्रवास केला. त्यांच्या मृत्यूच्या वेळी, नानकने पंजाब प्रदेशात अनेक अनुयायी मिळवले होते, जरी विद्यमान ऐतिहासिक पुराव्यांनुसार त्यांच्या संख्येचा अंदाज लावणे कठीण आहे. नानकच्या अनुयायांना कर्तारी (म्हणजे 'गावातील लोक) म्हटले जात असे. कर्तारपूर') इतरांद्वारे.

गुरु नानक यांनी भाई लेहना यांना उत्तराधिकारी गुरू म्हणून नियुक्त केले, त्यांचे नाव बदलून गुरु अंगद असे ठेवले, ज्याचा अर्थ "स्वतःचा" किंवा "तुमचा भाग" असा होतो. त्यांचा उत्तराधिकारी घोषित केल्यानंतर लवकरच, गुरु नानक यांचे 22 सप्टेंबर 1539 रोजी कर्तारपूर येथे वयाच्या 70 व्या वर्षी निधन झाले. शीख धर्मग्रंथानुसार, गुरू नानक यांचे शरीर कधीही सापडले नाही. भांडण करणाऱ्या हिंदू आणि मुस्लिमांनी नानकांच्या शरीरावर पांघरूण घातलेल्या चादरीला खेचले तेव्हा त्यांना त्याऐवजी फुलांचा ढीग दिसला-आणि म्हणून नानकांची साधी श्रद्धा कालांतराने त्याच्या स्वतःच्या विरोधाभास आणि रूढी-परंपरांमुळे एका धर्मात फुलून जाईल.

गुरु नानकांनी भेट दिलेल्या चार उदासी आणि इतर ठिकाणे

पाकिस्तानमधील रोहतास किल्ल्याजवळ असलेला बेबंद गुरुद्वारा चोवा साहिब, त्या जागेचे स्मरण करतो जेथे गुरु नानक यांनी त्यांच्या एका उदासीच्या वेळी पाण्याचा झरा तयार केला होता असे मानले जाते.

पाकिस्तानातील हसन अब्दाल येथील गुरुद्वारा पंजा साहिब येथे गुरू नानक यांच्या हाताचे ठसे दगडावर जतन केले असल्याचे मानले जाते.

गुरु नानक यांचे चित्रण करणारे 1747 सीईचे नाणे

1747 सीई मधील नाणे गुरू नानक यांचे दोन शिष्य, भाई मर्दाना आणि भाई बाला यांच्यासमवेत आदराचे चिन्ह म्हणून चौर (फ्लाय-व्हिस्क) हलवित असल्याचे चित्रित केले आहे.

ओडिसी (उदासीस)

16 व्या शतकाच्या पहिल्या तिमाहीत, नानक अध्यात्मिक साधनेसाठी दीर्घ उदासिया ('प्रवास') वर गेले. त्यांनी लिहिलेल्या एका श्लोकात म्हटले आहे की त्यांनी "नौ-खंड" ('पृथ्वीचे नऊ प्रदेश') अनेक ठिकाणी भेट दिली, बहुधा प्रमुख हिंदू आणि मुस्लिम तीर्थक्षेत्रे.

काही आधुनिक नोंदी सांगतात की 1496 मध्ये वयाच्या 27 व्या वर्षी त्यांनी तिबेट, दक्षिण आशिया आणि अरबस्तानला भेट दिली, जेव्हा त्यांनी तीस वर्षांच्या कालावधीसाठी आपले कुटुंब सोडले . तसेच मक्का, बगदाद, अचल बटाला आणि मुलतान, जेथे तो धार्मिक विचारांवर विरोधी गटांशी वाद घालत असे. या कथा 19व्या आणि 20व्या शतकात मोठ्या प्रमाणावर लोकप्रिय झाल्या आणि अनेक आवृत्यांमध्ये अस्तित्वात आहेत.

1508 मध्ये, नानकांनी बंगालमधील सिल्हेट प्रदेशाला भेट दिली. संदर्भ आवश्यक आहे जन्मसाख्यांमध्ये असे सूचित होते की नानक यांनी 1510-11 CE मध्ये अयोध्येतील रामजन्मभूमी मंदिराला भेट दिली.

बगदाद शिलालेख हा भारतीय विद्वानांच्या लिखाणाचा आधार आहे की गुरु नानकांनी मध्यपूर्वेत प्रवास केला, काहींच्या मते त्यांनी जेरुसलेम, मक्का, व्हॅटिकन, अझरबैजान आणि सुदानला भेट दिली.

भाई मणिसिंह यांची जन्मसखी

मरणोत्तर चरित्रे

नानकांच्या जीवनावरील सर्वात जुने चरित्रात्मक स्त्रोत आज ओळखले जातात ते म्हणजे जन्मसाखी ('जन्मकथा'), ज्यात गुरूच्या जन्माच्या परिस्थितीचे तपशीलवार वर्णन केले आहे.

ज्ञान-रत्नावली ही गुरु गोविंद सिंग यांचे शिष्य भाई मणि सिंग यांना दिलेली जन्मसाखी आहे, ज्यांना काही शिखांनी गुरु नानकांच्या जीवनाचा अस्सल अहवाल तयार करावा अशी विनंती केली होती. अशा प्रकारे, असे म्हटले जाते की भाई मणि सिंग यांनी गुरु नानकांच्या विधर्मी खाती दुरुस्त करण्याच्या स्पष्ट हेतूने त्यांची कथा लिहिली.

एक लोकप्रिय जन्मसाखी कथितपणे गुरुचे जवळचे सहकारी भाई बाळा यांनी लिहिली होती. तथापि, लेखनशैली आणि भाषा वापरल्यामुळे मॅक्स आर्थर मॅकॉलिफ सारख्या विद्वानांना खात्री आहे की ते त्याच्या मृत्यूनंतर रचले गेले होते.21 अशा विद्वानांच्या मते, लेखक गुरूचा जवळचा सहकारी होता या दाव्यावर शंका घेण्यास योग्य कारणे आहेत. नानक आणि त्यांच्या अनेक प्रवासात त्यांच्यासोबत होते.

गुरुग्रंथ साहिबचे लेखक भाई गुरदास यांनीही नानकच्या जीवनाविषयी त्यांच्या वारांमध्ये ('ओड्स') लिहिले आहे, जे नानकच्या जीवनानंतर काही काळानंतर संकलित केले गेले होते, जरी जन्मसाख्यांपेक्षा कमी तपशीलवार आहेत.

शिकवण आणि वारसा

गुरुमुखीमध्ये नोंदवलेल्या श्लोकांचा संग्रह म्हणून नानकच्या शिकवणी शीख धर्मग्रंथ गुरु ग्रंथ साहिबमध्ये आढळू शकतात.

गुरू नानकांच्या शिकवणींवर तीन प्रतिस्पर्धी सिद्धांत आहेत. पहिला, कोल आणि संभी (१९९५, १९९७) नुसार, हागिओग्राफिकल जन्मसाख्यांवर आधारित, असे म्हणते की नानकच्या शिकवणी आणि शीख धर्म हे देवाकडून आलेले प्रकटीकरण होते, सामाजिक निषेधाची चळवळ नव्हती. किंवा 15 व्या शतकात हिंदू धर्म आणि इस्लाममध्ये समेट करण्याचा प्रयत्न नाही.

शीख धर्म अवतार सिद्धांत किंवा भविष्यवक्ता हूडच्या संकल्पनेची सदस्यता घेत नाही. पण त्यात गुरूची निर्णायक संकल्पना आहे. तो देवाचा अवतार नाही, संदेष्टाही नाही. तो एक प्रकाशित आत्मा आहे.

तिसरा सिद्धांत असा आहे की गुरु नानक हे ईश्वराचे अवतार आहेत. भाई गुरदास, भाई वीर सिंग, संथोक सिंग यांच्यासह अनेक शीखांनी याला पाठिंबा दिला आहे आणि गुरु ग्रंथ साहिबचा पाठिंबा आहे. भाई गुरदास म्हणतात:

गुरु आणि देव एक आहेत; तोच खरा सद्गुरु आहे आणि सर्व जग त्याच्यासाठी तळमळत आहे.

शिवाय गुरु ग्रंथ साहिबमध्ये असे म्हटले आहे.

हे नानक, गुरूची सेवा कर, अवतारी भगवान; त्याचे दर्शन लाभदायक आहे, आणि शेवटी, तुम्हाला हिशेब मागितला जाणार नाही. ||2||

गुरु राम दास म्हणतात:

हे नानक, गुरु हाच देव आहे आणि देव हाच गुरु आहे; नियतीच्या भावांनो, दोघांमध्ये काही फरक नाही. ||4||1||8||

जन्मसाखळी नानकांनी लिहिली नाही, परंतु नंतरच्या अनुयायांनी ऐतिहासिक अचूकतेचा विचार न करता, असंख्य दंतकथा आणि पुराणकथांचा समावेश करून नानकांचा आदर व्यक्त केला. नानकांची शिकवण. त्याऐवजी, ते सर्व शीख गुरु, तसेच नानकच्या भूतकाळातील, वर्तमान आणि भविष्यातील पुरुष आणि स्त्रियांचे शब्द समाविष्ट करतात, ज्यांना ध्यानाद्वारे दैवी ज्ञान अंतर्ज्ञानी आहे. शीख प्रकटीकरणांमध्ये बिगर शीख भगत (हिंदू भक्त), नानकच्या जन्मापूर्वी जगलेले आणि मरण पावलेले आणि ज्यांच्या शिकवणी शीख धर्मग्रंथांचा भाग आहेत अशा शब्दांचा समावेश होतो.

आदिग्रंथ आणि त्यानंतरच्या शिख गुरूंनी वारंवार जोर दिला, मंदिर (2013) सुचवले, की शीख धर्म "देवाचा आवाज ऐकण्याबद्दल नाही, तर तो मानवी मनाचा स्वभाव बदलण्याबद्दल आहे, आणि कोणीही प्रत्यक्ष अनुभव आणि आध्यात्मिक परिपूर्णता प्राप्त करू शकतो. वेळ." गुरू नानकांनी भर दिला की सर्व मानवांना विधी किंवा पुजारीशिवाय देवापर्यंत थेट प्रवेश मिळू शकतो.

गुरु नानक यांनी विशद केलेली मनुष्याची संकल्पना, मंदिर (2009) सांगतात, "स्व/देवाची एकेश्वरवादी संकल्पना" सुधारते आणि नाकारते, जिथे "एकेश्वरवाद प्रेमाच्या हालचाली आणि क्रॉसिंगमध्ये जवळजवळ निरर्थक बनतो." माणसाचे ध्येय, शीख गुरूंनी

शिकवले, "स्वतः आणि इतर, मी आणि नाही-मी" या सर्व द्वैतांचा अंत करणे, "दैनंदिन ओघात विभक्तता-संलयन, स्व-अन्य, क्रिया-निष्क्रियता, संलग्नक-अलिप्तता यांचा समतोल साधणे." जीवन."

गुरु नानक आणि इतर शीख गुरूंनी भक्तीवर ('प्रेम', 'भक्ती' किंवा 'पूजा') जोर दिला आणि शिकवले की आध्यात्मिक जीवन आणि धर्मनिरपेक्ष गृहस्थ जीवन एकमेकांशी जोडलेले आहेत. शीख दृष्टीकोनात, दैनंदिन जग एक भाग आहे. अमर्याद वास्तव, जिथे वाढलेली आध्यात्मिक जागरूकता दैनंदिन जगामध्ये वाढीव आणि उत्साही सहभागाकडे नेत आहे. गुरु नानक यांनी "सत्य, निष्ठा, आत्म-नियंत्रण आणि शुद्धता" चे "सक्रिय, सर्जनशील आणि व्यावहारिक जीवन" जगण्याचे वर्णन केले आहे. आधिभौतिक सत्य.

प्रचलित परंपरेद्वारे, नानकांची शिकवण तीन प्रकारे आचरणात आणली जाते:

वंद शाको ('शेअर आणि सेवन'): इतरांसोबत शेअर करा, ज्यांना गरज आहे त्यांना मदत करा, जेणेकरून तुम्ही एकत्र जेवू शकता;

किरत करो ('प्रामाणिकपणे काम करा'): शोषण किंवा फसवणूक न करता, प्रामाणिक जीवन जगा; आणि

नाम जपो ('त्याचे नामस्मरण करा'): देवाच्या नावाचे चिंतन करा, जेणेकरून त्याचे अस्तित्व जाणवेल आणि मानवी व्यक्तिमत्त्वातील पाच चोरांवर नियंत्रण ठेवा.

वारसा

गुरु नानक देव जी हे शीख धर्माचे संस्थापक आहेत. शीख धर्माच्या मूलभूत श्रद्धा, गुरु ग्रंथ साहिब या पवित्र धर्मग्रंथात व्यक्त केल्या आहेत, त्यामध्ये एका निर्मात्याच्या नावावर विश्वास आणि ध्यान यांचा समावेश आहे; सर्व मानवजातीची एकता; निःस्वार्थ सेवेत गुंतणे, सर्वांच्या फायद्यासाठी आणि समृद्धीसाठी सामाजिक न्यायासाठी प्रयत्न करणे; आणि गृहस्थ जीवन जगताना प्रामाणिक आचरण आणि उपजीविका.

शीख धर्माचा सर्वोच्च अधिकार म्हणून गुरु ग्रंथ साहिबची पूजा केली जाते आणि शीख धर्माचे अंतिम आणि शाश्वत गुरू मानले जाते. शीख धर्माचे पहिले गुरू म्हणून, गुरू नानक यांनी या पुस्तकात एकूण ९७४ भजनांचे योगदान दिले.

प्रभाव पाडतो

अनेक शिखांचा असा विश्वास आहे की गुरू नानक यांचा संदेश दैवीपणे प्रकट झाला होता, कारण गुरु ग्रंथसाहिबमधील त्यांचे स्वतःचे शब्द सांगतात की त्यांच्या शिकवणी त्यांना स्वतः निर्माणकर्त्याकडून मिळाल्या आहेत. सुलतानपूरमधील त्यांच्या जीवनातील गंभीर घटना, ज्यामध्ये ते तीन दिवसांनी ज्ञान घेऊन परतले, हे देखील या विश्वासाला समर्थन देते.

अनेक आधुनिक इतिहासकार हिंदू/इस्लामिक परंपरेतील पूर्व-अस्तित्वात असलेल्या भक्ती, संत, व वली यांच्याशी त्यांच्या शिकवणीच्या संबंधाला महत्त्व देतात. विद्वान म्हणतात की त्याच्या उत्पत्तीमध्ये, गुरु नानक आणि शीख धर्म निर्गुणी ('निराकार देव)

द्वारे प्रभावित होते. ') मध्ययुगीन भारतातील भक्ती चळवळीची परंपरा.vi तथापि, काही इतिहासकारांना शिख धर्माचा पुरावा केवळ भक्ती चळवळीचा विस्तार म्हणून दिसत नाही. शीख धर्म, उदाहरणार्थ, भक्ती संत कबीर आणि रविदास यांच्या काही मतांशी असहमत.

शीख परंपरेची मुळे कदाचित भारतातील संत-परंपरेत आहेत ज्यांची विचारधारा भक्ती परंपरा बनली.

भारतीय पौराणिक कथा शीख पवित्र धर्मशास्त्र, गुरु ग्रंथ साहिब आणि दुय्यम सिद्धांत, दशम ग्रंथ मध्ये व्यापते आणि आजच्या शीखांच्या आणि त्यांच्या पूर्वीच्या पूर्वजांच्या पवित्र प्रतीकात्मक विश्वामध्ये नाजूक सूक्ष्मता आणि पदार्थ जोडते.

18
संत वाल्मिकी

संत वाल्मिकी

Scan for Story Videos - www.itibook.com

वाल्मिकी हा संस्कृत साहित्यातील अग्रदूत-कवी म्हणून साजरा केला जातो. महाकाव्य रामायण, व्या शतक BCE45 ते BCE पहिल्या शतकापर्यंत, श्रेय त्यांना दिले जाते, मजकूरातीलच श्रेय यावर आधारित.ते आदिकवी, पहिले कवी, रामायणाचे लेखक, पहिले महाकाव्य म्हणून आदरणीय आहेत.

मूलतः वाल्मिकींनी लिहिलेल्या रामायणात २४,००० श्लोक आणि सात शब्द आहेत. रामायण सुमारे ४८०,००० शब्दांनी बनलेले आहे, जे महाभारताच्या पूर्ण मजकुराच्या लांबीच्या एक चतुर्थांश किंवा चारपट आहे. इलियडची लांबी. रामायण कोसल राज्यातील अयोध्या शहरातील एका राजकुमाराची, रामाची कथा सांगते, ज्याची पत्नी सीतेला लंकेचा राक्षस-राजा (राक्षस) रावणाने पळवून नेले होते. वाल्मिकींचे रामायण 500 BCE ते 100 BCE9 पर्यंत किंवा महाभारताच्या सुरुवातीच्या आवृत्यांशी सह-पूर्व कालबद्ध आहे. अनेक पारंपारिक महाकाव्यांप्रमाणे, ते प्रक्षेपण आणि पुनरावृत्तीच्या प्रक्रियेतून गेले आहे, ज्यामुळे अचूकपणे तारीख करणे अशक्य होते.

ब्रिटिश व्यंगचित्रकार ऑब्रे मेनन म्हणतात की वाल्मिकींना "साहित्यिक प्रतिभा म्हणून ओळखले गेले" आणि त्यामुळे "भारतीय प्रबोधन" कालावधीचा भाग म्हणून त्याच्या "तात्विक संशयवादामुळे," ते "बाह्य" मानले गेले. रामाचे समकालीन असल्याचे उद्धृत केले. मेननचा दावा आहे की वाल्मिकी हे "सर्व इतिहासातील पहिले लेखक आहेत ज्यांनी

स्वतःला स्वतःच्या रचनेत आणले.

प्रारंभिक जीवन

वाल्मीकीचा जन्म भृगु गोत्रातील प्रचेता (सुमाली म्हणूनही ओळखला जाणारा) नावाच्या ब्राह्मणाच्या पोटी अग्नी शर्मा म्हणून झाला, पौराणिक कथेनुसार तो एकदा महान ऋषी नारदांना भेटला आणि त्यांच्या कर्तव्यावर त्यांच्याशी प्रवचन केले. नारदांच्या बोलण्याने प्रभावित होऊन अग्नि शर्माने तपश्चर्या करण्यास सुरुवात केली आणि "मरा" शब्दाचा जप केला ज्याचा अर्थ "मरणे" आहे. त्याने अनेक वर्षे तपश्चर्या केल्यामुळे हा शब्द विष्णू देवाचे नाव "राम" झाला. अग्नी शर्माच्या भोवती प्रचंड अँथिल तयार झाले आणि त्यामुळे त्यांना वाल्मिकी असे नाव मिळाले. अग्नी शर्मा, ज्याला वाल्मिकी म्हणून पुनर्नामित केले गेले, नारदांकडून शास्त्र शिकले आणि सर्वांद्वारे आदरणीय, तपस्वींमध्ये अग्रगण्य बनले.

वाल्मिकी ऋषी बनण्याआधी चोर होता याबद्दल काही दंतकथा देखील आहेत. मुखार तीर्थाच्या निर्मितीवरील स्कंद पुराणातील नागर खंडामध्ये उल्लेख आहे की वाल्मिकी ब्राह्मणाचा जन्म झाला होता, त्याचे नाव लोहजंग होते आणि ते आपल्या आईवडिलांसाठी एक समर्पित पुत्र होते. त्याला एक सुंदर पत्नी होती आणि ते दोघेही एकमेकांशी विश्वासू होते. एकदा अनर्त प्रदेशात बारा वर्षे पाऊस पडला नसताना लोहजंगाने आपल्या भुकेल्या कुटुंबासाठी जंगलात सापडलेल्या लोकांना लुटण्यास सुरुवात केली. या जीवनात त्याला सात ऋषी किंवा सप्तर्षी भेटले आणि त्यांनाही लुटण्याचा प्रयत्न केला. पण विद्वान ऋषीमुनींना त्याची दया आली आणि त्याने त्याला त्याच्या मार्गातील मूर्खपणा दाखवला. त्यापैकी एक, पुलहाने त्याला ध्यान करण्यासाठी एक मंत्र दिला आणि चोर झालेला ब्राह्मण त्याच्या पठणात इतका मग्न झाला की त्याच्या अंगाभोवती मुंग्या आल्या. जेव्हा ऋषी परत आले आणि मुंगीच्या टेकडीवरून येणाऱ्या मंत्राचा आवाज ऐकून त्यांनी त्याला आशीर्वाद दिला आणि म्हणाले, "तुम्ही वाल्मीकामध्ये बसून महान सिद्धी प्राप्त केल्यामुळे, तू वाल्मिकी म्हणून जगामध्ये प्रसिद्ध होशील. ."

पहिला श्लोक

वाल्मिकी रोजच्या स्नानासाठी गंगा नदीवर जात होते. भारद्वाज नावाचा एक शिष्य कपडे घेऊन चालला होता. वाटेत ते तामसा प्रवाहाजवळ आले. प्रवाहाकडे पाहून वाल्मिकी आपल्या शिष्याला म्हणाले, "हे बघ, हे पाणी किती स्वच्छ आहे, एखाद्या सत्पुरुषाच्या मनासारखे! आज मी येथे स्नान करेन." जेव्हा तो प्रवाहात पाऊल ठेवण्यासाठी योग्य जागा शोधत होता तेव्हा त्याला एक क्रेन जोडपे वीण करताना दिसले. आनंदी पक्षी पाहून वाल्मिकीला खूप आनंद झाला. अचानक बाण लागल्याने नर पक्षी जागीच मरण पावला. दुःखाने भरलेला, तिचा जोडीदार वेदनेने ओरडला आणि शॉकने मरण पावला. हे दयनीय दृश्य पाहून वाल्मिकींचे हृदय द्रवले. पक्ष्याला कोणी गोळी घातली हे शोधण्यासाठी त्याने आजूबाजूला पाहिले. त्याला जवळच धनुष्यबाण असलेला एक शिकारी दिसला. वाल्मिकी

खूप संतापले. त्याचे ओठ उघडले आणि तो ओरडला,

मा नी?अदा प्रति?ह त्वमागामा? सास्वती

यत् क्रौंकमिथुनदेकम अवधी?

अनंतकाळच्या दीर्घ वर्षांसाठी तुम्हाला विश्रांती मिळणार नाही

कारण तू प्रेमात एक पक्षी मारलास आणि बिनदिक्कत

वाल्मिकींच्या संतापातून आणि दुःखातून उत्स्फूर्तपणे बाहेर पडलेला हा संस्कृत साहित्यातील पहिला श्लोक मानला जातो. वाल्मिकींनी नंतर ब्रह्मदेवाच्या आशीर्वादाने संपूर्ण रामायण रचले जे श्लोक म्हणून त्यांच्याकडून जारी केले गेले. अशा प्रकारे हा श्लोक हिंदू साहित्यातील पहिला श्लोक मानला जातो. वाल्मिकी हे पहिले कवी किंवा आदिकवी आणि रामायण, पहिले काव्य (कविता) म्हणून आदरणीय आहेत.

रामायणातील भूमिका

राम सिंहासनावर सीतेसह, त्यांची मुले लावा आणि कुश त्यांच्या मांडीवर. सिंहासनाच्या मागे लक्ष्मण, भरत आणि शत्रुघ्न उभे आहेत. सिंहासनासमोर हनुमान रामाला नमस्कार करतात. डावीकडे वाल्मिकी.

महाकाव्य रामायणाचा शेवटचा अध्याय उत्तरकामध्ये वाल्मिकींनी महत्त्वाची भूमिका बजावली होती. उत्तरकाका हे मूलतः वाल्मिकींनी लिहिलेले नसावे. रॉबर्ट आणि सॅली गोल्डमन या विद्वानांनी, उदाहरणार्थ, निदर्शनास आणून दिले आहे: "बहुतांश कथा रामाव्यतिरिक्त इतर आकृत्यांवर केंद्रित आहे आणि अगस्त्य सारख्या इतर आकृत्यांच्या तोंडी ठेवून केवळ वाल्मिकीनेच अप्रत्यक्षपणे कथन केले आहे." असे मानले जाते. to have been taken up from शेष रामायण. संदर्भ आवश्यक आख्यायिकेनुसार, रामाने सीतेला वनात पाठवले. सीतेला वाल्मिकी ऋषींच्या आश्रमात आश्रय मिळाला, जिथे तिने लावा आणि कुश या जुळ्या मुलांना जन्म दिला. लावा आणि कुश हे वाल्मिकीचे पहिले शिष्य होते, ज्यांना त्यांनी रामायण शिकवले. महाकाव्यातील बालकांड वाल्मिकींनी त्याचे शिष्य असलेल्या लावा आणि कुश यांना रामायण कथन केल्याची कथा देखील सांगते.

महाभारतातील भूमिका

महाभारताच्या काळात वाल्मिकी उपस्थित होते आणि युद्धानंतर युधिष्ठिराला भेट देणाऱ्या अनेक ऋषींपैकी ते एक होते. त्यांनी युधिष्ठिराला शिवपूजेचे फायदे सांगितले. एके काळी, होम अग्नी असलेल्या काही तपस्वींनी वाल्मिकीला ब्राह्मणहत्येचा दोषी म्हणून शाप दिला. त्याला शाप मिळताच पाप त्याच्यावर आले. म्हणून त्याने शिवाची प्रार्थना केली आणि तो त्याच्या सर्व पापांपासून शुद्ध झाला. त्याने नंतर युधिष्ठिराला सांगितले की त्यानेही त्याच्याप्रमाणेच शिवाची प्रार्थना करावी.

पुनर्जन्म

विष्णुधर्मोत्तर पुराण म्हणते की त्रेतायुगात रामायण रचणाऱ्या ब्रह्मदेवाच्या रूपात वाल्मीकीचा जन्म झाला होता आणि ज्ञान मिळवू इच्छिणाऱ्या लोकांनी वाल्मिकीची

उपासना केली पाहिजे. नंतर त्यांचा पुनर्जन्म तुलसीदास म्हणून झाला, ज्यांनी रामचरितमानस रचले, जे अवधी-हिंदी आवृती होते. रामायण.

प्रगट दिवस

हिंदू महिन्यातील आश्विन पौर्णिमा हा कवीची जयंती म्हणून साजरा केला जातो. हा दिवस परगट दिवस किंवा वाल्मिकी जयंती म्हणूनही ओळखला जातो आणि हा हिंदू धर्मातील बाल्मिकी धार्मिक पंथाच्या अनुयायांचा प्रमुख सण आहे.

मंदिरे

हिंदू धर्मातील बाल्मिकी संप्रदाय वाल्मिकींचा आदर करतो, जिथे त्यांना लाल बेग किंवा बाला शाह म्हणूनही ओळखले जाते, संरक्षक संत म्हणून, त्यांना समर्पित अनेक मंदिरे (मंदिरे) आहेत.

चेन्नईतील एक क्षेत्र, तिरुवनमीयुर हे नाव ऋषी वाल्मिकी, थिरू-वाल्मिकी-ऊर यावरून पडले आहे असे मानले जाते. या ठिकाणी वाल्मिकींचे मंदिर आहे, जे १३०० वर्षे जुने असल्याचे मानले जाते.

श्री वाल्मिकी माता महासंस्था हे कर्नाटकातील राजनहल्ली येथील वाल्मिकींना समर्पित मंदिर आहे.

वाल्मिकी आश्रम, वाल्मिकींचे मूळ आश्रम मानले जाणारे ठिकाण, नेपाळच्या चितवन जिल्ह्यात आहे. हे ठिकाण त्रिवेणी धाम तीर्थक्षेत्राजवळ आहे.

लोकप्रिय संस्कृतीत

कवीच्या जीवनावर अनेक भारतीय चित्रपट बनवले गेले आहेत, ज्याची सुरुवात जी.व्ही. साने यांच्या वाल्मिकी (1921); त्यानंतर सुरेंद्र नारायण रॉयचा रत्नाकर (1921), एलिस डुंगनचा वाल्मिकी (1946), भालजी पेंढारकरचा वाल्मिकी (1946), सुंदरराव नाडकर्णींचा वाल्मिकी (1946), सीएसआर रावचा वाल्मिकी (राजकुमार वाल्मी स्टाररिंग 1963) आणि एनटी रॉयचा वाल्मिकी (1963);), आणि अरविंद भट्ट यांचे संत वाल्मिकी (1991)

सुरेश ओबेरॉय यांची मुख्य भूमिका असलेला भट्ट यांचा चित्रपट भारतातील वाल्मिकी जातीच्या सदस्यांनी आक्षेपाई मानल्याबद्दल ओबेरॉय यांच्यावर खटला दाखल केल्यानंतर रिलीज झालेला नाही.

19

भगवान महावीर

भगवान महावीर

Scan for Story Videos - www.itibook.com

भगवान महावीर ज्यांना वर्धमान म्हणूनही ओळखले जाते, ते जैन धर्माचे २४ वे तीर्थंकर (सर्वोच्च उपदेशक) होते. ते 23 वे तीर्थंकर पार्श्वनाथाचे आध्यात्मिक उत्तराधिकारी होते. महावीरांचा जन्म 6व्या शतकाच्या पूर्वार्धात प्राचीन भारतातील एका राजेशाही क्षत्रिय जैन कुटुंबात झाला. त्यांच्या आईचे नाव त्रिशाला आणि वडिलांचे नाव सिद्धार्थ होते. ते पार्श्वनाथाचे भक्त होते. महावीरांनी वयाच्या ३० व्या वर्षी सर्व ऐहिक संपत्तीचा त्याग केला आणि अध्यात्मिक प्रबोधनाच्या शोधात घर सोडले, एक तपस्वी बनले. महावीरांनी साडे बारा वर्षे तीव्र ध्यान आणि कठोर तपस्या केली, त्यानंतर त्यांना केवल ज्ञान (सर्वज्ञान) प्राप्त झाले. त्यांनी 30 वर्षे उपदेश केला आणि 6व्या शतकात बीसीईमध्ये मोक्ष (मुक्ती) प्राप्त केली, जरी वर्ष पंथानुसार बदलत असले तरी.

ऐतिहासिकदृष्ट्या, प्राचीन भारतात जैन धर्माचे पुनरुज्जीवन आणि प्रचार करणारे महावीर हे गौतम बुद्धांचे जुने समकालीन होते.

जैन लोक दरवर्षी चैत्र महिन्याच्या 13 व्या दिवशी महावीर जन्म कल्याणक साजरा करतात.

अहिंसा (अहिंसा), सत्य (सत्य), अस्तेय (चोरी न करणे), ब्रह्मचर्य (पवित्रता) आणि अपरिग्रह (अपरिग्रह) या व्रतांचे पालन आध्यात्मिक मुक्तीसाठी आवश्यक आहे, असे महावीरांनी शिकवले. त्यांनी अनिकंतवाद (अनेक बाजूंनी वास्तव) ची तत्त्वे शिकवली:

स्याद्वाद आणि नयवाद. महावीरांच्या शिकवणींचे संकलन इंद्रभूती गौतम (त्यांचे मुख्य शिष्य) यांनी जैन आगम म्हणून केले होते. जैन भिक्षूंनी मौखिकरित्या प्रसारित केलेले ग्रंथ, ल्या शतकापर्यंत (जेव्हा उरलेले प्रथम श्वेतांबर परंपरेत लिहिले गेले होते) मोठ्या प्रमाणात नष्ट झाले असे मानले जाते. महावीरांनी शिकवलेल्या आगमांच्या हयात असलेल्या आवृत्त्या श्वेतांबर जैन धर्माच्या काही पायाभूत ग्रंथ आहेत, परंतु दिगंबरा जैन धर्मात त्यांची सत्यता विवादित आहे.

महावीर हे सहसा बसलेल्या किंवा उभ्या असलेल्या ध्यानाच्या मुद्रेत चित्रित केले जातात, त्यांच्या खाली सिंहाचे प्रतीक आहे. त्याची सर्वात जुनी प्रतिमा मथुरा या उत्तर भारतीय शहरातील पुरातत्व स्थळांवरून आहे आणि ती इ.स.पूर्व 1 ले शतक आणि 2 या शतकाच्या दरम्यानची आहे. त्यांचा जन्म महावीर जन्म कल्याणक म्हणून साजरा केला जातो आणि त्यांचे निर्वाण (मोक्ष) तसेच श्री गौतम स्वामींचे पहिले शिष्य (आध्यात्मिक ज्ञान) जैन लोक दिवाळी म्हणून पाळतात.

नावे आणि विशेषण

सुरुवातीच्या जैन आणि बौद्ध साहित्यात हयात असलेल्या महावीरांसाठी अनेक नावे (किंवा विशेषण) वापरली जातात, ज्यात नयपुत्त, मुनी, सामना, निगंठ, ब्राह्मण आणि भगवान यांचा समावेश आहे. "वेद" पासून व्युत्पन्न, परंतु त्याचा अर्थ "ज्ञानी" आहे. त्याला कल्प सूत्रात श्रमण म्हणून ओळखले जाते, "प्रेम आणि द्वेष रहित".

नंतरच्या जैन ग्रंथांनुसार, महावीरांचे बालपणीचे नाव वर्धमान ("जो वाढतो") हे त्यांच्या जन्माच्या वेळी राज्याच्या समृद्धीमुळे होते. कल्पसूत्रातील देव, कारण तो धोके, भीती, संकटे आणि संकटांमध्ये स्थिर राहिला. त्याला तीर्थंकर म्हणूनही ओळखले जाते.

ऐतिहासिक महावीर

महावीरांच्या काळातील भारतातील प्राचीन राज्ये आणि शहरे

महावीर हे प्राचीन भारतात वास्तव्यास होते हे जैन धर्माच्या विद्वानांनी सर्वत्र मान्य केले आहे. दिगंबरा उत्तरपुराण ग्रंथानुसार, महावीरांचा जन्म विदेहांच्या राज्यात कुंडलपूर येथे झाला;१६ श्वेतांबर कल्प सूत्रात "कुंडग्राम" हे नाव वापरले आहे, असे म्हटले आहे. सध्याच्या बिहार, भारत येथे स्थित आहे. पटना (बिहारची राजधानी) पासून उत्तरेस 60 किलोमीटर (37 मैल) अंतरावर हे बासू कुंड शहर असल्याचे मानले जात असले तरी, 1819 मध्ये त्यांचे जन्मस्थान वादाचा विषय आहे. महावीरांनी आपल्या भौतिक संपत्तीचा त्याग केला आणि घर सोडले. अठ्ठावीस, काही खात्यांनुसार ते साडेबारा वर्ष तपस्वी जीवन जगले ज्यामध्ये त्यांनी एक वेळही बसला नाही, केवल ज्ञान प्राप्त केले आणि नंतर तीस वर्ष जैन धर्माचा प्रचार केला. जिथे त्यांनी प्रचार केला. जैन धर्माच्या दोन प्रमुख परंपरांमध्ये मतभेद आहेत: श्वेतांबर आणि दिगंबरा परंपरा.

महावीरांचा जन्म 540 BCE मध्ये झाला आणि 443 BCE मध्ये मृत्यू झाला. प्राकृत भाषेतील बार्ली शिलालेख जो 443 BCE (विर निर्वाण संवत वर्ष 84) मध्ये कोरला गेला

होता, त्यात विरय भगवते चतुरसिटी फुलदाणी ही ओळ आहे, ज्याचा अर्थ "समर्पित" असा केला जाऊ शकतो. भगवान विरा यांना त्यांच्या ८४ व्या वर्षी, महावीराच्या निर्वाणानंतर ८४ वर्षांनी.तथापि, पॅलेओग्राफिक विश्लेषण हे शिलालेख बीसीई २-१व्या शतकातील आहे. बौद्ध आणि जैन ग्रंथांनुसार ते समकालीन होते असे मानले जाते. पुष्कळ प्राचीन बौद्ध साहित्याद्वारे समर्थित. विरा निर्वाण संवत युग ५२७ ईसापूर्व (महावीरांच्या निर्वाणाने) सुरू झाले आणि जैन परंपरेचा एक दृढ-स्थापित भाग आहे.

१२व्या शतकातील जैन विद्वान हेमचंद्राचार्य यांनी महावीरांना बीसीई ५व्या शतकात स्थान दिले.२६२७ जैन यांच्या मते, ५२७ बीसीई ही पारंपारिक तारीख अचूक आहे; बुद्ध हे महावीरांपेक्षा लहान होते आणि "काही वर्षांनी त्यांना निर्वाण मिळाले असावे." त्यांच्या निर्वाणाचे ठिकाण, सध्याच्या बिहारमधील पावापुरी हे जैनांचे तीर्थक्षेत्र आहे.

जैन परंपरा

जैन विश्वशास्त्रानुसार 24 तीर्थंकर पृथ्वीवर अवतरले आहेत; महावीर हे अवसर्पीचे शेवटचे तीर्थंकर आहेत. (सध्याच्या काळातील चक्र). एक तीर्थंकर (फर्ड-मेकर, तारणहार किंवा आध्यात्मिक गुरु) हे जन्म-मृत्यू चक्राच्या समुद्राच्या ओलांडून जाणार्‍या तीर्थाची स्थापना सूचित करतात.

जन्म

महावीरांचा जन्म, कल्प सूत्रापासून (सी. 1375-1400 CE)

तीर्थंकर महावीर यांचा जन्म इक्ष्वाकु वंशाचा राजा सिद्धार्थ आणि लिच्छवी प्रजासत्ताकाची राणी त्रिशाला यांच्या राजघराण्यातील क्षत्रिय कुटुंबात झाला. इक्ष्वाकु राजवंशाची स्थापना प्रथम तीर्थंकर ऋषभनाथ यांनी केली.

जैनांच्या मते, महावीरांचा जन्म इ.स.पू. 599 मध्ये झाला. त्यांचा जन्मदिवस विरा निर्वाण संवत कॅलेंडर कालखंडातील चैत्र महिन्यातील उगवत्या चंद्राच्या तेराव्या दिवशी येतो. हा ग्रेगोरियन कॅलेंडरच्या मार्च किंवा एप्रिलमध्ये येतो आणि जैन लोक महावीर जन्म कल्याणक म्हणून साजरा करतात.

क्षत्रियकुंड (महावीरांच्या जन्माचे ठिकाण) हे भारत-गंगेच्या मैदानावरील एक प्राचीन शहर वैशालीजवळ असल्याचे पारंपरिकपणे मानले जाते. सध्याच्या बिहारमधील त्याचे स्थान अस्पष्ट आहे, काही प्रमाणात आर्थिक आणि राजकीय कारणांमुळे प्राचीन बिहारमधून स्थलांतर झाले आहे. जैन ग्रंथातील "युनिव्हर्सल हिस्ट्री" नुसार, महावीरांनी सहाव्या शतकातील जन्मापूर्वी अनेक पुनर्जन्म (एकूण 27 जन्म) घेतले. . 24 व्या तीर्थंकराच्या रूपात त्याच्या शेवटच्या जन्मापूर्वी स्वर्गीय क्षेत्रात नरक, सिंह आणि देव (देव) यांचा समावेश होता. श्वेतांबर ग्रंथ सांगतात की त्याचा भ्रूण प्रथम ब्राह्मण स्त्रीमध्ये हरि-द्वारा हस्तांतरित होण्यापूर्वी तयार झाला होता. सिद्धार्थाची पत्नी त्रिशालाच्या गर्भात नायगामेसिन (इंद्राच्या सैन्याचा दैवी सेनापती). भ्रूण-हस्तांतरण दंतकथेवर दिगंबरा परंपरेचे अनुयायी विश्वास ठेवत नाहीत.

जैन ग्रंथ सांगतात की महावीरांच्या जन्मानंतर, इंद्र देव स्वर्गातून दिग्कुमारींसह आला, त्याचा अभिषेक केला आणि मेरू पर्वतावर त्याचा अभिषेक (अभिषेक) केला. अनेक जैन मंदिरांमध्ये चित्रित केलेल्या या घटनांचा एक भाग आहे. आधुनिक जैन मंदिरातील विधी. महावीरांच्या जन्मकथांचे कल्पसूत्र श्वेतांबर जैनांकडून वार्षिक पर्युषण उत्सवात पाठ केले जात असले तरी, दिगंबरांद्वारे हाच सण पारायण न करता साजरा केला जातो.

प्रारंभिक जीवन

महावीर राजपुत्र म्हणून वाढले. श्वेतांबर आचारंग सूत्राच्या दुसर्‍या अध्यायानुसार, त्याचे आईवडील पार्श्वनाथाचे भक्त होते. महावीराने लग्न केले याविषयी जैन परंपरा भिन्न आहेत. दिगंबरा परंपरेनुसार असे मानले जाते की त्याच्या पालकांची इच्छा होती की त्याने यशोदेशी लग्न करावे, परंतु त्याने लग्न करण्यास नकार दिला. श्वेतांबर परंपरेनुसार त्यांचा विवाह यशोदेशी तरुण वयात झाला होता आणि त्यांना एक मुलगी होती, प्रियदर्शन, 1940 याला अनोजा देखील म्हणतात.

जैन ग्रंथ महावीरांना उंच असे चित्रित करतात; औपपतिक सूत्रात त्यांची उंची चार हात (६ फूट) इतकी दिली आहे. जैन ग्रंथानुसार, ते चोवीस तीर्थंकरांपैकी सर्वात लहान होते; पूर्वीचे अरिहंत उंच होते असे मानले जाते, नेमिनाथ किंवा अरिस्तानेमी—२२वे तीर्थंकर, जे १,००० वर्ष जगले—उंचीने पासष्ट हात (९८ फूट) होते.

त्याग

वयाच्या तीसव्या वर्षी, महावीरांनी राजेशाही जीवनाचा त्याग केला आणि आध्यात्मिक जागृतीच्या शोधात तपस्वी जीवन जगण्यासाठी आपले घर आणि कुटुंब सोडले. त्यांनी कठोर उपवास आणि शारीरिक कष्ट केले, 58 अशोक वृक्षाखाली ध्यान केले आणि कपडे टाकून दिले. आचारंग सूत्रामध्ये त्यांच्या कष्टांचे आणि आत्महत्येचे ग्राफिक वर्णन आहे. कल्पसूत्रानुसार, महावीरांनी त्यांच्या आयुष्यातील पहिले बेचाळीस पावसाळे अस्तिकग्राम, चंपापुरी, पृष्टिचम्पा, वैशाली, वाणीजाग्राम, नालंदा, मिथिला, भद्रिका, अलाभिका, येथे घालवले. पानीभूमी, श्रावस्ती आणि पावपुरी. त्यांच्या तपस्वी जीवनाच्या एकचाळीसाव्या वर्षाच्या पावसाळ्यात ते राजगृहात वास्तव्यास होते असे म्हटले जाते, जे परंपरेने 491 ईसापूर्व आहे.

सर्वज्ञान

पारंपारिक वृत्तांनुसार, महावीरांनी बारा वर्षाच्या कठोर तपश्चर्येनंतर वयाच्या ४३ व्या वर्षी जृंभिकाग्रामाजवळ रिजुबालिका नदीच्या काठावर सालाच्या झाडाखाली केवल ज्ञान (सर्वज्ञान किंवा अनंत ज्ञान) प्राप्त केले. या घटनेचे तपशील जैन धर्मात वर्णन केले आहेत. उत्तर-पुराण आणि हरिवंश-पुराण ग्रंथ. आचारंग सूत्र महावीराचे वर्णन सर्व-दर्शी म्हणून करते. सूत्रकृतांग हे सर्वज्ञात करण्यासाठी विस्तारित करते आणि त्यांच्या इतर गुणांचे वर्णन करते.१ जैनांचा असा विश्वास आहे की महावीरांकडे सर्वात शुभ शरीर होते (परमौदारिका सरिरा) आणि जेव्हा त्यांनी सर्वज्ञान प्राप्त केले तेव्हा ते अठरा

अपूर्णतेपासून मुक्त होते. श्वेतांबराच्या मते, त्यांनी भारतभर प्रवास केला. सर्वज्ञान प्राप्त केल्यानंतर तीस वर्षे त्यांचे तत्त्वज्ञान शिकवणे. तथापि, दिगंबरा असे मानतात की ते त्यांच्या समवसरणात राहिले आणि त्यांच्या अनुयायांना प्रवचन दिले.

शिष्य

जैन ग्रंथात महावीरांचे पहिले शिष्य म्हणून अकरा ब्राह्मणांचे दस्तऐवज आहे, ज्यांना पारंपारिकपणे अकरा गणधर म्हणून ओळखले जाते. इंद्रभूती गौतम हे त्यांचे नेते होते असे मानले जाते, आणि इतरांमध्ये अग्निभूती, वायूभूती, अकाम्पिता, आर्य व्यक्त, सुधर्मन, मंडितपुत्र, मौर्यपुत्र, मौर्यपुत्र, मौर्यपुत्र यांचा समावेश होतो. मेत्रया, आणि प्रभासा. असे मानले जाते की गणधरांनी त्यांच्या मृत्यूनंतर महावीरांच्या शिकवणींचे स्मरण केले आणि मौखिकरित्या प्रसारित केले. त्यांची शिकवण गणी-पिडागा किंवा जैन आगमा म्हणून ओळखली जाऊ लागली. कल्पसूत्रानुसार, महावीराचे 14,000 साधू (पुरुष तपस्वी भक्त), 36,000 साध्वी (स्त्री तपस्वी), 159,000 श्रावक (पुरुष अनुयायी), आणि 0308 माले होते. अनुयायी). जैन परंपरेत हरियांका वंशातील श्रेणिका आणि कुणिका (बिंबिसार आणि अजातशत्रू या नावाने प्रसिद्ध) आणि विदेहातील चेतक यांचा राजेशाही अनुयायी म्हणून उल्लेख केला आहे. महावीरांनी महाव्रतांसह (पाच प्रतिज्ञा) आपल्या भक्तांची सुरुवात केली. प्रवचना (पाठण) आणि व्याख्यानांचा एक संच (उत्तराध्यायन-सूत्र). चंदना ही स्त्री संन्यासी क्रमाची प्रमुख मानली जाते.

निर्वाण आणि मोक्ष

जैन ग्रंथांनुसार, महावीरांचे निर्वाण (मृत्यू) सध्याच्या बिहारमधील पावपुरी शहरात घडले. त्यांचे जीवन आध्यात्मिक प्रकाश म्हणून आणि त्यांच्या निर्वाणाची रात्र जैन लोक दिवाळी म्हणून साजरी करतात त्याच वेळी हिंदू साजरे करतात. ते. ज्या रात्री महावीरांनी पावपुरीतून निर्वाण प्राप्त केले त्या रात्री त्यांचे मुख्य शिष्य गौतम यांना सर्वज्ञान प्राप्त झाले असे म्हणतात.

जैन ग्रंथांमध्ये महावीरांच्या निर्वाणाची नोंद वेगवेगळी आहे, काहींमध्ये साध्या निर्वाणाचे वर्णन आहे आणि काही देव आणि राजांनी उपस्थित असलेल्या भव्य उत्सवांचे वर्णन करतात. जिनसेनेच्या महापुराणानुसार, स्वर्गीय प्राणी त्याच्या अंत्यसंस्कारासाठी आले. दिगंबरा परंपरेतील प्रवचनसार सांगते की तीर्थंकरांची फक्त नखे आणि केस मागे राहिले आहेत; बाकीचे शरीर कापूरप्रमाणे हवेत विरघळते. काही ग्रंथांमध्ये महावीरांचे वर्णन आहे, वयाच्या ७२ व्या वर्षी, सहा दिवसांच्या कालावधीत त्यांचा अंतिम उपदेश लोकांच्या मोठ्या गटाला दिला. तो गायब झाल्याचे पाहून लोक झोपी गेले (फक्त त्याची नखे आणि केस सोडून, ज्यांचे अनुयायी अंत्यसंस्कार करतात)

जैन श्वेतांबर परंपरेचा असा विश्वास आहे की महावीरांचे निर्वाण ईसापूर्व 527 मध्ये झाले आणि दिगंबरा परंपरेत ती तारीख 468 ईसापूर्व आहे. दोन्ही परंपरेत, त्याचा जीव (आत्मा) सिद्धशिला (मुक्त आत्म्यांचे घर) मध्ये राहतो असे मानले जाते. महावीरांचे

जल मंदिर त्या ठिकाणी उभे आहे जिथे त्यांना निर्वाण (मोक्ष) प्राप्त झाल्याचे म्हटले जाते. जैन मंदिरे आणि ग्रंथांमधील कलाकृती त्याच्या अंतिम मुक्ती आणि अंत्यसंस्काराचे चित्रण करा, काहीवेळा प्रतीकात्मकपणे चंदनाची छोटी चिता आणि जळत्या कापूरच्या तुकड्याच्या रूपात दाखवले.

मागील जन्म

महापुराण आणि त्रि-षष्ठी-शलाक-पुरुष-चरित्र यांसारख्या जैन ग्रंथांमध्ये महावीरांच्या मागील जन्मांची नोंद आहे. साराच्या स्थलांतर चक्रात आत्म्याला असंख्य पुनर्जन्म होत असले तरी, तीर्थंकराचा जन्म तो कर्मांची कारणे ठरवतो आणि रत्नत्रयाचा पाठपुरावा करतो तेव्हापासून गणला जातो. जैन ग्रंथात महावीरांच्या अवताराच्या आधीच्या २६ जन्मांचे वर्णन तीर्थंकर म्हणून केले आहे. ग्रंथांनुसार, त्यांचा जन्म पूर्वीच्या जन्मात मारिची (भरत चक्रवर्तींचा पुत्र) म्हणून झाला होता.

मजकूर

जिनसेनेचे महापुराण (ज्यामध्ये आदि पुराण आणि उत्तर-पुराण समाविष्ट आहे) त्यांचे शिष्य गुणभद्र यांनी पूर्ण केले. , 8 व्या शतकात. उत्तर-पुराणात, महावीरांच्या जीवनाचे वर्णन तीन पर्वांमध्ये, किंवा विभाग, (७४-७६) आणि १८१८ श्लोकांमध्ये केले आहे.

वर्धमचरित्र हे संस्कृत काव्य आहे, जे असगा यांनी 853 मध्ये लिहिले आहे, जे महावीरांच्या जीवनाचे वर्णन करते. समवयंग सूत्र हा महावीरांच्या शिकवणुकीचा संग्रह आहे आणि आचारंग सूत्र त्यांच्या तपस्वीपणाचे वर्णन करते.

शिकवण

औपनिवेशिक काळातील इंडोलॉजिस्ट जैन धर्माला (आणि महावीरांचे अनुयायी) बौद्ध धर्माचा एक संप्रदाय मानत होते कारण मूर्तिशास्त्र आणि ध्यान आणि तपस्वी पद्धतींमध्ये वरवरच्या समानतेमुळे. जसजशी विद्वत्ता वाढत गेली, तसतसे महावीर आणि बुद्ध यांच्या शिकवणींमधील फरक इतके भिन्न आढळले की धर्मांना मान्यता दिली गेली. वेगळे म्हणून. महावीरांनी, मोरिझ विंटर्निट्झ म्हणतात, "आत्म्यावरील अतिशय विस्तृत विश्वास" शिकवला (बौद्धांच्या विपरीत, ज्यांनी असे विस्तार नाकारले). बौद्ध किंवा हिंदू धर्मापेक्षा त्यांच्या तपस्वी शिकवणींचा उच्च दर्जा आहे आणि त्यांचा अहिंसा (अहिंसा) वर जोर इतर भारतीय धर्मांपेक्षा जास्त आहे.

आगमास

महावीरांची शिकवण गौतम स्वामी, त्यांचे गणधर (मुख्य शिष्य) यांनी संकलित केली होती. विहित ग्रंथ बारा भागात आहेत. बीसीई ३०० नंतर महावीरांच्या शिकवणी हळूहळू नष्ट झाल्या, जैन परंपरेनुसार, मगध राज्यात भीषण दुष्काळ पडला तेव्हा जैन भिक्षू. नंतरच्या भिक्खूंनी एकत्र येणे, तोफांचे पठण करणे आणि ते पुन्हा स्थापित करण्याचे प्रयत्न केले.या प्रयत्नांमुळे महावीरांच्या शिकवणीच्या पठणातील फरक ओळखला गेला आणि 5 व्या शतकात या मतभेदांमध्ये समेट करण्याचा प्रयत्न करण्यात आला.समेटाचे

प्रयत्न अयशस्वी झाले. , श्वेतांबरा आणि दिगंबरा जैन परंपरांसह महावीरांच्या शिकवणींच्या त्यांच्या स्वतःच्या अपूर्ण, काहीशा वेगळ्या आवृत्त्या आहेत. सामान्य युगाच्या सुरुवातीच्या शतकांमध्ये, महावीरांच्या शिकवणी असलेले जैन ग्रंथ हस्तलिखितांमध्ये लिहिलेले होते. दिगंबरांच्या मते, आचार्य भूतबली हे शेवटचे संन्यासी होते ज्याचे मूळ सिद्धांताचे अंशतः ज्ञान होते. नंतर, काही विद्वान आचार्यांनी महावीरांच्या शिकवणी पुनर्संचयित, संकलित आणि लिहून ठेवल्या ज्या आगमाचे विषय होते. आचार्य धरसेना यांनी, इ.स. १ल्या शतकात, आचार्य पुष्पदंत आणि भूतबली यांना शिकवणी लिहून ठेवल्याप्रमाणे मार्गदर्शन केले. दोन आचार्यांनी तळहाताच्या पानांवर सर्वात जुने दिगंबरा ग्रंथ लिहिलेला आहे.

पाच नवस

स्वस्तिक आणि पाच प्रतिज्ञा

जैन आगमांमध्ये पाच व्रतांची गणना केली जाते जी संन्याशांनी आणि गृहस्थांनी पाळली पाहिजेत. ही नैतिक तत्वे महावीरांनी उपदेश केली होती:

अहिंसा (अहिंसा किंवा दुखापत) : महावीरांनी शिकवले की प्रत्येक जीवात पावित्र्य आणि प्रतिष्ठा आहे ज्याचा आदर केला पाहिजे कारण एखाद्या व्यक्तीने स्वतःच्या पवित्रतेचा आणि प्रतिष्ठेचा आदर केला पाहिजे. अहिंसा, जैन धर्माचे पहिले आणि सर्वात महत्वाचे व्रत, कृती, वाणी आणि विचार यांना लागू होते.

सत्य (सत्यता): स्वतःला आणि इतरांना लागू होते.

अस्तेय (चोरी न करणे): "न दिलेली कोणतीही गोष्ट न घेणे"

ब्रह्मचर्य (पवित्रता): संभोगापासून दूर राहणे आणि भिक्षूंसाठी इंद्रियसुख आणि गृहस्थांसाठी आपल्या जोडीदाराशी विश्वासूता

अपरिग्रह (अपरिग्रह): सामान्य लोकांसाठी, मालमत्तेशी किंवा ऐहिक मालमत्तेशी संलग्न नसण्याची वृत्ती; सेवकांसाठी, काहीही मालकीचे नाही

या तत्त्वांचे ध्येय आध्यात्मिक शांती, चांगला पुनर्जन्म किंवा (शेवटी) मुक्ती प्राप्त करणे हे आहे. चक्रवर्तींच्या मते, या शिकवणी व्यक्तीचे जीवनमान सुधारण्यास मदत करतात. तथापि, दुंडस लिहितात की महावीरांनी अहिंसा आणि संयमावर भर दिला. काही जैन विद्वानांनी "इतर प्राण्यांना दया किंवा करुणा देण्यापासून योग्यतेने प्रेरित होऊ नये, किंवा सर्व प्राण्यांना वाचवण्याचे कर्तव्य नाही" तर "नित्य स्वयंशिस्त" द्वारे अर्थ लावला आहे: आत्म्याचे शुद्धीकरण जे आध्यात्मिक विकास आणि मुक्ततेकडे नेत आहे.

अहिंसा हा सर्वोच्च नैतिक गुण आहे या शिकवणीसाठी भारतीय परंपरांमध्ये महावीरांना सर्वात जास्त स्मरणात ठेवले जाते. त्यांनी शिकवले की अहिंसा सर्व सजीवांना व्यापते, आणि कोणत्याही प्राण्याला इजा केल्यास वाईट कर्म तयार होते (जे एखाद्याच्या पुनर्जन्मावर, भविष्यातील कल्याणावर परिणाम करते. , आणि दुःख). महात्मा गांधींच्या मते, महावीर हे अहिंसेवर सर्वात मोठे अधिकार होते.

आत्मा

महावीरांनी शिकवले की आत्मा अस्तित्वात आहे, एक पूर्वाधार हिंदू धर्माशी सामायिक केला आहे परंतु बौद्ध नाही. बौद्ध धर्मात आत्मा (किंवा स्वतः) नाही, आणि त्याची शिकवण अनत्त (स्वतः नसलेल्या) संकल्पनेवर आधारित आहे. महावीरांनी शिकवले की आत्मा द्रव्य (भक्कम), शाश्वत आणि तरीही तात्पुरता आहे.

महावीरांच्या दृष्टीने, ब्रह्मांडाच्या आधिभौतिक स्वरूपामध्ये द्रव्य, जीव आणि अजीव (निर्जीव वस्तू) यांचा समावेश आहे. जीव कर्मामुळे (एखाद्याच्या कृतींच्या परिणामामुळे) सासर (स्थानांतर) ला बांधला जातो. जैन धर्मात कर्म., क्रिया आणि हेतू समाविष्ट आहे; ते आत्म्याला रंग देते (लेस्या), मृत्यूनंतर आत्मा कसा, कुठे आणि कसा पुनर्जन्म होतो यावर परिणाम करते.

महावीरांच्या मते, कोणताही निर्माता देवता नाही आणि अस्तित्वाला सुरुवात किंवा अंत नाही. जैन धर्मात देव आणि दानव अस्तित्वात आहेत, तथापि, ज्यांचे जीव जन्म आणि मृत्यूच्या एकाच चक्राचा एक भाग आहेत. अध्यात्मिक साधनेचे ध्येय जीवाला त्याच्या कर्माच्या संचयातून मुक्त करणे आणि सिद्धांच्या, आत्म्यांच्या क्षेत्रात प्रवेश करणे हे आहे. पुनर्जन्म. महावीरांना आत्मज्ञान हे आत्मसंवर्धन आणि आत्मसंयमाचे परिणाम आहे.

अनिकांतवदा

महावीरांनी अनिकान्तवादाचा सिद्धांत शिकवला (अनेक बाजूंनी वास्तव). हा शब्द अगदी सुरुवातीच्या जैन साहित्यात किंवा आगमांमध्ये दिसत नसला तरी, हा सिद्धांत महावीरांनी त्यांच्या अनुयायांनी विचारलेल्या प्रश्नांच्या उत्तरांमध्ये स्पष्ट केला आहे. सत्य आणि वास्तव गुंतागुंतीचे आहे, आणि अनेक पैलू आहेत. वास्तव अनुभवता येते, पण केवळ भाषेतून ते पूर्णपणे व्यक्त होणे अशक्य आहे; संवाद साधण्याचे मानवी प्रयत्न म्हणजे न्यास ("सत्याचे आंशिक अभिव्यक्ती"). भाषा ही सत्य नसून ती व्यक्त करण्याचे माध्यम आहे. सत्यातून, महावीरांच्या मते, भाषा परत येते-त्याच्या आसपास नाही. एखाद्या चवीचे "सत्य" अनुभवता येते, परंतु भाषेतून ती चव पूर्णपणे व्यक्त करता येत नाही. अनुभव व्यक्त करण्याचा कोणताही प्रयत्न वैध आहे "काही बाबतीत", परंतु तरीही एक "कदाचित, फक्त एक दृष्टीकोन, अपूर्ण". अध्यात्मिक सत्ये देखील जटिल आहेत, अनेक पैलूंसह, आणि भाषा त्यांची बहुलता व्यक्त करू शकत नाही; तथापि, ते प्रयत्न आणि योग्य कर्मांद्वारे अनुभवले जाऊ शकतात.

महावीरांच्या अनेकांतवाद सिद्धांताचा सारांश बौद्ध ग्रंथांमध्ये देखील आहे जसे की समनाफला सुत्त (ज्यामध्ये त्याला निगंथा नटपुट्ट म्हटले जाते), आणि महावीर आणि बुद्धांच्या शिकवणींमधील मुख्य फरक आहे. बुद्धाने "ते आहे" किंवा "ते नाही" या टोकाच्या गोष्टी नाकारून मध्यममार्ग शिकवला; महावीरांनी "ते आहे" आणि "ते नाही" या दोन्ही गोष्टींचा समंजसपणाने आणि "कदाचित" पात्रतेने स्वीकार केला.

जैन आगम असे सुचवतात की आधिभौतिक, तात्विक प्रश्नांची उत्तरे देण्याचा महावीरांचा दृष्टीकोन "पात्र होय" (स्यत) होता. या सिद्धांताची आवृत्ती प्राचीन भारतीय तत्त्वज्ञानाच्या अजीविका विद्यालयातही आढळते.

डुंडासच्या मते, अनेक जैनांनी अनिकांतवाद सिद्धांताचा अर्थ "सार्वभौमिक धार्मिक सहिष्णुता... बहुलता... आणि... इतर नैतिक, धार्मिक पदांवर सौम्य वृत्ती" असा केला आहे; तथापि, यामुळे जैन ऐतिहासिक ग्रंथ आणि महावीरांच्या शिकवणींचा गैरवापर होतो. महावीरांच्या "अनेक टोकदारपणा, अनेक दृष्टीकोन" या शिकवणी वास्तविकतेचे स्वरूप आणि मानवी अस्तित्वाविषयीची शिकवण आहे, प्राण्यांचा बळी देणे (किंवा अन्नासाठी त्यांची हत्या) किंवा "कदाचित योग्य" म्हणून अविश्वासू (किंवा इतर कोणत्याही सजीव) विरुद्ध हिंसाचार. जैन भिक्षू आणि नन्ससाठी पाच प्रतिज्ञा कठोर आवश्यकता आहेत, "कदाचित". , परंतु प्रत्येक धर्म "त्यांच्या प्रतिस्पर्ध्यांच्या ज्ञान प्रणाली आणि विचारसरणीवर अत्यंत टीका करत होता".

लिंग

जैन धर्मातील ऐतिहासिकदृष्ट्या विवादास्पद दृष्टिकोनाचे अंशतः श्रेय महावीर आणि त्यांच्या तपस्वी जीवनाला दिले जाते; त्यागाचे लक्षण (पाचवे व्रत, अपरिग्रह) म्हणून त्याने कपडे घातले नाहीत. स्त्री भक्त (साध्वी) तपस्याद्वारे पुरुष सेवक (साधू) ची आध्यात्मिक मुक्ती मिळवू शकते का यावर वाद होता.

दिगंबर पंथाचा (आकाश धारण केलेला) असा विश्वास होता की स्त्री पूर्णपणे संन्यास करू शकत नाही आणि आध्यात्मिक मुक्ती मिळवू शकत नाही; ती, उत्तम प्रकारे, नैतिक जीवन जगू शकते म्हणून ती एक पुरुष म्हणून पुनर्जन्म घेते. या मतानुसार, स्त्रियांना भिक्षूच्या पवित्रतेसाठी धोका म्हणून पाहिले जाते.

महावीरांनी स्त्री-पुरुष समानतेचा उपदेश केला होता. श्वेतांबरांनी महावीरांच्या शिकवणीचा अर्थ दोन्ही लिंगांना मोक्षाच्या (कैवल्य, अध्यात्मिक मुक्ती) च्या शक्यतेसह व्यभिचारी, तपस्वी जीवन जगण्यास प्रोत्साहित केले आहे.

पुनर्जन्म आणि अस्तित्वाचे क्षेत्र

पुनर्जन्म आणि अस्तित्वाची क्षेत्रे ही महावीरांची मूलभूत शिकवण आहे. आकरंग सूत्रानुसार, महावीरांचा असा विश्वास होता की जीवन असंख्य रूपांमध्ये अस्तित्वात आहे ज्यामध्ये प्राणी, वनस्पती, कीटक, पाणी, अग्नि आणि वारा यांचा समावेश होतो. त्यांनी शिकवले की साधूने यापैकी कोणत्याही (वनस्पतींसह) स्पर्श करणे किंवा त्रास देणे टाळावे आणि कधीही पोहू नका, आग लावू नका (किंवा विझवू नका) किंवा त्यांचे हात हवेत हलवू नका; अशा कृतींमुळे पदार्थाच्या त्या अवस्थेत राहणाऱ्या इतर प्राण्यांना इजा होऊ शकते.

महावीरांनी असा उपदेश केला की अस्तित्वाचे स्वरूप चक्रीय आहे, आणि आत्मा मृत्यूनंतर त्रिलोकात पुनर्जन्म घेतो - स्वर्गीय, नरक किंवा पृथ्वीवरील अस्तित्व आणि दुःख यापैकी एकामध्ये. मनुष्य पुनर्जन्म घेतो, एखाद्याच्या कर्मावर (क्रियांवर) अवलंबून

असतो. पृथ्वीवर किंवा स्वर्गीय (किंवा नरकमय) क्षेत्रात मानव, प्राणी, घटक, सूक्ष्मजंतू किंवा इतर स्वरूप. काहीही शाश्वत नाही; प्रत्येकजण (देव, राक्षस आणि पृथ्वीवरील प्राण्यांसह) मरतो आणि पुनर्जन्म घेतो, त्यांच्या मागील जन्मातील त्यांच्या कृतींवर आधारित. केवल ज्ञान (सर्वज्ञान) पर्यंत पोहोचलेल्या जिनांचा पुनर्जन्म होत नाही; ते सिद्धलोकात प्रवेश करतात, "परिपूर्ण लोकांचे क्षेत्र"

वारसा

महावीरांना चुकीने जैन धर्माचे संस्थापक म्हटले जाते, परंतु जैनांचा असा विश्वास आहे की 23 पूर्वीच्या तीर्थंकरांनी देखील त्याचे समर्थन केले होते. महावीरांना पार्श्वनाथाच्या वंशात त्यांचे आध्यात्मिक उत्तराधिकारी आणि श्रमण संघाचे अंतिम नेते म्हणून स्थान दिले जाते.

पार्श्वनाथाचा जन्म महावीरांच्या 273 वर्षापूर्वी झाला होता. पार्श्वनाथ, एक तीर्थंकर, ज्यांना आधुनिक पाश्चात्य इतिहासकार एक ऐतिहासिक व्यक्तिमत्त्व मानतात, ते सुमारे 8 व्या शतकात बीसीईमध्ये वास्तव्य करतात.जैन ग्रंथ असे सूचित करतात की महावीरांचे पालक पार्श्वनाथाचे भक्त होते. 6व्या शतकात जेव्हा महावीरांनी जैन समाजाचे पुनरुज्जीवन केले तेव्हा अहिंसा हा आधीच एक स्थापित, काटेकोरपणे पाळलेला नियम होता. पार्श्वनाथाच्या अनुयायांनी अहिंसा पाळण्याची शपथ घेतली; हे कर्तव्य त्यांच्या कौज्जम धम्माचा एक भाग होता.

दुंडासच्या मते, जैन मानतात की पार्श्वनाथाच्या वंशाचा महावीरांवर प्रभाव पडला. पार्श्वनाथ, "अडथळे दूर करणारा आणि वाचवण्याची क्षमता असलेला" म्हणून एक लोकप्रिय चिन्ह आहे; त्यांची प्रतिमा जैन मंदिराच्या भक्तीचा केंद्रबिंदू आहे. तीर्थंकरांपैकी, जैन प्रतिमाशास्त्राने महावीर आणि पार्श्वनाथांना सर्वाधिक साजरे केले आहे; मथुरा पुरातत्त्व स्थळावर सापडलेली शिल्पे इ.स.पू. 1ल्या शतकातील आहेत. मोरिझ विंटर्निट्झच्या मते, महावीर हे निगंथास (बेटी-लेस) म्हणून ओळखल्या जाणार्‍या विद्यमान जैन पंथाचे सुधारक मानले जाऊ शकतात, ज्याचा उल्लेख सुरुवातीच्या बौद्ध ग्रंथांमध्ये केला गेला आहे.443 बीसीई पूर्वीच्या बार्ली शिलालेखात विराय भागवते चतुरसिटी फुलदाणी ही ओळ आहे, ज्याचा अर्थ "त्याच्या 84 व्या वर्षी भगवान विरा यांना समर्पित" असा करता येईल.

सण

महावीरांशी संबंधित दोन प्रमुख वार्षिक जैन उत्सव म्हणजे महावीर जन्म कल्याणक आणि दिवाळी. महावीर जन्मकल्याणकादरम्यान, जैन महावीरांचा जन्म अवसर्पीचा २४वा आणि शेवटचा तीर्थंकर म्हणून साजरा करतात. महावीर जन्मकल्याणकादरम्यान, महावीरांच्या जीवनातील पाच शुभ घटना पुन्हा साकारल्या जातात. दिवाळी ही महावीरांची जयंती साजरी करते. निर्वाण, आणि हिंदू सण त्याच वेळी साजरा केला जातो. जैनांसाठी दिवाळी हे नवीन वर्ष आहे.

उपासना

समंतभद्राचे स्वयंभूस्तोत्र चोवीस तीर्थंकरांची स्तुती करते आणि त्यातील आठ श्लोक (गीते) महावीराची पूजा करतात.असा एक श्लोक असा आहे:

हे प्रभु जीना! सांसारिक अस्तित्त्वाचा महासागर (सा?सारा) ओलांडण्यासाठी संभाव्य इच्छूकासाठी आवश्यक असलेल्या आवश्यक गुणधर्मांचे स्पष्टीकरण देणारी तुमची शिकवण, या कलहग्रस्त काळामध्येही (पंचम काल) सर्वोच्च राज्य करते. जगात प्रसिद्ध असलेल्या तथाकथित देवतांना अमान्य करून सर्व दोषांचे चाबूक निष्प्रभ करणारे कर्तृत्ववान ऋषी, तुझ्या शिकवणीची पूजा करतात.

सामंतभद्राची युक्त्यानुसासन ही ६४ श्लोकांची कविता आहे जी महावीरांची स्तुती करते.

आयकॉनोग्राफी

महावीर प्रतिमाशास्त्र हे त्याच्या पायाखाली सिंहाचा शिक्का (किंवा कोरलेल्या) द्वारे ओळखले जाते; त्याच्या छातीवर श्रीवत्स आहे.

महावीर हे सहसा बसलेल्या (किंवा उभे) ध्यानाच्या स्थितीत चित्रित केले जातात, त्यांच्या खाली सिंहाचे चिन्ह असते; प्रत्येक तीर्थकराचे एक वेगळे प्रतीक असते, जे उपासकांना समान मूर्ती ओळखण्यास अनुमती देते. महावीरांचे सिंह चिन्ह सहसा त्यांच्या पायांच्या खाली कोरलेले असते. सर्व तीर्थंकरांप्रमाणे, त्यांना शेतांबर परंपरेत श्रीवत्सासह चित्रित केले आहे. बौद्ध, हिंदू आणि जैन धर्मात योगाची मुद्रा अतिशय सामान्य आहे. प्रत्येक परंपरेत एक विशिष्ट शुभ छाती चिन्ह आहे जे भक्तांना त्यांच्या धर्मशास्त्रासाठी प्रतीकात्मक प्रतीक म्हणून ध्यान करणारी मूर्ती ओळखू देते. प्राचीन आणि मध्ययुगीन जैन कलाकृतींमध्ये अनेक श्रीवास्तव आढळतात आणि ते बौद्ध किंवा हिंदू कलाकृतींमध्ये आढळत नाहीत. आणि दिगंबर परंपरेत डोळे विस्फारलेले, तर शेतांबर परंपरेत ते खुले आहे.

महावीरांची सर्वात जुनी प्रतिमा मथुरा या उत्तर भारतीय शहरातील पुरातत्त्वीय स्थळांवरून आहे, जी 1 ली शतक ते CE 2 या शतकातील आहे. त्यांच्या छातीवर श्रीवत्स चिन्ह आणि त्यांची ध्यान-मुद्रा कुषाण साम्राज्य-काळातील कलाकृतींमध्ये दिसते. दिगंबरा आणि श्वेतांबर परंपरेतील महावीरांच्या चित्रणातील फरक CE 5 व्या शतकाच्या उत्तरार्धात दिसून येतो. जॉन कॉर्टच्या मते, शिलालेखांसह जीना प्रतिमाशास्त्राचा सर्वात जुना पुरातत्त्व पुरावा त्याच्या डेटायोग्य ग्रंथांपूर्वी 250 वर्षांहून अधिक आहे.

महावीरांच्या अनेक प्रतिमा 12 व्या शतकातील आणि त्यापूर्वीच्या आहेत; तमिळनाडूच्या थेनी जिल्ह्यातील सुंदरजापुरम येथील गुहेत एक प्राचीन शिल्प सापडले. चेन्नईतील जैन विद्वान के. अजितदोस यांनी ते ९व्या शतकात सांगितले.

जीवंतस्वामी हे महावीरांचे राज्य म्हणून प्रतिनिधित्व करतात. जीना हे मुकुट आणि दागिने परिधान केलेल्या कयोत्सर्ग पोझमध्ये उभे असल्याचे दर्शवले जाते.

मंदिरे

ऋषभनाथ, पार्श्वनाथ, नेमिनाथ आणि शांतीनाथ यांच्यासोबत; महावीर हे पाच तीर्थंकरांपैकी एक आहेत जे जैनांमध्ये सर्वात जास्त भक्ती पूजेला आकर्षित करतात.

भारतातील विविध जैन मंदिर संकुलात त्यांची वैशिष्ट्ये आहेत आणि ही जैन धर्मातील महत्त्वाची तीर्थक्षेत्रे आहेत. उदाहरणार्थ, पावपुरी हा दक्षिण बिहारचा एक डोंगराळ भाग आहे, असे मानले जाते की 24 पैकी 23 तीर्थंकरांनी ऋषभांसह उपदेश केला. जॉन कॉर्टच्या मते, ओसियन, जोधपूर, राजस्थान येथील महावीर मंदिर आहे. पश्चिम भारतातील सर्वात जुने जैन मंदिर; ते ८ व्या शतकाच्या उत्तरार्धात बांधले गेले. महत्त्वाच्या महावीर मंदिर संकुलांमध्ये पावपुरीतील जलमंदिर, त्रैलोक्यनाथ मंदिर, मेगुती जैन मंदिर, कुंभरिया महावीर मंदिर, संकीघट्टा, मुच्छाल महावीर मंदिर, भंडवपूर जैन तीर्थ, दिमापूर जैन मंदिर, कश्मीर मंदिर आणि जैन मंदिर यांचा समावेश होतो.

20
संत तुलसीदास

संत तुलसीदास

Scan for Story Videos - www.itibook.com

तुलसीदास (गोस्वामी तुलसीदास म्हणूनही ओळखले जाते; 1546–1623) हे रामानंदी वैष्णव हिंदू संत आणि कवी होते, जे रामाच्या भक्तीसाठी प्रसिद्ध होते. त्यांनी संस्कृत आणि अवधीमध्ये अनेक लोकप्रिय कामे लिहिली, परंतु हनुमान चालिसाचे लेखक आणि रामचरितमानस या महाकाव्याचे लेखक म्हणून ओळखले जाते, जे स्थानिक अवधीमध्ये रामाच्या जीवनावर आधारित संस्कृत रामायणाचे पुनर्लेखन आहे.

तुलसीदासांनी आपले बहुतेक आयुष्य वाराणसी आणि अयोध्या शहरात व्यतीत केले.5 वाराणसीतील गंगा नदीवरील तुळशी घाटाचे नाव त्यांच्या नावावर आहे.3 त्यांनी वाराणसीमध्ये भगवान हनुमानाला समर्पित संकटमोचन मंदिराची स्थापना केली, ज्या ठिकाणी ते उभे होते असे मानले जाते. देवतेचे दर्शन होते. तुलसीदासांनी रामलीला नाटके सुरू केली, रामायणाचे लोक-नाट्य रूपांतर.

हिंदी, भारतीय आणि जागतिक साहित्यातील एक महान कवी म्हणून त्यांची ख्याती आहे. तुलसीदास आणि त्यांच्या कलाकृतींचा भारतातील कला, संस्कृती आणि समाजावर प्रभाव व्यापक आहे आणि आजपर्यंत स्थानिक भाषेत, रामलीला नाटके, हिंदुस्थानी शास्त्रीय संगीत, लोकप्रिय संगीत आणि दूरदर्शन मालिका.

लिप्यंतरण आणि व्युत्पत्ती

तुलसीदासांचे संस्कृत नाव दोन प्रकारे लिप्यंतरित केले जाऊ शकते. मूळ संस्कृतचा वापर करून हे नाव तुलसीदास असे लिहिले आहे. हंटेरियन लिप्यंतरण प्रणाली वापरून, ते तुलसीदास किंवा तुलसीदास असे लिहिले जाते जे स्थानिक उच्चार प्रतिबिंबित करतात (कारण लिखित भारतीय भाषांमध्ये उच्चार होत नसलेली वेस्टिजीअल अक्षरे आहेत). हरवलेले स्वर हे इंडो-आर्यन भाषांमधील श्वा डिलीशनचे एक पैलू आहेत आणि ते प्रदेशांनुसार बदलू शकतात. हे नाव दोन संस्कृत शब्दांचे संयुग आहे: तुळशी, जी वैष्णव (देव विष्णूचे भक्त आणि राम सारखे त्याचे अवतार) द्वारे शुभ मानल्या जाणाऱ्या तुळशीच्या वनस्पतीची भारतीय प्रजाती आहे, आणि दास, ज्याचा अर्थ दास किंवा सेवक आणि विस्ताराने, भक्त.

स्रोत

खुद्द तुलसीदासांनी आपल्या जीवनातील घटनांबद्दल केवळ काही तथ्ये आणि सूचना विविध कामांमध्ये दिल्या आहेत. एकोणिसाव्या शतकाच्या उत्तरार्धापर्यंत, तुलसीदासांच्या जीवनावरील दोन मोठ्या प्रमाणावर ज्ञात प्राचीन स्रोत म्हणजे 1583 ते 1639 दरम्यान नाभादासांनी रचलेले भक्तमाल आणि 1712. मध्ये प्रियदासांनी रचलेले भक्तिरसबोधिनी नावाचे भक्तमालवरील भाष्य हे तुलसीदासांचे समकालीन होते आणि तुलसीदासांनी लिहिलेले सहा-सहा लेखक होते. तुलसीदासांचा वाल्मिकीचा अवतार म्हणून वर्णन करणारा श्लोक. प्रियदासचे कार्य तुलसीदासांच्या मृत्यूनंतर सुमारे शंभर वर्षांनी रचले गेले आणि त्यात तुलसीदासांच्या जीवनातील सात चमत्कार किंवा आध्यात्मिक अनुभवांचे वर्णन करणारे अकरा अतिरिक्त श्लोक आहेत.1920 च्या दशकात, जुन्या हस्तलिखितांवर आधारित तुलसीदासांची आणखी दोन प्राचीन चरित्रे प्रकाशित झाली – 1630 मध्ये वेणी माधव दास यांनी रचलेले मूल गोसाई चरित आणि 1770. च्या सुमारास दासानिदास (भवानीदास म्हणून ओळखले जाते) यांनी रचलेले गोसाई चरित वेणी माधव दास हे तुलसीदासांचे शिष्य आणि समकालीन होते आणि त्यांच्या कार्याने तुलसीदासांच्या जन्माची नवीन तारीख दिली. प्रियदासांच्या कार्याच्या तुलनेत भवानीदासांच्या कार्याने अधिक तपशीलवार वर्णने सादर केली. 1950 मध्ये 1624. मध्ये वाराणसीच्या कृष्णदत्त मिश्रा यांनी रचलेली गौतम चंद्रिका, जुन्या हस्तलिखितावर आधारित पाचवे प्राचीन खाते प्रकाशित झाले. कृष्णदत्त मिश्राचे वडील तुलसीदासांचे जवळचे सहकारी होते. काही आधुनिक विद्वानांनी नंतर प्रकाशित केलेली खाती अस्सल मानली जात नाहीत, तर काही इतर विद्वान त्यांना नाकारण्यास तयार नाहीत. या पाच कलाकृती एकत्रितपणे पारंपारिक चरित्रांचा एक संच तयार करतात ज्यावर तुलसीदासांची आधुनिक चरित्रे आधारित आहेत.

वाल्मिकीचा अवतार

तो वाल्मिकीचा पुनर्जन्म असल्याचे अनेकांच्या मते. हिंदू धर्मग्रंथ भविष्योत्तर पुराणात, देवता शिव आपली पत्नी पार्वतीला सांगतात की हनुमानाकडून प्रादेशिक भाषेत रामाचा महिमा गाण्याचे वरदान मिळालेला वाल्मिकी भविष्यात कसा अवतार घेईल. कलियुगात

(वर्तमान आणि शेवटचे युग किंवा चार युगांच्या चक्रातील युग).

एका पारंपरिक वृत्तानुसार, हनुमान वाल्मिकीकडे रामायण गाताना अनेक वेळा गेले, परंतु वाल्मिकींनी हे सांगून विनंती नाकारली की हनुमान हा वानर असल्याने महाकाव्य ऐकण्यास योग्य नाही. रामाने रावणावर विजय मिळवल्यानंतर, हनुमान वाल्मिकीकडे गेले. रामाची पूजा चालू ठेवण्यासाठी हिमालय. तेथे त्याने रामायणाची महानटक किंवा हनुमान नाटक नावाची नाटक आवृत्ती लिहिली ज्याचे नखे वापरून हिमालयातील खडकांवर कोरले गेले. वाल्मिकींनी हनुमानाने लिहिलेले नाटक पाहिले तेव्हा त्याला असे वाटले की महानटकाच्या सौंदर्यामुळे त्याच्याच रामायणाचे ग्रहण होईल. वाल्मिकीच्या मन:स्थितीमुळे हनुमान दु:खी झाले आणि वैभवाची इच्छा न ठेवता खरा भक्त असल्याने हनुमानाने सर्व खडक समुद्रात टाकले, त्यातील काही भाग आज हनुमान नाटक म्हणून उपलब्ध असल्याचे मानले जाते. यानंतर, वाल्मिकींना सूचना देण्यात आल्या. हनुमानाने तुलसीदास म्हणून जन्म घेतला आणि स्थानिक भाषेत रामायण रचले.

प्रारंभिक जीवन

तुलसीदासांचा जन्म शुक्ल पक्षाच्या सातव्या दिवशी, चंद्र हिंदू कॅलेंडर महिन्याच्या श्रावण (जुलै-ऑगस्ट) च्या अर्ध्या अर्ध्या दिवशी झाला. हे ग्रेगोरियन कॅलेंडरच्या 1 ऑगस्ट 1511 शी संबंधित आहे. त्यांचे जन्मस्थान म्हणून तीन ठिकाणांचा उल्लेख असला तरी, बहुतेक विद्वानांनी ते ठिकाण सूकर क्षेत्र सोरॉन, उत्तर प्रदेशातील कासगंज जिल्हा, गंगा नदीच्या काठी असलेले शहर ओळखले आहे. 2012 मध्ये सुकरखेत सोरोन हे उत्तर प्रदेश सरकारने तुलसी दास यांचे जन्मस्थान म्हणून अधिकृतपणे घोषित केले. त्यांचे पालक हुलसी आणि आत्माराम दुबे होते. बहुतेक स्रोत त्यांना भारद्वाज गोत्र (वंशातील) संध्या ब्राह्मण म्हणून ओळखतात, जरी काही स्रोत दावा करतात की ते कान्यकुब्ज किंवा सर्युपरेन ब्राह्मण होते.

तुलसीदासांच्या जन्मवर्षाबाबत चरित्रकारांमध्ये मतभेद आहेत. अनेक स्रोत मूल गोसाई चरितातील वेणी माधव दास यांच्या लेखावर अवलंबून असतात, जे तुलसीदासांच्या जन्माचे वर्ष विक्रमी संवत १५५४ देते. या स्रोतांमध्ये शिवलाल पाठक, रामचरितमानसच्या लोकप्रिय आवृत्या (गीता प्रेस, नवलकिशोर प्रेस) यांचा समावेश आहे. आणि व्यंकटेश्वर प्रेस), एडविन ग्रीव्हज, हनुमान प्रसाद पोद्दार, रामानंद सरस्वती, अयोध्यानाथ शर्मा, रामचंद्र शुक्ल, नारायणदास आणि रामभद्राचार्य. सोरॉनचे गोस्वामी तुलसीदास आणि सर जॉर्ज ग्रीअरसन यांच्या नेतृत्वाखालील चरित्रकारांचा दुसरा गट विक्रम (११५६) म्हणून वर्ष देतो. CE.430 या चरित्रकारांमध्ये रामकृष्ण गोपाल भांडारकर, रामघुलाम द्विवेदी, जेम्स लॉचटेफेल्ड, स्वामी शिवानंद आणि इतरांचा समावेश आहे. 1497 हे वर्ष भारतातील आणि लोकप्रिय संस्कृतीतील अनेक वर्तमानकाळातील चरित्रांमध्ये दिसते. या वर्षाशी असहमत असलेल्या चरित्रकारांचा असा युक्तिवाद आहे की यामुळे तुलसीदासांचे आयुष्य 126 वर्षे इतके आहे, जे त्यांच्या मते अशक्य नसले तरी अशक्य आहे. याउलट, रामचंद्र शुक्ल

म्हणतात की तुलसीदासांसारख्या महात्मा (महात्म्यासाठी) 126 वर्षांचे वय अशक्य नाही. भारत सरकार आणि प्रांतीय सरकारांनी तुलसीदासांची 500 वी जयंती 2011 CE मध्ये, लोकप्रिय संस्कृतीत तुलसीदासांच्या जन्माच्या वर्षानुसार साजरी केली.

बालपण

बारा महिने पोटात राहिल्यानंतर तुलसीदासाचा जन्म झाला, जन्मतःच त्याच्या तोंडात सर्व बत्तीस दात होते, त्याची तब्येत आणि दिसणे पाच वर्षांच्या मुलासारखे होते, आणि तो रडला नाही, अशी आख्यायिका आहे. त्याच्या जन्माची वेळ पण त्याऐवजी राम उच्चारला. म्हणून त्याचे नाव रामबोला (अक्षरशः, ज्याने राम उच्चारले), जसे तुलसीदास स्वतः विनय पत्रिकेत सांगतात. मूल गोसाई चरितानुसार, त्यांचा जन्म अभुक्तमुला नक्षत्राखाली झाला होता. ज्योतिषाला (हिंदू ज्योतिषशास्त्र) वडिलांच्या जीवाला तत्काळ धोका निर्माण होतो. जन्माच्या वेळी झालेल्या अशुभ घटनांमुळे, चौथ्या रात्री त्याला त्याच्या आई-वडिलांनी सोडून दिले होते, चुनियासोबत पाठवले होते (काही स्त्रोत तिला मुनिया म्हणतात.), हुलसीची एक महिला सेवक. कवितावली आणि विनयपत्रिका या ग्रंथात तुलसीदास त्याच्या आईवडिलांनी एका अशुभ ज्योतिषीय संरचनेमुळे जन्मानंतर त्यांना सोडून दिल्याचे साक्ष देतात.

चुनियाने मुलाला तिच्या हरिपूर गावात नेले आणि साडेपाच वर्ष त्याची काळजी घेतली आणि त्यानंतर ती मरण पावली. रामबोला एक गरीब अनाथ म्हणून स्वतःचा उदरनिर्वाह करण्यासाठी उरला होता आणि भिक्षा मागण्यासाठी घरोघरी फिरत होता. हे आहे. देवी पार्वतीने ब्राह्मण स्त्रीचे रूप धारण केले आणि दररोज रामबोला खाऊ घातले असे मानले जाते.

गुरूंकडून दीक्षा आणि विद्या

वयाच्या सहाव्या वर्षी, रामबोलाला रामानंदांच्या मठातील वैष्णव तपस्वी नरहरीदास यांनी दत्तक घेतले होते, जे रामानंदांचे चौथे शिष्य, किंवा पर्यायाने अनंताचार्यांचे शिष्य मानले जातात. रामबोलाला विरक्त दीक्षा (वैरागी दीक्षा) देण्यात आली होती. तुलसीदासाच्या नवीन नावाने. विनयपत्रिकेतील एका उताऱ्यात तुलसीदासांनी आपल्या गुरूसोबतच्या पहिल्या भेटीत झालेला संवाद कथन केला आहे.ते सात वर्षांचे असताना त्यांचे उपनयन ("पवित्र धागा समारंभ") नरहरीदासांनी केले होते. माघ महिन्याच्या तेजस्वी अर्ध्या (जानेवारी-फेब्रुवारी) च्या पाचव्या दिवशी, अयोध्या येथे, रामाशी संबंधित तीर्थक्षेत्र. तुलसीदासांनी अयोध्येत शिकायला सुरुवात केली. काही काळानंतर, नरहरीदास त्याला एका विशिष्ट वराह क्षेत्र सोरोन (वराहला समर्पित मंदिर असलेले एक पवित्र स्थान - विष्णूचा वराह अवतार) येथे घेऊन गेला, जिथे त्याने प्रथम तुलसीदासांना रामायण सांगितले.33 तुलसीदासांनी रामचरितमानसमध्ये याचा उल्लेख केला आहे.

देवनागरी

माई पुन्हा निज गुरा सना सुनी कथा सो सुकरखेता ?

समजून नाही? तस बालपण तब आती राहु?

आणि मग, मी सुकरखेत (वराह क्षेत्र) सोरॉनमध्ये माझ्या गुरूंकडून तीच कथा ऐकली. तेव्हा मला ते समजले नाही, कारण मी लहानपणापासून पूर्णपणे अज्ञानी होतो.

रामचरितमानस

बहुतेक लेखक तुलसीदासांनी संदर्भित केलेले वराह क्षेत्र हे सूकरक्षेत्रासह ओळखतात, आधुनिक काळातील कासगंजमधील सोरॉन वराह क्षेत्र आहे, तुलसीदास पुढे रामचरितमानसमध्ये नमूद करतात की त्यांच्या गुरूंनी त्यांना रामायण वारंवार सांगितले, ज्यामुळे त्यांना ते काही प्रमाणात समजले.

तुलसीदास नंतर वाराणसी या पवित्र शहरात आले आणि वाराणसीतील पंचगंगा घाटावर असलेल्या गुरु शेष सनातन यांच्याकडून १५-१६ वर्षांच्या कालावधीत संस्कृत व्याकरण, चार वेद, सहा वेदांग, ज्योतिषा आणि हिंदू तत्त्व ज्ञानाच्या सहा शाळांचा अभ्यास केला. शेष सनातन हे नरहरीदासांचे मित्र आणि साहित्य आणि तत्त्वज्ञानाचे प्रसिद्ध अभ्यासक होते.

विवाह आणि त्याग

तुलसीदासांच्या वैवाहिक स्थितीबद्दल दोन विरोधाभासी विचार आहेत. तुलसीप्रकाश आणि इतर काही ग्रंथांनुसार, तुलसीदासाचा विवाह कार्तिक महिन्याच्या (ऑक्टोबर-नोव्हेंबर) अकराव्या दिवशी विक्रम १५८९ (१५३२) मध्ये रत्नावलीशी झाला होता. रत्नावली ही दीनबंधू पाठक यांची कन्या होती. वशिष्ठ गोत्रातील ब्राह्मण, जो कासगंज जिल्ह्यातील बदरिया गावातील होता. त्यांना तारक नावाचा मुलगा होता जो लहानपणीच मरण पावला. एकदा तुलसीदास हनुमानाच्या मंदिरात गेले असता, रत्नावली तिच्या भावासोबत वडिलांच्या घरी गेली. जेव्हा तुलसीदासांना हे कळले तेव्हा तो आपल्या पत्नीला भेटण्यासाठी रात्री यमुना नदीच्या पलीकडे पोहत गेला. रत्नावलीने यासाठी तुलसीदासांना चिडले आणि असे म्हटले की जर तुलसीदास तिच्या रक्ताच्या मांसाप्रमाणे अर्धाही देवाला समर्पित असेल तर. त्याची सुटका झाली असती. तुलसीदास तिला त्वरित सोडून पवित्र नगरी प्रयागला निघून गेले. येथे, त्यांनी गृहस्थ (गृहस्थ जीवन) चा त्याग केला आणि साधू (हिंदू तपस्वी) बनले.

काही लेखक तुलसीदासांच्या विवाह प्रकरणाला नंतरचे प्रक्षेपण मानतात आणि ते एक पदवीधर होते असे मानतात. त्यात रामभद्राचार्य यांचा समावेश होतो, ज्यांनी विनयपत्रिका आणि हनुमान बाहुकामधील दोन श्लोकांचा उल्लेख केला आहे याचा अर्थ तुलसीदासांनी कधीही लग्न केले नाही आणि ते लहानपणापासूनच साधू होते.

नंतरचे आयुष्य

तुलसीदासाचे आश्रयदाता राम (मध्यभागी) पत्नी सीतासह त्यांच्या डावीकडे आणि भाऊ लक्ष्मण उजवीकडे, तर हनुमान आपल्या प्रभूला नमन करतो.

त्यागानंतर, तुलसीदासांनी आपला बहुतेक वेळ वाराणसी, प्रयाग, अयोध्या आणि चित्रकुट येथे घालवला परंतु इतर अनेक जवळच्या आणि दूरच्या ठिकाणी भेट दिली.

त्यांनी भारतभर अनेक ठिकाणी प्रवास केला, विविध लोकांचा अभ्यास केला, संत आणि साधूंना भेटले आणि ध्यान केले. मूल गोसाई चरितात हिंदूंच्या चार तीर्थक्षेत्रे (बद्रीनाथ, द्वारका, पुरी आणि रामेश्वरम) आणि हिमालयातील त्यांच्या प्रवासाची माहिती दिली आहे. त्यांनी सध्याच्या तिबेटमधील मानसरोवर तलावाला भेट दिली, जेथे परंपरेनुसार त्यांनी काकभुशुंडीचे दर्शन (दृष्टी) घेतली, कावळा जो रामचरितमानसातील चार कथाकारांपैकी एक आहे.

हनुमानाचे दर्शन

हनुमान आणि राम यांची समोरासमोर भेट झाल्याचे तुलसीदासांनी अनेक ठिकाणी संकेत दिले आहेत. ४६५० हनुमान आणि राम यांच्या भेटीचा तपशील प्रियदासच्या भक्तिरसबोधिनीमध्ये दिलेला आहे. ५१ प्रियदासच्या अहवालानुसार, तुलसीदास नेहमी वाराणसीच्या बाहेरच्या जंगलात त्याच्या सकाळच्या पाण्याचे भांडे घेऊन प्रसरण करा. शहरात परतल्यावर ते उरलेले पाणी ठराविक झाडाला अर्पण करायचे. यामुळे प्रेताची तहान शमली (एक प्रकारचा भूत ज्याला पाण्याची तहान असते असे मानले जाते), जो तुलसीदासांना प्रकट झाला आणि त्याला वरदान दिले. ५१५२ तुलसीदास म्हणाले की त्यांना रामाला डोळ्यांनी पाहण्याची इच्छा आहे, ज्यावर प्रीताने उत्तर दिले की ते त्याच्या पलीकडे होते. तथापि, प्रेताने सांगितले की ते तुलसीदासांना हनुमानाचे मार्गदर्शन करू शकतात, जे तुलसीदासांनी मागितलेले वरदान देऊ शकतात. प्रेताने तुलसीदासांना सांगितले की हनुमान दररोज कुष्ठरोग्याच्या वेशात त्यांची कथा ऐकण्यासाठी येतात, ते प्रथम येतात आणि शेवटचे निघतात.

त्या संध्याकाळी तुलसीदासांनी नमूद केले की त्यांच्या प्रवचनाला येणारा पहिला श्रोता एक वृद्ध कुष्ठरोगी होता, जो संमेलनाच्या शेवटी बसला होता. कथा संपल्यानंतर तुलसीदास शांतपणे कुष्ठरोग्याच्या मागे जंगलात गेले. जंगलात, संकटमोचन मंदिर ज्या ठिकाणी आज उभे आहे, तुळशीदास कुष्ठरोग्याच्या पाया पडून "मला माहित आहे तू कोण आहेस" आणि "तू माझ्यापासून सुटू शकत नाहीस" असे ओरडले. धीर नाही. तेव्हा कुष्ठरोग्यांनी आपले हनुमानाचे मूळ रूप प्रकट केले आणि तुलसीदासांना आशीर्वाद दिला. वरदान मिळाल्यावर तुलसीदासांनी हनुमानाला सांगितले की त्याला रामाला समोरासमोर बघायचे आहे. हनुमानाने त्याला चित्रकूटात जाण्यास सांगितले जेथे तो रामाला स्वतःच्या डोळ्यांनी पाहू शकेल.

रामचरितमानसाच्या सुरुवातीला तुलसीदास एका विशिष्ट प्रेताला नमन करतात आणि त्याची कृपा मागतात (रामचरितमानस, दोहा १.७). रामभद्राचार्यांच्या मते, ही तीच प्रेता आहे ज्याने तुलसीदासांना हनुमानाकडे नेले.

रामाचे दर्शन

प्रियदासच्या अहवालानुसार, तुलसीदासांनी हनुमानाच्या सूचनेचे पालन केले आणि चित्रकूट धाममधील रामघाट येथील आश्रमात राहू लागले. एके दिवशी तुलसीदास

कामदगिरी पर्वताची परिक्रमा (परिक्रमा) करण्यासाठी गेले. त्याने दोन राजपुत्र पाहिले, एक गडद आणि दुसरा गोरा, हिरवे वस्त्र परिधान केलेले, घोड्यावर स्वार होऊन जाताना. ते पाहून तुलसीदास आनंदित झाले, परंतु तो त्यांना ओळखू शकला नाही आणि त्याने त्यांची नजर हटवली. नंतर हनुमानाने तुलसीदासाला विचारले की त्याने राम आणि त्याचा भाऊ लक्ष्मण यांना घोड्यावर पाहिले आहे का? तुलसीदास निराश आणि पश्चाताप झाला. हनुमानाने तुलसीदासांना आश्वासन दिले की दुसऱ्या दिवशी सकाळी पुन्हा एकदा रामाचे दर्शन घडेल. तुलसीदास गीतावलीतील एका गाण्यात ही घटना आठवतात आणि जमिनीवर स्थिर राहून "आपल्या डोळ्यांनी स्वतःच्या शत्रूंना कसे वळवले" आणि सर्व काही कसे घडले याबद्दल खेद व्यक्त केला. a trice.46 दुसऱ्या दिवशी सकाळी, बुधवारी, माघ महिन्याच्या अमावस्या दिवशी, विक्रम 1607 (1551 CE) किंवा 1621 (1565 CE) काही स्त्रोतांनुसार, रामाने पुन्हा एकदा तुलसीदासांना बालपणात दर्शन दिले. तुलसीदास चंदनाची पेस्ट बनवत असताना एक लहान मूल आले आणि त्यांनी चंदनाचे तिलक (कपाळावर धार्मिक चिन्ह) मागितले. यावेळी हनुमानाने तुलसीदासांना इशारा दिला आणि त्यांना रामाचे पूर्ण दर्शन झाले. तुलसीदास इतका मोहित झाला की तो चंदनाचा विसर पडला. रामाने चंदनाची पेस्ट घेतली आणि अदृश्य होण्यापूर्वी स्वतःच्या कपाळावर आणि तुळशीदासांच्या कपाळावर एक तिलक लावला. या प्रसिद्ध घटनेचे श्लोकात वर्णन केले आहे.

विनयपत्रिकेतील एका श्लोकात, तुलसीदास एका विशिष्ट "चित्रकुटातील चमत्कार" बद्दल सांगतात आणि त्यांनी चित्रकुट येथे त्यांच्यासाठी जे काही केले त्याबद्दल रामाचे आभार मानले आहेत. काही चरित्रकारांनी असा निष्कर्ष काढला आहे की चित्रकुटातील रामाचे कृत्य म्हणजे तुलसीदासांनी उल्लेख केलेले रामाचे दर्शन.

याज्ञवल्क्य आणि भारद्वाजाचे दर्शन

विक्रम १६२८ (१५७२) मध्ये, तुलसीदास चित्रकुटातून प्रयागला निघून गेले जेथे ते माघ मेळ्यादरम्यान (जानेवारीतील वार्षिक जत्रा) थांबले होते. मेळा संपल्यानंतर सहा दिवसांनी त्यांनी वटवृक्षाखाली याज्ञवल्क्य आणि भारद्वाज ऋषींचे दर्शन घेतले. रामचरितमानसातील चार संवादांपैकी एका संवादात याज्ञवल्क्य वक्ता आणि भारद्वाज श्रोता. तुलसीदास याज्ञवल्क्य आणि भारद्वाज यांच्या भेटीचे वर्णन करतात. रामचरितमानसातील माघ मेळा उत्सवानंतर भारद्वाजा, याच सभेत याज्ञवल्क्य भारद्वाजाला रामचरितमानस सांगतात.

गुणविशेष चमत्कार

एक मुघल राजपुत्र तुलसीदासांना भेटतो. उदयपूर, मेवाड येथील 18 व्या शतकाच्या सुरुवातीच्या सिसोदिया घराण्याचे चित्र.

तुलसीदासांबद्दलच्या बहुतेक कथा अपोक्रिफिक आहेत आणि तोंडी शब्दाने पुढे नेल्या गेल्या आहेत. त्यांपैकी एकही तुलसीशी संबंधित नव्हता, त्यामुळे सत्य आणि काल्पनिक कथांपासून वेगळे करणे कठीण होते. प्रियदासच्या चरित्रात, तुलसीदासांना चमत्कार

करण्याच्या सामर्थ्याचे श्रेय दिले जाते. अशाच एका चमत्कारात त्यांनी मृत ब्राह्मणाला जिवंत केले असे मानले जाते. ब्राह्मणाला अंत्यसंस्कारासाठी नेले जात असताना त्यांची विधवा तुलसीदासांना नतमस्तक झाली. वाटेत तिला सौभाग्यवती (एक स्त्री जिचा नवरा जिवंत आहे) असे संबोधले. विधवेने तुलसीदासांना सांगितले की तिचा नवरा नुकताच मरण पावला आहे, त्यामुळे त्याचे शब्द खरे ठरू शकत नाहीत. तुलसीदास म्हणाले की हा शब्द त्याच्या ओठांवरून गेला आहे आणि म्हणून तो म्हणाला. मृत माणसाला जिवंत करा. त्यांनी उपस्थित प्रत्येकाला डोळे मिटण्यास सांगितले आणि भगवान रामाचे नाव उच्चारले, असे केल्याने मृत ब्राह्मण पुन्हा जिवंत झाला.

तुलसीदासांना त्यांच्या हयातीत संस्कृतमधील मूळ रामायणाचे रचनाकार वाल्मिकी यांचा पुनर्जन्म म्हणून गौरवण्यात आले. ते हनुमान चालिसाचे संगीतकार, हनुमान, माकड देव आणि दैवी भक्त यांना समर्पित लोकप्रिय भक्ती स्तोत्र म्हणूनही ओळखले जाते. भगवान रामाचे.

प्रियदासने वर्णन केलेल्या दुसर्‍या चमत्कारात, मुघल सम्राट अकबराने तुलसीदासांना मृत माणसाला जिवंत केल्याचे ऐकून बोलावून घेतले. तुलसीदासने जाण्यास नकार दिला कारण तो त्याचे श्लोक तयार करण्यात खूप मग्न होता परंतु नंतर त्याला जबरदस्तीने अकबरासमोर आणण्यात आले. चमत्कार करण्यास सांगितले, तुलसीदासांनी "हे खोटे आहे, मला फक्त राम माहित आहे" असे सांगून नकार दिला. सम्राटाने तुलसीदासांना फतेहपूर सिक्री येथे कैद केले, "आम्ही या रामाला पाहू." तुलसीदासांनी अकबराला नतमस्तक होण्यास नकार दिला आणि हनुमानाच्या स्तुतीसाठी एक श्लोक तयार केला आणि चाळीस दिवस (हनुमान चालीसा) चा उच्चार केला आणि अचानक माकडांची एक सेना अकबरावर उतरली. फतेहपूर सिक्रीच्या सर्व कानाकोपऱ्यात शहर आणि कहर झाला, प्रत्येक घरात आणि बादशहाच्या हरममध्ये प्रवेश करून, लोकांना ओरबाडत आणि तटबंदीवरून विटा फेकल्या. एका वृद्ध हाफिजने बादशाहाला सांगितले की हा कैदेत असलेल्या फकीराचा चमत्कार आहे. बादशाह खाली पडला. तुलसीदासांच्या पायांनी त्याला सोडले आणि माफी मागितली. तुलसीदासांनी माकडांचा त्रास थांबवला आणि सम्राटाला ते ठिकाण सोडण्यास सांगितले. सम्राट सहमत झाला आणि दिल्लीला परत गेला. जेव्हापासून अकबर तुलसीदासाचा जवळचा मित्र बनला आणि त्याने एक फर्मान देखील दिले की भगवान राम, भगवान हनुमान आणि इतर हिंदूंच्या अनुयायांना त्याच्या राज्यात त्रास देऊ नये.

प्रियदासने वृंदावन येथे तुलसीदासांचा एक चमत्कार सांगितला, जेव्हा त्याने कृष्णाच्या मंदिराला भेट दिली.५९६७ जेव्हा त्याने कृष्णाच्या मूर्तीला नमस्कार करायला सुरुवात केली तेव्हा परशुराम नावाच्या मंदिराच्या महंताने तुलसीदासाची परीक्षा घेण्याचे ठरवले. त्यांनी तुलसीदासांना सांगितले की जो कोणी त्यांच्या इष्ट देवता (देवतेचे पूजनीय रूप) सोडून इतर कोणत्याही देवतेला नमन करतो तो मूर्ख आहे, कारण तुलसीदासांची इष्ट देवता ही राम होती.

देवनागरी

छबी अजुकी भले बने हो नाथा ?

तुलसी मस्तका तब नवी धरो धनू? सारा हाथ?

हे परमेश्वरा, मी आजच्या वैभवाचे वर्णन कसे करू, कारण तू शुभ दिसतोस. जेव्हा तुम्ही धनुष्य आणि बाण हातात घ्याल तेव्हा तुलसीदास मस्तक टेकतील.

जेव्हा तुलसीदासांनी या दोहेचे पठण केले तेव्हा हातात बासरी व काठी घेतलेली कृष्णाची मूर्ती हातात धनुष्यबाण असलेल्या रामाच्या मूर्तीत बदलली. तुलसीदासांनी रचलेल्या या दोहेवर काही लेखकांनी शंका व्यक्त केली आहे.

साहित्यिक जीवन

तुलसीदासांनी त्यांची एक रचना केली. संत तुलसीदास म्युनिसिपल इंटर कॉलेज, सोरोन, कासगंज, भारत येथे पुतळा.

तुलसीदासांनी वाराणसीमध्ये प्रल्हादा घाटावर संस्कृतमध्ये काव्य रचण्यास सुरुवात केली. परंपरेनुसार त्यांनी दिवसा रचलेले सर्व श्लोक रात्री गायब होतात. हा प्रकार आठ दिवस रोज घडत होता. आठव्या रात्री, शिव - ज्यांचे प्रसिद्ध काशी विश्वनाथ मंदिर वाराणसीमध्ये आहे - यांनी स्वप्नात तुलसीदासांना संस्कृतऐवजी स्थानिक भाषेत कविता लिहिण्याचा आदेश दिला असे मानले जाते. तुलसीदास जागे झाले आणि त्यांनी शिव आणि पार्वती या दोघांना आशीर्वाद दिलेले पाहिले. शिवाने तुलसीदासांना अयोध्येला जाऊन अवधीत काव्य रचण्याची आज्ञा केली. शिवाने असेही भाकीत केले होते की तुलसीदासांची कविता सामवेदाप्रमाणे फलदायी होईल. रामचरितमानसमध्ये, तुलसीदासांनी स्वप्नात आणि जागृत अवस्थेत शिव आणि पार्वतीचे दर्शन घेण्याचा संकेत दिला आहे.

जीवनाचे धडे असलेल्या अनेक सुज्ञ म्हणी आणि दोह्यांची रचना करण्याचे श्रेयही तुलसीदासांना जाते. त्यापैकी एक लोकप्रिय आहे

(आवत ही हर्ष नाही, नैनन नाही सानेह. तुलसी तहान ना जाईये, चाहे कांचन बरसे मेघ. लिट. अशी जागा जिथे तुम्ही आल्यावर लोक आनंदी किंवा स्वागत करत नाहीत, जिथे त्यांच्या डोळ्यात तुमच्याबद्दल प्रेम नाही, तिथे जाऊ नका, जरी सोन्याचा डोंगर वर्षाव झाला.)

रामचरितमानसाची रचना

विक्रम 1631 (1575) मध्ये, तुलसीदासांनी रविवारी, रामनवमी दिवशी (चैत्र महिन्याच्या तेजस्वी अर्ध्याचा नववा दिवस, जो रामाचा जन्मदिवस आहे) अयोध्येत रामचरितमानस रचण्यास सुरुवात केली. तुलसीदास स्वतः रामचरितमानसमध्ये या तारखेची पुष्टी करतात. त्यांनी दोन वर्षे सात महिने आणि छब्बीस दिवसांत महाकाव्य रचले आणि विक्रम (१५७७) मध्ये विवाह पंचमीच्या दिवशी (दिवसाच्या तेजस्वी अर्ध्या भागाच्या पाचव्या दिवशी) हे काम पूर्ण केले. मार्गशीर्ष महिना, जो राम आणि त्याची पत्नी सीता यांच्या विवाहाचे स्मरण करतो.

तुलसीदास वाराणसीला आले आणि त्यांनी काशी विश्वनाथ मंदिरात शिव (विश्वनाथ) आणि पार्वती (अन्नपूर्णा) यांना रामचरितमानसाचे पठण केले. एक लोकप्रिय आख्यायिका अशी आहे की वाराणसीच्या ब्राह्मणांनी, ज्यांनी अवधीमध्ये संस्कृत रामायण रचल्याबद्दल तुलसीदासांची टीका केली होती, त्यांनी या कामाची योग्यता तपासण्याचा निर्णय घेतला. रात्रीच्या वेळी विश्वनाथ मंदिराच्या गर्भगृहात रामचरितमानसची हस्तलिखित संस्कृत ग्रंथांच्या ढिगाऱ्याच्या तळाशी ठेवण्यात आली होती आणि गर्भगृहाचे दरवाजे बंद करण्यात आले होते. सकाळी जेव्हा दरवाजे उघडले तेव्हा ढिगाऱ्याच्या वर रामचरितमानस सापडला. सत्यम शिवम् सुंदरम ("सत्य, शुभ, सौंदर्य") हे शब्द हस्तलिखितावर शिवाच्या स्वाक्षरीने कोरलेले होते. हे शब्दही उपस्थित लोकांनी ऐकले.

पारंपारिक खात्यांनुसार, वाराणसीचे काही ब्राह्मण अजूनही समाधानी नव्हते आणि त्यांनी हस्तलिखित चोरण्यासाठी दोन चोरांना पाठवले. चोरांनी तुलसीदासांच्या आश्रमात घुसण्याचा प्रयत्न केला, परंतु गडद आणि गोरा रंगाचे धनुष्य आणि बाण असलेल्या दोन रक्षकांनी त्यांचा सामना केला. चोरांचे मन बदलले आणि ते दोन रक्षक कोण आहेत हे विचारण्यासाठी सकाळी तुलसीदासांकडे आले. हे दोन रक्षक राम आणि लक्ष्मण यांच्याशिवाय दुसरे कोणी नसतील असा विश्वास ठेवून, तुलसीदास आपल्या घराचे रक्षण करत आहेत हे पाहून ते दुःखी झाले. रात्री. त्यांनी रामचरितमानसचे हस्तलिखित अकबराचा अर्थमंत्री तोडरमल या मित्राला पाठवले आणि त्याचे सर्व पैसे दान केले. चोरांची सुधारणा होऊन ते रामाचे भक्त झाले.

शेवटच्या रचना

विक्रम 1664 (1607 CE) च्या सुमारास, तुलसीदासांना त्यांच्या संपूर्ण शरीरात, विशेषतः त्यांच्या हातांमध्ये तीव्र वेदना होत होत्या. त्यानंतर त्यांनी हनुमान बाहुकची रचना केली, जिथे त्यांनी अनेक श्लोकांमध्ये त्यांच्या शारीरिक वेदना आणि वेदनांचे वर्णन केले आहे. या रचनानंतर त्यांना त्यांच्या वेदनांपासून मुक्तता मिळाली. नंतर त्याला बार्टोंड फोडे (हिंदी: केस बाहेर काढल्यामुळे होणारे फुरुंकल्स) देखील त्रस्त झाले, जे कदाचित त्याच्या मृत्यूचे कारण असावे.

विनयपत्रिका ही तुलसीदासांची शेवटची रचना मानली जाते, जी कलियुगाने त्यांना त्रास देण्यास सुरुवात केली तेव्हा लिहिली गेली असे मानले जाते. श्लोकांच्या या कार्यात, त्यांनी रामाला भक्ती ("भक्ती") देण्याची आणि त्यांची याचिका स्वीकारण्याची विनंती केली. तुलसीदास विनयपत्रिकेच्या शेवटच्या श्लोकात साक्ष देतात की रामाने स्वतः कामाच्या हस्तलिखितावर स्वाक्षरी केली होती. विनयपत्रिकेचा ४५वा श्लोक अनेक हिंदूंनी संध्याकाळची आरती म्हणून गायला आहे.

मृत्यू

तुलसीदास यांचे वयाच्या 91 व्या वर्षी 31 जुलै 1623 रोजी (विक्रम 1680 च्या श्रावण महिन्यात) गंगा नदीच्या तीरावर अस्सी घाट येथे निधन झाले. त्याच्या जन्माच्या

वर्षाप्रमाणे, पारंपारिक खाती आणि चरित्रकार त्याच्या मृत्यूच्या अचूक तारखेवर सहमत नाहीत.

कार्य करते

चरित्रकारांनी तुलसीदासांनी लिहिलेल्या बारा कलाकृतींचा मोठ्या प्रमाणावर विचार केला जातो, सहा प्रमुख कामे आणि सहा किरकोळ कामे. कामांच्या भाषेच्या आधारे, त्यांचे खालीलप्रमाणे दोन गटांमध्ये वर्गीकरण केले आहे

अवधी कार्य - रामचरितमानस, रामलाला नहच्छू, बरवाई रामायण, पार्वती मंगल, जानकी मंगल आणि रामग्य प्रार्थना.

ब्रज कार्य - कृष्ण गीतावली, गीतावली, साहित्य रत्न, दोहावली, वैराग्य सांदीपनी आणि विनय पत्रिका.

या बारा कामांव्यतिरिक्त, तुलसीदासांनी रचलेली आणखी चार रचना लोकप्रिय मानली जाते ज्यात हनुमान चालीसा, हनुमान अष्टक, हनुमान बाहुक आणि तुलसी सत्साई यांचा समावेश होतो.

वाराणसी येथील तुलसीदासांचे घर जेथे रामचरित्र मानस हनुमान चालीसा तुलसी घाट वाराणसीजवळ लिहिलेली होती.

वाराणसीतील तुलसीदास होम जेथे रामचरित्र मानस हनुमान चालीसा तुलसी घाट वाराणसीजवळ लिहिली गेली होती.

तुलसी घाटाजवळ तुलसीदास घराचे दृश्य, गंगा नदीजवळ वाराणसी

तुळशी घाटाजवळ तुलसीदास घर, वाराणसी येथे गंगा नदीच्या काठावर हनुमान चालीसा आणि रामचरित्र मानस लिहिले गेले. या ठिकाणी मंदिर देखील आहे

रामचरितमानस

रामचरितमानस (1574-1576), "भगवान रामाच्या कारनाम्यांनी भरलेले मनसा तलाव" हे रामायण कथेचे अवधी प्रस्तुतीकरण आहे. हे तुलसीदासांचे सर्वात प्रदीर्घ आणि सर्वात जुने कार्य आहे, आणि वाल्मिकीचे रामायण, अध्यात्म रामायण, प्रसन्नराघव आणि हनुमान नाटक यासह विविध स्त्रोतांमधून काढलेले आहे. या कामात 1073 श्लोकांमध्ये विभागलेल्या सुमारे 12,800 ओळींचा समावेश आहे, जे चौपैंचे विभक्त गट आहेत. दोहस किंवा सोर्थस द्वारे. हे वाल्मिकीच्या रामायणाप्रमाणे सात पुस्तकांमध्ये (कांड) विभागले गेले आहे आणि वाल्मिकीच्या रामायणाच्या सुमारे एक तृतीयांश आकाराचे आहे. हे काम १८ मीटरमध्ये बनलेले आहे ज्यामध्ये दहा संस्कृत मीटर (अनुष्टुप, शार्दुलविक्रीडित, वसंततिलक, वंशाष्ट, उपजती, प्रामानिका, मालिनी, स्रग्धरा, रठोधाता आणि भुजंगप्रायता) आणि आठ प्राकृत मीटर (सोरठ, दोहा, चौपई, हरिगितिका, त्रिभंगी, चौपैय्या, त्रोटक आणि तोमरा) या नावाने लोकप्रिय आहे. अक्षरशः तुलसीदासांनी रचलेले रामायण. "भारतीय संस्कृतीचा जिवंत योग", "मध्ययुगीन भारतीय कवितांच्या जादुई बागेतील सर्वात उंच वृक्ष", "अल. 1 भक्ती साहित्य", "उत्तर भारताचे बायबल", आणि "तिथल्या लोकांच्या

लोकप्रिय जीवन विश्वासासाठी सर्वोत्तम आणि सर्वात विश्वासार्ह मार्गदर्शक." पण, त्यांनी म्हटल्याप्रमाणे "(प्रभूची कथा त्याच्या गौरवांप्रमाणेच अंतहीन आहे)

रामचरितमानसातील अनेक हस्तलिखिते तुलसीदासांनी स्वतः लिहून ठेवल्याचा दावा केला जातो. गियरसनने एकोणिसाव्या शतकाच्या उत्तरार्धात लिहिले, महाकाव्याच्या दोन प्रती कवीच्या स्वतःच्या हस्ताक्षरात अस्तित्वात होत्या असे म्हटले जाते. राजापूर येथे एक हस्तलिखित ठेवण्यात आले होते, त्यापैकी आता फक्त अयोध्याकांड शिल्लक आहे, ज्यावर पाण्याच्या खुणा आहेत. चोराचा पाठलाग सुरू असताना हस्तलिखित चोरून यमुना नदीत फेकले गेले आणि महाकाव्याचे दुसरे पुस्तकच वाचवता आले, अशी आख्यायिका सांगितली जाते. गियरसनने लिहिले की दुसरी प्रत लखनौ जिल्ह्यातील मलिहाबाद येथे होती, त्यापैकी फक्त एक पान गहाळ होते. कवीच्या स्वतःच्या हातात असल्याचा दावा केलेला अयोध्याकांडातील आणखी एक हस्तलिखित एटा जिल्ह्यातील सोरोन येथे अस्तित्वात आहे, हे ठिकाण तुलसीदासांचे जन्मस्थान असल्याचा दावा केला जातो. बालकांडाचे एक हस्तलिखित, संवत १६६१, कवीच्या मृत्यूच्या एकोणीस वर्ष आधी, तुलसीदासांनी दुरुस्त केल्याचा दावा केला होता, अयोध्येमध्ये आहे. ९१ इतर काही प्राचीन हस्तलिखिते वाराणसीमध्ये सापडतात, ज्यात बनारसच्या महाराजाच्या ताब्यात असलेली एक हस्तलिखिते समाविष्ट आहेत. विक्रम 1704 (1647), तुलसीदासांच्या मृत्यूनंतर चोवीस वर्ष.

इतर प्रमुख कामे

रामचरितमानस व्यतिरिक्त तुलसीदासांच्या पाच प्रमुख कार्यांमध्ये हे समाविष्ट आहे:

दोहावली (1581), अक्षरशः दोह्यांचा संग्रह, हे 573 संकीर्ण दोहा आणि सोर्थे श्लोकांचा समावेश असलेली रचना आहे ज्यात प्रामुख्याने ब्रजमधील काही श्लोक आहेत. श्लोक हे चातुर्य, राजकीय शहाणपण, नीतिमत्ता आणि जीवनाच्या उद्देशाशी संबंधित विषयांवर सूत्रे आहेत. या ग्रंथातील ८५ दोहे रामचरितमानसात, ३५ रामग्य प्रार्थना, दोन वैराग्य सांदीपनी आणि काही राम सत्साई या ग्रंथातही आढळतात, तुलसीदासांचे श्रेय ७०० दोह्यांची आणखी एक रचना आहे.

साहित्य रत्न किंवा रत्न रामायण (१६०८-१६१४), शब्दशः कवितांचा संग्रह, रामायणाचे ब्रज प्रस्तुतीकरण आहे, जे संपूर्णपणे कविता कुटुंबाच्या मीटरमध्ये बनलेले आहे - कविता, सवैया, घनक्षरी आणि छप्पया. त्यात उत्तरकांडातील श्लोकांसह 325 श्लोक आहेत. रामचरितमानसाप्रमाणेच हे सात कांड किंवा ग्रंथांमध्ये विभागले गेले आहे आणि या ग्रंथातील अनेक भाग रामचरितमानसापेक्षा वेगळे आहेत.

गीतावली , शब्दशः गाण्यांचा संग्रह, गीतांमध्ये रामायणाचे ब्रज प्रस्तुतीकरण आहे. सर्व श्लोक हिंदुस्थानी शास्त्रीय संगीतातील रागांवर सेट केलेले आहेत आणि गाण्यासाठी योग्य आहेत. यात 328 गाणी आहेत ज्यात सात कांड किंवा पुस्तकांमध्ये विभागणी केली आहे. रामायणातील अनेक भाग विस्तृत आहेत तर इतर अनेक भाग संक्षिप्त आहेत.

कृष्ण गीतावली किंवा कृष्णावली (1607), शब्दशः कृष्णाच्या गाण्यांचा संग्रह, ब्रजातील कृष्णाच्या सन्मानार्थ 61 गाण्यांचा संग्रह आहे. बाललीला (बाललिला) आणि कृष्णाच्या रस लीला यांना समर्पित 32 गाणी आहेत, 27 गाणी कृष्ण आणि उद्धव यांच्यातील संवाद घडवतात आणि दोन गाणी द्रौपदीच्या विवस्त्र घटनेचे वर्णन करतात.

विनय पत्रिका , अक्षरशः नम्रतेची याचिका, हे 279 श्लोक किंवा स्तोत्रे असलेले ब्रज कार्य आहे. श्लोक रामाच्या दरबारात भक्ती मागण्यासाठी याचिका तयार करतात. हे रामचरितमानसानंतर तुलसीदासांचे दुसरे सर्वोत्कृष्ट कार्य मानले जाते आणि तुलसीदासांच्या तत्त्वज्ञान, पांडित्य आणि स्तुत्य आणि काव्य शैलीच्या दृष्टिकोनातून ते महत्त्वाचे मानले जाते. पहिली 43 स्तोत्रे विविध देवता आणि रामाच्या दरबारी आणि सेवकांना उद्देशून आहेत आणि उर्वरित रामाला उद्देशून आहेत.

किरकोळ कामे

बारवई रामायण (१६१२), अक्षरशः बारवई मीटरमधील रामायण, अवधीमधील रामायणाचे संक्षिप्त रूप आहे. बरवाई मीटरमध्ये रचलेल्या 69 श्लोकांचा समावेश असून ती सात कांडांमध्ये किंवा पुस्तकांमध्ये विभागली गेली आहेत. काम मनोवैज्ञानिक फ्रेमवर्कवर आधारित आहे.

पार्वती मंगल , अक्षरशः पार्वतीचा विवाह, पार्वतीची तपश्चर्या आणि पार्वती आणि शिव यांच्या विवाहाचे वर्णन करणारे 164 श्लोकांचे अवधी कार्य आहे. यात सोहर मीटरमध्ये 148 श्लोक आणि हरिगीतिका मीटरमध्ये 16 श्लोक आहेत.

जानकी मंगल , अक्षरशः सीतेचा विवाह, रामायणातील सीता आणि राम यांच्या विवाहाच्या प्रसंगाचे वर्णन करणारी 216 श्लोकांची अवधी रचना आहे. या कामात हमसागती मीटरमधील 192 श्लोक आणि हरिगतिका मीटरमधील 24 श्लोकांचा समावेश आहे. कथा रामचरितमानसपेक्षा अनेक ठिकाणी भिन्न आहे.

रामलाला नहाछू , शब्दशः बाल रामाचा नहाछू सोहळा, सोहर मीटरमध्ये रचलेले 20 श्लोकांचे अवधी कार्य आहे. नहच्छू समारंभात चुडाकरण, उपनयन, वेदरंभ, समवर्तन किंवा विवाह या हिंदू संस्कारांपूर्वी पायाची नखे कापली जातात. कार्यात, घटना अयोध्या शहरात घडतात, म्हणून उपनयन, वेदरंभ आणि समवर्तनापूर्वी नहच्छूचे वर्णन करणे मानले जाते.

रामज्ञान प्रश्न , शब्दशः रामाच्या इच्छेबद्दल प्रश्न, हे रामायण आणि ज्योतिष (ज्योतिष) या दोघांशी संबंधित अवधी कार्य आहे. यात सात कांड किंवा ग्रंथ असतात, त्यातील प्रत्येक सात सप्तकांमध्ये किंवा सात दोह्यांच्या सप्तकांमध्ये विभागलेला असतो. अशा प्रकारे त्यात एकूण ३४३ दोहे आहेत. हे काम रामायणाचे क्रमशः वर्णन करते आणि ज्योतिषशास्त्रीय अंदाजांसाठी शकुन (शगुन किंवा चिन्ह) पाहण्याची पद्धत देते.

वैराग्य सांदीपिनी (1612), शब्दशः अलिप्तपणाचे प्रज्वलन, हे ब्रजमधील 60 श्लोकांचे एक तात्विक कार्य आहे जे ज्ञान (साक्षात्कार) आणि वैराग्य (वैराग्य) स्थितीचे वर्णन करते. संतांचे स्वरूप आणि महानता आणि नैतिक आचरण. यात 46 डोहा, 2 सोरठ आणि 12

चौपाई मीटर आहेत.

लोकप्रिय श्रेय दिलेली कामे

हनुमान चालिसा , अक्षरशः, हनुमानाचे चाळीस श्लोक, हनुमानाला प्रणाम करण्यासाठी 40 चौपै आणि दोन दोह्यांची अवधी कार्य आहे. हे काम तुलसीदासांनी लिहिलेले आहे असे लोकप्रिय मत आहे आणि त्यात त्यांची स्वाक्षरी आहे, जरी काही लेखकांना असे वाटत नाही की हे काम त्यांनी लिहिले आहे. हा भारतातील सर्वात जास्त वाचला जाणारा एक लहान धार्मिक ग्रंथ आहे आणि लाखो लोक त्याचे पाठ करतात. मंगळवार आणि शनिवारी हिंदू, हे तुलसीदासांनी हरिद्वारच्या कुंभमेळ्यात समाधी अवस्थेत उच्चारले होते असे मानले जाते.

संकटमोचन हनुमानाष्टक , अक्षरशः हनुमानासाठी आठ श्लोक, दुःख दूर करणारा, हनुमानाला समर्पित मत्तगजेंद्र मीटरमधील आठ श्लोकांचे अवधी कार्य आहे. . वाराणसीतील संकटमोचन मंदिराच्या स्थापनेच्या निमिताने तुलसीदासांनी याची रचना केल्याचे मानले जाते. हे काम सहसा हनुमान चालिसासह प्रकाशित केले जाते.

हनुमान बाहुका , अक्षरशः हनुमानाचे हात, हे 44 श्लोकांचे ब्रज कार्य आहे, असे मानले जाते की तुलसीदासांनी वाढत्या वयात हातामध्ये तीव्र वेदना होत असताना ते रचले होते. तुलसीदास आपल्या हातातील वेदनांचे वर्णन करतात आणि हनुमानाला दुःखापासून मुक्तीसाठी प्रार्थना करतात. छप्प्या, झुलना, सवैया आणि घनाक्षरी मीटरमध्ये अनुक्रमे दोन, एक, पाच आणि 36 श्लोक आहेत.

तुलसी सत्साई , अक्षरशः तुलसीदासांचे सातशे श्लोक, अवधी आणि ब्रज या दोन्हींतील एक कृती आहे आणि त्यात सात सर्ग किंवा कॅन्टोमध्ये विभागलेले ७४७ दोहे आहेत. दोहावली आणि रामग्य प्रार्थना मधील श्लोक समान आहेत परंतु क्रम भिन्न आहे.

शिकवण तत्वप्रणाली

तुलसीदासांचे तत्त्वज्ञान आणि तत्त्वे त्यांच्या सर्व कृतींमध्ये आढळतात आणि रामचरितमानसच्या उत्तरकांडमधील काकभुशुंडी आणि गरुड यांच्यातील संवादात विशेषतः रेखांकित केलेले आहेत. तुलसीदासांच्या सिद्धांताचे वर्णन विविध सिद्धांत आणि संस्कृतींचे एकत्रीकरण आणि समेट म्हणून केले गेले आहे. हिंदू धर्म . रामचरितमानसच्या सुरुवातीला तुलसीदास म्हणतात की त्यांचे कार्य विविध धर्मग्रंथ - पुराण, वेद, उपवेद, तंत्र आणि स्मृती यांच्यानुसार आहे. सामाजिक उत्थानाचा सिद्धांत ज्याने या महान कवीला अमर आणि इतर कोणत्याही जागतिक साहित्यिकांशी तुलना करता येते.

निर्गुण आणि सगुण ब्रह्म

भोपाळमधील मंदिराच्या प्रवेशद्वारावर, सगुण ब्रह्म आणि निर्गुण ब्रह्म यांचे समीकरण करणारे रामचरितमानसमधील श्लोक.

तुलसीदासांच्या म्हणण्यानुसार, निर्गुण ब्रह्म (गुणवत्तारहित निःस्वार्थी निरपेक्ष) आणि सगुण ब्रह्म (गुणांसह वैयक्तिक ईश्वर) एकच आहेत. सगुण (पात्र ब्रह्म) आणि अगुण (किंवा निर्गुण - अपात्र ब्रह्म) हे दोन्ही अकथ (अकथ्य), अगाध (अथांग), अनादि (सुरुवात

नसलेले, अनंत काळापासून अस्तित्वात) आणि अनुप (समांतर नसलेले). ही भक्ताची भक्ती (भक्ती) आहे जी सक्ती करते गुणरहित, निराकार, अदृश्य आणि अजन्मा असलेले निर्गुण ब्रह्म गुणांसह सगुण ब्रह्म बनणे. हे स्पष्ट करण्यासाठी तुळशीदास पाणी, बर्फ आणि गारा यांचे उदाहरण देतात – या तिन्ही पदार्थांमध्ये द्रव्य एकच आहे, परंतु तेच निराकार पाणी घनरूप होऊन गारा किंवा बर्फाचा पर्वत बनते – या दोन्हीचे स्वरूप आहे. तुळशीदास देखील देतात. सरोवराचे उपमा – निर्गुण ब्रह्म हे नुसते पाणी असलेल्या सरोवरासारखे आहे, तर सगुण ब्रह्म हे फुललेल्या कमळांनी तेजस्वी सरोवर आहे. रामचरितमानसच्या उत्तरकांडमध्ये तुलसीदासांनी काकभुषुंडी आणि लोमसा यांच्यात देव आहे की नाही या वादाचे तपशीलवार वर्णन केले आहे. निर्गुण (अद्वैतवादाचे पालन करणाऱ्या लोमासाने युक्तिवाद केल्याप्रमाणे) किंवा सगुण (द्वैतवादाचे पालन करणाऱ्या काकभुषुंडीच्या युक्तिवादानुसार). काकभुशुंडी लोमासाच्या सर्व युक्तिवादांचे वारंवार खंडन करते, जेव्हा लोमासा रागावतो आणि काकभुशुंडीला कावळा होण्याचा शाप देतो. लोमासा नंतर पश्चात्ताप करतो जेव्हा काकभुशुंडीने आनंदाने शाप स्वीकारला परंतु रामाची, सगुण ब्राह्मणाची भक्ती सोडण्यास नकार दिला. तुलसीदास जरी देवाचे दोन्ही पैलू समान मानतात, तरीही ते पात्र सगुण पैलू आणि सर्वोच्च श्रेणीतील भक्तांची बाजू घेतात. रामचरितमानस वारंवार रामाचे पात्र सगुण रूप त्यांच्या मनात वसवण्याची विनंती करतो. काही लेखक रामचरितमानस आणि विनय पत्रिकेतील काही जोड्यांवरून सांगतात की तुलसीदासांनी कबीराच्या अवताराला नकार दिल्याचे जोरदारपणे खंडन केले आहे. कबीरांनी त्यांच्या अनेक कृतींमध्ये वास्तविक राम हा दशरथाचा पुत्र नाही असे सांगितले. रामचरितमानसच्या बालकांडमध्ये शिव पार्वतीला सांगतात – जे म्हणतात की वेद ज्या रामाचे गाणे गातात आणि ऋषी ज्या रामाचे चिंतन करतात ते रघुच्या वंशातील रामापेक्षा वेगळे आहेत आणि त्यांना सत्यातील भेद कळत नाही. आणि असत्य. तथापि, असे संकेत मजकूराच्या व्याख्यांवर आधारित आहेत आणि रामचरितमानसच्या संदर्भात विचार केला असता त्यात जास्त पाणी येत नाही. तुलसीदासांनी त्यांच्या कोणत्याही ग्रंथात कबीराचा उल्लेख केलेला नाही.

रामाचे नाव

मानस मंदिर, चित्रकूट, भारत येथे नाम-वंदना (रामाच्या नावाची स्तुती करताना) रामचरितमानसमधील श्लोक.

रामचरितमानसाच्या प्रारंभी, रामाच्या नावाच्या पूजेला वाहिलेला एक विभाग आहे. १०९ तुलसीदासांच्या मते, कलियुगात रामाच्या नावाची पुनरावृत्ती करणे हे एकमेव साधन आहे जेथे इतर युगांसाठी उपयुक्त असे साधन आहे. ध्यान, कर्म आणि पूजा निष्फळ आहेत. ते कवितावलीमध्ये म्हणतात की रामाच्या नावाची शक्ती, महिमा आणि वैभव यांमुळे त्यांची स्वतःची मुक्ती आहे. गीतावलीतील एका दोह्यात तुलसीदास म्हणतात की आश्रय न घेता मुक्तीची इच्छा आहे. रामाचे नाव म्हणजे पडणाऱ्या पावसाला धरून आकाशात

चढण्याची इच्छा करण्यासारखे आहे. त्यांच्या मते, रामाचे नाव हे भगवंताच्या निर्गुण आणि सगुण या दोन्ही पैलूंपेक्षा मोठे आहे - ते त्या दोघांवर नियंत्रण ठेवते आणि या दोन्ही गोष्टींवर प्रकाश टाकते. दोहावलीतील एका श्लोकात तुलसीदास म्हणतात की निर्गुण ब्रह्म आपल्या हृदयात वास करतो, सगुण ब्रह्म डोळ्यात वास करतो आणि त्याच्या जिभेवर रामाचे नाव वास करते, जणू काही खालच्या भागात तेजस्वी रत्न ठेवलेले असते. आणि a चे वरचे भाग सोनेरी कास्केट. राम देवाच्या इतर सर्व नावांपेक्षा श्रेष्ठ आहे असे त्यांचे मत आहे,115 आणि असा युक्तिवाद केला की रा आणि मा ही दोनच व्यंजने आहेत जी संस्कृतमध्ये संयुक्त स्वरूपात इतर सर्व व्यंजनांच्या वर लिहिलेली आहेत कारण ते दोन ध्वनी आहेत. राम शब्द.

ब्राह्मण म्हणून राम

तुलसीदासांच्या कार्यात अनेक ठिकाणी, राम हे विष्णूपेक्षा उच्च आहेत आणि विष्णूचा अवतार म्हणून दिसत नाहीत, जे रामाचे सामान्य चित्रण आहे.

रामचरितमानसमधील सतीच्या भ्रमाच्या प्रसंगात, सती अनेक शिव, ब्रह्मा आणि विष्णूंना रामाची सेवा करताना आणि त्याच्या चरणी नतमस्तक होताना पाहते. जेव्हा मनू आणि शतरूपा तपश्चर्या करतात तेव्हा त्यांना त्या परम परमेश्वराला "ज्याच्या अस्तित्वाच्या एका भागातून पाहण्याची इच्छा असते. अनेक शिव, ब्रह्मा आणि विष्णू उत्पन्न होतात." ब्रह्मा, विष्णू आणि शिव अनेक वेळा त्यांना वरदान देऊन त्यांच्याकडे येतात, परंतु मनू आणि शतरूप त्यांची तपश्चर्या थांबवत नाहीत. ज्यांच्या डाव्या बाजूला सीता आहे, ज्यांच्या एका भागातून "अगणित लक्ष्मी, उमा (पार्वती) आणि ब्राह्मणी (सरस्वती) जन्मल्या आहेत, त्या रामाच्या दर्शनानेच ते शेवटी समाधानी आहेत." सीता आणि रामाच्या विवाहाच्या प्रसंगात बालकांडमध्ये, ब्रह्मा, विष्णू आणि शिव हे त्रिकूट उपस्थित आहे - ब्रह्माला स्वतः:च्या हातचे काहीही सापडले नाही म्हणून ब्रह्मा आश्चर्यचकित झाला आहे, तर रामाला पाहून विष्णू लखमीवर मोहित झाला आहे. सुंदरकांडमध्ये, हनुमान रावणाला सांगतात की ब्रह्मा, विष्णू आणि रामाच्या सामर्थ्याने शिव निर्माण करू शकतो, जतन करू शकतो आणि नष्ट करू शकतो. लंकाकांडमध्ये, तुलसीदास विश्वाला रामाचे वैश्विक रूप म्हणून सादर करतात, ज्यामध्ये शिव चैतन्य आहे, ब्रह्मा कारण आहे आणि विष्णू त्याची बुद्धिमत्ता आहे.नुसार तुलसीदास, राम हा केवळ अवतारच नाही तर अवतारांचा उगम देखील आहे – कृष्ण हा रामाचा अवतार आहे. अशा प्रकारे, तुलसीदास स्पष्टपणे रामाला सर्वोच्च ब्रह्म मानतात आणि विष्णूचा अवतार नाही.

उर्वशी सूरतीच्या मते, तुलसीदासाचा राम हा अवतार घेणारा विष्णू, क्षीरसागराच्या निवासस्थानातील विष्णू, ब्राह्मण आणि पंचरात्रातील परा प्रकटीकरणाचे एकत्रीकरण आहे. मॅकफीने निष्कर्ष काढला की तुलसीदास "दुहेरी दावा" करतात, म्हणजे राम हा विष्णू आणि ब्राह्मण या दोघांचा अवतार आहे. लुटगेंडॉर्फच्या शब्दात, तुलसीदासचा राम एकाच वेळी "वाल्मिकींचा अनुकरणीय राजकुमार, पुराणातील वैश्विक विष्णू आणि अद्वैतांचा उत्तीर्ण

ब्राह्मण आहे."

वेदांत, जग आणि माया

रामचरितमानसच्या सुंदरकांडमध्ये तुलसीदास म्हणतात की राम वेदांताने जाणता आहे.

तुलसीदासांच्या मते, राम हे जगाचे कार्यक्षम आणि भौतिक कारण (निमित आणि उपदान) आहे, जे राम वास्तविक असल्यामुळे वास्तविक आहे. रामचरितमानसच्या अनेक श्लोकांमध्ये, तुलसीदास म्हणतात की सजीव आणि निर्जीव जग हे रामाचे प्रकटीकरण आहे, आणि विश्व हे रामाचे वैश्विक रूप आहे. रामानुजाच्या विशिष्टाद्वैत तत्त्वज्ञानाच्या अनुषंगाने तुलसीदासांच्या मते जग हे वास्तव आहे असा लेखकांनी या श्लोकांचा अर्थ लावला आहे. तथापि, रामचरितमानस आणि कवितावलीमध्ये काही ठिकाणी तुलसीदास जगाची तुलना रात्री किंवा स्वप्नाशी करतात आणि म्हणतात. मिथ्या (खोटे किंवा अवास्तव). काही भाष्यकार या श्लोकांचा अर्थ असा करतात की तुलसीदासांच्या मतानुसार जग हे आदि शंकराच्या विवर्तवाद सिद्धांतानुसार अवास्तव आहे, तर काहीजण त्यांचा अर्थ रामानंदांच्या सत्ख्यतिवाद सिद्धांतानुसार जग क्षणिक असूनही वास्तविक आहे असा अर्थ लावतात. उदय भानू. सिंह असा निष्कर्ष काढतात की तुलसीदासांच्या दृष्टीने जग हे मूलतः रामाचे स्वरूप आहे आणि मायेमुळे ते रामापेक्षा वेगळे दिसते. त्याचे दृश्य स्वरूप क्षणिक आहे, ज्याचा अर्थ तुलसीदासांनी मिथ्याद्वारे केला आहे.

विनयपत्रिकेत, तुलसीदास म्हणतात की जग स्वतःमध्ये सत्य (सत्य) नाही, असत्य (असत्य), किंवा सत्य आणि खोटे दोन्ही एकत्र (सत्यसत्य) नाही - जो या तीनही भ्रमांना बाजूला ठेवतो, तो स्वतःला ओळखतो. याचा अर्थ तुलसीदासांच्या मते, संपूर्ण जग ही रामाची लीला आहे असा काढण्यात आला आहे. रामचरितमानसाच्या प्रारंभी, तुलसीदास समस्ती वंदना (सर्व प्राण्यांना नमस्कार) करतात ज्यामध्ये ते जगाला नतमस्तक होते, असे म्हणतात. सीता आणि राम यांच्यापासून "व्याप्त" किंवा "जन्म" आहे. रामचरितमानस आणि विनयपत्रिकेतील काही श्लोकांनुसार, जेव्हा जीव (जीव) स्वतःला, माया आणि रामाला जाणतो, तेव्हा तो जगाला रामाने व्याप्त असल्याचे पाहतो.

अयोध्येच्या राजकुमारांच्या मिथिलाच्या राजकन्यांसोबत झालेल्या विवाहाच्या बालकांड प्रकरणामध्ये, तुलसीदास एक रूपक सादर करतात ज्यामध्ये चार नववधूंची तुलना चैतन्याच्या चार अवस्थांशी केली जाते - जागृत अवस्था (जागरत), स्वप्नांसह झोप (स्वप्न), स्वप्नहीन झोप (सुषुप्ती) आणि चौथी आत्म-जागरूक अवस्था (तुरिया). चार वरांची तुलना विश्व, तैजसा, प्रज्ञा आणि ब्राह्मण या चार अवस्थांच्या प्रमुख देवत्वाशी (विभू) केली जाते. तुलसीदास म्हणतात ज्याप्रमाणे चार चैतन्य अवस्था त्यांच्या अधिष्ठाता देवत्वांसह जीवाच्या मनात वास करतात, त्याप्रमाणे चार वधू आपल्या वरांसह एकाच मंडपात तेजस्वी असतात.

तुलसीदास मायेची ओळख सीतेसोबत करतात, रामाची अविभाज्य ऊर्जा जी रामासह अवतार घेते. त्यांच्या मते, माया दोन प्रकारची आहे - विद्या आणि अविद्या. विद्या माया ही सृष्टी आणि जीव मुक्तीचे कारण आहे. अविद्या माया हे जीवाच्या माया आणि बंधनाचे कारण आहे. संपूर्ण जग मायेच्या नियंत्रणाखाली आहे. माया मूलतः एकच आहे परंतु दोन विभाग संज्ञानात्मक हेतूने केले आहेत, तुलसीदासांचे हे मत वेदांतातील वैष्णव शिक्षकांच्या अनुषंगाने आहे.

इतर हिंदू देवतांचे दृश्य

तुलसीदासांच्या मते, रामाची भक्ती आणि शिवाची आसक्ती यात विसंगती नाही. तुलसीदास गुरूला शिवाचा अवतार मानतात, आणि रामचरितमानसच्या बालखंडाचा बराचसा भाग सतीच्या त्यागासह शिवाच्या कथेला वाहिलेला आहे. , पार्वतीची तपश्चर्या, कामदेवाचे दहन आणि पार्वती आणि शिव यांचा विवाह. याव्यतिरिक्त, तुलसीदास संपूर्ण हिंदू देवस्थानची पूजा करतात. रामचरितमानसची सुरुवात गणेश, सरस्वती, पार्वती, शिव, गुरु, वाल्मिकी आणि हनुमान यांच्या पूजनाने होते. विनयपत्रिकेच्या सुरुवातीला तो गणेश, सूर्य, शिव, देवी, गंगा, यमुना, वाराणसी आणि चित्रकूट यांना नमन करतो, त्यांना विचारतो. रामाच्या भक्तीसाठी.

भक्ती

त्यांच्या सर्व लेखनाचा व्यावहारिक शेवट म्हणजे जन्म-मृत्यूच्या साखळीतून मुक्ती आणि मुक्तीचे सर्वात मोठे साधन म्हणून रामाला संबोधित केलेली भक्ती, ब्राह्मणांप्रमाणे सर्वात खालच्या जातीतील पुरुषांसाठी मुक्त आणि मुक्त आहे.

तुलसीदासांवर इंडिया पोस्टने जारी केलेला एक स्टॅम्प

त्यांच्या काळापासून तुलसीदासांना भारतीय आणि पाश्चात्य विद्वानांनी त्यांच्या कविता आणि हिंदू समाजावर केलेल्या प्रभावासाठी त्यांची प्रशंसा केली आहे. तुलसीदासांनी त्यांच्या कवितावलीमध्ये उल्लेख केला आहे की त्यांना जगातील एक महान ऋषी मानले जात होते. मधुसूदना सरस्वती, वाराणसी येथील अद्वैत वेदांत परंपरेतील सर्वात प्रशंसित तत्त्वज्ञ आणि अद्वैतसिद्धीच्या संगीतकार, तुलसीदासांच्या समकालीन होत्या. रामचरितमानस वाचून ते चकित झाले आणि त्यांनी महाकाव्य आणि संगीतकाराची स्तुती करण्यासाठी खालील संस्कृत श्लोक रचला.

आनंदकाने कसचीज्जा?गमस्तुलसितरू? ?

कविता मांजरी यस्य रामभ्रमरभु?इटा ?

वाराणसीच्या (आनंदकानन) या ठिकाणी एक हलणारी तुळशीची रोपटी (म्हणजे तुलसीदास) आहे, ज्याच्या या काव्याच्या (म्हणजे रामचरितमानस) फुलांच्या फांद्या सदैव रामाच्या रूपात भुंग्याने शोभल्या आहेत.

कृष्णाचा भक्त आणि तुलसीदासांचा समकालीन सूर, रामचरितमानस आणि तुलसीदास यांचे गुणगान करणाऱ्या आठ ओळींच्या श्लोकात तुलसीदासांना संत शिरोमणी

(पवित्र पुरुषांमधील सर्वोच्च रत्न) असे संबोधले. अब्दुर रहीम खानखाना, प्रसिद्ध मुस्लिम कवी जो नवरत्नांपैकी एक होता. (नऊ-रत्ने) मुघल सम्राट अकबराच्या दरबारात, तुलसीदासांचे वैयक्तिक मित्र होते. रहीमने तुलसीदासांच्या रामचरितमानस - चे वर्णन करणारी खालील जोडे रचली.

रामचरितमानस बिमला संतजीवन प्राण ?

हिंदुवाना को बेड सम जवानी? प्रागा? एक कुराणा?

निष्कलंक रामचरितमानस हा संतांच्या जीवनाचा श्वास आहे. हे हिंदूंसाठी वेदांसारखेच आहे आणि मुस्लिमांसाठी ते कुराण प्रकट आहे.

तुलसीदासांच्या समकालीन अकबराच्या चरित्राचे लेखक, इतिहासकार व्हिन्सेंट स्मिथ यांनी तुलसीदास यांना भारतातील त्यांच्या वयातील सर्वात महान आणि अकबरापेक्षाही श्रेष्ठ असे म्हटले आहे. भारतशास्त्रज्ञ आणि भाषाशास्त्रज्ञ सर जॉर्ज गियरसन यांनी तुलसीदासांना "लोकांचे महान नेते" म्हटले आहे. बुद्ध नंतर" आणि "आधुनिक काळातील भारतीय लेखकांपैकी महान"; आणि महाकाव्य रामचरितमानस "कोणत्याही वयोगटातील महान कवीला पात्र आहे." रामचरितमानस या ग्रंथाला एकोणिसाव्या शतकातील दोन्ही भारतशास्त्रज्ञांनी "उत्तर भारताचे बायबल" म्हटले आहे, ज्यांनी चार वेद आणि वाल्मिकींचे रामायण इंग्रजीत अनुवादित केले, आणि आधुनिक लेखक. महात्मा गांधींनी तुलसीदासांचा आदर केला आणि रामचरितमानसला "सर्व भक्ती साहित्यातील सर्वात महान ग्रंथ" मानले. हिंदी कवी सूर्यकांत त्रिपाठी 'निराला' यांनी तुलसीदासांना "जगातील बागेतील फुलांची सर्वात सुगंधी शाखा" म्हटले. कविता, हिंदीच्या लतामध्ये उमलणारी." निराला तुलसीदासांना रवींद्रनाथ टागोरांपेक्षा श्रेष्ठ कवी मानत, आणि त्याच लीगमध्ये कालिदास, व्यास, वाल्मिकी, होमर, जोहान वुल्फगँग फॉन गोएथे आणि विल्यम शेक्सपियर. हिंदी साहित्यिक हजारी प्रसाद. द्विवेदी यांनी लिहिले की तुलसीदासांनी "उत्तर भारतातील धर्माच्या राज्यावर सार्वभौम शासन" स्थापन केले, जे बुद्धाच्या प्रभावाशी तुलना करता येण्यासारखे होते. रामचरितमानसातील प्रेम आणि देव आणि सामाजिक कर्तव्य या पुस्तकाचे hor म्हणतात की जर तुलसीदासांचा जन्म युरोप किंवा अमेरिकेत झाला असेल तर ते विल्यम शेक्सपियरपेक्षा मोठे व्यक्तिमत्त्व मानले जातील. पुरातत्त्वशास्त्रज्ञ एफआर ऑलचिन यांच्या शब्दात, ज्यांनी विनयपत्रिकेचा अनुवाद केला आणि इंग्रजीमध्ये कवितावली, "उत्तर भारतातील मोठ्या भागातील लोकांसाठी तुलसीदास यांचा दावा आहे की ल्यूथरला बायबलचा मूळ जर्मनमध्ये अनुवादक म्हणून मानल्या गेलेल्या पूज्यतेच्या तुलनेत" ऑलचिन यांनी असेही नमूद केले आहे की रामचरितमानस या कार्याची तुलना केवळ वाल्मिकींच्या रामायणाशीच नाही तर स्वतः वेद, भगवद्गीता, कुराण आणि बायबल यांच्याशी केली गेली आहे. अर्नेस्ट वुड यांनी त्यांच्या कामात मदर इंडियाचे रक्षण केले, ज्याने रामचरितमानस "असे मानले. लॅटिन आणि ग्रीक भाषेतील सर्वोत्कृष्ट पुस्तकांपेक्षा श्रेष्ठ." तुलसीदासांना भक्तसिरोमाꣿ म्हणून देखील संबोधले जाते, म्हणजे भक्तांमधील

सर्वोच्च रत्न.

विशेषतः त्यांच्या कवितेबद्दल, तुलसीदासांना "रूपकाचा सम्राट" आणि अनेक समीक्षकांनी उपमा देणारे असे संबोधले आहे. हिंदी कवी अयोध्यासिंग उपाध्याय 'हरियुध' यांनी तुलसीदासांबद्दल सांगितले -

कविता कराके तुलसी न लासे

कविता लसी पा तुलसी की कला ?

तुलसीदास कविता रचून चमकले नाहीत, तर तुलसीदासांची कला प्राप्त करून ती स्वत: कविता चमकली.

हिंदी कवयित्री महादेवी वर्मा तुलसीदासांवर भाष्य करताना म्हणाल्या की, अशांत मध्ययुगात भारताला तुलसीदासांकडून प्रकाश मिळाला. ती पुढे म्हणाली की आज भारतीय समाज हा तुलसीदासांनी बांधलेली वास्तू आहे आणि आज आपल्याला माहीत असलेला राम हा तुलसीदासांचा राम आहे.

21
आदि शंकराचार्य

आदि शंकराचार्य

Scan for Story Videos - www.itibook.com

आदि शंकरा ("पहिला शंकर," त्याला इतर शंकरांपासून वेगळे करण्यासाठी)(8वे शतक. CE), यांना आदि शंकराचार्य हे भारतीय वैदिक विद्वान आणि शिक्षक होते (आचार्य),4 ज्यांचे कार्य शास्त्रांचे सुसंवादी वाचन सादर करते, त्याच्या गाभ्यामध्ये स्वत: ची मुक्ती देणारे ज्ञान, त्यांच्या काळातील अद्वैत वेदांत शिकवणींचे संश्लेषण करते. त्याच्या नावावरून.

त्याच्या नंतरच्या प्रसिद्धीमुळे, 300 हून अधिक ग्रंथ त्याच्या नावाला श्रेय दिले गेले आहेत, ज्यात भाष्य, प्रास्ताविक विषयावरील प्रदर्शने (प्रकार? एक ग्रंथ) आणि काव्य (स्तोत्र) यांचा समावेश आहे. तथापि, यापैकी बहुतेक प्रेक्षक किंवा बहुधा आहेत. नावाचे ढोंग करणारे किंवा विद्वान. स्वतः शंकराने लिहिलेल्या ग्रंथांमध्ये ब्रह्मसूत्रभास्य, त्यांचे दहा मुख्य (मुख्य) उपनिषदांवरचे भाष्य, भगवद्गीता, आणि उपदेशसहस्रीवरील भाष्य. शंकराची सत्यता विवेककु?अमा?मीचे लेखक असण्यावर प्रश्नचिन्ह उपस्थित केले गेले आहे.

शंकराच्या लिखाणाचे मध्यवर्ती विधान म्हणजे स्व (आत्मा) आणि ब्रह्म यांची ओळख, आत्ममुक्ती ज्ञानाचे रक्षण करणे, उपनिषदांना ज्ञानाचे स्वतंत्र साधन म्हणून घेणे, हिंदू धर्माच्या धार्मिक विर्धींच्या विरोधात मीमा. शंकराचे अद्वैत महायान बौद्ध धर्माचा प्रभाव दर्शविते, शंकराच्या टीकेला न जुमानता; आणि हिंदू वैष्णववादी विरोधकांनी शंकरावर

"क्रिप्टो-बौद्ध," ही पात्रता असल्याचा आरोपही केला आहे, जो परंपरेने नाकारला आहे, अद्वैत वेददानाचा आदर करत आहे. आत्मा, अनंत आणि ब्रह्म.

अद्वैत वेदांताच्या परंपरेत शंकराचा अतुलनीय दर्जा आहे, परंतु हिंदू बौद्धिक विचारांवर त्यांचा प्रभाव प्रश्नचिन्ह निर्माण झाला आहे. 10व्या शतकापर्यंत शंकराला त्याच्या जुन्या समकालीन मंदाना-मिसरा, ची छाया पडली होती आणि त्यात त्यांचा कोणताही उल्लेख नाही. 11 व्या शतकापर्यंत हिंदू, बौद्ध किंवा जैन स्त्रोत. लोकप्रिय प्रतिमा शंकराची केवळ 14 व्या शतकात आकार घेऊ लागली, त्याच्या मृत्यूनंतर शतकानुशतके, जेव्हा शृंगेरी मठाला विजयनगर साम्राज्याच्या राजांकडून राजाश्रय मिळू लागला आणि त्यांची निष्ठा बदलली. अद्वैतिक अगामिक शैववाद ते ब्राह्मणवादी अद्वैत ऑर्थोडॉक्सी. 14व्या-17व्या शतकातील हॅगिओग्राफीजने त्यांना शासक-त्याग करणारा म्हणून देवत केले, दिग्विजयावर (चार चौथ्यांचा विजय) संपूर्ण भारतीय उपखंडात प्रवास केला, त्याच्या विरोधकांचा प्रचार केला. ब्रह्मज्ञानविषयक वाद-विवाद या हॅगिओग्राफीमध्ये त्यांना चार मठ ("मठ") स्थापणारे आणि आदि शंकराचार्य असे चित्रित केले आहे. दशनामी मठातील संयोजक आणि उपासनेच्या शान्माता परंपरेचे एकीकरणकर्ता म्हणून ओळखले जाते.

शंकराच्या वास्तविक जीवनाविषयी विश्वसनीय माहिती कमी आहे. त्यांची सध्याची चरित्रे त्यांच्या काळानंतर अनेक शतकांनी लिहिली गेली आहेत आणि दंतकथा आणि असंभाव्य घटनांनी विपुल आहेत. शृंगेरी मठाच्या नोंदी सांगतात की शंकराचा जन्म "च्या कारकिर्दीच्या 14 व्या वर्षी झाला. विक्रमादित्य", परंतु हे नाव कोणत्या राजाला आहे हे अस्पष्ट आहे. काही संशोधकांनी हे नाव चंद्रगुप्त द्वितीय (इ.स. चौथे शतक) असे ओळखले असले तरी, आधुनिक विद्वान विक्रमादित्य हे बदामीच्या चालुक्य घराण्यातील असल्याचे मान्य करतात, बहुधा विक्रमादित्य द्वितीय (७३३). –746 CE).

शंकरासाठी अनेक वेगवेगळ्या तारखा प्रस्तावित केल्या आहेत:

509-477 BCE: ही तारीख शंकराच्या प्रमुख संस्था मा?हसच्या प्रमुखांच्या नोंदींवर आधारित आहे. चार मठांनी मानलेल्या आदि शंकराचार्यांच्या जन्माच्या अचूक तारखा म्हणजे द्वारका 491 ईसापूर्व, ज्योतिर्मठ 485 ईसापूर्व, जगन्नाथ पुरी 484 ईसापूर्व आणि शृंगेरी 483 ईसापूर्व.43 तर कांची पीठमनुसार आदि शंकराचा जन्म कां 259 मध्ये झाला होता. (509 BCE).

44-12 BCE: भाष्यकार आनंदगिरी यांचा असा विश्वास होता की त्यांचा जन्म चिदंबरम येथे 44 ईसापूर्व आणि मृत्यू 12 BCE मध्ये झाला.

इसवी सन सहावे शतक : तेलंगने त्याला या शतकात स्थान दिले. सर आरजी भांडारकर यांचा जन्म इ.स. 680 मध्ये झाला असे मानतात.

700 – 750 CE: 20 व्या शतकाच्या उत्तरार्धात आणि 21 व्या शतकाच्या सुरुवातीच्या शिष्यवृत्तीमुळे शंकराचे 32 वर्षांचे आयुष्य 8 व्या शतकाच्या पूर्वार्धात होते. भारतशास्त्रज्ञ आणि आशियाई धर्म अभ्यासक जॉन कोलर यांच्या मते, शंकराच्या तारखांबाबत बराच

वाद आहे - भारतातील महान विचारवंतांपैकी एक म्हणून ओळखले जाते आणि "सर्वोत्तम अलीकडील शिष्यवृत्तीचा असा तर्क आहे की त्यांचा जन्म 700 मध्ये झाला आणि 750 CE मध्ये त्यांचा मृत्यू झाला".

788-820 CE: हे विसाव्या शतकाच्या सुरुवातीच्या विद्वानांनी प्रस्तावित केले होते आणि ते मॅक्स मुलर, मॅकडोनेल, पाथोक, इयूसेन आणि राधाकृष्ण यांसारख्या विद्वानांनी प्रथागतपणे स्वीकारले होते. 788-820 ही तारीख स्वामी तपस्यानंद यांनी मान्य मानली होती. अनेक प्रश्न उपस्थित करतात.जरी 20 व्या शतकातील प्रकाशनांमध्ये 788-820 CE तारखा मोठ्या प्रमाणावर असल्या तरी, अलीकडील शिष्यवृत्तीने 788-820 CE तारखांवर प्रश्नचिन्ह उभे केले आहे.

805-897 CE: व्यंकितेश्वराने शंकराला फक्त सर्वात नंतर स्थान दिले नाही तर त्याला वाटून दिलेली सर्व कामे साध्य करणे शक्य झाले नसते आणि त्याला बावण्णव वर्षे जगता आले असते असे मतही व्यक्त केले.

8व्या शतकाच्या पूर्वार्धापासून शंकराला विद्वान म्हणून ओळखल्या जाणाऱ्या लोकप्रिय डेटिंगमुळे.

कार्य करते

आदि शंकराचे कार्य हे हिंदू धर्माच्या अद्वैत वेदांत विद्यालयाचा पाया आहे, आणि त्यांचा सिद्धांत, सेंगाकु मायेडा म्हणतो, "आधुनिक भारतीय विचारांचे मुख्य प्रवाह ज्यातून निर्माण झाले आहेत ते स्त्रोत आहे" त्यांच्या नावाला 300 हून अधिक ग्रंथांचे श्रेय दिले जाते, ज्यात भाष्ये (भाᴤय), मूळ तात्विक प्रदर्शने (प्रकार? एक ग्रंथ) आणि काव्य (स्तोत्र). तथापि, यापैकी बहुतेक शंकराच्या अस्सल कृती नाहीत आणि ज्यांचे नाव देखील शंकराचार्य होते त्यांच्या प्रशंसकांनी किंवा विद्वानांनी केले असावे. ने आदि शंकराच्या कार्यांची संपूर्ण यादी प्रकाशित केली आहे, ज्यात बहुतेकांच्या सत्यतेच्या मुद्द्यांसह आहे.

अस्सल कामे

प्राचीन भारतीय ग्रंथांवरील पद्धतशीर पुनरावलोकने आणि भाष्य (भास्य) यासाठी शंकराला सर्वात जास्त ओळखले जाते. शंकराच्या भाष्याचा उत्कृष्ट नमुना म्हणजे ब्रह्मसूत्रभाष्य (शब्दशः, ब्रह्मसूत्रावरील भाष्य), हिंदू धर्माच्या वेदांत शाळेचा एक मूलभूत मजकूर.

दहा मुख्य (मुख्य) उपनिषदांवरील त्यांची भाष्ये विद्वानांनीही अस्सल मानली आहेत, ६८ आणि ते आहेत: बृहदारण्यक उपनिषदावरील भास्य, चांदोग्य उपनिषद, ऐतरेय उपनिषद, तैत्तिरीय उपनिषद, केना उपनिषद, टीप द ईशा उपनिषद. कथा उपनिषद, मुंडक उपनिषद, प्रार्थना उपनिषद, आणि मांडुक्य उपनिषद. यापैकी मांडुक्यवरील भाष्य हे खरे तर गौडपदाचे मदुक्य-कारिकांवर केलेले भाष्य आहे.

शंकराच्या इतर अस्सल कृतींमध्ये भगवद्गीतेवरील भाष्य (त्याच्या प्रस्थान त्रयी भास्यातील भाग) यांचा समावेश होतो. त्यांचे विवरण (तृतीय नोट्स) वेदव्यासाने

योगसूत्रांवर भाष्य केले तसेच आपस्तंब धर्मसूत्रांवर (अध्यातम-पाताल-भाष्य) भाष्य केले. विद्वानांनी शंकराच्या अस्सल कृत्यांचा स्वीकार केला आहे. स्तोत्रांपैकी (काव्यात्मक कृती), दक्षिणामूर्ती स्तोत्र, भजगोविंद स्तोत्र, शिवानंदलहरी, कर्पता-पंजरिका, विष्णु-सत्पदी, हरिमीडे, दास-श्लोकी आणि कृष्ण-स्तक अस्सल असण्याची शक्यता आहे.

शंकराने उपदेशसहस्री ही त्यांची सर्वात महत्त्वाची मूळ तत्वज्ञानाची रचनाही केली. इतर मूळ प्रकरणांपैकी (मोनोग्राफ, ग्रंथ), छहत्तर कामे शंकराला दिली जातात. आधुनिक काळातील भारतीय विद्वान जसे की बेलवलकर आणि उपाध्याय यांनी अनुक्रमे पाच आणि एकोणतीस कामे अस्सल म्हणून स्वीकारली.

शंकराच्या स्तोत्रांमध्ये अस्सल मानल्या गेलेल्या स्तोत्रांमध्ये कृष्ण (वैष्णव) आणि एक शिव (शैव) यांना समर्पित - अनेकदा हिंदू धर्मात दोन भिन्न पंथ मानले जातात. हे स्तोत्रे सांप्रदायिक नसून मूलतः अद्वैतवादी आहेत आणि वेदांताच्या एकात्म वैश्विक दृष्टिकोनापर्यंत पोहोचतात असे विद्वान सुचवतात.

ब्रह्मसूत्रावरील शंकराचे भाष्य सर्वात जुने आहे. तथापि, त्या समालोचनात त्यांनी द्रविड, भर्तृप्रपंच आणि इतर यांसारख्या जुन्या भाष्यांचा उल्लेख केला आहे, जे एकतर हरवले आहेत किंवा अद्याप सापडलेले नाहीत.

संशयास्पद सत्यता किंवा अस्सल नसलेली कामे

नृसिंह-पूर्वतत्पानिया आणि श्वेश्वतारा उपनिषदांवरील भाष्ये शंकराला श्रेय दिलेली आहेत, परंतु त्यांची सत्यता अत्यंत संशयास्पद आहे. त्याचप्रमाणे शंकराला श्रेय दिलेली अनेक सुरुवातीच्या आणि नंतरच्या उपनिषदांवरची भाष्ये विद्वानांनी त्यांची रचना मानून नाकारली आहेत आणि ती कदाचित नंतरच्या विद्वानांची कार्ये आहेत; यामध्ये खालील गोष्टींचा समावेश होतो: कौशीतकी उपनिषद, मैत्री उपनिषद, कैवल्य उपनिषद, परमहंस उपनिषद, शाकायतन उपनिषद, मंडल ब्राह्मण उपनिषद, महा नारायण उपनिषद, गोपालतपानिया उपनिषद. तथापि, ब्रह्मसूत्र-भास्यमध्ये, शंकराने आपले युक्तिवाद विकसित करताना यापैकी काही उपनिषदांचा उल्लेख केला आहे, परंतु त्याच्या साथीदारांनी आणि शिष्यांनी सोडलेल्या ऐतिहासिक नोट्स, शैलीतील मुख्य फरक आणि नंतरच्या उपनिषदावरील भाष्यांच्या सामग्रीमुळे विद्वानांनी निष्कर्ष काढला आहे. की नंतरच्या उपनिषदांवरील भाष्य शंकराचे कार्य नव्हते.

विवेकाकू?अमा? चे लेखक शंकराच्या सत्यतेवर प्रश्नचिन्ह उपस्थित केले गेले आहे, जरी ते "शंकराच्या अध्यात्मिक वारशात इतके जवळून गुंतलेले आहे की या कार्याचा विचार न करता त्याच्या दृष्टीकोनाचे कोणतेही विश्लेषण अपूर्ण असेल." ग्रिम्सच्या म्हणण्यानुसार, "आधुनिक विद्वान शंकराची रचना म्हणून त्याची सत्यता नाकारतात," तर "पारंपारिक लोक ते स्वीकारतात." तरीही, ग्रिम्स असा तर्क करतात की "अजूनही अशी शक्यता आहे की साकारा हा लेखक आहे. विवेकाकू?मा?i," "हे त्याच्या इतर कामांपेक्षा काही बाबतीत वेगळे आहे कारण ते वेगळ्या प्रेक्षकांना संबोधित करते आणि त्याचा जोर आणि

उद्देश वेगळा आहे."

अपरोक्षनुभूती आणि आत्माबोध देखील शंकराला त्याचे मूळ तात्विक ग्रंथ म्हणून श्रेय दिले जाते, परंतु हे संशयास्पद आहे. पॉल हॅकरने असेही काही आक्षेप नोंदवले आहेत की सर्व-दर्शन-सिद्धांत संग्रह हा संक्षेप पूर्णत: शंकराने लिहिला होता, कारण शैलीतील फरक आणि भागांमधील विषयगत विसंगती. त्याचप्रमाणे गायत्री-भास्य हे शंकराचे कार्य असण्याची शंका आहे.इतर भाष्ये उत्तरगीता, शिव-गीता, ब्रह्म-गीता, ललिता-शस्त्रनाम, सुत-संहिता आणि संध्या-भाष्य ह्यांचा समावेश शंकराच्या कार्यात असण्याची शक्यता फारच कमी आहे. शंकराला दिलेले ललिता-त्रिसती-भास्य या तांत्रिक कार्यावरील भाष्यही अप्रमाणित आहे.

शंकराला विष्णु सहस्रनाम आणि सनत्सुजातीया यांसारख्या इतर धर्मग्रंथावरील भाष्यांचे श्रेय मोठ्या प्रमाणावर दिले जाते, परंतु या दोन्ही विद्वानांनी संशय व्यक्त केला आहे, असे विद्वानांनी अपोक्रिफल मानले आहे. हस्तमलकीय-भाष्य हे देखील शंकराचे कार्य असल्याचे भारतात मोठ्या प्रमाणावर मानले जाते आणि ते शंकराच्या कार्याच्या समता आवृत्तीमध्ये समाविष्ट आहे, परंतु काही विद्वान ते शंकराच्या विद्यार्थ्याचे कार्य मानतात.

तत्वज्ञान आणि सराव

आत्मा शतकम (स्वतःचे गाणे):-

मी चैतन्य आहे, मी परमानंद आहे, मी शिव आहे, मी शिव आहे.नोट 11

द्वेषाशिवाय, मोहाशिवाय, लालसेशिवाय, लोभशिवाय;

ना अहंकार, ना अहंकार, मी कधीही मत्सर करत नाही;

ना धर्म, ना अर्थ, ना काम, ना मोक्ष मी;

मी चैतन्य आहे, मी परमानंद आहे, मी शिव आहे, मी शिव आहे.

पापांशिवाय, पुण्यशिवाय, आनंदाशिवाय, दुःखाशिवाय;

ना मंत्र, ना विधी, ना तीर्थ, ना वेद;

ना अनुभवकर्ता, ना अनुभवी, ना अनुभव मी,

मी चैतन्य आहे, मी परमानंद आहे, मी शिव आहे, मी शिव आहे.

न घाबरता, मृत्यूशिवाय, भेदभावाशिवाय, जातीशिवाय;

ना पिता, ना आई, मी कधीच जन्मलो नाही;

ना किथ, ना नातेवाईक, ना शिक्षक, ना मी विद्यार्थी;

मी चैतन्य आहे, मी परमानंद आहे, मी शिव आहे, मी शिव आहे.

मी रूपाशिवाय, आकृतीशिवाय, साम्य नसतो;

सर्व इंद्रियांचे चैतन्य, प्रत्येक गोष्टीत मी आहे;

मी जोडलेले नाही, सोडलेले नाही;

मी चैतन्य आहे, मी परमानंद आहे, मी शिव आहे, मी शिव आहे.

—आदि शंकरा, निर्वाण शतकम, स्तोत्र ३–६६६

नाकामुरा नुसार, शंकर हा मूळ विचारवंत नव्हता, परंतु त्याने पूर्वीच्या तत्त्ववेत्यांच्या कार्यांची पद्धतशीरपणे मांडणी केली होती. शंकराच्या लेखनाचा मुख्य विषय म्हणजे आत्म (आत्मा) आणि ब्रह्म यांच्या ओळखीचे मुक्त ज्ञान होय. या जीवनात मोक्ष प्राप्त होतो. आत्मा आणि ब्रह्म यांची ओळख ओळखून, महावाक्यांनी मध्यस्थी केली, विशेषत: तत् त्वम् असि, "तुम्ही आहात."

अद्वैताचे पद्धतशीर

नाकामुरा यांच्या मते, सुरुवातीच्या वेदांतींच्या ज्ञात शिकवणींची आणि शंकराच्या विचारांची तुलना केल्यास असे दिसून येते की शंकराच्या विचारातील बहुतेक वैशिष्ट्ये "शंकराच्या आधी कोणीतरी सांगितली होती." शंकरा" ही व्यक्ती होती ज्याने पूर्वी अस्तित्वात असलेल्या अद्वैत-वादाचे संश्लेषण केले होते. नाकामुराच्या मते, वेदांतावरील बौद्ध धर्माच्या वाढत्या प्रभावानंतर, गौपदाच्या कार्यात पराकाष्ठा झाल्यानंतर, आदि शंकराने या कामांमध्ये बौद्ध घटकांना वेदांतिक वर्ण दिले, अद्वैताच्या सिद्धांताचे संश्लेषण आणि पुनरुज्जीवन केले.

कोल्लरच्या मते, प्राचीन भारतीय ग्रंथांमधील कल्पनांचा वापर करून, शंकराने 8 व्या शतकात अद्वैत वेदांताचा पाया व्यवस्थित केला, बादरायणाच्या वेदांत परंपरेत सुधारणा केली. मायेदाच्या मते, शंकराने वेदांताच्या विकासात एक महत्त्वपूर्ण वळण दिले आहे, तरीही तो हे देखील लक्षात घेतो. इयूसेन्सच्या स्तुतीनंतरच शंकराला "सामान्यत: भारतातील महान तत्त्वज्ञ मानले गेले आहे." मायेदा पुढे नमूद करतात की शंकराचा प्रामुख्याने मोक्षाशी संबंध होता, "तत्वज्ञान किंवा धर्मशास्त्राच्या संपूर्ण प्रणालीच्या स्थापनेशी नाही," पॉटरला अनुसरून, जो शंकराला "सट्टावादी तत्त्वज्ञानी" म्हणून पात्र ठरवतो. लिपनरने नमूद केले की शंकराचा "मुख्य साहित्यिक दृष्टीकोन भाष्यात्मक होता आणि त्यामुळे कार्यपद्धतीने पद्धतशीर न होता अविघटित होते... जरी संकराच्या विचारातून एक पद्धतशीर तत्वज्ञान प्राप्त केले जाऊ शकते."

शंकराचे वर्णन शैव आणि शाक्त धर्माने केले आहे, परंतु त्यांची कार्ये आणि तत्त्वज्ञान वैष्णव धर्माशी अधिक आच्छादित असल्याचे, हिंदू धर्माच्या योगशाळेचा प्रभाव दर्शवितात, परंतु अध्यात्माच्या अद्वैतवादी दृष्टिकोनासह त्यांचे अद्वैत मत स्पष्टपणे व्यक्त करतात, आणि त्यांचे भाष्य एक वळण दर्शवते. वास्तववादापासून आदर्शवादाकडे.

मोक्ष - ब्रह्माचे ज्ञान मुक्त करणारे

शंकराच्या लिखाणाची मध्यवर्ती थीम स्वयं (आत्मा) आणि ब्रह्म यांची ओळख आहे, शंकराच्या मुख्य चिंतेपैकी एक म्हणजे आत्ममुक्ती ज्ञानाचे स्पष्टीकरण करणे, आणि उपनिषदांना कर्मकांड-केंद्रित मीमाविरुद्ध ज्ञानाचे स्वतंत्र साधन म्हणून रक्षण करणे. हिंदू धर्माची शाळा.

शंकराच्या मते, एक अपरिवर्तित अस्तित्व (ब्रह्म) एकटेच वास्तव आहे, तर बदलणारे अस्तित्व निरपेक्ष अस्तित्वात नाही. महावाक्यांनी, विशेषत: तत् त्वम् असि, "तो तूच

आहेस" द्वारे मध्यस्थी म्हणून आत्मा आणि ब्रह्म यांची ओळख ओळखून या जीवनात मोक्ष कसा प्राप्त होतो हे स्पष्ट करणे हा शंकराचा प्राथमिक उद्देश होता. आत्मा आणि ब्रह्म यांचे योग्य ज्ञान म्हणजे ब्रह्माची प्राप्ती, अमरत्व, आणि पीडा आणि संसार, पुनर्जन्म चक्रातून मोक्ष (मुक्ती) मिळवते हे शंकराने पुढीलप्रमाणे सांगितले आहे:

नाम, रूप आणि कृती याशिवाय मी आहे.

माझा स्वभाव सदैव मुक्त आहे!

मी स्वतः आहे, सर्वोच्च बिनशर्त ब्रह्म आहे.

मी शुद्ध जागृती आहे, नेहमी अद्वैत नाही.

प्रमानस - ज्ञानाचे साधन

शंकराने ज्ञानाची साधने ओळखली, पण त्यांचा विषयासंबंधीचा फोकस मेटाफिजिक्स आणि सोटेरिओलॉजीवर होता, आणि त्याने प्रामनास मान्यता दिली, म्हणजे ज्ञानशास्त्र किंवा "ज्ञान मिळविण्याचा अर्थ, तर्क पद्धती ज्या एखाद्याला विश्वासाई ज्ञान मिळविण्यास सक्षम करतात" उद्धरण. आवश्यक सेंगाकु मायेदा यांच्या मते, "त्याच्या कामात कुठेही नाही ... तो त्यांचा कोणताही पद्धतशीर हिशोब देत नाही," आत्मा-ब्रह्माला स्वयं-स्पष्ट (स्वप्रमाणक) आणि स्वयं-स्थापित (स्वतहसिद्ध) मानणे आणि "एक ज्ञानाच्या साधनांचा अभ्यास करून अंतिम मुक्ती मिळवण्यासाठी काहीही उपयोग होत नाही." मायेदा नोंदवतात की शंकराचे युक्तिवाद "अत्यंत वास्तववादी आणि आदर्शवादी नाहीत," असा युक्तिवाद करत आहे की ज्ञान विद्यमान गोष्टींवर (वास्तुतंत्र) आधारित आहे आणि "वैदिकांवर नाही. आज्ञा (कोडनतंत्र) किंवा मनुष्यावर (पुरुषतंत्र).

मायकेल कॉमन्स (उर्फ वासुदेवाचार्य) यांच्या मते, शंकराने आकलन आणि अनुमान हे प्राथमिक सर्वात विश्वासाई ज्ञानशास्त्रीय माध्यम मानले होते आणि जिथे ज्ञानाची ही साधने एखाद्याला "काय फायदेशीर आहे आणि काय हानीकारक आहे ते टाळण्यास मदत करते", तेथे शहाणपणाची किंवा बुद्धीची गरज नाही. धर्मग्रंथांचा संदर्भ देऊन. तत्वमीमांसा आणि नीतिशास्त्राशी संबंधित काही बाबींमध्ये, शंकर म्हणतात, वेद आणि उपनिषद यांसारख्या धर्मग्रंथातील साक्ष आणि शहाणपण महत्त्वाचे ठरते.

मेरेल-वुल्फ सांगतात की शंकराने वेद आणि उपनिषदांना ज्ञानाचा स्रोत म्हणून स्वीकारले कारण त्याने आपले तात्विक प्रबंध विकसित केले, तरीही तो कधीही प्राचीन ग्रंथांवर आपला मुद्दा टिकवून ठेवत नाही, उलट प्रत्येक प्रबंध सिद्ध करतो. तर्क आणि अनुभव.

तर्क विरुद्ध प्रकटीकरण

1927 मध्ये Stcherbatsky यांनी शंकरावर मध्यमिका बौद्धांकडून तर्काच्या वापराची मागणी केल्याबद्दल टीका केली, तर स्वतः ज्ञानाचा स्रोत म्हणून प्रकटीकरणाचा अवलंब केला. सिरकारने 1933 मध्ये एक वेगळा दृष्टीकोन मांडला आणि म्हटले, "शंकराने स्वतःच्या नियमांचे मूल्य आणि विरोधाभास ओळखले. -आदर्शवादी तर्कशास्त्राच्या

दृष्टिकोनातून अलिप्तता; आणि परिणामी त्याला वास्तवासह देखावा एकत्रित करणे शक्य झाले आहे.

अलीकडील शिष्यवृत्ती सांगते की प्रकटीकरणावरील शंकराचे युक्तिवाद हे आपटा वाचनाबद्दल आहेत (ज्ञानी लोकांचे म्हणणे, शब्दावर विसंबून, भूतकाळातील किंवा वर्तमानातील विश्वासार्ह तज्ञांची साक्ष). हा त्यांचा आणि अद्वैत वेदांताचा भाग आहे. अद्वैत वेदांत परंपरेने अशा साक्षीला ज्ञानशास्त्रीयदृष्ट्या वैध मानते, असे प्रतिपादन केले की मनुष्याला असंख्य तथ्ये जाणून घेणे आवश्यक आहे आणि उपलब्ध मर्यादित वेळ आणि उर्जेमुळे तो त्या तथ्यांचा आणि सत्यांचा फक्त एक अंश थेट शिकू शकतो. शंकराने मानले. वेद आणि उपनिषदांमधील शिकवण आप्ते वाचन आणि ज्ञानाचा एक वैध स्त्रोत आहे. ते त्यांच्या उपदेशसहस्री या ग्रंथात मोक्षप्राप्तीसाठी तर्क आणि प्रकटीकरण एकत्र करण्यावर शिक्षक-शिष्य संबंधाचे महत्त्व सुचवतात. अनंतानंद रामबचन आणि इतर सांगतात की शंकराने तसे केले नाही. केवळ वैदिक विधानांवर विसंबून राहा, परंतु तार्किक पद्धती आणि तर्क पद्धती आणि इतर प्रामणांची श्रेणी देखील वापरली.

अनुभव

अनंतानंद रामबचन यांनी शंकराच्या ज्ञानशास्त्रातील अनुभवाच्या भूमिकेवर व्यापकपणे मांडलेल्या मताचा सारांश खालीलप्रमाणे मांडला आहे, त्यावर टीका करण्यापूर्वी:

या व्यापकपणे प्रस्तुत केलेल्या समकालीन अभ्यासांनुसार, शंकराने केवळ श्रुती (वेद) च्या शब्दांची चौकशी करून मिळवलेल्या ज्ञानाला तात्पुरती वैधता दिली आणि नंतरचे ब्रह्मज्ञानाचे अद्वितीय स्त्रोत (प्रमाण) म्हणून पाहिले नाही. श्रुतीची पुष्टी, असा युक्तिवाद केला जातो, प्रत्यक्ष अनुभवाने (अनुभव) मिळवलेल्या ज्ञानाद्वारे सत्यापित आणि पुष्टी करणे आवश्यक आहे आणि म्हणून श्रुतीचा अधिकार केवळ दुय्यम आहे.

योग आणि चिंतनशील व्यायाम

शंकराने योगामध्ये प्राप्त केलेली मनाची शुद्धता आणि स्थिरता हे मोक्ष ज्ञान प्राप्त करण्यासाठी सहाय्यक मानले, परंतु अशी योगिक मनःस्थिती स्वतःच अशा ज्ञानाला जन्म देऊ शकत नाही. शंकराला, ब्रह्माचे ज्ञान केवळ उपदेशांच्या चौकशीतूनच प्राप्त होते. उपनिषद.योगाच्या पद्धतीत, शंकराच्या शिकवणीमध्ये प्रोत्साहन दिलेले आहे, कॉमन्समध्ये, पतंजलीच्या प्रणालीप्रमाणेच इंद्रिय वस्तूंपासून मन काढून टाकणे समाविष्ट आहे, परंतु हे संपूर्ण विचार दडपशाही नाही, त्याऐवजी ते "विशिष्ट आणि ओळखीपासून माघार घेण्याचा ध्यान व्यायाम आहे. सार्वभौमिक सह, स्वतःला सर्वात सार्वत्रिक, म्हणजे चेतना म्हणून चिंतन करण्यास प्रवृत्त करते.

योगाचा प्रकार जो शंकराने येथे मांडला आहे, ती म्हणजे विशिष्ट (विसेसा) सामान्य (सामान्य) मध्ये विलीन करण्याची पद्धत आहे. उदाहरणार्थ, विविध ध्वनी ऐकण्याच्या अर्थाने विलीन केले जातात, ज्यात सर्व ध्वनीचे स्थान असल्यामुळे ऐकण्याची भावना अधिक सामान्य आहे. श्रवणशक्ती मनामध्ये विलीन झाली आहे, ज्याच्या स्वभावात

गोष्टींचा विचार करणे समाविष्ट आहे, आणि मन बुद्धीमध्ये विलीन झाले आहे, ज्याला शंकराने नंतर 'केवळ अनुभूती' (विज्ञानमात्र) बनवले आहे; म्हणजेच, सर्व विशिष्ट अनुभूती त्यांच्या सार्वभौममध्ये निराकरण करतात, जे अनुभूती आहे, कोणत्याही विशिष्ट वस्तूशिवाय विचार करतात. आणि त्या बदल्यात त्याच्या सार्वभौमिक, केवळ चेतना (प्रज्ञाफनाघन) मध्ये विलीन होतात, ज्यावर आधी उल्लेख केलेली प्रत्येक गोष्ट शेवटी अवलंबून असते.

शंकराने त्या योगपद्धतीतील भिन्नता नाकारल्या ज्या सूचित करतात की संपूर्ण विचार दडपून मुक्ती मिळते, तसेच श्रुती आत्म्याच्या एकात्मतेच्या ज्ञानाशिवाय काहीतरी मुक्ती शिकवतात. केवळ ज्ञान आणि गोष्टींच्या खऱ्या स्वरूपाशी संबंधित अंतर्दृष्टी, शंकराने शिकवले, तेच मुक्त होते. त्यांनी उपनिषदांच्या अभ्यासावर जास्त भर दिला, त्यांना आत्म-मुक्ती ज्ञान प्राप्त करण्यासाठी आवश्यक आणि पुरेसे साधन म्हणून जोर दिला. शंकराने अशा ज्ञानासाठी गुरुची (आचार्य, शिक्षक) गरज आणि भूमिका यावरही जोर दिला.

समन्वयात तत्पर्य लिंग

शंकराने वैदिक वाङ्मयातील संदर्भाबाहेरील वाक्प्रचार किंवा श्लोक काढण्यापासून सावध केले आणि आपल्या ब्रह्मसूत्र-भास्यच्या सुरुवातीच्या अध्यायात असे भाष्य केले की कोणत्याही ग्रंथाचा अन्वय (विषय किंवा तात्पर्य) समन्वय तत्पर्य लिंगाला पाहिल्यासच योग्यरित्या समजू शकतो. , ही विचाराधीन मजकूराची सहा वैशिष्ट्ये आहेत: (1) उपक्रम (परिचय विधान) आणि उपसंहार (निष्कर्ष) मधील सामान्य; (२) अभ्यस (संदेश पुनरावृत्ती); (३) अपूर्वता (अद्वितीय प्रस्ताव किंवा नवीनता); (४) फला (फळ किंवा परिणाम साधित); (५) अर्थवाद (स्पष्टीकरण केलेला अर्थ, प्रशंसनीय मुद्दा) आणि (६) युक्ती (पडताळणी करता येण्याजोगा तर्क). या पद्धतीचे मूळ हिंदू धर्माच्या न्याय शाळेच्या सैद्धांतिक कार्यात असताना, शंकराने ते एकत्र केले आणि अन्वय नावाच्या त्यांच्या अनोख्या व्याख्यात्मक पद्धतीसह लागू केले. व्यतिरेका, ज्यात असे म्हटले आहे की योग्य समजून घेण्यासाठी एखाद्याने "केवळ सर्व वैशिष्ट्यांशी सुसंगत असलेले अर्थ स्वीकारले पाहिजेत" आणि "कोणत्याहीशी सुसंगत नसलेले अर्थ वगळले पाहिजेत"

महाव्याक - आत्मा आणि ब्रह्म यांची ओळख

मोक्ष, दुःखापासून मुक्ती आणि पुनर्जन्म आणि अमरत्व प्राप्त करणे, शरीर-मनाच्या जटिलतेपासून विभक्त होणे आणि आत्मस्वरूप आत्मा म्हणून आत्मज्ञान प्राप्त करणे, आणि आत्मा आणि ब्रह्म यांच्या ओळखीचे ज्ञान प्राप्त करणे. शंकराच्या मते, व्यक्ती वास्तविकतेच्या प्रायोगिक स्तरावर आत्मा आणि ब्रह्म भिन्न दिसतात, परंतु हा फरक केवळ एक भ्रम आहे, आणि वास्तविकतेच्या सर्वोच्च स्तरावर ते खरोखर एकसारखे आहेत. वास्तविक आत्म म्हणजे सत्, "अस्तित्वात" म्हणजेच आत्मा-ब्रह्म. आत्मा आणि अ-आत्मान यांच्यातील फरक स्वयंस्पष्ट मानला जातो, आत्मा आणि ब्रह्म यांच्या ओळखीचे

ज्ञान श्रुतीद्वारे प्रकट होते, विशेषतः उपनिषदिक विधान तत् त्वम् असि.

महाव्याक

शंकराच्या मते, मोठ्या संख्येने उपनिषदिक विधाने आत्मा आणि ब्रह्म यांची ओळख प्रकट करतात. अद्वैत वेदांत परंपरेत, त्यातील चार विधाने, महावाक्य, जी इतर विधानांच्या विरूद्ध शब्दशः घेतली जातात, त्यांना ही ओळख प्रकट करण्यासाठी विशेष महत्त्व आहे. ते आहेत:

शंकराच्या उपदेशसहस्रीतील सर्वात प्रदीर्घ अध्याय, 18वा अध्याय, "तो तूच आहेस," हा अंतर्दृष्टी "मी नित्य मुक्त, अस्तित्वात आहे" (सत) आणि महावाक्यातील चांदोग्य उपनिषद 6.8.7 मध्ये व्यक्त केलेली ओळख यावर विचार करण्यासाठी समर्पित आहे. (मोठे वाक्य) "तत् त्वम् असि", "तो तू आहेस." या विधानात, शंकराच्या मते, तत् म्हणजे सत्, "अस्तित्वात" अस्तित्व, असणे, किंवा ब्रह्म, वास्तविक, " जगाचे मूळ," अस्तित्वात असलेल्या प्रत्येक गोष्टीचे खरे सार किंवा मूळ किंवा मूळ. "त्वम" म्हणजे एखाद्याचा खरा I, प्रत्यागतमन किंवा आंतरिक स्व, "प्रत्येक गोष्टीतील प्रत्यक्ष साक्षी," "जातीपासून मुक्त, कुटुंब, आणि शुद्धीकरण समारंभ," सार, आत्मा, जो मूळ व्यक्ती आहे. शंकराने उपदेशसहस्रीमध्ये सांगितल्याप्रमाणे:

"तुम्ही ते आहात" अशा वाक्यांद्वारे व्यक्तीला स्वतःचा आत्मा, सर्व आंतरिक अवयवांचा साक्षीदार जाणतो. "तू अस्तित्वात आहेस" अशा वाक्यांद्वारे...आंतरिक आत्म्याविषयीचे योग्य ज्ञान अधिक स्पष्ट होईल." ""तू तो आहेस" या वाक्यात... "तो" या शब्दाचा अर्थ आंतरिक आत्मा असा होतो."

"तत् त्वम् असि" या विधानाने आत्मा ब्रह्मापेक्षा वेगळा आहे ही चुकीची धारणा दूर करते. 131 नाकामुराच्या मते, आत्मा आणि ब्रह्म यांचे अद्वैतत्व "शंकराच्या विचाराचे प्रसिद्ध वैशिष्ट्य आहे, परंतु ते सुंदरपांड्याने आधीच शिकवले होते"(c. .600 CE किंवा त्यापूर्वीचे). शंकराने ब्रह्मसूत्र श्लोक I.1.4 वर दिलेल्या आपल्या टिप्पण्यांमध्ये सुंदरपांड्याचा उल्लेख केला आहे:

जेव्हा रूपकात्मक किंवा असत्य आत्मा अस्तित्वात नसतो तेव्हा माझ्या मुलाच्या, माझ्या शरीराच्या कल्पना सुप्त होतात. म्हणून 'मीच अस्तित्वात असलेला ब्रह्म, आत्मा आहे' हे लक्षात आल्यावर कोणतेही कर्तव्य कसे असू शकते?

यावरून, आणि इतर मोठ्या संख्येने, नाकामुरा असा निष्कर्ष काढतात की शंकर हे मूळ विचारवंत नव्हते, तर "अस्तित्वातील अद्वैत आणि नवजीवनाचे संश्लेषण करणारे, तसेच प्राचीन शिक्षणाचे रक्षक होते."

महाव्याकाचे ध्यान

उपदेशसहस्री शंकरामध्ये, शंकर उपनिषदिक महाव्याकाच्या ध्यानाच्या आवश्यकतेवर द्विधा आहेत. ते म्हणतात की "श्रवणाच्या क्षणी योग्य ज्ञान प्राप्त होते," आणि प्रासमक्ष किंवा प्रासाख्यान ध्यान, म्हणजे वाक्यांच्या अर्थावर ध्यान, आणि मध्ये परिसम्ख्यानाची

शिफारस केली आहे, आत्माला प्रत्येक गोष्टीपासून वेगळे करणे. आत्मा नाही, म्हणजे इंद्रिय-वस्तू आणि इंद्रिये, आणि त्यांच्याशी संबंधित सुखद आणि अप्रिय गोष्टी आणि योग्यता आणि अवगुण. तरीही, शंकराने केवळ आत्माच अस्तित्वात आहे असे घोषित करून समाप्ती केली, असे सांगून की "सर्व वाक्ये आत्म्याच्या द्वैत नसलेल्या उपनिषदांचा पूर्ण विचार केला पाहिजे, चिंतन केले पाहिजे." मायेदाने सांगितल्याप्रमाणे, "प्रसंख्याक किंवा प्रासाख्यान विरुद्ध परिसंख्यान हे एकमेकांपासून कसे वेगळे आहेत हे माहित नाही."

प्रासाख्यानाचा पुरस्कार मंदाना मिश्रा यांनी केला होता, शंकराचा जुना समकालीन जो 10 व्या शतकापर्यंत सर्वात प्रभावशाली अद्वैतिन होता. अप्रत्यक्ष ज्ञान जे केवळ सखोल चिंतन (प्रसाख्यना) द्वारे प्रत्यक्ष केले जाते. नंतरचे हे महावाक्याच्या हेतूचे निरंतर चिंतन आहे. वाकस्पती मिश्रा, मंदना मिश्रा यांचे विद्यार्थी, मंदाना मिश्रा यांच्याशी सहमत होते आणि त्यांच्या भूमिकेचे भामटींनी समर्थन केले. -शाळा, वाकस्पती मिश्रा यांनी स्थापन केली. याउलट, प्रकाशात्मन (c. 1200-1300) ने स्थापन केलेली विवरण शाळा शंकराचे जवळून अनुकरण करते, असा युक्तिवाद करते की महावाक्य हे ज्ञान मिळवण्याचे थेट कारण आहेत.

कर्मकांडाचा त्याग

शंकराने आपल्या उपदेशसहस्री या ग्रंथात, देवाला (देवाला) अर्पण करण्यासारख्या धार्मिक पूजेला परावृत्त केले आहे, कारण ते गृहीत धरते की आत्मा हा ब्राह्मणापेक्षा वेगळा आहे. टीप 3नोट "भेदाची शिकवण" चुकीची आहे, असे शंकराचे म्हणणे आहे, कारण, "तो जो ब्रह्म जाणतो तो एक आहे आणि तो दुसरा आहे, तो ब्रह्म जाणत नाही." आत्मा ब्रह्मापेक्षा वेगळा आहे ही खोटी धारणा नवशिक्याच्या समजुतीशी जोडलेली आहे

...मी एक आहे आणि तो दुसरा आहे; मी अज्ञानी आहे, सुख-दुःख अनुभवतो, बद्ध आणि स्थलांतर करणारा आहे, तर तो मूलतः माझ्याहून वेगळा आहे, देव स्थलांतराच्या अधीन नाही. माझ्या वर्गासाठी आणि जीवनाच्या टप्प्यासाठी विहित केलेल्या कृतींच्या प्रदर्शनाद्वारे त्याला नैवेद्य, प्रसाद, श्रद्धांजली आणि इतर गोष्टींसह पूजन करून, मला स्थलांतरित अस्तित्वाच्या महासागरातून बाहेर पडण्याची इच्छा आहे. मी तो कसा आहे?

स्वतःला "अस्तित्व-ब्रह्म" म्हणून ओळखणे, जे शास्त्राच्या शिकवणींद्वारे मध्यस्थ आहे, "मी कृती करतो" या कल्पनेशी विरोधाभास आहे, जे इंद्रिय-बोध आणि यासारख्या गोष्टींवर अवलंबून राहून मध्यस्थी केली जाते. शंकराच्या मते, विधान "तू ती कला" "ऐका ऐकणाऱ्याचा भ्रम दूर करते," "म्हणून "तू तो आहेस" या वाक्यांद्वारे माणूस स्वतःचा आत्मा ओळखतो, सर्व आंतरिक अवयवांचा साक्षीदार असतो," आणि कोणत्याही कृतीतून नाही. या जाणिवेसह कर्मकांडांचे कार्य निषिद्ध आहे, "कारण विधी आणि त्यांच्या आवश्यक गोष्टींचा वापर आत्म्याची सर्वोच्च आत्मा असलेल्या ओळखीच्या अनुभूतीसाठी विरोधाभासी आहे."

तथापि, शंकराने असेही प्रतिपादन केले की अहिंसा (अहिंसा, शरीर, मन आणि विचारांमध्ये इतरांना अहिंसा) आणि नियम यांसारख्या नैतिक जीवनाद्वारे एखाद्याचे मन शुद्ध झाल्यावर आत्म-ज्ञान प्राप्त होते. यज्ञ (अग्नी विधी) सारखे विधी आणि संस्कार, जसे की शंकराचे प्रतिपादन, आत्म-ज्ञानाच्या प्रवासासाठी मन आकर्षित करण्यास आणि तयार करण्यास मदत करू शकतात. ते ब्रह्मचर्यादरम्यान अक्रोध आणि यम यांसारख्या नीतिशास्त्राच्या गरजेवर भर देतात आणि नैतिकतेचा अभाव सांगतात. विद्यार्थ्यांना ज्ञान मिळवण्यापासून रोखणारी कारणे.

ऐतिहासिक संदर्भ

शंकराचे वास्तव्य महान "उशीरा शास्त्रीय हिंदू धर्म" च्या काळात होते, जे 650 ते 1100 CE पर्यंत टिकले. हा काळ गुप्त राजवंश आणि 7 व्या शतकातील राजा हर्ष यांच्यानंतर आलेल्या राजकीय अस्थिरतेचा होता. मध्ये सत्तेचे विकेंद्रीकरण झाले. भारत. "अगणित वासल राज्ये" सह अनेक मोठी राज्ये उदयास आली. लहान राज्ये मोठ्या राज्यांच्या संरक्षणावर अवलंबून होती. "महान राजा दुर्गम होता, तो श्रेष्ठ आणि देवत होता", तांत्रिक मंडलामध्ये प्रतिबिंबित झाल्याप्रमाणे, जे राजाला मंडलाचे केंद्र म्हणून देखील दर्शवू शकते.

केंद्रीय सत्तेच्या विघटनाने धार्मिकतेचे प्रादेशिकीकरण आणि धार्मिक शत्रुत्व निर्माण झाले. स्थानिक पंथ आणि भाषा वर्धित झाल्या आणि "ब्राह्मणी कर्मकांडवादी हिंदू धर्म" चा प्रभाव कमी झाला. शैव, वैष्णव यासह ग्रामीण आणि भक्ती चळवळ उभी राहिली. , भक्ती आणि तंत्र, जरी "पंथीय गट त्यांच्या विकासाच्या सुरूवातीसच होते." धार्मिक चळवळींना स्थानिक अधिपतींकडून मान्यता मिळण्यासाठी स्पर्धा करावी लागली,168 आणि बौद्ध, जैन, इस्लाम आणि हिंदू धर्मातील विविध परंपरा सदस्यांसाठी स्पर्धा करत होत्या. च्या पहिल्या सहस्राब्दीच्या पहिल्या 700 वर्षांत बौद्ध धर्म विशेषतः भारताच्या अध्यात्मिक परंपरांमध्ये एक शक्तिशाली प्रभाव म्हणून उदयास आला होता, परंतु 8 व्या शतकानंतर त्याचे स्थान गमावले आणि भारतात अदृश्य होऊ लागले. 8व्या शतकात न्यायालयातील पूजा-समारंभ, जेथे हिंदू देवतांनी बुद्धाची जागा "सर्वोच्च, शाही देवता" म्हणून घेतली.

जीवन

सर्वात जुन्या हगिओग्राफीनुसार, शंकराचा जन्म दक्षिण भारतातील केरळ राज्यात कलादी नावाच्या गावात झाला होता, ज्याचे स्पेलिंग कलाटी किंवा कराटी असे होते.215 नोट 28 त्यांचा जन्म नंबुदिरी ब्राह्मण पालकांच्या पोटी झाला होता. त्यांचे आईवडील एक वृद्ध, निपुत्रिक, जोडपे होते. गरिबांच्या सेवेचे भक्तिपूर्ण जीवन जगले. त्यांनी त्यांच्या मुलाचे नाव शंकर ठेवले, ज्याचा अर्थ "समृद्धी देणारा" होता. शंकर अगदी लहान असतानाच त्यांचे वडील मरण पावले. शंकराचे उपनयनम, विद्यार्थीदशेतील दीक्षा, त्यांच्या वडिलांच्या मृत्यूमुळे उशीर झाला आणि नंतर ते पार पडले.

शंकराच्या हगिओग्राफीमध्ये त्यांचे वर्णन लहानपणापासूनच संन्यास (संन्यासी) च्या जीवनाकडे आकर्षित झालेल्या व्यक्तीचे आहे. त्याच्या आईने नकार दिला. सर्व

कथाग्रंथांमध्ये आढळणारी एक कथा, वयाच्या आठव्या वयात शंकराची आई शिवतारकासोबत नदीवर स्नान करण्यासाठी गेले होते आणि तेथे त्याला मगरीने पकडले असल्याचे वर्णन केले आहे. शंकराने त्याला संन्यासी बनण्याची परवानगी देण्यासाठी त्याच्या आईला हाक मारली. नाहीतर मगर त्याला मारून टाकेल. आई सहमत आहे, शंकराची सुटका झाली आणि शिक्षणासाठी त्याचे घर सोडले. तो भारताच्या उत्तर-मध्य राज्यातील एका नदीकाठी एका शैव अभयारण्यात पोहोचतो आणि गोविंदा भागवतपद नावाच्या शिक्षकाचा शिष्य बनतो. शंकर आणि त्यांचे गुरू यांच्यातील पहिल्या भेटीबद्दलच्या विविध कथांतील कथा भिन्न आहेत. , तसेच नंतर काय घडले. अनेक ग्रंथ असे सूचित करतात की गोविंदपाडाबरोबर शंकराचे शालेय शिक्षण ओंकारेश्वरमध्ये नर्मदा नदीकाठी झाले होते, काही ठिकाणी ते काशी (वाराणसी) तसेच बदरी (हिमालयातील बदरीनाथ) नदीच्या काठावर होते.

तो कोठे गेला, तो कोणाला भेटला आणि वादविवाद केला आणि त्याच्या जीवनातील इतर अनेक तपशीलांच्या वर्णनात हॅगिओग्राफी भिन्न आहेत. शंकराने गोविंदपादासोबत वेद, उपनिषदे आणि ब्रह्मसूत्राचा अभ्यास केल्याचा उल्लेख आहे, आणि शंकराने आपल्या तारुण्यात अनेक महत्त्वाच्या ग्रंथांचे लेखन केले होते, जेव्हा तो आपल्या शिक्षकाकडे शिकत होता. आपल्या शिक्षक गोविंदा यांच्याकडे शंकराने गौडपदीय कारिकेचा अभ्यास केला होता, कारण गोविंदा स्वतः शिकवत होता. शास्त्रार्थ (सार्वजनिक तात्विक वादविवादांची भारतीय परंपरा शास्त्रार्थ) मध्ये हिंदू धर्मातील मीमांसा स्कूल ऑफ कुमारिला आणि प्रभाकर, तसेच मंदाना आणि विविध बौद्धांच्या विद्वानांच्या भेटीचाही उल्लेख करतात. त्यानंतर, शंकराविषयीच्या हगिओग्राफीमध्ये लक्षणीय फरक आहे. त्यांच्या जीवनातील भिन्न आणि व्यापकपणे विसंगत वृत्तांत विविध प्रवास, तीर्थयात्रा, सार्वजनिक वादविवाद, यंत्र आणि लिंगांची स्थापना तसेच उत्तर, पूर्व, पश्चिम आणि दक्षिण भारतात मठ केंद्रांची स्थापना यांचा समावेश आहे.

दिग्विजय आणि शिष्य

तपशील आणि कालगणना वेगवेगळी असली तरी, बहुतेक हॅगिओग्राफीमध्ये शंकराला भारतात, गुजरात ते बंगालमध्ये मोठ्या प्रमाणावर प्रवास करताना आणि हिंदू तत्त्वज्ञानाच्या विविध ऑर्थोडॉक्स शाळांसह सार्वजनिक तात्विक वादविवादांमध्ये तसेच बौद्ध, जैन, अर्हत, सौगात, यांसारख्या विषम परंपरेत सहभागी होताना प्रस्तुत केले जाते. आणि चार्वाकस, अनेक मठ (मठ) सुरू करण्याचे श्रेय हगिओग्राफीमध्ये आहे, परंतु हे अनिश्चित आहे. भारताच्या विविध भागांतील दहा मठांच्या आदेशांचे श्रेय सामान्यतः शंकराच्या प्रवास-प्रेरित संन्यासी शाळांना दिले जाते, त्यातील प्रत्येक अद्वैत कल्पनांसह. चार जणांनी त्यांची परंपरा चालू ठेवली आहे: भारती (शृंगेरी), सरस्वती (कांची), तीर्थ आणि आश्रमीन (द्वारका). शंकराच्या भेटीची नोंद करणाऱ्या इतर मठांमध्ये गिरी, पुरी, वाण, अरण्य, पर्वत आणि सागर यांचा समावेश होतो - सर्व नावे आश्रम व्यवस्थेशी संबंधित

आहेत. हिंदू धर्म आणि वैदिक साहित्यात.

शंकराच्या प्रवासादरम्यान अनेक शिष्य विद्वान होते, ज्यात पद्मपादाचार्य (याला सनंदना देखील म्हणतात, ज्याला आत्मबोधाशी संबंधित आहे), सुरेश्वराचार्य, तोतकाचार्य, हस्तमलकाचार्य, चित्सुखा, पृथ्वीधर, चिद्विलासयती, बोधेंद्र, ब्रह्मेंद्र, सदानंद आणि त्यांचे लेखक. शंकर आणि अद्वैत वेदांतावरील स्वतःचे साहित्य.

मृत्यू

आदि शंकराचा मृत्यू वयाच्या ३२ व्या वर्षी, उत्तराखंड राज्यातील केदारनाथ येथे झाला, असे मानले जाते, हे हिमालयातील हिंदू तीर्थक्षेत्र आहे.मजकुरात असे म्हटले आहे की त्याच्या शिष्यांनी केदारनाथ मंदिराच्या मागे हिमालयात फिरताना त्याला अखेरचे पाहिले होते. शोध लागला नाही. कांचीपुरम (तामिळनाडू) आणि केरळ राज्यात कुठेतरी त्यांचा मृत्यू झाल्याची माहिती काही ग्रंथांमध्ये आढळते.

केदारनाथ मंदिरामागे 2013 च्या महापुरानंतर मंदिरांच्या पुनर्विकासाचा एक भाग म्हणून त्यांच्या जीवनाची आणि कार्याची आठवण म्हणून आदि शंकराची मूर्ती बांधण्यात आली आहे.5 नोव्हेंबर 2019 रोजी भारतीय पंतप्रधान नरेंद्र मोदी यांच्या हस्ते 12 फूट उंचीच्या मूर्तीचे उद्घाटन करण्यात आले. क्लोराईट शिस्टपासून बनविलेले आणि वजन 35 टन आहे.

22

गजानन महाराज

गजानन महाराज

Scan for Story Videos - www.itibook.com

गजानन महाराज हे भारतीय हिंदू गुरू, संत आणि गूढवादी होते. त्याचे मूळ अनिश्चित राहिले. ते महाराष्ट्रातील बुलढाणा जिल्ह्यातील शेगाव या गावी वयाच्या 30 व्या वर्षी बहुधा 23 फेब्रुवारी 1878 रोजी प्रथम प्रकट झाले. त्यांनी 8 सप्टेंबर 1910 रोजी संजीवन समाधी घेतली; जी एखाद्याच्या भौतिक शरीरातून ऐच्छिक पैसे काढण्याची प्रक्रिया आहे असे मानले जाते. त्यांच्या समाधीची ही तारीख दरवर्षी श्री पुण्यतिथी उत्सवाचा एक भाग म्हणून स्मरणात ठेवली जाते. त्यांच्या पहिल्या दर्शनाची तारीख एक शुभ दिवस मानली जाते आणि प्रकट दिन सोहला म्हणून साजरी केली जाते.

पार्श्वभूमी आणि चरित्रात्मक आवृत्त्या

गजानन महाराजांच्या सुरुवातीच्या जीवनाचे तपशील अस्पष्ट आहेत आणि त्यांची जन्मतारीख देखील अज्ञात आहे. फेब्रुवारी १८७८ मध्ये त्यांनी शेगाव येथे प्रथम दर्शन घडवले असे मानले जाते.

श्री गजानन महाराज चरित्र-कोश या नावाने ओळखले जाणारे त्यांचे एक चरित्र शेगावचे मूळ रहिवासी दासभार्गव किंवा भार्गवराम येवडेकर यांनी लिहिले होते. चरित्रात गजानन महाराजांच्या उत्पत्तीच्या विविध आवृत्त्यांचा उल्लेख आहे. नाशिकमध्ये असताना, दासभार्गव यांना स्वामी शिवानंद सरस्वती या नावाने ओळखल्या जाणार्‍या समकालीन संतांना भेटले होते, ज्यांचे वय त्या वेळी १२९ वर्षे असावे असे मानले जाते. शिवानंदच्या मते तो एक ब्राह्मण होता जो पूर्वी नाशिक येथे १८८७ मध्ये गजानन महाराजांना भेटला होता. त्यांनी दासभार्ग यांना शेगाव येथे ज्या काळात गजानन महाराज प्रकट झाले त्या काळाची माहिती त्यांनी दिली. या काळात गजानन महाराजांच्या जवळपास 25 ते 30 भेटी घेतल्याचा दावा त्यांनी केला. शिवानंद स्वामींनी असेही जाहीर केले की या भेटीदरम्यान ते अनेकदा अमरावती येथे राहणारे दादासाहेब खापर्डे यांना भेटायचे आणि त्यांच्या

निवासस्थानी त्यांच्या कुटुंबासह राहायचे. असा दावा केला जातो की शिवानंद स्वामींनी नंतर हिमालयात प्रवास केला आणि ते पुन्हा कधीही दिसले नाहीत (दशभार्गव आणि शिवानंद स्वामी यांच्यातील संभाषणाचा तपशील असलेल्या उपरोक्त चरित्रातील पृष्ठ 362-365 नुसार). असेही मानले जाते की शिवानंद स्वामी हे महाराष्ट्रातील सज्जनगड येथे पूर्वीचे रहिवासी असावेत, जेथे १७ व्या शतकातील प्रख्यात संत आणि तत्त्वज्ञ समर्थ रामदास अनेक वर्षे वास्तव्यास होते. गजानन महाराज हे गांजा आणि चरसचे प्रखर वापरकर्ते होते जे त्यांच्या समाधीच्या वेळेपासून सार्वजनिक डोमेनमध्ये उपलब्ध असलेल्या जवळजवळ सर्व प्रतिमांमध्ये उदाहरण आहे. त्यांनी समाधी घेतलेल्या मंदिराच्या परिसरातही प्रतीकात्मक प्रतिनिधित्व म्हणून धूम्रपानाचा चूल होता.

अकोळनेर येथे जन्मलेल्या दास गानू यांनी रचलेले गजानन महाराजांचे आणखी एक चरित्र श्री गजानन विजय म्हणून ओळखले जाते. दास गानू ज्यांना त्यांच्या मामाच्या नातेवाईकांनी सुरुवातीला नारायण नाव दिले होते ते कधीतरी अहमदनगर, महाराष्ट्र येथे गेले होते जेथे त्यांचे वडील एका मालमत्तेची देखभाल करणारे होते. त्यांचे नंतर गणेश असे नामकरण करण्यात आले आणि त्यांचे आजोबा त्यांना अनेकदा गणू म्हणत, त्यांच्या नावाची एक छोटी आवृत्ती. ते पंढरपूरला आल्यावर दास गानू यांचा शेगाव येथील रहिवासी रामचंद्र कृष्णाजी पाटील यांनी संपर्क साधला जो गजानन महाराजांचे भक्त देखील होता. त्यांनी दास गानूंना गजानन महाराजांवर चरित्र लिहिण्याचा सल्ला दिला.

असे मानले जाते की त्यांनी एकदा नाशिक, महाराष्ट्र आणि कपिलतीर्थासह आसपासच्या तीर्थक्षेत्रांना भेट दिली होती. ते कपिलतीर्थ येथे सुमारे 12 वर्षे वास्तव्य करत होते.5 गजानन महाराजांच्या समकालीनांनी त्यांना जिन गिने बुवा, गणपत बुवा आणि अवलिया बाबा अशा अनेक नावांनी ओळखले.

इतर प्रमुख संत आणि आध्यात्मिक गुरु यांच्याशी समांतर

हा विभाग कोणताही स्त्रोत उद्धृत करत नाही. कृपया विश्वसनीय स्त्रोतांमध्ये उद्धरणे जोडून हा विभाग सुधारण्यास मदत करा. स्रोत नसलेल्या सामग्रीला आव्हान दिले जाऊ शकते आणि काढून टाकले जाऊ शकते. (एप्रिल 2020) (हा टेम्प्लेट संदेश कसा आणि केव्हा काढायचा ते जाणून घ्या)

श्री गजानन विजय यांच्या चरित्रानुसार, गजानन महाराज नरसिंगजी, वासुदेवानंद सरस्वती (टेंभे स्वामी महाराज) आणि शिर्डीचे साईबाबा यांसारख्या इतर काही आध्यात्मिक व्यक्तिमत्त्वांना भाऊ मानत असत. गजानन महाराज हे त्यांचे एक भक्त बापुना काळे यांच्यासाठी पंढरपुरात हिंदू देवता विठ्ठलाच्या रूपात प्रकट झाले. दुसऱ्या भक्तासाठी ते समर्थ रामदास म्हणूनही प्रकट झाले.

गजानन महाराज आणि अक्कलकोटचे स्वामी समर्थ, दुसरे हिंदू गुरू आणि गूढवादी यांच्यात काही समानता आहेत. ते दोघेही परमहंस आणि अजानबाहू होते. ते एकाच स्त्रोतापासून घेतलेल्या वेगवेगळ्या रूपांचे प्रतिनिधित्व करतात.

त्यांना एक ज्ञानी व्यक्ती म्हणून ओळखले जाते. उद्धरण आवश्यक आहे त्यांना महाराष्ट्रात लक्षणीय अनुयायी मिळाले आणि हजारो लोक दरवर्षी शेगाव मंदिराला भेट देतात. श्रीगजानन विजयच्या मते, ते योगाच्या तीन प्रवाहांचे म्हणजे कर्म, भक्ती आणि ज्ञानयोगाचे प्रतिपादक होते.

रूप आणि दैवी शक्ती

एका पौराणिक कथेनुसार, बंकटलाल अग्रवाल नावाच्या सावकाराने 23 फेब्रुवारी 1878 रोजी गजानन महाराजांना "अतिचेतन अवस्थेत" रस्त्यावर फेकलेले उरलेले अन्न खाताना पाहिले (आणि अशा प्रकारे अन्न हे जीवन आहे आणि अन्न हा संदेश पसरवू नये. वाया जावे). तो सामान्य माणूस नसून ज्याला खाण्यासाठी अन्नाची गरज आहे तो योगी आहे असे समजून बंकटने त्याला घरी नेले आणि महाराजांना आपल्याजवळ राहण्यास सांगितले. त्यांच्या हयातीत त्यांनी एका जानराव देशमुखांना जीवदान देणे, मातीचा पाईप विना आग लावणे, कोरडी विहीर पाण्याने भरणे, हाताने उसाचा रस काढणे, कुष्ठरोग बरा करणे असे अनेक चमत्कार केले. एक मनुष्य, मधमाशांच्या अनेक चाव्याव्दारे स्वतःला बरे करणे इ. वरीलपैकी काही कृत्ये श्री दास गानू महाराजांच्या पुस्तकात त्यांच्या स्वतः च्या प्रवेशावरून श्री गजानन महाराजांना योगशास्त्र माहित असल्यामुळे.

शिवजयंतीनिमित जाहीर सभेत थोर स्वातंत्र्यसेनानी लोकमान्य टिळक यांनी गजानन महाराजांची भेट घेतली. टिळकांनी करिष्माई भाषण केले तेव्हा महाराजांनी भाकीत केले की टिळकांना ब्रिटिश राजवटीकडून अतिशय कठोर शिक्षा होईल. महाराजांचे शब्द खरे ठरले, तथापि, टिळकांनी महाराजांचे आशीर्वाद घेतले आणि त्यांचा प्रसाद घेतला असे म्हटले जाते ज्याने त्यांना त्यांचे पुस्तक लिहिण्यास मदत केली - श्रीमद भगवद्गीता रहस्य, जी हिंदूंच्या पवित्र ग्रंथाची सारांशित आवृत्ती आहे, भगवद्गीता.

श्री गजानन महाराजांनी 8 सप्टेंबर 1910 रोजी समाधी घेतली. त्यांचे पार्थिव दफन करण्यात आले आणि शेगाव येथे त्यांच्या समाधीवर त्यांच्या नावाने मंदिर बांधले गेले. महाराज विवेकी होते आणि त्यांनी भाकीत केले होते की त्यांचा या पृथ्वीवरचा काळ संपण्याच्या जवळ आहे. त्यांच्या समाधीदिनाच्या काही काळ आधी त्यांच्या भक्तांनी त्यांच्या सन्मानार्थ मंदिर बांधण्यास सुरुवात केली होती. खरे तर त्यांचे समाधी मंदिर श्री राम मंदिराच्या खाली आहे. असे म्हणतात की श्री गजानन महाराज त्यांच्या हयातीत श्री रामाच्या मंदिरात नित्यनेमाने पूजा करत असत. श्री गजानन महाराजांना त्यांच्या चिलममध्ये गांजा पिण्याची आवड होती आणि त्यांनी त्यांच्या हयातीत धुनी (शैलीचा अर्थ चूल, परंतु चमकदार चिलमचेक स्पेलिंग दर्शविणारी) देखील सुरू केली असावी असे मानले जाते. धुनी अजूनही जळत आहे आणि समाधी मंदिराजवळ आहे. त्यांनी कोरडी विहीर पाण्याने भरली त्यावेळी येथील सर्व विहिरी कोरड्या असल्याचे सांगून त्यांना पाणी नाकारणारे संत श्री भास्कर महाराज जायले पुढे त्यांचे मोठे भक्त झाले. भास्कर महाराजांचे नातू, श्री वासुदेव महाराज जायले हे देखील गजानन महाराजांचे महान भक्त होते, ज्यांचा

अकोट येथील श्रद्धासागर आश्रम जवळच्या भागातील भक्तांसाठी एक आध्यात्मिक स्थान आहे.

श्री संत गजानन महाराज संस्थान

गजानन महाराज, श्री संत गजानन महाराज संस्थान यांच्या उपस्थितीत, 12 सप्टेंबर 1908 रोजी महाराजांनी आपल्या स्थळाविषयी या जागी राहील रे (या ठिकाणी असेल) असा इशारा दिला होता त्या पवित्र स्थळाचे स्मरण व्हावे म्हणून 12 विश्वस्त मंडळाची स्थापना करण्यात आली. आणि समाधीचा दिवस. श्री राम मंदिराच्या खाली श्री गजानन महाराज मंदिर आहे. त्याच परिसरात धुनी जळत असलेली जागा आहे. तसेच जवळच, धुनी हे ठिकाण आहे जिथे भक्त महाराजांच्या पादुका (लाकडी चपला), विठोबा आणि रुक्मिणीचे मंदिर आणि हनुमानाचे मंदिर पाहू शकतात. हनुमानाच्या मंदिराजवळ एक उंबराचे झाड आहे आणि ते श्री गजानन महाराजांच्या काळापासून अस्तित्वात असल्याचे सांगितले जाते.

शिवशंकर पाटील हे ट्रस्टचे प्रमुख आहेत. ट्रस्टद्वारे चालवल्या जाणाऱ्या शैक्षणिक संस्था शेगाव येथे आहेत आणि त्या अमरावती विद्यापीठाशी संलग्न आहेत. ही महाविद्यालये विदर्भातील अभियांत्रिकी शिक्षणासाठी सर्वोत्तम संस्थांपैकी एक आहेत. पर्यटकांसाठी आनंद सागर प्रकल्प ट्रस्टने 2005 मध्ये विकसित केला होता आणि 650 एकरांवर पसरलेला आहे. हे महाराष्ट्रातील सर्वात मोठ्या करमणुकीच्या ठिकाणांपैकी एक आहे. शेगाव हे मुंबई-हावडा मार्गावर आहे. हावड्याला जाणाऱ्या बहुतेक गाड्या शेगाव येथे 2-3 मिनिटे थांबतात.

गजानन महाराजांची मंदिरे भारतातील विविध भागांमध्ये पसरलेली आहेत.

23
संत एकनाथ

संत एकनाथ

Scan for Story Videos - www.itibook.com

संत एकनाथ (मराठी उच्चार: एकनाथ) (१५३३ - १५९९), १ सामान्यतः संत (संत) म्हणून ओळखले जाणारे एकनाथ हे भारतीय हिंदू संत, तत्त्वज्ञ आणि कवी होते. ते हिंदू देवता विठ्ठलाचे भक्त होते आणि वारकरी चळवळीतील एक प्रमुख व्यक्तिमत्व आहे. एकनाथांना बहुधा मराठी संत ज्ञानेश्वर आणि नामदेव यांचे आध्यात्मिक उत्तराधिकारी म्हणून पाहिले जाते.

चरित्र

त्याच्या जीवनातील अचूक तपशील अस्पष्ट राहतात. साधारणपणे असे मानले जाते की एकनाथ 16 व्या शतकाच्या उत्तरार्धात तीन चतुर्थांश काळात राहत होता. त्यांचा जन्म आजच्या महाराष्ट्रातील पैठण येथील सूर्यनारायण आणि रुक्मिणीबाई यांच्या विश्वामित्र गोत्रातील देशस्थ ऋग्वेदी ब्राह्मण कुटुंबात झाला आणि ते अश्वलयन सूत्राचे अनुयायी होते. त्यांच्या वडिलांनी बहुधा कुलकर्णी ही पदवी धारण करून आर्थिक हिशेब ठेवला. त्यांची कुलदेवता एकवीरा देवी (किंवा रेणुका) आहे.

एकनाथ लहान असतानाच त्याचे आई-वडील वारले. त्यानंतर त्यांचे आजोबा चक्रपाणी यांनी संगोपन केले. त्यांचे पणजोबा भानुदास हे वारकरी पंथाचे आणखी एक आदरणीय संत होते. एकनाथ हे जनार्दन स्वामींचे शिष्य होते, जे हिंदू देवता दत्तात्रेय यांचे भक्त होते.

पैठण येथे गोदावरी नदीजवळ एकनाथांचे समाधी मंदिर आहे. पैठण येथे दरवर्षी मार्च महिन्याच्या सुमारास एकनाथांच्या स्मरणोत्सवाचे आयोजन केले जाते.

साहित्यिक योगदान

एकनाथांच्या लिखाणात एकनाथी भागवत या नावाने ओळखल्या जाणाऱ्या भागवत पुराणातील हिंदू धार्मिक ग्रंथातील भिन्नता समाविष्ट आहे. त्यांनी भावार्थ रामायण या नावाने ओळखल्या जाणाऱ्या हिंदू महाकाव्यातील रामायणाचे रूपांतर देखील लिहिले.

त्यांनी रुक्मिणी स्वयंवर हस्तमलक ही साहित्यिक रचनाही रचली, ज्यात ७६४ ओवी (काव्यात्मक मीटर) आहेत आणि त्याच नावाच्या संस्कृत स्तोत्रावर आधारित आहे.

त्यांच्या इतर साहित्यकृतींमध्ये शुकाष्टक (447 owee), सुखा (510 owee), आनंद-लहरी (154 owee), चिरंजीव-पद (42 owee), गीता- सार आणि प्रल्हाद-विजया. त्यांनी भारूड नावाच्या भक्तिगीतांचा एक नवीन प्रकार सादर केला आणि त्यापैकी जवळपास 300 गाणी लिहिली.

24
समर्थ रामदास

समर्थ रामदास

Scan for Story Videos - www.itibook.com

समर्थ रामदास (इ. स. १६०८ - इ. स. १६८१), ज्यांना संत रामदास किंवा रामदास स्वामी म्हणूनही ओळखले जाते, हे एक भारतीय हिंदू संत, तत्त्वज्ञ, कवी, लेखक आणि आध्यात्मिक गुरु होते. ते राम आणि हनुमान या हिंदू देवतांचे भक्त होते.

प्रारंभिक जीवन

रामदास किंवा पूर्वी नारायण यांचा जन्म सध्याच्या जालना जिल्ह्यातील जांब या गावी, बहुधा १६०८ मध्ये रामनवमीच्या दिवशी झाला होता. त्यांचा जन्म मराठी देशस्थ ऋग्वेदी ब्राह्मण कुटुंबात सूर्याजीपंता आणि राणूबाई ठोसर यांच्या घरात झाला होता.२ त्यांचे वडील होते. सूर्याचा भक्त, वैदिक सौर देवता. रामदासांना गंगाधर नावाचा मोठा भाऊ होता. नारायण सात वर्षांचे असताना त्यांच्या वडिलांचे निधन झाले. आपल्या वडिलांच्या निधनानंतर नारायण अंतर्मुख झाले आणि अनेकदा दैवी विचारांमध्ये मग्न असल्याचे लक्षात आले.

पौराणिक कथेनुसार, हिंदू विवाह विधी दरम्यान एका पंडिताने 'सावधान' (सावधान!) हा शब्द ऐकल्यावर नारायणने आपल्या विवाह सोहळ्यातून पळ काढला. त्यानंतर वयाच्या बाराव्या वर्षी ते नाशिकजवळील हिंदू तीर्थक्षेत्र असलेल्या पंचवटी येथे चालत गेले असे मानले जाते. नंतर ते नाशिकजवळील टाकळी येथे राहायला गेले. टाकळी येथे त्यांनी पुढील बारा वर्षे तपस्वी म्हणून रामाच्या पूर्ण भक्तीमध्ये घालवली. या काळात, त्यांनी कठोर दैनंदिन दिनचर्याचे पालन केले आणि त्यांचा बहुतेक वेळ ध्यान, उपासना आणि व्यायामासाठी दिला. वयाच्या २४ व्या वर्षी त्यांना ज्ञानप्राप्ती झाली असे मानले जाते. याच काळात त्यांनी रामदास हे नाव धारण केले. त्यांनी नंतर टाकळी येथे हनुमानाची मूर्ती बसवली.

तीर्थयात्रा आणि आध्यात्मिक चळवळ

टाकळीहून निघाल्यानंतर रामदासांनी भारतीय उपखंडात तीर्थयात्रा सुरू केली. त्यांनी बारा वर्षे प्रवास करून समकालीन समाजजीवनाचे निरीक्षण केले. अस्मानी सुल्तानिया आणि परचक्रनिरूपण या दोन साहित्यकृतींमध्ये त्यांनी ही निरीक्षणे नोंदवली आहेत. या कलाकृती भारतीय उपखंडातील तत्कालीन प्रचलित सामाजिक परिस्थितीबद्दल दुर्मिळ अंतर्दृष्टी देतात. या काळात त्यांनी हिमालयातही प्रवास केला. याच सुमारास ते श्रीनगर येथे सहावे शीख गुरु हरगोविंद यांना भेटले

यात्रेची सांगता करून ते सातान्याजवळील महाबळेश्वर या डोंगराळ गावी परतले. नंतर मसूर येथे असताना त्यांनी रामनवमीच्या उत्सवाची व्यवस्था केली ज्यात हजारो लोक उपस्थित होते. याच सुमारास कृष्णा नदीत रामाच्या काही मूर्ती सापडल्याचा दावाही त्यांनी केला आहे.

जनसामान्यांमध्ये अध्यात्म सोडवण्याच्या आणि हिंदू लोकसंख्येला एकत्र आणण्याच्या त्यांच्या ध्येयाचा एक भाग म्हणून, रामदासांनी समर्थ पंथाची सुरुवात केली. त्यांनी भारतीय उपखंडात अनेक मठ (मठ) स्थापन केले. त्यांनी प्रवासादरम्यान 700 ते 1100 मठांची स्थापना केल्याचा दावा केला जातो, जरी नरहर फाटक यांनी त्यांच्या रामदासांच्या चरित्रात असा दावा केला आहे की त्यांनी स्थापन केलेल्या मठांची संख्या कमी असावी.1648 च्या सुमारास त्यांनी रामाची मूर्ती स्थापित केली होती सातान्याजवळील चाफळ गावात नव्याने बांधलेल्या मंदिरात. त्यांनी सुरुवातीला दक्षिण महाराष्ट्रातील विविध भागात अकरा हनुमान मंदिरे बांधली होती. हे आता एकत्रितपणे 11-मारुती म्हणून ओळखले जातात (खालील सूची पहा). महाराष्ट्राच्या इतर भागात आणि भारतीय उपखंडातही त्यांनी हनुमानाची मंदिरे बांधली होती. त्यांनी स्थापन केलेली मंदिरे जयपूर, वाराणसी (काशी), तंजावर आणि उज्जैनसह भारतभरात सापडली आहेत. संदर्भ आवश्यक साताराजवळील प्रतापगड या किल्ल्यावर त्यांनी हिंदू स्त्री देवता दुर्गा यांना समर्पित मंदिर देखील बांधले होते.

साहित्यिक योगदान आणि तत्त्वज्ञान

रामाची मूर्ती, चाफळ

साहित्यिक कामे

रामदासांनी त्यांच्या हयातीत विपुल साहित्य लिहिले. त्यांच्या साहित्यकृतींमध्ये दासबोध, करुणाष्टक, सुंदरकांड, युद्धखंड, पूर्वरंभ, अंतरभव, आत्माराम, चतुर्थमान, पंचमान, मनपंचक, जनस्वभावगोसावी, पंचसामासी, सप्तमासी, सगुंध्यान, निर्गुंध्यायन, जुनात्पुरुष, षड्पुरुष, षड्पुरुष, षड्पुरुष, षड्पुरुष, षड्गुंध्यान, षड्पुष्णोत्वोत्व, निर्गुन्यान, त्यांचा समावेश होतो. वारकरी परंपरेचे सदस्य असलेल्या संतांप्रमाणे, रामदासांनी शांततावाद स्वीकारला असे मानले जात नाही आणि त्यांच्या लेखनात आक्रमक इस्लामी आक्रमणकर्त्यांचा सामना करण्यासाठी लढाऊ माध्यमांना प्रोत्साहन देणारे मजबूत अभिव्यक्ती समाविष्ट आहेत.

त्यांच्या मराठी साहित्याचा मोठा भाग श्लोकांच्या स्वरूपात आहे.

त्यांच्या काही उल्लेखनीय साहित्यकृतींची यादी खाली दिली आहे.

मनाचे श्लोक ६ (कल्याण स्वामी लिखित)

दासबोध7

श्री मारुती स्तोत्र

आत्माराम

11-लघु कविता

षडरिपु निरुपण

मान पंचक

चतुर्थमान

रामायण (मराठी-टीका)

त्यांच्या रचनांमध्ये असंख्य आरत्या (पूजा विधी) देखील समाविष्ट आहेत. त्यांच्या सर्वात लोकप्रिय आरतींपैकी एक हिंदू देवता गणेशाच्या स्मरणार्थ आहे, आणि ती सुखकर्ता दुखहर्ता म्हणून प्रसिद्ध आहे. "रघुपती राघव राजा राम" हे भजन रामदासांच्या मंत्रावर आधारित आहे असे अनेकांचे मत आहे.

त्यांच्या इतर कामांमध्ये हनुमानाचे स्मरण करणारी आरती, सतरणे उडणे हुंकार वदनी आणि हिंदू देवता विठ्ठलाला समर्पित आरती, पंचानन हैवाहन सुरभूषण लीला यांचा समावेश आहे. त्यांनी इतर हिंदू देवतांच्या समर्पणात आरतीही केली. दासबोध10 हे त्यांचे सुप्रसिद्ध ग्रंथ इतर अनेक भारतीय भाषांमध्ये अनुवादित झाले आहे. दासबोधाची मूळ प्रत सध्या महाराष्ट्रातील उस्मानाबाद जिल्ह्यातील डोमगाव या गावी एका मठात ठेवली आहे. संदर्भ आवश्यक आहे.

तत्वज्ञान

विनायक बोकील आणि बालाचार्य खुपेरकर शास्त्री यांच्या मते, रामदास हे मध्वाचार्यांनी सर्वप्रथम मांडलेले द्वैत तत्व ज्ञानाचे पुरस्कर्ते होते.

रामदास हे भक्तियोग किंवा भक्तीमार्गाचे प्रवर्तक होते. त्यांच्या मते, रामाची संपूर्ण भक्ती आध्यात्मिक उत्क्रांती घडवून आणते. वैयक्तिक विकासासाठी शारीरिक शक्ती आणि ज्ञानाच्या महत्त्वावर त्यांनी भर दिला . त्यांनी योद्धांचे कौतुक केले आणि समाजाच्या रक्षणासाठी त्यांची भूमिका अधोरेखित केली. संतांनी समाजापासून माघार घेऊ नये, त्याऐवजी सामाजिक आणि नैतिक परिवर्तनासाठी सक्रियपणे कार्य करावे, असे त्यांचे मत होते. सातत्यपूर्ण परकीय व्यवसायामुळे अनेक शतकांपासून विघटन झाल्यानंतर हिंदू संस्कृतीचे पुनरुत्थान करण्याचे त्यांचे ध्येय होते. स्थानिक संस्कृतीचे जतन आणि संवर्धन करण्यासाठी त्यांनी मराठ्यांना एकजुटीचे आवाहन केले.

रामदासांनी वारंवार जात आणि पंथावर आधारित भेदांचा तिरस्कार व्यक्त केला. संदर्भ आवश्यक त्यांनी सामाजिक वर्ग नष्ट करण्याचा पुरस्कार केला. त्यांनी धार्मिक कार्यात

स्त्रियांच्या सहभागास प्रोत्साहन दिले आणि त्यांना अधिकारपदे देऊ केली. त्यांच्या 18 महिला शिष्य होत्या, त्यापैकी वेण्णाबाई सांगलीजवळील मिरज येथील मठाच्या प्रमुख होत्या, तर अक्काबाईंनी सातारजवळील चाफळ आणि सज्जनगड येथे मठाचे व्यवस्थापन केले. त्यांनी एकदा एका वृद्ध पुरुषाला फटकारले होते, ज्याने धार्मिक बाबींमध्ये महिलांच्या सहभागाविरुद्ध आपले मत मांडले होते. "प्रत्येकजण स्त्रीच्या गर्भातून आला आहे आणि ज्यांना याचे महत्त्व समजले नाही ते पुरुष म्हणवून घेण्यास अयोग्य आहेत" असे म्हणत रामदासांनी कथितपणे प्रतिक्रिया दिली. त्यांच्या मते, स्त्री-पुरुष समान सामाजिक दर्जा ही सामाजिक विकासाची पूर्वअट आहे. संदर्भ आवश्यक आहे दासबोधात, रामदासांनी सौंदर्यात्मक हस्तलेखनाच्या गुणांची प्रशंसा केली आहे.

गुरु हरगोविंद

पंजाह सखियान या नावाने ओळखल्या जाणार्‍या शीख परंपरेतील हस्तलिखितानुसार, रामदासांनी गुरू हरगोविंद (१५९५ - १६४४) यांना श्रीनगर येथे गढवाल टेकड्यांजवळ भेटले. हनुमंत स्वामींनी रचलेल्या रामदास स्वामींची बखर या १८व्या शतकातील मराठी साहित्यकृतीतही या संमेलनाचा उल्लेख आढळतो. ही भेट बहुधा १६३० च्या दशकाच्या सुरुवातीस रामदासांच्या उत्तर भारतातील यात्रेदरम्यान आणि गुरु हरगोविंदांच्या सध्याच्या उत्तराखंडमधील नानकमट्टा या शहराच्या प्रवासादरम्यान झाली असावी. जेव्हा ते भेटले तेव्हा गुरु हरगोविंद नुकतेच शिकार करून परत आले असावेत.

त्यांच्या संभाषणादरम्यान, रामदासांनी कथितपणे विचारले की "मी ऐकले आहे की तुम्ही गुरू नानकांच्या गद्दी (आसन) वर कब्जा केला होता. गुरु नानक एक त्यागी साधू होते, एक संत होते ज्यांनी जगाचा त्याग केला होता. तुमच्याकडे शस्त्रे आहेत आणि सैन्य आणि घोडे आहेत. तुम्ही परवानगी देता. स्वतःला सच्चा पातशाह, खरा राजा म्हणून संबोधले जावे. तुम्ही कोणत्या प्रकारचे साधू आहात?" हरगोबिंदांनी उत्तर दिले, "आंतरिकरित्या एक संन्यासी आणि बाहेरून एक राजकुमार. शस्त्र म्हणजे गरीबांचे संरक्षण आणि जुलमीचा नाश. बाबा गुरु नानक यांनी जगाचा त्याग केला नव्हता तर माया - स्व आणि अहंकाराचा त्याग केला होता." "ये हमारे मन भवती है" (हे माझ्या मनाला भावते) असे रामदासांनी म्हटल्याचे कळते.

मृत्यू

1681 मध्ये सज्जनगडावर रामदासांचे निधन झाले. त्याआधी पाच दिवस त्यांनी अन्नपाणी घेणे बंद केले होते. मरणापर्यंत उपवास करण्याच्या या प्रथेला प्रयोपवेषण म्हणून ओळखले जाते. तंजोरहून आणलेल्या रामाच्या मूर्तीसोबत विश्रांती घेताना त्यांनी "श्रीराम जय राम जय जय राम" या तारक मंत्राचे सतत स्मरण केले. या काळात त्यांचे शिष्य, उद्धव स्वामी आणि अक्का स्वामी त्यांच्या सेवेत राहिले. २१ उद्धव स्वामींचे अंतिम संस्कार झाले. तत्कालीन मराठा शासक, संभाजी यांनी नंतर सज्जनगडावर रामदास (तीर्थ) बांधलेली समाधी होती.

वारसा

बाळ गंगाधर टिळक, केशव हेडगेवार, विश्वनाथ राजवाडे आणि रामचंद्र रानडे यांसारख्या 19व्या आणि 20व्या शतकातील अनेक विचारवंत, इतिहासकार आणि समाजसुधारकांना रामदासांनी प्रेरणा दिली. टिळकांनी विशेषतः ब्रिटीश वसाहतवादी राजवटीचा प्रतिकार करण्यासाठी आक्रमक धोरणे आखताना रामदासांकडून प्रेरणा घेतली.२२ आध्यात्मिक गुरू नाना धर्माधिकारी यांनी आपल्या आध्यात्मिक प्रवचनातून रामदासांच्या विचारांचा प्रचार केला. १९व्या शतकातील अध्यात्मिक गुरु गोंदवलेकर महाराज यांनी त्यांच्या शिकवणीतून रामदासांच्या आध्यात्मिक पद्धतींचा प्रचार केला. इंचेगेरी संप्रदायाचे संस्थापक भाऊसाहेब महाराज यांनी दासबोधाचा उपयोग त्यांच्या शिष्यांना शिकवण्याचे साधन म्हणून केला. इंचेगेरी संप्रदायाचे अध्यात्मिक गुरू रणजित महाराज यांच्या अमेरिकन अनुयायांनी दासबोधाचे भाषांतर व प्रकाशन केले आहे.

हिंदू राष्ट्रवादी संघटना राष्ट्रीय स्वयंसेवक संघाचे संस्थापक केशव हेडगेवार यांच्यावर रामदासांचा खोल प्रभाव होता. हेडगेवार यांनी अनेक प्रसंगी रामदासांचे उद्धृत केले आणि अनेकदा त्यांच्या वैयक्तिक डायरीत रामदासांचे मत नोंदवले. मार्च 1929 च्या त्यांच्या डायरीतील एका नोंदीनुसार, हेडगेवार लिहितात "श्री समर्थांना स्वतःसाठी काहीही नको होते. त्यांनी आत्म-अभिमानापासून रक्षण केले ज्यामुळे यश आणि महानता प्राप्त होऊ शकते. ही शिस्त आत्मसात करून त्यांनी स्वतःला कल्याणासाठी वाहून घेतले. त्याच्या लोकांबद्दल आणि उच्च आत्म-साक्षात्कार. "

सांस्कृतिक वारसा

रामदास हे महाराष्ट्रातील एक आदरणीय व्यक्तिमत्त्व आहेत आणि त्यांच्या साहित्यिक योगदानाद्वारे महाराष्ट्राच्या समकालीन संस्कृतीशी संबंधित आहेत. त्यांची गणेशाची आरती अनेक हिंदू विधींमध्ये प्रथम पाठ केली जाते. त्यांचे मारुती स्तोत्र, मारुतीची स्तुती करणारे स्तोत्र शाळकरी मुले आणि पारंपारिक व्यायामशाळेतील खेळाडू किंवा महाराष्ट्रातील आखाड्यांद्वारे पाठ केले जातात. २४ पिढ्या मराठी मुलांनी घरी त्यांचे मनाचे श्लोक पाठ केले, किंवा शाळेत सावरकर, हिंदुत्वाचे पुरस्कर्ते यांनी धर्म आणि देशाच्या रक्षणासाठी दासबोधातून प्रेरणा घेतली. रामदासांच्या मारुती पूजेला महाराष्ट्रातील शिवसेनेसारख्या हिंदू राष्ट्रवादी गटांनी मान्यता दिली आहे.

25

भक्त पुंडलिक

भक्त पुंडलिक

Scan for Story Videos - www.itibook.com

पुंडलिक किंवा पुंडरिक ही हिंदू देवता विठोबाच्या आख्यायिकेतील एक मध्यवर्ती व्यक्तिमत्त्व आहे, सामान्यतः विष्णू आणि कृष्ण या देवतांसह ओळखले जाणारे वैष्णव देवता मानले जाते. विठोबाला पंढरपूरला घेऊन आल्याचे श्रेय त्यांना जाते, जिथे विठोबाचे मध्यवर्ती मंदिर आज आहे. पुंडलिक हा वारकरी संप्रदायाचा ऐतिहासिक संस्थापक देखील मानला जातो, जो भगवान विठोबाच्या उपासनेवर केंद्रित आहे.

पुंडलिक हे कुंडलिनी योग अभ्यासकांपैकी एक होते. ते कुंडलिनी योगाचे स्वामी असल्याने लोक त्यांना "कुंडलिक" म्हणायचे. पुढे अनेक वर्षांनी कुंडलिक पुंडलिक झाला. त्यांनी भगवान विठ्ठलाच्या रूपात कुंडलिनी उर्जेचे प्रतीक केले, ज्याला त्यांच्या नावावरून पांडुरंग असेही म्हणतात. पंढरपूरचा विठ्ठल हा भगवान विष्णू किंवा भगवान श्रीकृष्णाचा अवतार होता. पौराणिक कथेनुसार ते कुंडलिनी उर्जेचे प्रतीक देखील दर्शवते, जरी अध्यात्मिकदृष्ट्या, समान ऊर्जा सर्वांमध्ये वास करते.

भगवान विठ्ठल ज्या विटेवर उभे आहेत ते कुंडलिनी उर्जेचे मूळ चक्र आहे ज्याला मूलाधार चक्र म्हणतात. दोन्ही हात, धनुष्यांसारखे, इडा आणि पिंगला नाड्यांना सूचित करतात जे सुषुम्ना किंवा ब्रह्मा नाडीच्या मध्यभागी ओलांडतात. शरीर म्हणजे पुरुष म्हणजे विष्णू किंवा कृष्ण आणि तिलक किंवा डोक्यावरील खूण हे अज्ञ चक्र किंवा गुरु चक्र किंवा तृतीय-नेत्र चक्र हे उर्जेचे सूक्ष्म केंद्र आहे, असे मानले जाते की भुवयांच्या दरम्यान स्थित आहे, त्याच्या मागे सूक्ष्म (गैर) -भौतिक) स्पाइनल कॉलम, भगवद्गीतेमध्ये भगवान कृष्णाने म्हटल्याप्रमाणे.

अनेक राजे आणि इतर श्रेष्ठ पुंडलिकाचे भक्त होते आणि त्यांनी पंढरपूर येथे प्रसिद्ध विठ्ठल मंदिर बांधले. कुंडलिनी योगाच्या प्राचीन सरावाने मंदिराला पवित्र स्थानात रूपांतरित केले आणि जगभरातील सत्य साधकांना भक्ती या अत्यंत नैसर्गिक प्रक्रियेद्वारे

सक्रिय करण्यासाठी आणि वाढवण्यासाठी देवाने येथे निर्देशित केले होते, जे कोणावरही प्रेम करण्याचे सर्वोच्च स्वरूप आहे. व्यक्त करू शकतो.

ऐतिहासिकता

पुंडलिक हे विठोबा-केंद्रित वारकरी संप्रदायाच्या स्थापनेशी आणि प्रसाराशी निगडीत असलेले एक ऐतिहासिक व्यक्तिमत्त्व मानले जाते. रामकृष्ण गोपाळ भांडारकर पुंडलिकाला वारकरी संप्रदायाचे संस्थापक आणि मराठा देशात या संप्रदायाचा प्रसार करणारे मानतात. फ्रेझर, एडवइर्स आणि पीआर भांडारकर (1922) हे सर्व सुचवतात की पुंडलिकाने शिव आणि विष्णू यांना एकत्र करण्याचा प्रयत्न केला आणि ही संस्कृती कर्नाटकात उद्भवली. रानडे (1933) यांच्या मते पुंडलिक हा कन्नड संत केवळ वारकरी संस्कृतीचा संस्थापक नव्हता. पण पंढरपूर मंदिराचे पहिले महान भक्त किंवा पहिले मुख्य पुजारी.४ उपाध्याय पुजारी सिद्धांताचे समर्थन करतात परंतु कन्नड मूळ सिद्धांताला नकार देतात. तुळपुळे यांनी देखील पुंडलिक हा वारकरी संप्रदायाचा ऐतिहासिक संस्थापक होता हा सिद्धांत मान्य केला. "प्रामाणिक पुराव्याअभावी" त्याच्यासाठी तारीख. एमएस माटे यांच्या मते, पंढरपूरचे मंदिर विष्णुवर्धनासाठी होयसाळ राजा विष्णुवर्धनला बांधून देण्यात पुंडलिकाचा मोठा हात होता. त्याला 12 व्या शतकाच्या सुरुवातीस ठेवले. डेल्युरी (1960) असे मानतात की पुंडलिक हा एक गूढवादी होता, जो कर्नाटकातील वैष्णव हरिदास पंथाचा प्रभाव होता, ज्याने विठोबाच्या उपासनेत आमूलाग्र बदल घडवून आणला. पुंडलिकाने केवळ वारकरी संप्रदायाचीच स्थापना केली नाही तर विठोबाची ओळख विष्णू देवाशी प्रथम केली. पुंडलिकाच्या कीर्तीमुळे पंढरपूरचे नामकरण पौंडरीका-क्षेत्र - पुंडलिकाचे पवित्र स्थान होते.

महापुरुष

विठोबाच्या मध्यवर्ती मंदिराजवळील पंढरपूर मंदिराच्या गोपुरमची प्रतिमा, पुंडलिक (मध्यभागी) त्याच्या पालकांची सेवा करत असताना विठोबा (उभे असलेला गडद आकृती, डावीकडे) विटेवर वाट पाहत असल्याचे चित्रित करते.

पुंडलिक आणि विठोबाच्या आख्यायिकेचे वर्णन करणारे मजकूर, वारकरी परंपरा, ब्राह्मण परंपरा आणि रायसाइड ज्याला "तृतीय परंपरा" म्हणतात, त्यात वारकरी आणि ब्राह्मण या दोन्ही घटकांचा समावेश केला जाऊ शकतो. वारकरी ग्रंथ मराठीत, ब्राह्मण ग्रंथ संस्कृतमध्ये आणि 'तृतीय परंपरा' हे मराठी ग्रंथ ब्राह्मणांनी लिहिलेले आहेत.

वारकरी ग्रंथ आहेत: महिपतीचे भक्तलीलामृत आणि भक्तविजय, बहिणाबाईचे पुंडलिका-महात्म्य आणि नामदेवांचे दीर्घ अभंग. हे सर्व ग्रंथ पुंडलिकाच्या आख्यायिकेचे वर्णन करतात. ब्राह्मण ग्रंथांमध्ये हे समाविष्ट आहे: स्कंद पुराणातील पांडुरंग-महात्म्याच्या दोन आवृत्त्या (900 श्लोकांचा समावेश); पद्म पुराणातील पांडुरंग-महात्म्य (१,२०० श्लोकांचा समावेश); भीम-महात्म्य, पद्मपुराणातील; आणि तिसरे भक्ती कार्य, ज्याला पुन्हा पांडुरंग-महात्म्य म्हटले जाते, जे विष्णु पुराणात आढळते. "तिसरी परंपरा" दोन कामांमध्ये आढळते: ब्राह्मण श्रीधराचे पांडुरंग-महात्म्य (७५० श्लोक असलेले), आणि

दुसरे काम प्रल्हाद महाराजांनी लिहिलेल्या त्याच नावाचे (१८१ श्लोक आहेत).

पुंडलिक दंतकथेच्या तीन आवृत्त्या आहेत, त्यापैकी दोन स्कंद पुराणाच्या शाब्दिक रूपे म्हणून प्रमाणित आहेत. पहिल्यानुसार, तपस्वी पुंडरिका (पुंडलिक) हे विष्णूचे भक्त आणि आपल्या आईवडिलांच्या सेवेसाठी समर्पित असे वर्णन केले आहे. देव गोपाळ-कृष्ण, विष्णूचे एक रूप, गोवर्धनातून गोपाळाच्या रूपात, त्याच्या चरत असलेल्या गायींसह, पुंडरिकाला भेटण्यासाठी येतो. कृष्णाचे वर्णन दिगंबर रूपात, मकर-कुंडल, श्रीवत्स चिन्ह, मोराच्या पिसांचा डोक्यावरचा पोशाख, नितंबांवर हात ठेवून आणि मांड्यांमध्ये गाईची काठी ठेवणारे असे वर्णन केले आहे. पुंडरिकाने कृष्णाला चंद्रभागा नदीच्या तीरावर या रूपात राहण्यास सांगितले. त्यांचा असा विश्वास आहे की कृष्णाच्या उपस्थितीमुळे हे ठिकाण तीर्थ (पाण्याजवळचे पवित्र स्थान) आणि एक क्षेत्र (मंदिराच्या जवळचे पवित्र स्थान) बनेल. या स्थानाची ओळख आधुनिक काळातील पंढरपूरशी केली जाते, जे नदीच्या काठावर वसलेले आहे. चंद्रभागा. कृष्णाचे वर्णन विठोबाच्या पंढरपूरच्या प्रतिमेच्या वैशिष्ट्यांसारखे आहे.

आख्यायिकेच्या दुसऱ्या आवृत्तीत विठोबा पुंडलिकासमोर पाच वर्षांच्या बाळा कृष्ण (शिशु कृष्ण) या रूपात प्रकट झाल्याचे चित्रण आहे. ही आवृत्ती दोन्ही पुराण, प्रल्हाद महाराज आणि कवी-संत, विशेषतः तुकाराम यांच्या हस्तलिखितांमध्ये आढळते. पुंडलिक आख्यायिकेची उर्वरित आवृत्ती श्रीधरामध्ये आणि पद्म पुराणात रूपांतर म्हणून आढळते. पुंडलिक हा ब्राह्मण आपल्या पत्नीच्या प्रेमात वेडा झाला होता, त्याने आपल्या वृद्ध आईवडिलांकडे दुर्लक्ष केले. नंतर, कुक्कुटा ऋषींच्या भेटीनंतर, पुंडलिकाने परिवर्तन केले आणि आपले जीवन आपल्या वृद्ध आईवडिलांच्या सेवेसाठी समर्पित केले. दरम्यान, एके दिवशी कृष्ण पुंडलिकाच्या घराजवळील दांडिवनाच्या जंगलात येतो, त्याला सोडून गेलेली त्याची संतप्त पत्नी रुक्मिणीच्या शोधात. थोड्या वेळाने रुक्मिणी शांत झाली. मग कृष्णाने पुंडलिकाला भेट दिली आणि पुंडलिक आपल्या आईवडिलांची सेवा करताना दिसला. पुंडलिकाने कृष्णाला उभे राहण्यासाठी बाहेर एक वीट फेकली. कृष्ण विटेवर उभा राहून पुंडलिकाची वाट पाहू लागला. आपली सेवा पूर्ण केल्यावर पुंडलिकाने विठोबाच्या रूपात - विटेवर हात-अकिंबोची वाट पाहत, रुक्मिणीसह, रखुमाईच्या रूपात विटेवर राहून आपल्या भक्तांना सदैव आशीर्वाद देण्यास पुंडलिकाने विचारले.

26

संत गोरा कुंभार

संत गोरा कुंभार

Scan for Story Videos - www.itibook.com

संत गोरा कुंभार (गोरोबा म्हणूनही ओळखले जाते) हे भक्ती चळवळ आणि महाराष्ट्र, भारतातील वारकरी पंथाशी संबंधित हिंदू संत होते. ते व्यापाराने कुंभार होते आणि विठ्ठलाचे भक्त होते.१ गोरा कुंभार, इतर संतांसह त्यांनी शेकडो अभंग लिहिले आणि गायले.

गोरा कुंभार हे परंपरेने महाराष्ट्र राज्यातील उस्मानाबाद जिल्ह्यातील सत्यपुरी, सध्या गोराबा तेर या नावाने ओळखल्या जाणाऱ्या गावात वास्तव्यास होते असे मानले जाते. ते नामदेवांचे समकालीन होते असे मानले जाते. तो इ.स.च्या दरम्यान राहिला असे मानले जाते. 1267 आणि इ.स. 1317 CE.23 गावात त्यांच्या नावाचे एक छोटेसे मंदिर बांधण्यात आले आणि त्याला भाविक भेट देतात.

चैत्र कृष्ण त्रयोदशी, शके १२३९ (२० एप्रिल १३१७) रोजी त्यांचे निधन झाले.

इतर मंदिरे ऐनपूर (जिल्हा - राहू (जिल्हा - पुणे)), दौलताबाद (जिल्हा - औरंगाबाद), बजाजनगर (जिल्हा - औरंगाबाद), तुर्काबाद खराडी (जिल्हा - औरंगाबाद), काटे पिंपळगाव (जिल्हा - औरंगाबाद), कोकिसरे (जिल्हा) येथे आहेत. - औरंगाबाद). सातारा), कुंभार्ली (जिल्हा - रत्नागिरी), सेलू (जिल्हा - परभणी), कर्जत (जिल्हा - रायगड) ही इतर संत गोरोबा काकांची मंदिरे आहेत.

जीवन

गोराबा काकांची "तेर" शहरातील घराण्याची परंपरा धार्मिक आणि सद्गुणी होती. त्यांचे कुटुंब तेर येथील ग्रामदैवत काळेश्वराचे उपासक होते. दोन्ही वऱ्हाडी मातीकाम आणि सुतारकाम करून आपल्या कुटुंबाचा उदरनिर्वाह करत होत्या. त्यांच्या सदाचारी आणि सदाचारी वृत्तीमुळे गावकरी माधव बुवांना 'तेर' गावात 'संत' म्हणून ओळखत असत.

माधवबुवांना आठ मुले होती. त्यांची मुले जगत नव्हती. कालेश्वरजवळील स्मशानभूमीत त्यांनी आपल्या 8 मुलांचे दफन केले होते.

आठही मुलं जिवंत कशी झाली? याविषयीची आख्यायिका महादेव बालाजी कुंभार यांनी संत गोरोबा काकांच्या (गोरा कुंभार) चारित्र्यात सांगितली आहे. ते आपल्या चारित्र्यात म्हणतात, श्री माधवबुवा तेर येथे कालेश्वराची पूजा करीत होते. त्याला आठ मुलगे होते. पण ते सर्व एक एक करून मरण पावले. नंतर परमात्मा पांडुरंग ब्राह्मणाच्या वेशात त्यांच्या घरी आले. त्यांचा उदास चेहरा पाहून देवांनी त्यांना विचारले, "तुम्ही दुःखी आहात का?" माधवबुवा म्हणाले, "देवाने आमची आठही मुले घेतली, म्हणून आम्ही दुःखी आहोत." तेव्हा भगवान पांडुरंगांनी माधवबुवांना आठही मुलांचे दफन करण्यात आलेली जागा दाखवण्यास सांगितले. माधवबुवा त्यांना कालेश्वर जवळील स्मशानभूमीत घेऊन गेले आणि त्यांनी आठही मुलांना जिथे पुरले ते ठिकाण दाखवले. तेव्हा भगवान पांडुरंगांनी माधवबुवांना सर्व मुलांचे प्रेत खणून काढण्यास सांगितले. वडिलांनी त्याच पद्धतीने आठही मुलांचे मृतदेह बाहेर काढले. देवाने आपल्या हाताच्या स्पर्शाने सात मुलांना पाहिले आणि त्यांचे पुनरुज्जीवन केले आणि त्यांना स्वर्गात पाठवले आणि नंतर आठव्या मुलाचे पुनरुत्थान केले.

27

संत जनाबाई

संत जनाबाई

Scan for Story Videos - www.itibook.com

संत जनाबाई या भारतातील हिंदू परंपरेतील एक मराठी धार्मिक कवयित्री होत्या, ज्यांचा जन्म १३व्या शतकाच्या सातव्या किंवा आठव्या दशकात झाला होता. 1350. मध्ये तिचा मृत्यू झाला

जनाबाईंचा जन्म महाराष्ट्रातील गंगाखेड येथे 1258-1350 मध्ये रांड आणि करंड नावाच्या जोडप्यामध्ये झाला. जातिव्यवस्थेखाली हे जोडपे मातंगांचे होते. आई वारल्यानंतर तिचे वडील तिला पंढरपूरला घेऊन गेले. जनाबाई लहानपणापासूनच पंढरपूर येथे राहणाऱ्या आणि मराठी धर्मकवी नामदेव यांचे वडील असलेल्या दामशेती यांच्या घरात दासी म्हणून काम करत होत्या. जनाबाई बहुधा नामदेवांपेक्षा थोड्या मोठ्या होत्या आणि अनेक वर्षे त्यांचे पालन पोषण करत होत्या.

विशेषतः मराठी भाषिक हिंदूंमध्ये पंढरपूरचे धार्मिक महत्त्व जास्त आहे. जनाबाईंचे नोकर दामशेती आणि त्यांची पत्नी गोणाई हे अतिशय धार्मिक होते. आजूबाजूच्या धार्मिक वातावरणाच्या प्रभावामुळे आणि तिच्या जन्मजात प्रवृत्तीमुळे जनाबाई नेहमीच विठ्ठलाच्या निस्सीम भक्त होत्या. ती प्रतिभावान कवयित्रीही होती. तिने कोणतेही औपचारिक शालेय शिक्षण घेतले नसले तरी तिने अभंग स्वरूपातील अनेक उच्च दर्जाचे धार्मिक श्लोक रचले. नामदेवांच्या रचनांसह तिच्या काही रचना जतन करण्यात आल्या होत्या. सुमारे 300 अभंगांचे लेखन परंपरेने जनाबाईंना दिले जाते. तथापि, संशोधकांचा असा विश्वास आहे की त्यापैकी काही खरं तर काही इतर लेखकांच्या रचना होत्या.

ज्ञानेश्वर, नामदेव, एकनाथ आणि तुकाराम यांच्याबरोबरच महाराष्ट्रातील वारकरी पंथातील मराठी भाषिक हिंदूंच्या मनात जनाबाईंना आदराचे स्थान आहे. संपूर्णपणे संत म्हणून गणल्या गेलेल्या व्यक्तींना संत हे उपाधी सोपविण्याच्या भारतातील परंपरेनुसार,

जनाबाईसह वरील सर्व धार्मिक व्यक्तिमत्त्वांना महाराष्ट्रात सामान्यतः त्या उपाधीचे श्रेय दिले जाते. त्यामुळे जनाबाईना संत जनाबाई म्हणून संबोधले जाते.

28
संत कान्होपात्रा

Scan for Story Videos - www.itibook.com

कान्होपात्रा (किंवा कान्होपात्रा) हे 15 व्या शतकातील मराठी संत-कवी होते, ज्यांना हिंदू धर्माच्या वारकरी संप्रदायाने पुजले होते.

कान्होपात्रा बद्दल फारसे माहिती नाही.१ बहुतेक पारंपारिक वृत्तांनुसार, कान्होपात्रा एक गणिका आणि नृत्य करणारी मुलगी होती. बिदरच्या बादशाह (राजा) ची उपपत्नी बनण्याऐवजी तिने हिंदू देव विठोबा - वारकऱ्यांचा संरक्षक देव - याला शरण जाणे निवडले तेव्हा ही खाती सामान्यतः तिच्या मृत्यूवर केंद्रित आहेत. पंढरपूरच्या मध्यवर्ती विठोबाच्या मंदिरात तिचा मृत्यू झाला. ती एकमेव व्यक्ती आहे जिची समाधी (समाधी) मंदिराच्या परिसरात आहे.

कान्होपात्रा यांनी मराठी ओवी आणि अभंग कविता लिहून विठोबावरची तिची भक्ती आणि तिची भक्ती आणि व्यवसायात समतोल साधण्याचा त्यांचा संघर्ष सांगितला. तिच्या कवितेत, ती विठोबाला तिचा तारणहार होण्यासाठी आणि तिला तिच्या व्यवसायाच्या तावडीतून सोडवण्याची विनंती करते. तिचे सुमारे तीस अभंग टिकून आहेत आणि आजही गायले जात आहेत. कोणत्याही गुरू, पुरुष वारकरी संत किंवा परंपरा (परंपरा किंवा वंश) यांच्या पाठिंब्याशिवाय केवळ तिच्या भक्तीवर आधारित संतपद प्राप्त करणारी ती एकमेव महिला वारकरी संत आहे.

जीवन

कान्होपात्राचा इतिहास शतकानुशतके होऊन गेलेल्या कथांद्वारे ज्ञात आहे. बिदरच्या बादशहाने तिला शोधून काढल्यावर विठोबा मंदिरात तिचा मृत्यू आणि गणिका शमाला तिचा जन्म झाल्याबद्दल बहुतेक नोंदी सहमत आहेत. तथापि, सदाशिव मलगुजर (तिचे कथित वडील) आणि हौसा दासी ही पात्रे सर्व खात्यांमध्ये दिसत नाहीत.

प्रारंभिक जीवन

कान्होपात्रा विठोबाला गाते

कान्होपात्रा ही शमा किंवा श्यामा नावाच्या श्रीमंत वेश्या आणि गणिकेची मुलगी होती, जी विठोबाचे मुख्य मंदिर असलेल्या पंढरपूरजवळील मंगळवेढा गावात राहत होती. कान्होपात्रा व्यतिरिक्त, मंगळवेढे हे वारकरी संत चोखामेळा आणि दामाजी यांचेही जन्मस्थान आहे. कान्होपात्राच्या वडिलांच्या ओळखीबद्दल शमाला अनिश्चितता होती, परंतु तो शहराचा प्रमुख सदाशिव मलगुजर असल्याचा संशय होता. कान्होपात्रा यांनी तिचे बालपण तिच्या आईच्या राजवाड्यात घालवले, अनेक दासींनी सेवा केली, परंतु तिच्या आईच्या व्यवसायामुळे कान्होपात्राचा सामाजिक दर्जा अत्यंत खालावलेला होता.

कान्होपात्रा यांना लहानपणापासूनच नृत्य आणि गाण्याचे प्रशिक्षण देण्यात आले होते जेणेकरून त्यांना तिच्या आईच्या व्यवसायात सामील व्हावे. ती एक प्रतिभावान नृत्यांगना आणि गायिका बनली. तिच्या सौंदर्याची तुलना अप्सरा (स्वर्गीय अप्सरा) मेनकाशी करण्यात आली. शमाने कान्होपात्राला बादशाह (मुस्लिम राजा) भेट द्यावी असे सुचवले, जो तिच्या सौंदर्याची पूजा करेल आणि तिला पैसे आणि दागिने भेट देईल, परंतु कान्होपात्रा यांनी स्पष्टपणे नकार दिला. पारंपारिक कथा सांगते की शमा कान्होपात्राने लग्न करावे अशी कान्होपात्रा यांची इच्छा होती, पण कान्होपात्राला तिच्यापेक्षा सुंदर असलेल्या पुरुषाशी लग्न करण्याची इच्छा होती. विद्वान तारा भवाळकर सांगतात की कान्होपात्राचा विवाह निषिद्ध होता, कारण गणिकेच्या मुलीने लग्न करणे सामाजिकदृष्ट्या मान्य नव्हते.

भक्तीचा मार्ग

कान्होपात्राचे मानले जाणारे वडील सदाशिव मलगुजर यांनी कान्होपात्राचे सौंदर्य ऐकून तिचे नृत्य पाहण्याची इच्छा व्यक्त केली, परंतु कान्होपात्रा यांनी नकार दिला. त्यानुसार सदाशिवाने कान्होपात्रा आणि शमा यांना त्रास देण्यास सुरुवात केली. शमाने त्याला समजावण्याचा प्रयत्न केला की आपण कान्होपात्राचे वडील आहोत आणि त्यामुळे त्यांना सोडावे, पण सदाशिवाने तिच्यावर विश्वास ठेवला नाही. त्याने आपला छळ सुरू ठेवल्याने शमाची संपत्ती हळूहळू कमी होत गेली. अखेरीस, शमाने सदाशिवाची माफी मागितली आणि कान्होपात्रा त्याला सादर करण्याची ऑफर दिली. कान्होपात्रा मात्र आपल्या वृद्ध दासी हौसाच्या मदतीने दासीच्या वेशात पंढरपूरला पळून गेली.

काही पौराणिक कथांमध्ये, हौसा - वारकरी म्हणून वर्णन - कान्होपात्राच्या भक्तीच्या प्रवासाचे श्रेय दिले जाते. इतर खाती पंढरपूरच्या विठोबाच्या मंदिराकडे जाताना कान्होपात्रा यांच्या घरातून गेलेल्या वारकरी यात्रेकरूंना श्रेय देतात. एका कथेनुसार, उदाहरणार्थ, तिने एका जाणाऱ्या वारकऱ्याला विठोबाविषयी विचारले. वारकरी म्हणाले की विठोबा "उदार, ज्ञानी, सुंदर आणि परिपूर्ण" आहे, त्याचे वैभव वर्णनाच्या पलीकडे आहे आणि त्याचे सौंदर्य सौंदर्याची देवी लक्ष्मीपेक्षा जास्त आहे.3 कान्होपात्रा पुढे विचारले की विठोबा तिला भक्त म्हणून स्वीकारेल का? वारकऱ्यांनी तिला आश्वासन दिले की विठोबाने दासी कुब्जा, पापी

राजा अजमिला आणि तथाकथित "अस्पृश्य" संत चोखामेला स्वीकारल्याप्रमाणे तिला स्वीकारले. या आश्वासनामुळे तिचा पंढरपूरला जाण्याचा संकल्प अधिक दृढ झाला. आख्यायिकेच्या आवृत्यांमध्ये, जेथे सदाशिव दिसत नाही, कान्होपात्रा ताबडतोब पंढरपूरला निघून जाते-विठोबाचे गुणगान गात-वारकरी यात्रेकरूंसोबत किंवा तिच्या आईला पंढरपूरला जाण्यास सांगते.

जेव्हा कान्होपात्रा यांनी पंढरपूरची विठोबाची प्रतिमा प्रथम पाहिली तेव्हा तिने एक अभंग गायला की तिची आध्यात्मिक योग्यता पूर्ण झाली आणि विठोबाचे चरण पाहून ती धन्य झाली. विठोबाच्या वरात तिने शोधलेले अतुलनीय सौंदर्य तिला मिळाले होते. तिने स्वतःचे देवाशी "लग्न" केले आणि पंढरपूरला स्थायिक झाले. तिने समाजापासून दूर गेले. कान्होपात्रा हौसासोबत पंढरपूरमध्ये एका झोपडीत राहून संन्याशाचे जीवन जगले. ती विठोबा मंदिरात गायली आणि नाचली आणि दिवसातून दोनदा ती साफ करायची. विठोबाच्या प्रेमाने वेडी झालेली ती गरीब शेतकऱ्याची मुलगी आहे असे मानणाऱ्या लोकांचा तिला आदर मिळाला. याच काळात कान्होपात्रा यांनी विठोबाला समर्पित ओव्या रचल्या.

मृत्यू

त्याच वेळी, तथापि, कान्होपात्राच्या नकारामुळे अपमानित झालेल्या सदाशिवाने बिदरच्या बादशहाची (राजा) मदत मागितली. कान्होपात्राच्या सौंदर्याच्या कथा ऐकून, बादशहाने तिला आपली उपपत्नी बनवण्याचा आदेश दिला. तिने नकार दिल्यावर राजाने आपल्या माणसांना तिला बळजबरीने आणण्यासाठी पाठवले. कान्होपात्रा यांनी विठोबा मंदिरात आश्रय घेतला. राजाच्या सैनिकांनी मंदिराला वेढा घातला आणि कान्होपात्रा त्यांच्या स्वाधीन न केल्यास ते नष्ट करण्याची धमकी दिली. नेण्यापूर्वी कान्होपात्रा यांनी विठोबाला शेवटची भेट घेण्याची विनंती केली.

हिंदू मंदिराचे एक विस्तृत, कोरीव प्रवेशद्वार ज्याची छत प्रतिमेच्या शीर्षस्थानी दिसते. प्रवेशद्वार कमानीसह बहुभुज आहे आणि राखाडी/क्रीम रंगाच्या संरचनेकडे जाणारा दगडी जिना आहे. एका स्टॉलप्रमाणे अनेक यात्रेकरू दर्शनी भागात दिसतात.

विठोबा मंदिराचा मुख्य दरवाजा, पंढरपूर, जिथे कान्होपात्रा यांची समाधी आहे.

सर्व खात्यांनुसार, कान्होपात्रा नंतर विठोबाच्या प्रतिमेच्या चरणी मरण पावले, परंतु परिस्थिती अस्पष्ट होती. प्रचलित परंपरेनुसार, कान्होपात्रा विवाहाच्या रूपात विठोबाच्या प्रतिमेमध्ये विलीन झाली - कान्होपात्रा ज्याची इच्छा करत होती. इतर सिद्धांत असे सुचवतात की तिने स्वतःला मारले किंवा तिच्या बंडखोरपणासाठी तिला मारले गेले. गाय डेल्युरी नामदेव आणि इतर संतांच्या कवितांमधून असे निष्कर्ष काढतात की कान्होपात्रा मरण पावली नाही परंतु विठोबाच्या प्रतिमेला आलिंगन देऊन अदृश्यतेची शक्ती (सिद्धी) प्राप्त केली; या योगिक "चमत्कार" नंतर, बादशहाने भक्तीमध्ये रुपांतर केले.

कान्होपात्रा यांचे पार्थिव विठोबाच्या पायाजवळ ठेवले गेले आणि नंतर त्यांच्या शेवटच्या इच्छेनुसार मंदिराच्या दक्षिणेकडील भागाजवळ पुरण्यात आले असे बहुतेक

अहवालात म्हटले आहे.8 काही खात्यांनुसार, जवळच्या भीमा नदीला (चंद्रभागा) पूर आला, मंदिराला पूर आला आणि मृतांचा मृत्यू झाला. कान्होपात्राचा शोध घेणारे सैन्य. दुसऱ्या दिवशी तिचा मृतदेह एका खडकाजवळ सापडला.१ दंतकथेच्या सर्व आवृत्त्यांनुसार, कान्होपात्रा ज्या ठिकाणी दफन करण्यात आली होती त्या ठिकाणी एक तरतीचे झाड—ज्याची पूजा यात्रेकरू करतात—उगवले. कान्होपात्रा ही एकमेव व्यक्ती आहे. ज्यांची समाधी (समाधी) विठोबा मंदिराच्या परिसरात आहे.

डेटिंग

अनेक इतिहासकारांनी कान्होपात्रा यांच्या जीवन आणि मृत्यूच्या तारखा निश्चित करण्याचा प्रयत्न केला आहे. एका अंदाजानुसार तिचे आयुष्य सुमारे 1428 इ.स.चे बिदरच्या बहामनी राजाशी संबंधित आहे, जो कान्होपात्रा कथेशी संबंधित आहे-जरी बहुतेक खात्यांमध्ये त्या राजाचे नाव स्पष्टपणे दिलेले नाही.8 पवारांचा अंदाज आहे की ती 1480.18 मध्ये मरण पावली. इतर काही तारखा सुचवतात. 1448, 1468 किंवा 1470, किंवा सरळ म्हणा की ती 15 व्या शतकात-किंवा क्वचित प्रसंगी, 13 व्या किंवा 16 व्या शतकात राहिली .1270-c.1350

साहित्यिक कामे आणि शिकवणी

शंकूच्या आकाराचे डोके, धोतर आणि दागिने परिधान केलेल्या हात-अकिंबो उघड्या छातीच्या पुरुषाच्या मूर्तीची काळी-पांढरी प्रतिमा. मूर्ती एका विटेवर ठेवली जाते, आणि सजवलेल्या प्रभामंडलाच्या आधारावर.

कान्होपात्राचे कुलदैवत: विठोबा, पंढरपूरची प्रतिमा ज्यांच्या चरणी, कान्होपात्रा मरण पावली.

कान्होपात्रा यांनी अनेक अभंग रचले असे मानले जाते, परंतु बहुतेक लिखित स्वरूपात नव्हते: त्यांचे फक्त तीस अभंग किंवा ओव्या आज अस्तित्वात आहेत. तिच्या कवितांच्या तेवीस श्लोकांचा समावेश वारकरी संतांच्या काव्यसंग्रहात केला आहे, ज्याला सकाळ संत-गाथा म्हणतात. यातील बहुतेक श्लोक आत्मचरित्रात्मक आहेत, ज्यात पॅथोसचा घटक आहे. तिच्या शैलीचे वर्णन काव्यात्मक उपकरणांनी न केलेले, समजण्यास सोपे आणि अभिव्यक्तीच्या साधेपणासह केले आहे. देशपांडे यांच्या मते, कान्होपात्रा यांच्या कवितेत वारकरी परंपरेने लागू केलेल्या स्त्री-पुरुष समानतेच्या भावनेतून प्रज्वलित झालेल्या "दलितांचे प्रबोधन" आणि स्त्री सर्जनशील अभिव्यक्तीचा उदय दिसून येतो.

कान्होपात्राच्या अभंगांमध्ये तिचा व्यवसाय आणि वारकऱ्यांचे कुलदैवत विठोबावरची तिची भक्ती यांच्यातील संघर्षाचे वारंवार चित्रण केले जाते.8 ती स्वतःला विठोबाची मनापासून समर्पित स्त्री म्हणून सादर करते आणि तिला तिच्या व्यवसायाच्या असह्य बंधनातून वाचवण्याची विनंती करते918 कान्होपात्रा तिच्या व्यवसायामुळे आणि सामाजिक प्रतिष्ठेमुळे तिच्या अपमानाबद्दल आणि तिला समाजातून हद्दपार केल्याबद्दल बोलते. ती त्या समाजाबद्दल तिरस्कार व्यक्त करते ज्याने तिला माणूस

म्हणून न पाहता सौंदर्याची वस्तू मानली आणि व्यवसायासाठी तिचा तिरस्कार केला. ती कशी वासनायुक्त विचारांची शिकार झाली आहे याचे वर्णन करते. तिला काळजी वाटते की ती "देवाच्या प्रेमाच्या व्याप्तीच्या पलीकडे आहे."521 नको देवराया अंत आता - तिच्या आयुष्यातील शेवटचा अभंग मानला जातो - तिच्या प्रभुपासून विभक्त होण्याचा विचार सहन करण्यास असमर्थ, कान्होपात्रा विठोबाला तिचे दुःख संपवण्याची विनंती करते. पतिता तू पावनाहे या अभंगात तिने आपल्या परमेश्वराला पतितांचा रक्षणकर्ता म्हणून स्वीकारले आहे आणि तिलाही वाचवण्यास सांगितले आहे:

हे नारायणा, तू स्वतःला बोलावतोस

पतितांचा रक्षणकर्ता...

माझी जात अपवित्र आहे

माझ्यात प्रेमळ विश्वासाचा अभाव आहे

माझा स्वभाव आणि कृती वाईट आहेत.

पडला कान्होपात्रा

स्वतःला तुझ्या चरणी अर्पण करते,

एक आव्हान

तुमच्या दयेच्या दाव्यांकडे.

कान्होपात्रा विठोबाचा उल्लेख नारायण (विष्णूचे एक नाव, ज्याची विठोबाशी ओळख आहे), कृष्ण (विष्णूचा अवतार, विठोबाची ओळख), श्रीपती ("देवी श्रीचा पती," विष्णूचे नाव) आणि मन्मथा (कामदेवाचे नाव, प्रेमाची देवता, वैष्णव संतांनी विष्णूचे वर्णन करण्यासाठी वापरले). तिने कृष्ण-विठोबाचा उल्लेख "नीचचा विजेता" म्हणून केला आहे आणि एक आई म्हणून. कान्होपात्रा देखील देवाच्या नावांची पुनरावृत्ती करण्याचे महत्त्व सांगते आणि त्याच्या नावाचा जप केल्याने तिला किती मदत झाली आहे हे सांगते. ती म्हणते की मृत्यूलाही देवाच्या नावाची भीती वाटेल, ज्याने पापी राजा अजमिला - ज्याने योगायोगाने आपल्या मृत्यूशय्येवर देवाला हाक मारली तेव्हा स्वर्गात गेला, "लुटारू" वाल्मिकी - ज्याचे देवाच्या नावाच्या उच्चाराने महान ऋषीमध्ये रूपांतर झाले. - आणि अगदी वेश्या पिंगळा. कान्होपात्रा म्हणते, ती त्यांच्या नावाची हार घालते. तिला आशा होती की तिचा नामजप तिला शेवटी मोक्ष मिळवून देईल. कान्होपात्रा वारकऱ्यांचे पहिले महान संत-ज्ञानेश्वर आणि त्यांच्या भावंडांच्या कर्तृत्वाचा गौरव करतात.

कान्होपात्राचे अभंग देखील तिच्या शरीराबद्दलची तिची काळजी, तिची अगतिकतेची भावना आणि "अस्वस्थतेच्या वेळी अस्पर्श राहण्याची तिची इच्छा" दर्शवतात. ती स्वतःची तुलना वन्य प्राण्यांनी खाल्लेल्या अन्नाशी करते - पुरुष संतांनी कधीही न वापरलेली अभिव्यक्ती:

वारसा आणि स्मरण

मराठीतील संत कान्होपात्रा नावाच्या स्क्रिप्टचे मुखपृष्ठ, साडी घातलेली एक स्त्री पुरुषासमोर हाताचे तळवे दाबून दाखवत आहे. पांढरा धोतर-कुर्ता घातलेला तो माणूस पुढे वाकलेला आहे आणि तिच्या डोक्यावर हात ठेवून तिला आशीर्वाद देत आहे.

संत कान्होपात्रा नाटकाची स्क्रिप्ट, बाल गंधर्व (डावीकडे) कान्होपात्रा म्हणून चित्रित

भक्तविजय या मजकुरात कान्होपात्रा यांचा औपचारिकपणे संतांच्या यादीत समावेश आहे, म्हणजे मराठीतील संत. मराठी संतांचे पारंपारिक चरित्रकार महिपती (१७१५-१७९०) त्यांच्या भक्तविजयामध्ये विठोबाच्या भक्तीचा गौरव करताना संपूर्ण अध्याय तिला समर्पित करतात. त्यांच्या भक्तलीलामृतामध्ये महिपतीने कान्होपात्रा यांचा उल्लेख कृष्णाभोवती बसलेल्या संतांपैकी एक म्हणून केला आहे (महाराष्ट्रात विठोबा म्हणून ओळखला जातो). कान्होपात्रा हे वाकरी संत-कवींनी "वास्तविक दीन आणि पात्र लोकांचे उदाहरण म्हणून उद्धृत केले आहे. दयाळू देव." त्यांच्या एका अभंगात, वारकरी संत आणि कवी तुकाराम (१५७७ - इ.स. १६५०) कान्होपात्रा आणि इतर प्रसिद्ध संतांचे उदाहरण वापरतात जे सामाजिक जातीय उतरंडात कमी होते, हे स्पष्ट करण्यासाठी की जात अप्रासंगिक आहे. भक्ती आणि गुणवत्तेच्या तुलनेत.2930 तिचा मृत्यू आणि विठोबाची शरणागती हा "अध्यात्मवादासह आत्मसन्मानाचा महान वारसा म्हणून ओळखला जातो." कान्होपात्रा या एकमेव प्रख्यात स्त्री असल्याने अद्वितीय मानली जाते. पारंपारिक कौटुंबिक पाठिंब्याशिवाय प्रसिद्धी मिळवणारा महाराष्ट्रातील माणूस. तिचा जन्म अशा घरात झाला जिथे भक्तीची कल्पनाही करता येत नव्हती. ती एकमेव महिला वारकरी संत आहे, जी कोणत्याही पुरुष वारकरी संताशी संबंधित नाही, ज्यांना कोणताही गुरू नाही, किंवा कोणताही परंपरा (परंपरा किंवा वंश) नाही. विठोबावरील तिच्या तीव्र भक्तीच्या आधारे तिला संतत्व प्राप्त झाल्याचे श्रेय दिले जाते, ही भक्ती तिच्या अभंगांमध्ये दिसून येते.

भालजी पेंढारकर लिखित आणि दिग्दर्शित कान्होपात्रा या 1937 च्या मराठी चित्रपटात कान्होपात्रा यांच्या जीवनाची आठवण झाली. ती संत कान्होपात्रा नावाच्या 1931 च्या लोकप्रिय मराठी नाटकाचा विषय देखील होती, ज्यामध्ये बाल गंधर्वांनी मुख्य भूमिका केली होती. कान्होपात्राचे अभंग अगा वैकुंठीच्या राया आणि पतिता तू पावनाहे; आणि नको देवराया अंत आता या नाटकात आणि 1963 च्या मराठी चित्रपट साधी मानसे मध्ये अनुक्रमे वापरलेले आहेत. 2014 मध्ये सुमीत व्हिडीओच्या कथा संत कान्होपात्रा या लघुपटात पल्लवी सुभाष कान्होपात्रा म्हणून दाखवली.

कान्होपात्रा यांचे अभंग आजही मैफिलीत आणि रेडिओवर गायले जातात, आणि वारकऱ्यांनी पंढरपूरच्या वार्षिक यात्रेला. पंढरपूर मंदिरात तिच्या समाधीस्थळी उगवलेला वृक्ष आजही भक्तांद्वारे तिची समाधी म्हणून पूजला जातो. एक छोटेसे मंदिर आहे. तिच्या गावी मंगळवेढा येथे तिला समर्पित केले.

29

संत सेना महाराज

संत सेना महाराज

Scan for Story Videos - www.itibook.com

संत सेनामहाराज ज्याला साईन सेना असेही म्हणतात आणि सेना, हे विठोबा देवाला समर्पित वारकरी पंथाचे हिंदू संत-कवी (संत-कवी) आहेत.

जीवन

सेना न्हावीचा कुलदैवत विठोबा

सेना नाई (न्हावी), एक "जात" (बारा बलुतेदार पहा) आणि बांधवगडच्या राजाच्या सेवेत काम केले. त्यांनी आपला व्यवसाय सोडून भक्तिमय अभंगांची निर्मिती केली ही कोणती भाषा आहे? विठोबाच्या स्तुतीत.

महिपतीचा भक्तविजय (1715-90), हिंदू संतांवरील एक ग्रंथलेखन, सेना न्हावीच्या जीवनाचा एक अध्याय समर्पित करतो. विठोबा सेना न्हावीच्या मदतीला कसा आला याचे वर्णन आहे. सेना न्हावी हा एक धार्मिक न्हावी होता जो दररोज सकाळी विष्णूची (विठोबाला विष्णू किंवा त्याचा अवतार कृष्ण मानला जातो) पूजा करत असे. मागील जन्मातील पापांमुळे तो खालच्या जातीत जन्माला आला होता (पुनर्जन्म पहा). एकदा बांधवगडच्या राजाने सेनेला आपल्या सेवेत बोलावले. न्यायालयाचे अधिकारी सेनेच्या घरी निरोप घेऊन आले; तथापि, सेना त्याच्या दैनंदिन उपासनेत व्यस्त होती आणि त्याने आपल्या पत्नीला आपण घरी नसल्याचे संदेशवाहकांना कळवण्यास सांगितले. हे पाच वेळा पुनरावृती होते. एका शेजाऱ्याने राजाला सांगितले की सेना घरी पूजा करत आहे, ज्यामुळे राजा चिडला.

शाही आदेश असूनही राजवाड्यात न आल्याने सेनेला अटक करून त्याला साखळदंडांनी बांधून नदीत फेकण्याचा आदेश त्याने दिला. राजाची सेवा करण्यासाठी विठोबा-कृष्ण सेनेच्या रूपात राजवाड्यात गेले. "सेनेने" राजाच्या मस्तकाला तेलाने मसाज करताना, राजाला तेलाच्या कपात चतुर्भुज असलेल्या कृष्णाचे प्रतिबिंब दिसले, परंतु जेव्हा त्याने वर पाहिले तेव्हा त्याला "सेना" दिसली. गोंधळलेला राजा बेहोश झाला. जेव्हा तो जागा झाला तेव्हा त्याने "सेना" ला मृत्यूच्या संकटावर थांबण्याची विनंती केली. मात्र, 'सेने'ने त्यांच्या घरी एकदा जाण्याची परवानगी मागितली. राजाने "सेना" ला सोन्याच्या नाण्यांची पिशवी बक्षीस दिली, जी "सेना" ने त्याच्या उपकरणाच्या पिशवीत ठेवली. विठोबा परत सेनेच्या घरी बॅग टाकून दिसेनासा झाला. राजाने आपली सर्व संवेदना गमावली आणि सेनेची बाजू घेतली. दरबारी अधिकारी घाईघाईने सेनेला आणायला आला, त्याला वाटले की सेनेवर रागावला म्हणून राजाने आपल्याला बोलावले.

सेना दरबारात आली, तेव्हा राजाने उभे राहून नमस्कार केला. राजाने सेनेच्या दिशेने धाव घेतली, सेनेचे पाय धरले (प्रणाम पहा, भारतीय संस्कृतीतील आदराचे चिन्ह) आणि त्याला त्याचे चार हात दाखविण्याची विनंती केली. राजाने तेलाची वाटी आणली आणि तेलात सेनेचे प्रतिबिंब पाहिले, परंतु त्याने अनुभवलेले चतुर्भुज दैवी रूप पाहिले. आश्चर्यचकित झालेल्या सेनेने राजाला समजावून सांगितले की त्याने सेनेचे संरक्षक देव कृष्ण स्वतः पाहिले आहे. सेनेच्या सहवासामुळे कृष्णाचे दर्शन झाले म्हणून राजाने सेनेचे आभार मानले. जेव्हा सेनेला त्याच्या उपकरणाच्या पिशवीत सोन्याची नाणी सापडली तेव्हा त्याने ती नाणी पुजारी जातीच्या ब्राह्मणांना वाटली. मुस्लीम राजा कृष्णाचा भक्त झाला आणि सेना न्हावी त्याचा भगवान विष्णू प्रसन्न झाला असे सांगून कथा संपते.

सेनेचे दोन अभंग असे सांगतात की हिंदू महिन्यातील श्रावण महिन्यातील गडद पंधरवड्याच्या १२व्या चंद्र दिवशी मध्यान्हाला त्यांचा मृत्यू झाला.

अभंगातील शिकवण

सेना न्हावी यांनी लिहिलेले अनेक अभंग आहेत. ते एका अभंगात म्हणतात की जे दुष्टांचा संग ठेवतात ते नरकात राहतात. दुष्टांना लाथ मारून बदनाम केले पाहिजे. दुसऱ्या अभंगात, तो स्वतःला पापी म्हणतो, जो उत्कटतेने आणि क्रोधाने काबूत होता, ज्याने सत्पुरुषांची संगत ठेवली नाही आणि देवाचे ध्यान केले नाही. तो देवाला शरण जातो आणि त्याला त्याचा रक्षणकर्ता होण्यासाठी आणि त्याला पापी जीवनातून सोडवण्याची विनंती करतो. दुसऱ्या अभंगात, तो किती भाग्यवान आहे हे गातो की ज्याने त्याच्या पापांची क्षमा केली त्या परमेश्वराची कृपा त्याला मिळाली. सेनेला जंगलात किंवा डोंगरावर धूर श्वास घेणे किंवा अग्नीमध्ये ध्यान करणे यासारख्या तपस्या करणे तिरस्कार होते. विभांडका ऋषींना जंगलातील एका कन्येने कसे भ्रमित केले होते, असे सांगून त्यांनी जंगलात कोणीतरी फसवणुकीचा बळी होऊ शकतो, असा इशारा दिला. (विभांडकाची तपश्चर्या खगोलीय दासी उर्वशीमुळे विस्कळीत झाली होती). इतर वारकरी संतांप्रमाणे ते देवाच्या नामस्मरणाचा

पुरस्कार करतात. सेनेचे म्हणणे आहे की देवाची कृपा ही जात-पात किंवा गुणवत्तेच्या पलीकडे आहे. सेनेने एका अभंगात आपल्या व्यवसायाचा उल्लेख नाई असा केला आहे. त्यांनी गायले की आम्ही ("नाई") "मुंडण करण्याची कला" मध्ये निपुण आहोत आणि चार जाती-व्यवस्थेचे (वर्ण (हिंदू धर्म)) समर्थन करतो. ते "भेदभावाचा आरसा" दाखवतात, "वैराग्यांचे चिमटे वापरतात", "शांततेच्या पाण्याने डोक्याला मसाज करतात", "अहंकाराचे केस" आणि "उमेदीची नखे" कापतात. श्रीसकलसंतगाथेतील एक अभंग, विविध संतांच्या अभंगांचा संग्रह, त्र्यंबकेश्वर शिव मंदिरातील देव शिवाला समर्पित आहे.

स्मरण

14व्या शतकातील वारकरी संत-कवी जनाबाई यांच्या अभंगांमध्ये सेनेची हगिगोष्टी आढळते. त्यांच्या एका अभंगात, वारकरी संत-कवी तुकाराम (1577–c.1650) यांनी सेना न्हावी आणि इतर संतांचे उदाहरण वापरले आहे जे कमी होते. भक्ती आणि गुणवत्तेच्या तुलनेत जात अप्रासंगिक आहे हे स्पष्ट करण्यासाठी जातीच्या उतरंडीत. सेनेचे वर्णन 15 व्या शतकातील उत्तर-भारतीय संत रविदास यांनी "भक्तीचे मॉडेल" म्हणून देखील केले होते, ज्यावरून असे सूचित होते की ते महाराष्ट्राबाहेरही मोठ्या प्रमाणावर प्रसिद्ध होते. हुबळी येथे संताला समर्पित एक मंदिर देखील अस्तित्वात आहे.

30
संत चोखामेळा

संत चोखामेळा

Scan for Story Videos - www.itibook.com

चोखामेळा हे १४व्या शतकातील महाराष्ट्रातील एक संत होते. तो महार जातीचा होता, आजच्या काळात पडताळण्यासाठी अवतरण आवश्यक आहे, ती भारतातील अस्पृश्य जातींपैकी एक मानली जाते. त्यांचा जन्म बुलढाणा जिल्ह्यातील देऊळगाव राजा तालुक्यातील मेहुणा राजा या गावी झाला. महाराष्ट्रातील मंगळवेढा येथे त्यांचे वास्तव्य होते. त्यांनी अनेक अभंग लिहिले. 'अबीर गुलाल उधळलीत रंग' हा त्यांचा एक प्रसिद्ध अभंग आहे. ते भारतातील पहिल्या खालच्या कवींपैकी एक होते. चोखामेला पत्नी सोयराबाई आणि मुलगा कर्ममेळा यांच्यासोबत मंगळवेढा येथे राहत होते. चोखामेळा यांचे काम वरच्या शेतात पहारा देणे आणि काम करणे हे होते. जातीचे लोक.

त्यांचे कुटुंब देखील वारकरी संप्रदायाचे पालन करत होते.

सोयराबाई - पत्नी

निर्मला - बहीण आणि तिचा नवरा बंका (जो सोयराबाईचा भाऊ आहे)

कर्ममेळा - पुत्र

कवी-संत नामदेव (१२७०-१३५०) यांच्याकडून त्यांना भक्ती अध्यात्माची दीक्षा मिळाली. एकदा ते पंढरपूरला गेले असता त्यांनी संत नामदेवांचे कीर्तन ऐकले. आधीच विठ्ठलाचा (विठोबा) भक्त असलेला चोखा नामदेवांच्या शिकवणीने प्रभावित झाला होता.

पुढे ते पंढरपूरला गेले. पारंपारिक कथा अशी आहे की येथील उच्चवर्णीयांनी त्याला मंदिरात प्रवेश दिला नाही, किंवा मंदिराच्या दारात उभे राहू दिले नाही, म्हणून त्याने चंद्रभागा नदीच्या पलीकडे झोपडी बांधली.

पंढरपूरजवळील मंगळवेढा येथे भिंत बांधण्याचे काम सुरू असताना भिंत पडून काही कामगार चिरडले. चोखा त्यापैकीच एक होता. त्यांची समाधी पंढरपूरच्या विठ्ठल मंदिरासमोर आहे, जिथे ती आजही पाहायला मिळते. एका आख्यायिकेनुसार मृत

चोखामेळाच्या अस्थी अजूनही विठ्ठल, विठ्ठल असा जप करत होत्या, वरवर पाहता विठ्ठल मंदिरात जाण्याची तळमळ होती. विठ्ठल मंदिराच्या पायरीवर अस्थी पुरण्यात आल्या. 20 व्या शतकाच्या सुरुवातीस, दलित नेते बी.आर. आंबेडकर यांनी मंदिराला भेट देण्याचा प्रयत्न केला, परंतु त्यांना चोखामेळ्याच्या दफनभूमीवर रोखण्यात आले आणि महार असल्याच्या कारणास्तव त्या बिंदूच्या पलीकडे प्रवेश नाकारण्यात आला.

31

संत भानुदास महाराज

संत भानुदास महाराज

Scan for Story Videos - www.itibook.com

भानुदास (१४४८–१५१३) (भानुदास म्हणूनही शब्दलेखन केले जाते), हे एक हिंदू संत होते ज्याने विठोबाची पवित्र प्रतिमा विजयनगरहून पंढरपूर येथे परत आणली, त्याचे मूळ स्थान. ते एकनाथांचे आजोबा होते.1लहानपणी त्यांनी सूर्याची उपासना केली पण नंतर विठोबाची पूजा करायला आले. ते भक्तविजयामधील दोन अध्यायांचा विषय आहेत. त्यांची समाधी विठ्ठल मंदिराच्या सोळखांबी मंडपात (प्रवेशद्वाराजवळ अगदी उजवीकडे) आहे. पंढरपूर येथे.

32
संत बहिणाबाई

संत बहिणाबाई

Scan for Story Videos - www.itibook.com

बहिणाबाई (1628-1700 AD) किंवा बहिणा किंवा बहिनी ही महाराष्ट्र, भारतातील एक वारकरी स्त्री-संत आहे. त्या दुसऱ्या वारकरी कवी-संत तुकारामांच्या शिष्या मानल्या जातात. ब्राह्मण कुटुंबात जन्मलेल्या बहिणाबाईंचा लहान वयातच एका विधुराशी विवाह झाला आणि त्यांचे बालपण कुटुंबासह संपूर्ण महाराष्ट्रात भटकण्यात गेले. वारकऱ्यांचे कुलदैवत विठोबा आणि तुकाराम यांच्या वासरासोबतचे तिचे अध्यात्मिक अनुभव आणि दृष्टांत यांचे तिने आत्ममनिवेदना या आत्मचरित्रात वर्णन केले आहे. तिने तिच्या पतीकडून शाब्दिक आणि शारीरिक अत्याचार केल्याचा अहवाल दिला आहे, ज्याने तिच्या आध्यात्मिक प्रवृत्तीचा तिरस्कार केला परंतु ज्याने शेवटी तिचा भक्तीचा मार्ग (भक्ती) स्वीकारला. बहुतेक स्त्री-संतांच्या विपरीत ज्यांनी कधीही लग्न केले नाही किंवा देवासाठी आपले वैवाहिक जीवन त्यागले नाही, बहिणाबाई आयुष्यभर विवाहित राहिल्या.

मराठीत लिहिलेल्या बहिणाबाईंच्या अभंग रचना, तिच्या त्रासदायक वैवाहिक जीवनावर आणि स्त्री जन्माला आल्याची खंत यावर लक्ष केंद्रित करतात. बहिणाबाई नेहमी पतीप्रती असलेली तिची कर्तव्ये आणि विठोबाची भक्ती यामध्ये फाटल्या होत्या. तिची कविता तिच्या पती आणि देवावरील भक्ती यांच्यातील तडजोड दर्शवते.

प्रारंभिक जीवन

बहिणाबाईंनी आत्ममनिवेदन किंवा बहिणाबाई गाथा नावाचे आत्मचरित्रात्मक कार्य लिहिले आहे, जिथे तिने केवळ तिच्या सध्याच्या जन्माचेच नाही तर मागील बारा जन्मांचे देखील वर्णन केले आहे. एकूण ४७३ पैकी पहिले ७८ श्लोक त्यांच्या वर्तमान जीवनाचे वर्णन करतात.....

खात्यानुसार, तिचा जन्म उत्तर महाराष्ट्रातील एलोरा किंवा वेरूळजवळील देवगाव (रंगारी) किंवा देवगाव (आर) येथे झाला, जिथे तिचे बालपण गेले. तिचे आई-वडील, औदेव

कुलकर्णी आणि जानकी हे ब्राह्मण, हिंदू पुजारी वर्ग होते आणि त्यांनी त्यांची पहिली अपत्य बहिणाबाई यांना सौभाग्याचे आश्रयदाता मानले. बहिणाबाईंनी लहानपणापासूनच आपल्या सोबत्यांसोबत खेळताना देवाचे नामस्मरण सुरू केले.

बहिणाबाईंचा विवाह वयाच्या तीनव्या वर्षी गंगाधर पाठक नावाच्या तीस वर्षांच्या विधुराशी झाला होता, ज्याचे वर्णन तिने विद्वान आणि "पुरुषाचे उत्कृष्ट रत्न" म्हणून केले आहे, परंतु प्रथेनुसार ती तारुण्य होईपर्यंत आईवडिलांसोबत राहिली. बहिणाबाई नऊ वर्षांच्या असताना कौटुंबिक कलहामुळे त्यांना आई-वडील आणि पतीसह देवघर सोडावे लागले. ते गोदावरी नदीच्या काठी यात्रेकरूंसोबत भटकत होते आणि परंपरेप्रमाणे पवित्र पुरुष भटकत असताना धान्यासाठी भीक मागायचे. त्यांनी या काळात विठोबाचे मुख्य मंदिर असलेल्या पंढरपूरला भेट दिली . वयाच्या अकराव्या वर्षी, ती आपल्या कुटुंबासह शेवटी कोल्हापुरात स्थायिक झाली.१४ या वयात ती "विवाहित जीवनाच्या मागण्यांच्या अधीन" होती, पण ती त्यात नव्हती.

नंतरचे आयुष्य

कोल्हापुरात बहिणाबाईंना हरी-कीर्तनाची गाणी आणि भागवत पुराणातील कथा सांगितल्या गेल्या. येथे बहिणाबाईच्या पतीला एक गाय भेट देण्यात आली, जिने लवकरच वासराला जन्म दिला. बहिणाबाई वासराशी आध्यात्मिक भेट झाल्याचे सांगतात. वारकरी साहित्यात वासरू, अशा व्यक्तीचे प्रतीक आहे ज्याने मागील जन्मी योगिक एकाग्रतेची सर्वोच्च स्थिती प्राप्त केली आहे, परंतु काही दोषांमुळे, वासरू म्हणून जन्म घेणे भाग पडले आहे. वासरू बहिणाबाई जिथे जिथे गेली तिथे तिचे पालन केले. वासरासह बहिणाबाई सुप्रसिद्ध स्वामी जयराम यांच्या कीर्तनालाही हजर होत्या. जयरामने वासराच्या आणि बहिणाबाईच्या डोक्यावर थोपटले. ही घटना बहिणाबाईच्या पतीला समजताच त्याने बहिणाबाईला केसांनी ओढले, मारहाण करून घरात बांधून ठेवले. यानंतर, वासरू आणि गाईने अन्न आणि पाणी सोडले ज्यामुळे पूर्वीचा मृत्यू झाला. दफनविधीच्या वेळी बहिणाबाई बेशुद्ध पडल्या आणि अनेक दिवस बेशुद्ध पडल्या. तिला वारकऱ्यांचे कुलदैवत विठोबाचे पहिले दर्शन आणि नंतर तिच्या समकालीन कवी-संत तुकारामांच्या दर्शनाने जाग आली. या घटनेनंतर, तिला या दोघांचे आणखी एक दर्शन झाले ज्याने तिला वासराच्या मृत्यूच्या दुःखातून पुन्हा जिवंत केले. या दृष्टांतात, तुकारामांनी तिला अमृत पाजले आणि तिला "राम-कृष्ण-हरी" मंत्र शिकवला. त्यानंतर बहिणाबाईंनी तुकारामाचा उच्चार केला. तिचे गुरू म्हणून. तिच्या दृष्टांतात, तुकारामांनी तिला भक्तीच्या मार्गाची सुरुवात केली आणि तिला विठोबाचे नामस्मरण करण्यास सांगितले. काही लोक तिच्या वागण्याला वेडेपणाचे लक्षण मानत होते, तर काहींनी ते संतत्वाचे लक्षण मानले होते.

बहिणाबाईच्या पतीने ब्राह्मण असल्याने खालच्या जातीतील शूद्र तुकारामांचे ऐकू नये असे सांगून तिला परावृत्त केले. तथापि, बहिणाबाईंना कर्तव्यदक्ष पत्नीच्या जीवनात आनंद मिळाला नाही आणि भक्तीकडे वळले, त्याच वेळी पतीची सेवा केली. जसजशी तिची

कीर्ती पसरली, तसतसे तिचे पती बहिणाबाईना मिळालेल्या लक्षाचा हेवा करत असल्याचे चित्रित केले आहे. तिच्या उग्र स्वभावाच्या पतीने बहिणाबाईला शिवीगाळ, मारहाण आणि गोठ्यात कोंडून ठेवल्याची नोंद आहे. जेव्हा सर्व पद्धती तिला रोखण्यात अपयशी ठरल्या, तेव्हा त्याने बहिणाबाईना सोडण्याचा निर्णय घेतला, त्या वेळी तीन महिन्यांची गर्भवती होती. तथापि, जाण्याच्या दिवशी, एक महिनाभर अंगात जळजळ झाल्यामुळे ते तसे करू शकले नाहीत. शेवटी, त्यांनी पश्चात्ताप केला आणि बहिणाबाईंच्या देवावरील विश्वास आणि भक्तीबद्दल त्यांना खात्री पटली.10 त्याच वेळी, बहिणाबाईना तिच्या पतीच्या दुर्लक्षाची जाणीव झाली आणि "स्वतःला (दुसऱ्या) देवाला समर्पित करण्यापेक्षा त्यांची सेवा करणे अधिक महत्त्वाचे आहे" असे ठरवले. बहिणाबाई लिहितात:

मी माझ्या पतीची सेवा करेन - तो माझा देव आहे ...

माझे पती माझे गुरू आहेत; माझा नवरा हा माझा मार्ग आहे

माझ्या हृदयाचा खरा संकल्प आहे.

जर माझा नवरा संसाराचा त्याग करून गेला,

पांडुरंग (विठोबा), मला माणसांमध्ये राहून काय फायदा होईल? ...

माझा नवरा आत्मा आहे; मी शरीर आहे...

माझे पती पाणी आहे; त्यात मी एक मासा आहे.

मी कसे जगू शकतो? ...

का पाषाण देव विठ्ठल (विठोबा)

आणि स्वप्नातील संत तुका (तुकाराम)

मला माहित असलेल्या आनंदापासून वंचित ठेवू?

बहिणाबाईंच्या कुटुंबाने तुकारामांचे मूळ गाव देहू येथे जाऊन त्यांना आदरांजली वाहिली. येथे, ब्राह्मण बहिणाबाईने खालच्या जातीतील सुद्र तुकाराम यांना गुरू म्हणून स्वीकारल्याने, स्थानिक ब्राह्मणांनी आक्रोश केला, ज्यामुळे कुटुंबाचा छळ झाला आणि बहिष्काराची धमकी दिली गेली. देहूमध्ये बहिणाबाईंनी एका मुलीला जन्म दिला, तिचे नाव काशीबाई ठेवले. मात्र, तिने व्यथित होऊन आत्महत्या केली. तुकारामांनी तिच्या दृष्टांतात, तिला थांबवले आणि तिला काव्यात्मक शक्तींनी आशीर्वाद दिला आणि भविष्यवाणी केली की तिला एक मुलगा होईल जो तिच्या मागील जन्मी सहचर होता, अशा प्रकारे बहिणाबाईंनी काव्य रचना सुरू केली असे मानले जाते, ज्यापैकी पहिले विठोबाला समर्पित होते. परिणामी, तिला एक मुलगा झाला, त्याचे नाव तिने विठोबा ठेवले, त्याच्या जन्माची अचूक वेळ प्रदान केलेली नाही, परंतु तिच्या आत्मचरित्राच्या नंतरच्या भागात त्याचा उल्लेख आहे.

शेवटी कुटुंब शिरूरला गेले, जिथे बहिणाबाईंनी काही काळ मौन व्रत केले. 1649 मध्ये, तुकारामांच्या मृत्यूनंतर, बहिणाबाईंनी पुन्हा देहूला भेट दिली आणि अठरा दिवस उपवास केला जेथे, पारंपारिक अहवालानुसार, त्यांना पुन्हा तुकारामांचे दर्शन झाले. त्यानंतर तिने

संत रामदासांची भेट घेतली आणि 1681 मध्ये त्यांचा मृत्यू होईपर्यंत त्यांच्या सहवासात राहिली. त्यानंतर ती शिरूरला परतली.

तिच्या आत्मचरित्राच्या शेवटच्या भागांमध्ये, बहिणाबाई म्हणतात की तिने "तिचा मृत्यू पाहिला आहे." तिने तिच्या मृत्यूची भविष्यवाणी केली आणि तिचा मुलगा विठोबाला एक पत्र लिहिले, जो आपल्या पत्नीचे अंतिम संस्कार करण्यासाठी शुकेश्वरला गेला होता. तिच्या मृत्यूशय्येवर बहिणाबाईंनी विठोबाला (तिचा मुलगा) सांगितले की तो तिच्या मागील बारा जन्मांमध्ये आणि तिच्या सध्याच्या (तेराव्या) जन्मातही तिचा मुलगा होता, जो तिचा शेवटचा जन्म होता. पुढे, तिने तिच्या आधीच्या बारा जन्मांची कहाणी सांगितली, जी तिच्या आत्मचरित्रात नोंदली गेली आहे. १७०० मध्ये तिचा मृत्यू झाला.

साहित्यिक कामे

तिच्या आत्मचरित्राव्यतिरिक्त, बहिणाबाईंनी अभंगांची रचना केली, ज्यात विठोबाची स्तुती, आत्मा, सद-गुरू, संतत्व, ब्राह्मणत्व आणि भक्ती यासारख्या विविध विषयांशी संबंधित आहे. १६ बहिणाबाईंच्या अभंग रचना त्यांच्या पतीसोबतच्या त्यांच्या विस्कळीत नातेसंबंधावर, त्यांच्यातील संघर्षावरही लक्ष केंद्रित करतात. पती आणि पत्नी, आणि काही प्रमाणात त्याचे निराकरण. तिने आपल्या पतीच्या प्रतिकूल आणि हानिकारक भावनांना सहानुभूतीने चित्रित केले आहे. त्या काळातील अनेक स्त्री-संतांच्या विपरीत, बहिणाबाईंनी आयुष्यभर लग्न केले, पतिव्रता (एकनिष्ठ पत्नी) आणि विरक्त (अलिप्त) या भूमिकांमध्ये समतोल साधत तिच्या पतीची कर्तव्यपूर्वक सेवा केली.). बहिणाबाई सामाजिक परंपरांविरुद्ध बंड करत नाहीत आणि जगाची निंदा हा स्त्रीच्या दुःखावरचा उपाय नाही, असा त्यांचा विश्वास होता. तिची कविता तिच्या पती आणि तिचा देव विठोबा यांच्यातील तिची तडजोड दर्शवते.

बहिणाबाई विवाहित स्त्रीच्या कर्तव्यावरही भाष्य करतात. काही अभंग पतिव्रताच्या गुणवत्तेची प्रशंसा करतात, तर काही देवाच्या शुद्ध भक्तीचा पुरस्कार करतात ज्यामुळे समाजाचा राग येऊ शकतो. इतर तडजोडीचे समर्थन करतात. ती प्रवृत्ती (कृती) आणि निवृत्ती (शांतता) बद्दल देखील बोलते, जी मानस (मन) च्या पत्नी म्हणून व्यक्त होते. दोघेही आपापल्या श्रेष्ठत्वावर वाद घालतात, वादविवादात विशिष्ट क्षण जिंकतात आणि शेवटी समेट करतात आणि मनाला त्याच्या अंतिम ध्येयाकडे निर्देशित करतात. स्वतःच्या आयुष्यात बहिणाबाईंनी या दोन गोष्टींचा समतोल साधण्याचा प्रयत्न केला: प्रवृत्ती – सद्गुणी पत्नीची कर्तव्ये आणि निवृत्ती – जगाचा त्याग.

बहिणाबाई कधीकधी स्त्री म्हणून जन्म घेण्याच्या तिच्या नशिबाला शाप देतात, ज्याचा लेखक थारू "तिचा संशय, तिचा बंडखोरपणा आणि सत्याची आकांक्षा सोडून देण्यास तिचा आग्रही नकार" असे वर्णन करतो. पुरुषप्रधान ब्राह्मण समाजाने तिला वेद आणि पवित्र मंत्रांसारख्या पवित्र शास्त्रांच्या ज्ञानापासून दूर ठेवल्यामुळे तिला स्त्री जन्माबद्दल पश्चाताप होतो.10 बहिणाबाई तिच्या अभंगात गातात:

वेद मोठ्याने ओरडतात, पुराण ओरडतात
"बाईला काही चांगलं येत नाही."
मी स्त्रीच्या शरीराने जन्माला आलो
मी सत्याची प्राप्ती कशी करावी?
"ते मूर्ख, मोहक आणि फसवे आहेत -
स्त्रीशी कोणताही संबंध घातक आहे."
बहिणा म्हणतात, "जर स्त्रीच्या शरीराला एवढी हानी पोहोचली असेल तर
या जगात मी सत्यापर्यंत कसे पोहोचू?"

काही वेळा, बहिणाबाईचे अभंग तिच्या दैवत विठोबाला (पांडुरंगा, हरी) तिच्या दुहेरी भूमिकांमध्ये समतोल राखण्यास मदत करतात. बहिणाबाईंच्या शहाणपणाचा सारांश त्यांच्या शब्दांत सांगता येईल: "स्त्रीचे शरीर हे दुसऱ्याच्या नियंत्रणात असलेले शरीर आहे. त्यामुळे संन्यासाचा मार्ग तिच्यासाठी खुला नाही." बहिणाबाईंचे तत्वज्ञान सतराव्या शतकातील भारतीय स्त्रीची सामाजिक स्थिती प्रकट करते, जिचे तिच्या पतीशिवाय अस्तित्वच नव्हते.

तिने पुंडलिका-महात्म्य नावाचा मजकूर देखील रचला आहे, ज्यात विठोबा आणि वारकरी परंपरेतील मध्यवर्ती व्यक्ती पुंडलिक यांच्या आख्यायिकेचा तपशील आहे.

33
संत भगवानबाबा

संत भगवानबाबा

Scan for Story Videos - www.itibook.com

आबाजी तुबाजी सानप हे लोकप्रिय नाव श्री संत भगवान बाबा (जन्म: २९ जुलै, १८९६ मृत्यू: १८ जानेवारी, १९६५) हे महाराष्ट्रातील वारकरी संप्रदायातील संत आहेत.

राष्ट्रसंत भगवानबाबांनी महाराष्ट्राच्या ग्रामीण भागात कीर्तनाद्वारे शैक्षणिक, सामाजिक, नैतिक आणि सांस्कृतिक प्रबोधन केले. त्यांनी भक्तिमार्ग, कर्ममार्ग आणि ज्ञानमार्ग यांचा त्रिवेणी समन्वय साधला. हे त्यांच्या कीर्तनातही दिसून आले. कीर्तनकार म्हणून ते खूप लोकप्रिय होते. आपल्या कीर्तनातून त्यांनी जातीभेद, धार्मिक भेदभाव, अज्ञान, अंधश्रद्धा, अनिष्ट रूढी-परंपरांवर प्रहार केला. प्रबोधनासाठी त्यांनी मराठवाडा , विदर्भ , तेलंगणा , आंध्र प्रदेश , कर्नाटक आणि पश्चिम महाराष्ट्रातील काही भागांना भेटी दिल्या .स्थायी महाराष्ट्र ताब्यात घेतला . विठुनामाचा उपदेश करताना समता, बंधुता, एकता, मानवता या आधुनिक विचारांचा त्यांनी आयुष्यभर प्रचार केला. त्यामुळे वारकरी धर्माला आधुनिक रूप देणारे संत म्हणून त्यांची ओळख आहे. त्यांनी वार्षिक नारळ सप्ताहाची स्थापना केली.

सानप घराण्याचे वंशज

भगवानबाबांचा जन्म महाराष्ट्रातील वंजारी जातीत झाला. त्यांच्या आईचे नाव कौतिकबाई आणि वडिलांचे नाव तुबाजीराव सानप होते. तुबाजीराव सानप यांच्या घराण्यात पाटीलकी होती, म्हणून ते त्यांच्या आडनावावरून पाटील हे आडनाव वापरत. विठ्ठलभक्ती आणि पंढरपूरला अनेक पिढ्या घराण्यात आहेत. त्यांच्या कुटुंबाचे मूळ गाव नगर जिल्ह्यातील शिकारडीपार्डी; परंतु त्यांचे पूर्वज बीड जिल्ह्यातील पाटोदा तालुक्यातील सुपे घाट सावरगाव या गावात स्थायिक झाले होते.

जन्म आणि बालपण

भगवानबाबांचा जन्म श्रावण कृष्ण पंचमी, शके १८१८ (२९ जुलै १८९६), सोमवार, बीड जिल्ह्यातील पाटोदा तालुक्यातील सुपे घाट सावरगाव येथे सूर्योदयाच्या वेळी झाला. बारशाच्या काळात त्या मुलाचे नाव 'आबा' किंवा 'आबाजी' असे ठेवले गेले. त्यामुळे भगवानबाबांचे पूर्ण नाव आबाजी तुबाजी सानप आहे. कौतिकबाई आणि तुबाजीराव यांचे ते पाचवे अपत्य होते.

गावात चौथीपर्यंत शाळा होती. त्यानंतर गुरुजींच्या सांगण्यावरून ते पुढील शिक्षणासाठी आपल्या मामाच्या गावी लोणी येथे गेले. शिरूर, जि. बीडला पाठवले. पुढील शैक्षणिक सुविधा नसल्याने आबाजी पुन्हा गावात परतले. ग्रामीण भागात प्रथेनुसार गुरे पाळली जात. आबाजींना शेती आणि गुरेढोरे सांभाळण्याची आवड होती. घरातील धार्मिक वातावरणामुळे आबाजींना अध्यात्मिक ज्ञान आणि विठ्ठलनामाची आवड निर्माण झाली. आबाजी घरातील शेतीची कामे सांभाळून विठ्ठलभक्ती करीत. पंढरपूर दिंड्यांना जाऊ लागले. दिघूळचे प्रसिद्ध वारकरी प्रथम गीतेबाबांसोबत दिंडीत गेले. पंढरपूरचा विठ्ठल दिसला, अशी त्यांच्या कुटुंबाची आणि आजूबाजूच्या समाजाची श्रद्धा असल्याने त्यांनी गीतबाबा दिघुळकरांसह पंढरपूरला भेट दिली. त्यासाठी ते वयाच्या ५-६ व्या वर्षी घर सोडून पायी पंढरपूरला गेले. पहिल्या युद्धाच्या शेवटी पंढरपूरला पोहोचल्यावर त्यांनी आपले संपूर्ण आयुष्य विठ्ठलचरणी अर्पण करण्याचे ठरवले. गीतेबाबांना ते आपले आध्यात्मिक गुरू मानत. पंढरपूरच्या वारीतून गावी परतल्यानंतर आबाजी घरी परतले नाहीत. गावातील हनुमान मंदिरात जाऊन बसले. ही बातमी घरच्यांना समजताच ते मंदिरात आले. तेव्हा लहान आबाजींनी तुलसीमाळ घालण्याचा आग्रह धरला. छोट्या आबाजीचे देवावरचे प्रेम पाहून घरच्यांनी आग्रह स्वीकारला आणि नंतर आबाजी घरी परतले.

आबाजींचे पूर्वज लहानपणापासून नारायणगडाचे उपासक होते. नारायणगडाचे महंत हे त्यांचे वंशपरंपरागत गुरू होते. माणिकबाबा त्यावेळी नारायणगडाच्या गादीवर होते. आबाजीचे आई-वडील माणिक बाबांचे दर्शन घेण्यासाठी नारायणगडावर येत असत. एकदा आबाजीचे आई-वडील विजयादशमीच्या दिवशी त्यांना नारायणगडावर घेऊन गेले. आबाजींनी माणिक बाबांना गुरुपद देण्यास सांगितले. लहान वयात गुरुपद देता येत नाही असे माणिकबाबा म्हणाले, पण आबाजींचे मन तृप्त झाले नाही. माणिकबाबांनी घेतलेल्या शिष्यत्वाच्या परीक्षेत आबाजी उत्तीर्ण झाल्यामुळे माणिकबाबांनी आबाजींना आशीर्वाद देऊन गुरुपद दिले. पुढे माणिक बाबांनी आबाजींना 'भगवान' असे नाव दिले.

पंढरपूरला गेल्यावर तिथल्या नारायणगडाच्या माणिकबाबांना भेटून ते सांप्रदायिक शिक्षणासाठी नारायणगडावर गेल्याचे सांगितले जाते. माणिक बाबा त्यांचे गुरु. त्यानंतर भगवानबाबा पुढील शिक्षणासाठी आळंदी येथे ह.भ.प. श्री बंकट स्वामींकडे गेले. त्यानंतर ते पुन्हा नारायणगडावर आले. त्यावेळी भगवानबाबा 21 वर्षांचे होते. त्यानंतर भगवानबाबा नारायणगडाचे महंत झाले आणि त्यांनी तेथे वारी, नारळी सप्ताह असे अनेक धार्मिक कार्यक्रम आयोजित केले.

गुरु परंपरा

भगवानगडानुसार भगवानबाबांचे गुरुपरंपरा पुढीलप्रमाणे आहे. नारायण? ब्रह्मदेव? अत्री ऋषी? दत्तात्रेय? जनार्दनस्वामी? संत एकनाथ? गावोबा की नित्यानंद ?अनंत ?दयानंद स्वामी पैठणकर आनंदऋषी ?नागनारायण ?महाराज ?महादेव महाराज (प्रथम) ?शेटीबाबा (दादासाहेब महाराज) ?गोविंद महाराज ?नरसू महाराज ?महादेव महाराज (द्विवतीय) ?माणिकबाबा भगवानबाबा

भगवानबाबा इतर काही विठ्ठल भक्तांना आपले गुरू मानत. ते बाबांचे गुरु होते

भगवानबाबांची पूजा करणारे गुरु - गीत बाबा दिघुळकर

माणिक बाबा - भगवान बाबांना आध्यात्मिक सूचना देणारे गुरु

भगवानबाबांचे आध्यात्मिक गुरु - बंकटस्वामी महाराज

भगवानबाबांचे परमार्थिक गुरु - संत एकनाथ

भगवान बाबांचे नाथ/पैठणकर फडाचे गुरू - संत एकनाथ २

भगवानबाबा संत श्री वामनभाऊ महाराजांना थोरले बंधू मानत.

ते संत नामदेवबाबांना दिव्य गुरु मानत होते आणि भगवानबाबा त्यांच्या दर्शनासाठी श्री सदगुरु मठ, मेहकरी येथे जात असत. संत नामदेवबाबांच्या वैकुंठवासानंतर त्यांचे चाळीसाव्या हरिनाम सप्ताहाचे कीर्तन खुद्द भगवानबाबांनी केले. 3

शिक्षण

एकदा श्री बंकट स्वामी नारायणगडावर आले असता माणिक बाबांनी भगवान बाबांना बंकट स्वामींच्या स्वाधीन केले. बंकटस्वामी भगवानबाबांना आळंदीतील वारकरी संस्थेत घेऊन गेले. बंकटस्वामी यांच्या विचारांचा त्यांच्यावर प्रभाव होता. तेथे त्यांनी संन्यासी धर्म स्वीकारला.

नारायणगडावर काम करा

भगवानबाबा आळंदीहून नारायणगडावर परतल्यानंतर पंचक्रोशीतील भाविक त्यांना भेटायला येऊ लागले. त्याच सुमारास बंकटस्वामींच्या कीर्तन प्रसाराची बातमी ऐकल्यावर ते प्रभावित झाले आणि त्यांनी समाजाला प्रबोधन करण्याचा निर्णय घेतला. भगवानबाबा भक्तांच्या आग्रहास्तव कीर्तन करू लागले.

इसवी सन १९१८ मध्ये त्यांनी नारायणगड ते पंढरपूर अशी पायवाट सुरु केली. तेव्हापासून नारायणगडाला 'भक्ती पंढरी' म्हणतात. इ.स.1927 मध्ये नाथषष्ठीनिमित्त पैठणपर्यंत दिंडी निघाली. नंतर सात दिवस अखंड हरिनाम सप्ताह सुरु झाला. सप्ताहात भजन, कीर्तन, प्रवचन, कथाकथन, हरिनामजप, गाथापारायण असे कार्यक्रम झाले. पहिला अखंड हरिनाम सप्ताह सन 1934 मध्ये पखलडोह येथे पार पडला. भगवानबाबा नारायणगडावर येईपर्यंत १७ हरिनाम सप्ताह झाले होते.

नारायणगडाचे भगवान बाबांचे गुरु माणिक बाबा आजारी असल्याची बातमी भगवानबाबांना समजताच ते तात्काळ नारायणगडावर आले. माणिक बाबांनी हात वर

करून भगवान बाबांना जवळ बोलावले. तो म्हणाला, 'देवा, गडाची सर्व जबाबदारी आता तुझ्यावर असेल'. ज्येष्ठ श्री. 13 शके 1859 (1937) रोजी माणिक बाबा यांचे निधन झाले.

भगवानबाबांचा लोभ होऊन त्यांनी नारायणगड सोडला. खरवंडीचे बाजीराव पाटील भगवानबाबांना धौम्यागडावर घेऊन गेले. भगवानबाबांनी आजूबाजूच्या गावांमध्ये जाऊन लोकांना वारकरी संप्रदायात आणले.

धौम्यगडाचा जीर्णोद्धार

गडाचे बांधकाम सुरू झाले, बाबा स्वतः स्थापत्यशास्त्रात जाणकार होते. विशेष म्हणजे किल्ल्याचे संपूर्ण बांधकाम दगडी आणि लाकडाचा वापर न करता केलेले आहे. राजूबाईच्या डोंगरावरून ओव्हररॉक्ससाठी नवगण राजुरी येथे आणण्यात आले. सर्व दगड बैलगाड्यांमधून आणून त्यांना चौकोनी पट्ट्यामध्ये आकार देण्यात आला. गडाच्या उभारणीसाठी आजूबाजूच्या परिसरातील भाविकांनी खूप मदत केली. महिलांनी स्वतःचे दागिने, दागिने, दागिने आणि बांधकामासाठी निधी उपलब्ध करून दिला. प्रत्येक भक्त या कार्यात हातभार लावत होता. भाविकांनी घरून स्वतःची भाकरी-भाजी आणून रात्रंदिवस गडाचे बांधकाम पूर्ण केले. काही काळातच श्रीक्षेत्र भगवानगड हा भक्तीचा बालेकिल्ला आहे तो अतिशय विस्तीर्ण आणि भव्य वास्तू म्हणून ओळखला जाऊ लागला. हा महान वास्तुकलेचा प्रतिभावंत आविष्कार आहे. त्यांच्या संकल्पनेतूनच खऱ्या अर्थाने धौम्यगडाच्या जीर्णोद्धाराचा मुहूर्त साधला गेला आणि भक्तीचा गड प्रस्थापित झाला. त्यानंतर धौम्यगडाचा खरा कायापालट पाहायला मिळाला. त्यांनी रस्त्यांच्या दुर्दशेवर प्रकाश टाकत रस्ते विकासावर भर दिला.

पुढे इसवी सन 1958 मध्ये स्वामी सहजानंद सरस्वती, ह.भ.प. मामासाहेब दांडेकर आणि बाळासाहेब भारदे यांनी विठ्ठलाच्या मूर्तीची मंदिरात स्थापना केली. किल्ल्याचे उद्घाटन 1 मे 1958 रोजी मुंबई प्रांताचे तत्कालीन मुख्यमंत्री यशवंतराव चव्हाण यांच्या हस्ते झाले. यावेळी बोलताना मुख्यमंत्री यशवंतराव चव्हाण म्हणाले की, धर्माच्या रक्षणासाठी भगवानबाबांनी भक्तांना संघटित करून धर्मग्रंथाच्या आधारे भक्तीचा गड बांधला आहे. धौम्यागड आजपासून भगवानगड म्हणून ओळखला जावा." असे पडले. याच वेळी बाबांच्या संकल्पनेतून भगवान विद्यालय आकारास आले. शालेय शिक्षणाच्या सोयीसाठी गडावर भगवान विद्यालयाची कोनशिला बसवण्यात आली आहे. या ठिकाणी वाडा, पाइया, तांड्यांची मुले शिक्षणासाठी आहेत.

पालखी

भगवानबाबांनी आपल्या कारकिर्दीचा बराचसा काळ नारायणगड आणि भगवानगड येथे व्यतीत केला असला तरी कीर्तनाच्या निमित्ताने भगवानबाबा पश्चिम महाराष्ट्र आणि मराठवाड्यातील गावोगावी फिरत होते. भगवानबाबांनी पंढरपूर, आळंदी, पैठणवारीची पालखी प्रथा बंद केली. भगवानबाबा दरवर्षी आषाढीवारीला पंढरपूरला आपल्या भक्तांसह जात असत. ही पालखी भगवानबाबांच्या पादुका वाहून भरजवडी, खरवंडी, करंजवण,

पाटोदा, भूम, कुईवाडी, परंडा या मार्गाने पंढरपूरला जाते. या दिंडीला पादुकास्थान येथील आपल्या गुरुपरंपरेची सेवा म्हणून संत एकनाथ महाराजांच्या पालखीवर विराजमान होण्याचा मान आहे. भगवानबाबा भगवानगडावर असताना पालखीसाठी हत्ती, घोडे, अंबरी यासह सर्व साधनसामुग्री वापरली जात असे. भगवानगडाची पालखी म्हणून ओळखल्या जाणाऱ्या या पालखीसह मराठवाड्यातील असंख्य वारकरी पंढरपूर वारीला निघतात. दरवर्षी वारकरी परंपरेनुसार हरी विठ्ठल, श्री ज्ञानदेव तुकाराम, पंढरीनाथ महाराज की जय, शांतिब्रह्म श्री एकनाथ महाराज की जय, भगवान बाबा की जय हे भगवे झेंडे खांद्यावर घेऊन वारीत सहभागी होतात. भगवानबाबांना आपल्या परंपरेचा अभिमान होता. ते म्हणायचे, 'मी श्रीएकनाथ महाराजांच्या पैठणकर फडाचा टाळकरी आहे.' नाथसंस्थान पैठण येथे पालखी आणि नाथषष्ठी दिंडी भगवान गडास मानतात.

संत श्री एकनाथ महाराज संस्थान पैठणच्या वतीने भगवानगडावर नाथषष्ठी दिंडीचा मान आहे. नाथषष्ठीनिमित्त भगव्या पताका घेऊन पालख्या श्रीक्षेत्र पैठण येथील एकनाथ मंदिरात भानुदास एकनाथांचे स्मरण करतात. वारकरी संत श्री एकनाथ दक्षिण गंगा असलेल्या गोदावरी कुंडात पवित्र स्नान करून दर्शन घेतात. पालखीतील एकनाथ वारीसाठी भाविकांचा ओघ सुरूच आहे. भगवानगडाच्या पालखीला दर्शनासाठी भाविकांची गर्दी होत असून यानिमिताने पालखी भाविकांनी फुलून गेली आहे.

व्यक्तिमत्व

भगवानबाबांचा पेहराव त्या काळातील सामान्य लोकांसारखाच होता. त्यांचे राहणीमान साधे आणि विचार उच्च होते. श्री संत भगवानबाबा पांढरे शुभ्र साधे धोतर, पांढरा शुभ्र सदरा, पांढरा फेटा वापरत. कधी कधी गुडघ्यापर्यंतचा कोट घातला जायचा. रुंद, भव्य कपाळ, कपाळावर गंध, गळ्यात तुळशीमाळ ही त्यांची भव्यता होती. त्याच्या जाड मिशा, भव्य शरीर, उंच शरीर, तेजस्वी प्रकाश आणि तेज यामुळे तो उंच दिसतो. हातात काठी, पायात चप्पल किंवा बूट. ते शिस्तप्रिय तसेच महान मानवतावादी होते.

करिअर

अठराव्या शतकात महाराष्ट्राची परिस्थिती अत्यंत वाईट होती. मराठवाड्याजवळच्या प्रदेशात तर परिस्थिती अत्यंत बिकट होती. मराठा राजवटीच्या अस्तानंतर या प्रदेशात निजाम राजवट प्रस्थापित झाली. या दशकाच्या उत्तरार्धात निजामाचे वर्चस्व वाढले. त्याबरोबरच निजामाच्या आक्रमणामुळे धर्म, देवांचे उत्सव बंद पडले. त्यांच्या अमानुष अन्याय, दुःख आणि अत्याचाराने समाज भरला होता. बायका, मुले, आया, देव, धर्म, संस्कृती सुरक्षित नव्हती. धर्माचे साम्राज्य बुडाले होते. समाज धर्माचे पालन करण्यास विसरला होता. धर्माचा प्रसार होत होता. उदासीनता, कर्मकांड आणि एकसंधता यात अडकलेला समाज बळी ठरत होता. अज्ञान, अंधार, अंधश्रद्धा, मांसाहार, धर्मांतर यामुळे समाज उद्ध्वस्त झाला. समाज हीन, दीन, दुःखी आणि अपमानित होता. अशा वेळी राजकीय अस्थिरतेच्या काळात निर्माण झालेली अराजकता संपवण्यासाठी, धार्मिक

संकटावर मात करण्यासाठी, समाजाचे सुरू असलेले शोषण रोखण्यासाठी, अंधश्रद्धेने उद्ध्वस्त झालेला समाज सुधारण्यासाठी गीतेतील वचनाप्रमाणे भगवानबाबा प्रकटले. कल्याण, भावनिक एकता जपण्यासाठी आणि समाजाला दिशा दाखवण्यासाठी, अधर्माच्या अंधारातून आध्यात्मिक प्रकाशाकडे वाटचाल करण्यासाठी, रूढी-परंपरांना चिकटलेल्या समाजाला बाहेर काढण्यासाठी आणि अंधकारमय जीवनात प्रकाशाचा दिवा निर्माण करण्यासाठी. याने सामाजिक परिवर्तनाला गती दिली, भागवत धर्माच्या पुनरुज्जीवनाची प्रेरणा दिली. आधुनिक सामाजिक प्रबोधनात त्यांनी महत्त्वपूर्ण भूमिका बजावली. महाराष्ट्रातील लोकांच्या कल्याणासाठी काम करणाऱ्या बाबांनी आपल्या श्रद्धा आणि मूल्यांशी कधीही तडजोड केली नाही. बाबांनी लोकांचे भक्त रक्षक म्हणून महारथीची भूमिका बजावली. त्यांनी नेहमीच आदर्श नायक, समाजसुधारक, सामाजिक समतोल या भूमिकेत मार्गदर्शन केले. यासोबतच डोंगरदऱ्यांतील विविध उपशाखांमध्ये विभागलेला वंजारी समाज व इतर बहुजन समाज एकत्र आला. समाजहितासाठी, भावनिक एकात्मता जपण्यासाठी आणि समाजाला मार्गदर्शन करण्यासाठी, अधर्माच्या अंधारातून आध्यात्मिक प्रकाशाकडे वाटचाल करण्यासाठी, रूढी-परंपरांना चिकटलेल्या समाजाला बाहेर काढण्यासाठी आणि जीवनाच्या अंधारात प्रकाशाचा दिवा निर्माण करण्यासाठी भगवानबाबा अवतरले. गीतेच्या वचनाप्रमाणे. याने सामाजिक परिवर्तनाला गती दिली, भागवत धर्माच्या पुनरुज्जीवनाची प्रेरणा दिली. आधुनिक सामाजिक प्रबोधनात त्यांनी महत्त्वपूर्ण भूमिका बजावली. महाराष्ट्रातील लोकांच्या कल्याणासाठी काम करणाऱ्या बाबांनी आपल्या श्रद्धा आणि मूल्यांशी कधीही तडजोड केली नाही. बाबांनी लोकांचे भक्त रक्षक म्हणून महारथीची भूमिका बजावली. त्यांनी नेहमीच आदर्श नायक, समाजसुधारक, सामाजिक समतोल या भूमिकेत मार्गदर्शन केले. यासोबतच डोंगरदऱ्यांतील विविध उपशाखांमध्ये विभागलेला वंजारी समाज व इतर बहुजन समाज एकत्र आला. समाजहितासाठी, भावनिक एकात्मता जपण्यासाठी आणि समाजाला मार्गदर्शन करण्यासाठी, अधर्माच्या अंधारातून आध्यात्मिक प्रकाशाकडे वाटचाल करण्यासाठी, रूढी-परंपरांना चिकटलेल्या समाजाला बाहेर काढण्यासाठी आणि जीवनाच्या अंधारात प्रकाशाचा दिवा निर्माण करण्यासाठी भगवानबाबा अवतरले. गीतेच्या वचनाप्रमाणे. याने सामाजिक परिवर्तनाला गती दिली, भागवत धर्माच्या पुनरुज्जीवनाची प्रेरणा दिली. आधुनिक सामाजिक प्रबोधनात त्यांनी महत्त्वपूर्ण भूमिका बजावली. महाराष्ट्रातील लोकांच्या कल्याणासाठी काम करणाऱ्या बाबांनी आपल्या श्रद्धा आणि मूल्यांशी कधीही तडजोड केली नाही. बाबांनी लोकांचे भक्त रक्षक म्हणून महारथीची भूमिका बजावली. त्यांनी नेहमीच आदर्श नायक, समाजसुधारक, सामाजिक समतोल या भूमिकेत मार्गदर्शन केले. यासोबतच डोंगरदऱ्यांतील विविध उपशाखांमध्ये विभागलेला वंजारी समाज व इतर बहुजन समाज एकत्र आला. अधर्माच्या अंधारातून अध्यात्मिक प्रकाशाकडे वाटचाल करण्यासाठी, रूढी-परंपरांना चिकटलेल्या समाजाला बाहेर काढण्यासाठी आणि जीवनाच्या अंधारात प्रकाशाचा

दिवा निर्माण करण्यासाठी भगवानबाबा गीतेत दिलेल्या वचनानुसार प्रकट झाले. याने सामाजिक परिवर्तनाला गती दिली, भागवत धर्माच्या पुनरुज्जीवनाची प्रेरणा दिली. आधुनिक सामाजिक प्रबोधनात त्यांनी महत्त्वपूर्ण भूमिका बजावली. महाराष्ट्रातील लोकांच्या कल्याणासाठी काम करणाऱ्या बाबांनी आपल्या श्रद्धा आणि मूल्यांशी कधीही तडजोड केली नाही. बाबांनी लोकांचे भक्त रक्षक म्हणून महारथीची भूमिका बजावली. त्यांनी नेहमीच आदर्श नायक, समाजसुधारक, सामाजिक समतोल या भूमिकेत मार्गदर्शन केले. यासोबतच डोंगरदऱ्यांतील विविध उपशाखांमध्ये विभागलेला वंजारी समाज व इतर बहुजन समाज एकत्र आला. अधर्माच्या अंधारातून अध्यात्मिक प्रकाशाकडे वाटचाल करण्यासाठी, रूढी-परंपरांना चिकटलेल्या समाजाला बाहेर काढण्यासाठी आणि जीवनाच्या अंधारात प्रकाशाचा दिवा निर्माण करण्यासाठी भगवानबाबा गीतेत दिलेल्या वचनानुसार प्रकट झाले. याने सामाजिक परिवर्तनाला गती दिली, भागवत धर्माच्या पुनरुज्जीवनाची प्रेरणा दिली. आधुनिक सामाजिक प्रबोधनात त्यांनी महत्त्वपूर्ण भूमिका बजावली. महाराष्ट्रातील लोकांच्या कल्याणासाठी काम करणाऱ्या बाबांनी आपल्या श्रद्धा आणि मूल्यांशी कधीही तडजोड केली नाही. बाबांनी लोकांचे भक्त रक्षक म्हणून महारथीची भूमिका बजावली. त्यांनी नेहमीच आदर्श नायक, समाजसुधारक, सामाजिक समतोल या भूमिकेत मार्गदर्शन केले. यासोबतच डोंगरदऱ्यांतील विविध उपशाखांमध्ये विभागलेला वंजारी समाज व इतर बहुजन समाज एकत्र आला. याने सामाजिक परिवर्तनाला गती दिली, भागवत धर्माच्या पुनरुज्जीवनाची प्रेरणा दिली. आधुनिक सामाजिक प्रबोधनात त्यांनी महत्त्वपूर्ण भूमिका बजावली. महाराष्ट्रातील लोकांच्या कल्याणासाठी काम करणाऱ्या बाबांनी आपल्या श्रद्धा आणि मूल्यांशी कधीही तडजोड केली नाही. बाबांनी लोकांचे भक्त रक्षक म्हणून महारथीची भूमिका बजावली. त्यांनी नेहमीच आदर्श नायक, समाजसुधारक, सामाजिक समतोल या भूमिकेत मार्गदर्शन केले. यासोबतच डोंगरदऱ्यांतील विविध उपशाखांमध्ये विभागलेला वंजारी समाज व इतर बहुजन समाज एकत्र आला. याने सामाजिक परिवर्तनाला गती दिली, भागवत धर्माच्या पुनरुज्जीवनाची प्रेरणा दिली. आधुनिक सामाजिक प्रबोधनात त्यांनी महत्त्वपूर्ण भूमिका बजावली. महाराष्ट्रातील लोकांच्या कल्याणासाठी काम करणाऱ्या बाबांनी आपल्या श्रद्धा आणि मूल्यांशी कधीही तडजोड केली नाही. बाबांनी लोकांचे भक्त रक्षक म्हणून महारथीची भूमिका बजावली. त्यांनी नेहमीच आदर्श नायक, समाजसुधारक, सामाजिक समतोल या भूमिकेत मार्गदर्शन केले. यासोबतच डोंगरदऱ्यांतील विविध उपशाखांमध्ये विभागलेला वंजारी समाज व इतर बहुजन समाज एकत्र आला.

भक्तीमार्गाचा प्रसार करण्याचे काम

भगवानबाबांनी सन १९१८ च्या सुमारास भक्तिमार्गप्रसाराच्या यज्ञाबद्दल चेतावणी दिली. आयुष्यभर भक्तीमार्गाच्या प्रचाराचा अंगारा ते पेटवत राहिले. भगवानबाबा हे महाराष्ट्रातील लाखो लोकांचे आधारस्तंभ आणि वारकरी संप्रदायाचे तारणहार होते.

भगवानबाबांची सामाजिक, शैक्षणिक आणि धार्मिक विचारांची बैठक एक महान सर्जनशील समाजसुधारकाची होती. त्यांनी असंख्य भक्तांची व्यसने, दुराचार, मग्रुरी, कलह यातून मुक्तता केली. गोरक्षण, अन्नदान, वैदिक विधी, नामस्मरण, भजन सप्ताह, तीर्थयात्रा आदींद्वारे भाविकांना धर्म आणि भक्तीची जाणीव करून दिली. भगवानबाबांनी समाजात समता, बंधुता, एकता, जागृती आणि हरिनामाचा गोडवा रुजवण्याचा सतत प्रयत्न केला. त्यांचे कीर्तन विठ्ठलाप्रती प्रेम, भक्ती आणि भावनिक शक्तीने परिपूर्ण होते. त्यांचे कीर्तन सर्वसामान्यांच्या हृदयाला भिडले. त्यांच्या कीर्तनाने भाविक भारावून गेले. कीर्तनाच्या माध्यमातून भागवत धर्म आणि वारकरी संप्रदायाचा प्रसार करण्याचे काम त्यांनी केले. भगवानबाबांनी वारकरी संप्रदायात राहून समाजपरिवर्तनाचे कार्य केले. भरकटलेल्या समाजाचे प्रबोधन करण्यासाठी भगवानबाबांनी गावोगावी वार्षिक नारळी हरिनाम सप्ताह सुरू केला. भगवानबाबा हे भक्तवात्सल्य पंथपरासाराचे एक आदर्श प्रचारक होते, ज्यांनी गावोगाव फिरून सर्व स्तरांशी संपर्क साधला आणि आपल्या बोलीभाषेतून हृदयाशी संवाद साधला. त्यांनी भक्तांना आत्म-सुधारणेचा मार्ग दाखविला. धर्माच्या श्लोकांचा खरा अर्थ सांगून त्यांनी भक्तांना योग्य मार्ग दाखवला. त्यांनी कीर्तनातून भगवंताच्या भक्तीचा संदेश सर्वत्र पसरवला. मराठा साम्राज्याच्या ऱ्हासानंतर बाबा झंझावाताप्रमाणे अवतरले आणि भागवत धर्माचा वारसा पुढे चालू ठेवला. त्यांनी महाराष्ट्रातील लोकांच्या मनात स्वाभिमान आणि धार्मिक चळवळीची भावना बिंबविण्याचे काम केले. वारकरी संप्रदायातील त्यांच्या योगदानामुळे त्यांच्या कारकिर्दीलाही वेगळे परिमाण प्राप्त झाले आणि त्यांनी सर्वसामान्यांवर अशी पकड निर्माण केली. निजामाने भागवत धर्मावर केलेला हल्ला कारणीभूत असल्याची खात्री पटल्याने भगवानबाबांनी कीर्तनातून त्याला लक्ष्य करण्यास सुरुवात केली आणि त्यातूनच धार्मिक चळवळीचा जन्म झाला. आपल्या कीर्तनातून आणि केवळ स्वतःच्या व्यक्तिमत्त्वाने महाराष्ट्रावर मजबूत पकड निर्माण करणाऱ्या बाबांच्या व्यक्तिमत्त्वाची इतिहासाला मोठ्या अभिमानाने नोंद घ्यावी लागली.

अहिंसेचा सिद्धांत

जिवंत प्राण्यांचा बळी हा धार्मिक अर्थाने धर्म नसून महान अधर्म आहे. मराठवाड्यात त्यांनी देवांसमोर बकऱ्या मारण्याची परंपरा बंद करून समाजाला अहिंसेची शिकवण दिली. माजलगाव , पाथर्डी , धारूर , केज , शेगाव यासह अनेक गावांमध्ये त्यांनी जनावरांची कत्तल थांबवली . मेंढपाळाला खायला घालशील का? असा प्रश्न विचारून नकारार्थी उत्तर मिळाल्यावरच त्यांनी मारहाण केली. भगवानबाबांनी वंजारी समाजातील मांसाहाराच्या प्रथेला विरोध केला होता. आजही वंजारी समाजात माताभगिनी त्यांचे भक्तीभावाने पालन करतात. गोहत्या बंदीची भावना त्यांनी रुजवली आणि त्या काळातील प्रथा आणि परंपरा मोडीत काढल्या. ईश्वराची खरी भक्ती शिकवण्यासाठी आपले जीवन जनसेवेसाठी वाहून घेतले.

धर्मनिरपेक्षतेची शिकवण

भगवानबाबांपुढे सर्व लोक समान होते. भगवानबाबा हे मानवतेचे महान समर्थक होते. त्यांनी धार्मिक सहिष्णुता, धर्मनिरपेक्षता शिकवली. बाबांनीही आयुष्यभर या भूमिकांचा पुरस्कार केला. मानवतेची ज्योत आपल्या हृदयात तेवत ठेवण्याचे काम त्यांनी आयुष्यभर केले. समाजव्यवस्था सुधारण्यासाठी कोणत्याही फळाची अपेक्षा न ठेवता सर्वसामान्यांसाठी अहोरात्र काम केले. भगवानबाबांचे नाव इतके लोकप्रिय झाले की विविध धर्म आणि पंथांच्या लोकांना ते आपलेच संत वाटू लागले. त्यांच्या भक्तांमध्ये अनेक जाती, धर्म आणि पंथाचे लोक आहेत. विविध धर्मांतील लोकांचा त्यांचा भक्त-परिवार वाढतच गेला. सामाजिक तेढ असलेल्या चिंचाळा गावातील दोन समाजात त्यांनी समेट घडवून आणला. एका गावात देवतेची मूर्ती बसवायची होती, मुस्लीम गवंडी असल्याने आयोजकाने विरोध केला, भगवानबाबांनी नाकारले आणि मुस्लिम गवंडीला काम करू दिले. जातीवाद, जातीयवाद, जातिवाद, धर्मवाद, पंथवाद दूर करण्यासाठी त्यांनी आटोकाट प्रयत्न केले. तो धार्मिक ज्ञानाचा स्रोत बनला. समाजातील प्रामाणिकपणा, नीतिमत्ता, आदर, परस्पर प्रेम, दया, क्षमा, शांती, आत्मत्याग आणि भक्ती या संकल्पनांचा खोलवर विचार केल्यास भगवानबाबांनी सर्वधर्मसमभावाची ही शिकवण दिली.

समाज जागृतीचे कार्य

माणसाची सेवा हीच ईश्वरसेवा आहे आणि देव हा दगडात नसून माणसांमध्ये आहे, हे कीर्तनाच्या माध्यमातून भगवानबाबांनी सर्वसामान्यांच्या मनावर बिंबविण्याचा प्रयत्न केला. खरे तत्वज्ञान बहुजन समाजासमोर आल्याने त्यांना अज्ञान, अंधश्रद्धा, निरक्षरता यामुळे खरा देव समजला. बहुजनांनी कीर्तनाच्या माध्यमातून समाजातील अनेक वाईट प्रथा पूर्णपणे बंद करण्याचा प्रयत्न करून समाजाला एक रोख धर्म दिला. तिने खरी भक्ती आणि देवाची उपासना शिकवली. अत्यंत अशिक्षित, दलित समाजाला भगवानबाबांनी नवचैतन्य दिले. खचलेल्या समाजाला आशेचा नवा किरण दाखवला. समाजातील चुकीच्या, कालबाह्य प्रथा, अंधश्रद्धा, भोळ्या समजुती, अनिष्ट रूढी, अन्यायी परंपरा, अज्ञान, दुर्गुण, दोष, गप्पाटप्पा, निंदा, अंगारे, जातिभेद दूर करण्यासाठी त्यांनी आपले आयुष्य वेचले. त्यांनी अनेक दुःखे, संकटे आणली, रोगांपासून मुक्ती मिळवली आणि त्यांना योग्य मार्गावर आणले. ज्यांना शैक्षणिक विकास आणि शेतीचा विकास करायचा आहे त्यांच्यासाठी भगवानबाबा परोपकारी होते. जीवनाचा प्रत्येक दिवस सार्थकी लावण्यासाठी धडपडणारा एक सार्वजनिक शिक्षक आणि लोकनेता होता. कीर्तनाबरोबरच कार्यातूनही ते लोककल्याणाची काळजी घेत होते. जणू भगवानबाबांनी सर्वसामान्यांवर उदात्त संस्कार करण्याचे व्रत घेतले होते. त्यांनी लोककल्याणाचे व्रत घेतले. प्रतिकूल परिस्थितीतही त्यांनी टीका आणि निंदा सहन न करता लोककल्याणाचे व्रत पूर्ण केले. लोककल्याणाची कामे सर्वांनी मिळून केली पाहिजेत हे धड्याने समाजाला पटवून दिले. समाजातील घटकांचा उद्धार कसा होईल, याचे प्रबोधन त्यांनी केले. अनोळखी सामान्य माणसाला अस्तित्व देणारे आणि माणसे घडवणारे हे चालणारे आणि बोलणारे विद्यापीठ होते . ते

समाजपरिवर्तनाचे शिल्पकार ठरले. समाजप्रबोधनाच्या चळवळीत त्यांचे योगदान मोलाचे होते. पुरोगामी विचार आणि आक्रमक वृत्तीचा वारसा त्यांनी जपला.

शिक्षणाचे कार्य

ज्ञानदान हे कोणत्याही दानापेक्षा हजार पटीने श्रेष्ठ आहे. हे देणगी जनतेला अर्पण केल्याने समाजाचा सर्वांगीण विकास होण्यास मदत होते. त्यामुळे मानवी जीवन दिशाहीन होते. त्यावेळी समाजात शिक्षणाचे प्रमाण खूपच कमी होते. हे धोरण डोळ्यासमोर ठेवून बाबांनी शिक्षणाचे कार्य सुरू केले. भगवानबाबांनी गावोगावी फिरून समाजात शिक्षणाचा प्रसार केला. ते शिक्षणाचे महर्षी होते ज्यांनी शिक्षणाचा प्रसार आणि समाजाचे प्रबोधन करण्यासाठी लोकहिताची काळजी घेतली. भगवानबाबांनी सर्वसामान्यांचे अज्ञान दूर करण्यासाठी ठिकठिकाणी शाळा, वसतिगृहे आदी असंख्य बांधकामे करून त्यांची योग्य व्यवस्था केली. समाज सुधारण्यासाठी समाजाने शिकावे म्हणून त्यांनी शाळा स्थापन केल्या. समाजाला साक्षर करण्यासाठी त्यांनी शाळा अभियान सुरू केले. विद्यावाघिनीचे दूध कष्टकऱ्यांच्या मुलांना मिळायला हवे. या उदात्त हेतूने भगवानगडावर शालेय शिक्षणाची सोय व्हावी म्हणून गडावर भगवान विद्यालयाची पायाभरणी करण्यात आली आहे. या ठिकाणी वाडा, पाइया, तांड्यांची मुले शिक्षणासाठी आहेत. वसंतराव नाईक यांच्या हस्ते औरंगाबाद येथील वसतिगृहाचे उद्घाटन तत्कालीन मुख्यमंत्र्यांच्या हस्ते झाले. त्यांनी औरंगाबादमध्येच भगवान होमिओपॅथी कॉलेजची स्थापना केली.

त्यांनी अनेक मुलींना शाळेत पाठवले. दगडाबाईंच्या कथेतून आपण पाहू शकतो की त्या मुली शिकल्या आणि स्वतःसाठी चांगले जीवन तयार केले. या दगडाबाईंनी तिच्याबद्दल गौरव गीता, भक्तिगीता आणि अभंग लिहिले. भगवानबाबांनीही तिला वंजारीचा वेश धारण करून वारकऱ्यांसोबत पंढरपूरला वारी करायला सांगितले. त्यांना आपल्या वारकरी परंपरेचा अभिमान होता. 'माझ्या दिंडीत असे योद्धे असल्याचा मला अभिमान आहे', असे भगवानबाबा म्हणाले होते. ते वाक्य आणि तो विचार सामाजिक परिवर्तनाच्या आणि सामाजिक अभिसरणाच्या दृष्टीने मोलाचा ठरला. 1974 मध्ये महाराष्ट्राचे तत्कालीन मुख्यमंत्री वसंतराव नाईक यांच्या हस्ते या दगडाबाईंना पुरस्काराने सन्मानित करण्यात आले त्यामागे भगवानबाबा हेच प्रेरणास्थान होते. बाई इंदिरा गांधी यांची भेट घेऊन त्यांना प्रत्येक तांड्यावर पाणी देण्याची विनंती केल्यानंतर प्रत्येक तांड्यावर दोन तुरुंग टाकण्यात आले.

भगवानबाबांचे प्रवचन

अमोघवाणी यांनी केलेल्या भगवानबाबांच्या कीर्तनातून समाज तळागाळातून ढवळून निघत असे व त्यामुळे समाजाला योग्य दिशा मिळत असे. कीर्तन म्हणजे भगवानबाबा आणि भगवानबाबा म्हणजे कीर्तन असं समीकरण या दशकांत रूढ होतं. कीर्तन भगवान बाबांचे आहे असे लोक अभिमानाने म्हणायचे. हृदयापर्यंत पोचणारे कीर्तनकार ते असे वर्णन करतात. भगवानबाबा हे शुद्ध मनाचे, सचोटीचे, धाडसी, पारदर्शी, वृढनिश्चयी,

दूरदर्शी, वक्तृत्ववान, वक्तृत्ववान, जनमानसावर ताबा ठेवणारे महान वक्ते, भागवत धर्म अस्मितेचा संयमी विचार, विसंगतीवर मार्मिक भाष्य करणारे दशरेशू व्यक्तिमत्व होते. भगवानबाबांच्या कीर्तनात प्रेम, कोमलता, सहिष्णुता, करुणा, त्याग, समर्पण, सहिष्णुता, कोमलता, निर्भयता, लालित्य इत्यादी भावना प्रकर्षाने दिसून येतात. तत्वनिष्ठ विचार, साधेपणा, तर्कशुद्धता, सदाचारी, परिपक्व, मनमोकळेपणा, विचारशील, स्पष्ट, समृद्ध शब्दरचना, नीटनेटके मांडणी, मनमोहक शैली, विचारांची रेषीय अभिव्यक्ती, गौरवशाली शब्दांचा ओघ अशा भाषेच्या शैलीत कीर्तनाचा सराव. त्यांचे कीर्तन भावनेने ओथंबलेले दिसत होते. त्यांची कीर्तने सर्वसामान्यांच्या हृदयाला भिडली. त्यांच्या कीर्तनाने भाविक भारावून गेले. तो सर्वांशी भावनिक जोडला गेला होता. त्यांच्या कीर्तनात सहज गुंतून लोकांना जागरूक करणे. त्यांनी सर्व क्षेत्रांत कीर्तन केले. सुमारे चार दशके त्यांनी कीर्तनाच्या माध्यमातून संपूर्ण समाजाच्या हृदयावर राज्य केले. त्यांच्या व्यक्तिमत्वातील सच्चेपणामुळे कीर्तनाला गर्दी झाली. भगवान बाबांनी सन 1934 मध्ये पखलडोह येथे पहिला अखंड हरिनाम सप्ताह आयोजित केला होता. या अखंड हरिनाम सप्ताहात लाखो लोकांनी गर्दी केली होती. याच आठवड्यापासून भगवानबाबा आणि कीर्तनासाठी होणारी प्रचंड गर्दी यांच्यात हे जुळणारे गणित बिघडले नाही. भगवानबाबा ही अशी विलक्षण लोकप्रियता असलेली संस्था होती. आपल्या कीर्तनात त्यांनी संत अभंगाचाही विपुल वापर केला.

भगवानबाबा नेहमी कीर्तनात साधे, साधे प्रवचन करायचे. सत्कर्म, सत्यता, परोपकार, न्याय, प्रेम आणि कर्तव्य पालन, कर्ज काढून संसाराकडे दुर्लक्ष करणे ही सर्वात मोठी चूक आहे देवाला भेटण्यासाठी तीर्थयात्रेला जाणे. गळ्यात तुळशीम घाला, देवाचे ध्यान करा, दानधर्म वाढवा, मुलांना चांगले शिक्षण द्या, चोरी करू नका, उपाशी राहा पण कर्ज घेऊ नका, व्यसने करू नका, निराधार होऊ नका, जनावरे मारू नका, पाप करू नका. हिंसा, जातिभेद आणि अस्पृश्यता यावर विश्वास ठेवू नका. लोकांना रोखठोकपणे सांगणारे समाज रक्षणकर्ते कर्मयोगी होते. त्यांनी गरीब, दीनदुबळ्या, गरीब, गरजू लोकांशी माणसाप्रमाणे वागण्याची आणि मुक्या प्राण्यांवर दया दाखवण्याची शिकवण दिली. हा संदेश घराघरात पोहोचवण्याचे मोठे काम केले आहे. त्यांच्या तत्त्वज्ञानाने प्रत्येक मानवाला माणसासारखे जगण्यास भाग पाडले. त्यांच्या विचाराने समाजात मोठा बदल घडवून आणला. त्यांनी आणखी एक नवी पिढी घडवली.

संत भगवानबाबा महाराजांनी आयुष्यभर आपल्या वागण्यातून महाराष्ट्राला समता, एकता, बंधुता आणि प्रामुख्याने शांततेची शिकवण दिली.

वार्षिक नारळ हरिनाम सप्ताह

भगवानबाबा 1934 मध्ये पाखलडोह गावात वार्षिक नारळी हरिनाम सप्ताह सुरू झाला. त्यानंतर दरवर्षी एक गाव अशी या सप्ताहांची मालिका सुरू झाली. भगवानबाबा नारायणगडावर येईपर्यंत १७ हरिनाम सप्ताह झाले होते. भगवानगडाच्या बांधकामानंतर

इ.स. सन 1951 मध्ये पहिला नारळी अखंड हरिनाम सप्ताह नाथापूर येथे तर इसवी सन 1964 मध्ये शेवटचा हरिनाम सप्ताह भगवानबाबांनी शिंगोरी येथे भरवला होता. अमृत महोत्सवानिमित्त 18 एप्रिल ते 25 एप्रिल 2008 या कालावधीत भगवानगडावर राष्ट्रीय स्तरावरील अखंड हरिनाम सप्ताह आयोजित करण्यात आला होता. भगवानबाबांनी सुरू केलेल्या नारळी सप्ताहाला 2008 साली 75 वर्षे पूर्ण होत असल्याने त्या दिवशी 75 हजारांहून अधिक भाविक ज्ञानेश्वरी पारायणासाठी बसले होते. आठवडाभरात भा. प. रामायण, काकडा आरती, गाथा, भजन, रामराव महाराज ढोक यांचे कीर्तन, प्रवचन, चक्री प्रवचन, भारूड, रात्रजागर आदी कार्यक्रमांचे आयोजन करण्यात आले आहे. शेवटच्या रांगेतील भाविकांना पुरणपोळी व दूध देण्यात आले.

भगवानबाबांवर आरोप

भगवानबाबा नारायणगडावर असताना त्यांची कीर्ती सर्वदूर पसरली. या प्रसिध्दीमुळे समाजातील दुष्ट लोकांकडून त्यांचा छळ होत असे. त्यांना मारण्यासाठी मारेकरी पाठवून खुनाचा प्रयत्न करण्यात आला. भगवानबाबांनाही समाजातील वाईट प्रवृत्तींच्या रोषाला बळी पडावे लागले. त्यामुळे त्यांच्यावर काही आरोप करण्याचा प्रयत्न झाला.

यातील मुख्य आरोप म्हणजे 'भगवान बाबा ब्रिटिश सरकारसाठी गुप्तहेर म्हणून काम करतात, निजामाला मदत करतात, स्वातंत्र्यलढ्यात अडचणी निर्माण करतात.' त्यावेळी बीड जिल्ह्यात आलेल्या क्रांतिसिंह नाना पाटील यांच्यावर भगवानबाबांच्या विरोधकांनी असाच आरोप केला होता. 'प्रति सरकार' नाना पाटलांनी स्थापन केली होती आणि ती शेतकऱ्यांमध्ये 'पत्री सरकार' म्हणून प्रसिद्ध होती. इंग्रज अधिकारी, रझाकारांना किंवा त्यांच्या माहिती देणाऱ्यांना न्याय मिळवून देण्यासाठी, त्यांना लांब चामड्याचे खेचर (ज्याला सुंदरी किंवा भरमप्पा म्हणतात) पकडून दहशत माजवायचे. त्याच वेळी, त्याला झोपायला लावले, त्याचे पाय घोट्याजवळ बांधले आणि पायाच्या तळव्यावर काठीने मारले. (शेतकऱ्यांनी बैलाला अशा प्रकारे बांधून लोखंडी पाटांनी खिळे ठोकले. या प्रकाराला पत्री म्हणतात.) भगवानबाबांवर झालेले आरोप ऐकून क्रांतीसिंह नाना पाटील भगवानबाबांना चांगली शिक्षा देण्याचा निर्णय घेऊन नारायणगडावर भगवानबाबांकडे गेले. त्या ठिकाणी भगवानबाबा आणि क्रांतीसिंह नाना पाटील यांच्यात चर्चा झाली. नानांनी भगवानबाबांच्या डोळ्यातील प्रामाणिकपणा, प्रामाणिकपणा आणि सत्यता पाहिली. भगवानबाबांबद्दल चुकीची माहिती मिळाल्याचे नानांनी कबूल केले आणि भगवानबाबांचा निरोप घेतल्यानंतर ते निघून गेले.

भगवानबाबांच्या प्रेरणेने थेराळा, वडझरी, बेलसूर, चिंचपूर, पिंपळनेर, करंजवण, खोकरमोह आणि इतर अनेक गावांनी हैदराबाद मुक्तिसंग्रामात योगदान दिले. हा कट उधळून लावल्यानंतर विघ्नसंतोषीने भगवानबाबांच्या चारित्र्यावर संशय घेण्याचा प्रयत्न केला.

समाधी

बाबांच्या अनेक वर्षांच्या कीर्तनाकारणे भटकंती करताना त्यांनी समाजाचे बारकाईने निरीक्षण केले, अभ्यास केला आणि समाजाचे विदारक चित्र पाहून बाबांनी कीर्तनाच्या माध्यमातून समाजाचे प्रबोधन केले. समाजातील अनेक वाईट प्रथा, प्रथा बंद करण्याचा प्रयत्न केला. बाबांनी अंधारातून प्रकाशाचा मार्ग सांगितला. इ.स. 1965 च्या सुरुवातीला भगवानबाबांची प्रकृती खालावली होती. अनेक दिवसांपासून त्यांच्या प्रकृतीत चढ-उतार होता, त्यांची प्रकृती अधिकच खालावली आणि प्रकृती अस्वास्थ्यामुळे भगवानबाबा यांना पुणे जिल्ह्यातील रुबी हॉल क्लिनिकमध्ये औषधोपचारासाठी दाखल करण्यात आले. भगवानबाबा हृदयविकाराने त्रस्त असताना त्यांच्यावर उपचार करण्यासाठी रुबी हॉल क्लिनिक हॉस्पिटलमध्ये डॉ. केबी ग्रांट आणि त्यांची टीम दाखल झाली. त्यांच्या विनंतीला मान देऊन नाथा मिसाळ ज्ञानेश्वरीचे पठण करायचे. तेथे सोमवारी दि. १८ जानेवारी १९६५ रोजी पहाटे एक वाजता वयाच्या ६९ व्या वर्षी त्यांचे निधन झाले. तीन वेळा पुंडलिक वरदा हरी विठ्ठल, श्री ज्ञानदेव तुकाराम, पंढरीनाथ महाराज की जय, जगद्‌गुरू तुकाराम महाराज की जय, शांतिब्रह्म श्री. एकनाथ महाराज की जय' म्हणत आत्मा पांडुरंगचारात विलीन होऊन देह सोडला. लाखोंनी अनंताकडे धाव घेतली. ती जमीन भूकंप झाल्यासारखी वाटली. 1918 च्या दशकात संपूर्ण समाजाच्या हृदयाला स्पर्श करणारी, केवळ महाराष्ट्रातच नव्हे तर देशभर पसरलेली धार्मिक चळवळ जवळपास चार दशके शांत झाली. भागवत धर्मात कधीही भरून न येणारी पोकळी निर्माण झाली. महाराष्ट्राचे महान कीर्तनकार व्यक्तिमत्व गेल्याने शोककळा पसरली आहे. डौलाने अटकेतून फडफडणाऱ्या जरीपटकासह स्तंभावरून अनंताकडे झेप घेतली. भागवत धर्मप्रसाराच्या कारणातील एक टप्पा भगवानबाबा होते आणि तो टप्पा संपला. भगवानबाबा नावाचे पर्व होऊन गेले. एका युगाचा अंत झाला. वादळ शांत झाले. उन्मादात दिसेनासा झाला. शतकानुशतके वाट पाहावा लागणारा भागवत धर्माचा सूर्य अस्त झाला. वारकरी संप्रदायाचा आधारवड गेला. भागवत धर्माचा वटवृक्ष उन्मळून पडला. महाराष्ट्रातील वारकरी संप्रदायातील एक अध्याय संपतो. शून्यातून शक्ती निर्माण करणारा प्रमुख संयोजक स्टार हरवला आहे. सामान्यांसाठी लढणारा सिंह हरला. कीर्तनातून निघणारे सूर पांडुरंगाचारींनी विलीन केले. महाराष्ट्रात पंचेचाळीस वर्षे किंवा त्याहून अधिक काळ भागवत धर्माचा वटवृक्ष उन्मळून पडला. महाराष्ट्रातील वारकरी संप्रदायातील एक अध्याय संपतो. शून्यातून शक्ती निर्माण करणारा प्रमुख संयोजक स्टार हरवला आहे. सामान्यांसाठी लढणारा सिंह हरला. कीर्तनातून निघणारे सूर पांडुरंगाचारींनी विलीन केले. महाराष्ट्रात पंचेचाळीस वर्षे किंवा त्याहून अधिक काळ भागवत धर्माचा वटवृक्ष उन्मळून पडला. महाराष्ट्रातील वारकरी संप्रदायातील एक अध्याय संपतो. शून्यातून शक्ती निर्माण करणारा प्रमुख संयोजक स्टार हरवला आहे. सामान्यांसाठी लढणारा सिंह हरला. कीर्तनातून निघणारे सूर पांडुरंगाचारींनी विलीन केले. महाराष्ट्रात पंचेचाळीस वर्षे किंवा त्याहून अधिक काळ भगवानगडावर त्यांनी कीर्तन केले, ते सुन्न झाले. बाबांच्या निमिताने जनतेला त्यांचा 'देव' मिळाला होता. त्याची शैली, भाषा, व्यक्तिमत्व, बाणा ही पुनरावृत्ती

नाही. प्रखर अलौकिक भागवत भक्तीचा विचार देणारा विचार सूर्य मावळला आहे. जसजसा सूर्य अस्ताला गेला तसतसा तो नेहमीपेक्षा अधिक खोल होत गेला.

त्यांच्या शेवटच्या विनंतीनंतर त्यांचे पार्थिव पुण्याहून भगवानगड येथे आणण्यात आले. उत्तराधिकारी नियुक्त केल्याशिवाय त्यांचे पुढील विधी पार पाडले जाऊ शकत नाहीत, म्हणून भीमसिंग महाराज, भगवान बाबांचे आवडते शिष्य म्हणून, भगवानबाबांच्या सिंहासनावर बसण्याची विनंती केली गेली. पण भीमसिंग महाराजांनी 'भगवानबाबांच्या गादीवर बसण्याची लायकी नाही' म्हणून गादीवर बसण्यास नकार दिला. त्यामुळे भगवानबाबांचे परममित्र बाबूलाल महाराज पाडळीकर यांनी मामासाहेब दांडेकर यांच्याकडे जाऊन ऑर्डर आणली. ते पत्र पाहून भीमसिंग महाराज सिंहासनावर बसण्यास तयार झाले आणि भगवानबाबांच्या गळ्यातील पवित्र तुळशीची माळ काढून भीमसिंग महाराजांच्या गळ्यात घातली. भीमसिंग महाराजांनी त्यांच्या पार्थिवावर अंत्यसंस्कार केले.

आपल्या लाडक्या सम्राट बाबांच्या जाण्याने भगवानबाबांची कीर्तने ऐकणारी मंडळी. भगवानबाबांना अंतिम निरोप देण्यासाठी, भगवानबाबांचा आशीर्वाद घेण्यासाठी गावातील भजनी मंडळी दिंड्या, टाळ, पखवाज, मृदंग, तालमणी घेऊन आली होती. लाडक्या बाबांच्या अंतिम दर्शनासाठी सकाळपासूनच भाविक भगवानगडावर येत होते. पार्थिवाची वाट पाहत तो भर उन्हात भगवानगडावर एका कोपऱ्यात बसला. लोकांची उपस्थिती असल्याने पोलिसांना गर्दीवर नियंत्रण ठेवणे कठीण झाले. लोकांची वर्दळ असल्याने बाबांचे पार्थिव भगवानगडावर आणण्यास विलंब झाला, मात्र सकाळपासून बाबांचे अंतिम दर्शन घेण्यासाठी आलेल्या भाविकांची हालचाल झाली नाही. भक्तांचा महासागर पार करून भगवानगडावर बाबांचे पार्थिव आणले त्यांच्या अंत्ययात्रेला मोठा जनसमुदाय उपस्थित होता. सायंकाळच्या सुमारास पार्थिव रथातून व्यासपीठावर ठेवण्यात आले. पार्थिव व्यासपीठावर ठेवल्यानंतर परत या भगवानबाबा बाबा परत या...एक बाबा.भगवानबाबा...भगवानबाबांचा जयघोष सुरू झाला आणि परिसर या जयघोषाने भरून गेला. पार्थिव व्यासपीठावर ठेवताच दर्शनासाठी भाविकांची गर्दी होऊ लागली. दर्शन घेताना सर्व भाविक भावुक झाले होते आणि भाविक अक्षरश: रडत होते. काही जण हाताची घडी घालून तर काही डोळे मिटून विचारात होते. भाविकांनी जप सुरू करताच भगवानगडही हेलावे. आपल्या लाडक्या बाबांना निरोप देताना भाविकांच्या डोळ्यात अश्रू तरळले. अंत्ययात्रेत भाविक सामील झाले होते. अंत्ययात्रा जसजशी पुढे जात होती तसतसे भाविक भावूक झाले होते. अंत्यविधी सुरू झाल्यानंतर अनेक भाविकांवर शोककळा पसरली असून यावेळी अनेक भाविकांना आपले अश्रू आवरता आले नाहीत. लोकांचा समुद्र दुःखाच्या समुद्रात बुडाला होता. सर्वत्र दुःखाचे अश्रू वाहत होते. लाखो भाविकांनाही अश्रू अनावर झाले. अंत्यसंस्कारानंतर रात्री मोठ्या संख्येने भाविकांनी उपस्थित राहून जल्लोष केला. नंतर लाडक्या बाबांचे पार्थिव विठ्ठलाच्या मंदिराजवळ आणण्यात आले. तिथेच श्री संत भगवानबाबांची संगमरवरी दगडी समाधी बांधण्यात आली आणि ती भक्तांचे श्रद्धास्थान

बनली.

श्रीक्षेत्र भगवानगडावरील भगवान बाबांची समाधी आजही श्लोकानुसार भक्तांना मार्गदर्शन करत आहे. समाधीनंतरही भक्तांची काळजी घेण्याबरोबरच लाखो भाविकांची कृपा, प्रेम, आशीर्वाद, दर्शन आणि मार्गदर्शन लाभत पांडुरंगचरणी विलीन होतात. आजही भगवानबाबा निस्सीम भक्तांना मार्गदर्शन करून कार्य करत आहेत आणि अनंतकाळपर्यंत करत राहतील. भगवानबाबांचा भक्तिरसाचा वारसा आजही शेकडो भक्तांच्या नजरेत आहे आणि तो पुढेही वाढत जाईल यात शंका नाही. आजही त्यांची समाधी पाहून भाविक भगवानबाबांच्या चरणी नतमस्तक होतात. भक्तीमध्ये एकरूप झालेल्या भक्तांना बाबांच्या समाधीजवळ त्यांचा विठ्ठलनामाचा नाद ऐकू येतो असे म्हणतात. भगवानगडावर आल्यानंतर मिळणारी मानसिक शांती यामुळे लाखो भाविकांचे श्रद्धास्थान बनले आहे.

योगींची संपत्ती... त्याग आणि शांती प्रसन्न आचार्य... उभयलोकी कीर्ती-सोहळा सम्राट... देव विभूती... तेजस्वी... गुरुवर्य म्हणून ब्रह्मचारी... सर्वश्री... वैराग्यमूर्ती... समाजात प्रबोधन करणारे ज्ञानाचे रूप... समाजाचा बोध झालेला सूर्य... प्रबोधनाचा महामेरू... भक्तीचा महासागर... मायेचा शुद्धीकरण करणारा... पंढरीचा अखंड वारकरी... तुळशीच्या माळांनी क्रांतीची ज्योत प्रज्वलित करणारा... परोपकारी... भक्तीचा बालेकिल्ला... भजन-कीर्तन, प्रवचनाची गंगा... शुद्ध आचरणाचे जनक... स्नेह सम्राट... परमविठ्ठल भक्त... संपन्न संत... ह.भ.प. श्री भगवानबाबांचे काम अलौकिक होते. भगवानबाबांनी समाजातील वैचारिक प्रदूषण कमी केले. अध:पतन झालेल्या समाजाला योग्य मार्गावर आणले.

संत श्री भगवान बाबांचे तथाकथित चमत्कार

भगवानबाबांनी अनेक चमत्कार केले. भगवानबाबांनी भक्तांच्या आध्यात्मिक उन्नतीसाठी अनेक चमत्कार केले.

|| बैसोनी पाण्यावर ज्ञानेश्वरी वाचा ||

त्यातील एक म्हणजे त्यांनी पाण्यावर बसून ज्ञानेश्वरीचे पठण केले. पाण्यावर तरंगताना भगवानबाबांनी ज्ञानेश्वरीचा जप केल्याचे सांगितले जाते. या प्रसंगातूनच भक्तांना बाबांच्या दिव्यत्वाची जाणीव झाली.

लहानपणीही त्यांनी अनेक चमत्कार केले. असे म्हटले जाते की एकदा, अगदी लहान असताना, त्याने भुकेल्या माणसाला स्वत:च्या हातांनी जमिनीतून भाकरी काढली.

संत श्री भगवानबाबांची मंदिरे

भगवानबाबांची कीर्ती वाढल्यानंतर महाराष्ट्रात अनेक ठिकाणी भगवानबाबांची मंदिरे स्थापन झाली आहेत. पंढरपूर, पैठण अशा अनेक ठिकाणी बाबांची मठ आहेत.

श्रीक्षेत्र भगवानगडाचे संस्थान पंढरपूर येथे बांधले आहे.

भगवान बाबा मंदिर चिचोंडी शिराळ

भगवान बाबा मंदिर कोल्हार

श्रीक्षेत्र भगवानगडाचे संस्थान आळंदी येथे बांधले आहे.

बीड जिल्ह्यातील बार्शी रोड परिसरात "राष्ट्र संत भगवान बाबा सोशल फाउंडेशन" बांधण्यात आले.

बीड जिल्ह्यातील वडवणी तालुक्यात संत भगवानबाबांचा मंदिर सभाग्रह आहे.

बीड जिल्ह्यातील आष्टी तालुक्यातील क-हेवाडी उपजिल्हा आष्टी या गावात संत भगवानबाबांचे मंदिर आहे.

बीड जिल्ह्यातील आष्टी तालुक्यातील विठ्ठलगड, बीड या गावात संत भगवानबाबांचे मंदिर आहे.

बीड जिल्ह्यातील वडवणी तालुक्यात "संत भगवान बाबा सोशल फाउंडेशन" बांधण्यात आले आहे.

बीड जिल्ह्यातील आष्टी तालुक्यातील नारायणडोह गावात संत भगवान बाबांचे मंदिर आहे.

2011 मध्ये, बीड जिल्ह्यातील जोधिंगणी येथे भक्तांसाठी भगवान बाबांचे मंदिर बांधण्यात आले.

२५ वर्षांपूर्वी काही भाविकांनी एकत्र येऊन बीड जिल्ह्यातील अंबाजोगाई तालुक्यातील नागझरी भागात भगवान बाबांचे मंदिर बांधले.

बीड जिल्ह्यातील अंबाजोगाई तालुक्यातील शेपवाडी गावात संत भगवानबाबांचे मंदिर आहे.

बीड शहरातील इंद्रप्रस्थ कॉलनीमध्ये संत वामनभाऊ व भगवानबाबा प्रतिष्ठान मंदिर

औरंगाबाद जिल्ह्यातील रामनगर परिसरात संत भगवानबाबांचे मंदिर आहे.

औरंगाबाद जिल्ह्यातील पैठण तालुक्यात संत भगवानबाबांचे मंदिर आहे.

औरंगाबाद जिल्हा फुलंब्री परिसरातील लिंगदरी भागात भगवान बाबाचे मंदिर आहे.

औरंगाबाद जिल्ह्यातील सेव्हन हिल परिसरातील विद्यानगर येथे अक्षय्य तृतीयेच्या मुहूर्तावर सायंकाळी खासदार गोपीनाथ मुंडे यांच्या हस्ते भगवानगड ज्ञानेश्वरी अध्यासन केंद्राचे उद्घाटन करण्यात आले. व्याख्याने, अध्यापन, प्रचार व प्रसार हा या केंद्राचा मुख्य उद्देश असून भगवानगडाचे विशेष कार्यालयही येथून चालवले जाणार आहे. किल्ल्याशी संलग्न असलेल्या लोकांसाठी नोव्हेंबरमध्ये एक वार्षिक सप्ताह आयोजित केला जातो आणि त्याच वेळी मूर्तीची प्रतिष्ठापना केली जाते.

पश्चिम महाराष्ट्रातील गोंदवले शहराजवळील बोरजाईवाडी परिसरात श्री संत भगवानबाबा मंदिराच्या पायाभरणीचा शुभारंभ करण्यात आला.

औरंगाबाद जिल्हा पैठण येथे शाखा स्थापन करण्यात येत आहे

भगवानगड संस्थेची पुणे, पिंपरी, मुंबई येथे कार्यालये आहेत

श्रीक्षेत्र भगवानगडाचे वारसदार

भीमसिंग महाराज

भगवानबाबांच्या मृत्यूनंतर भगवानगडाच्या गादीचे उत्तराधिकारी म्हणून भीमसिंग महाराज यांनी 40 वर्षे भगवानगडाचा कारभार सांभाळला. भगवानबाबांच्या चालीरीती त्यांनी पुढे जोपासल्या. भीमसेन महाराज यांचे 9 नोव्हेंबर 2003 रोजी निधन झाले.

नामदेव शास्त्री सानप

भीमसिंग महाराजांच्या निधनानंतर नामदेवशास्त्री सानप यांची दुसरा उत्तराधिकारी म्हणून निवड करण्यात आली. भगवानबाबांचा वारसा पुढे चालवत त्यांनी तेथील मंदिराचे काम केले. नामदेव शास्त्री सानप हे महाराष्ट्रातील संत, वक्ते आणि महान कीर्तनकार आहेत. तिथून पुढे गडाचा विकास वाढू लागला. गडावर अनेक सोयी होत्या . नामदेव महाराजांनी गडावर ज्ञानेश्वरी विद्यापीठाची स्थापना केली. नामदेव महाराज हे ज्ञानेश्वरीचे सखोल विद्यार्थी आहेत. गडावर प्रत्येक गावात मासिक अन्नदान चालू आहे. हे सर्व काम लोकांच्या सल्ल्याने केले जाते. येथे येणाऱ्या भाविकांची निवास व भोजनाची मोफत व्यवस्था करण्यात आली आहे. श्री क्षेत्र भगवानगड ट्रस्ट येथे कार्यरत आहे.

34

ब्रह्मचैतन्य गोंदवलेकर महाराज

ब्रह्मचैतन्य गोंदवलेकर महाराज

Scan for Story Videos - www.itibook.com

ब्रह्मचैतन्य किंवा गोंदवलेकर महाराज (20 फेब्रुवारी 18441 - 22 डिसेंबर 1913) हे भारतीय हिंदू संत आणि आध्यात्मिक गुरु होते. ब्रह्मचैतन्य हे हिंदू देवता रामाचे भक्त होते आणि त्यांनी "ब्रह्मचैतन्य रामदासी" नावावर स्वाक्षरी केली. ते तुकामाईचे शिष्य होते, आणि त्यांनी ज्ञानप्राप्तीसाठी वर्णांचा राम नाम मंत्र "श्री राम जय राम जय जय राम" वापरून जप ध्यानाचा पुरस्कार केला.

श्री ब्रह्म चैतन्य आणि गोंदवलेकर महाराज हे एकोणिसाव्या शतकाच्या उत्तरार्धात प्रसिद्ध महाराष्ट्रीय संत बनलेल्यांपैकी होते. त्यांचा जन्म माघ शुध्द द्वादशी शके १७६६ (इ. स. १८४५) रोजी गोंदवले बुद्रुक गावात झाला. हे गाव सातारा जिल्ह्यातील माण तालुक्यात असून ते सातारा-पंढरपूर असून ते सातान्यापासून रस्त्याने चाळीस मैलांवर आहे. त्यांच्या घराण्यात विठ्ठलभक्ती व पंढरी असून त्यांचे पूर्वज सद्गुणी व वक्तृत्ववान होते. घरात थोडीफार शेती करून कुलकर्णी म्हणून काम केले. श्रीमहाराजांचे मूळ नाव गणेश रावजी घुगरदरे होते. स्मरणशक्ती, हुशार बुद्धिमत्ता, नेतृत्व, निर्भय वृत्ती, एकांताची आवड, रामनामाची आवड श्रीमहाराजांमध्ये लहानपणापासूनच होती. गुरूच्या शोधात नऊ वर्षांचे असताना त्यांनी घर सोडले. मात्र तो कोल्हापुरात असल्याचे त्याच्या वडिलांना कळताच त्यांनी त्याला घरी आणले. वयाच्या अकराव्या वर्षी त्यांचे लग्न झाले, पण संसाराबद्दल त्यांचे मन तृप्त झाले नाही आणि लवकरच त्यांनी गुरुच्या शोधात पुन्हा घर सोडले. तो

त्या काळातील प्रसिद्ध आणि अपरिचित सत्पुरुषांना भेटला. पण त्याचे मन समाधानी नव्हते. गुरूच्या शोधात तो विशेषतः उत्तर भारतात फिरला. नांदेडजवळ येहळेगावात श्री तुकारामचैतन्यकडे जाण्याचा सल्ला दिला.

हा सल्ला मानून गोंदवलेकर तुकारामचैतन्यांकडे गेले. तेथे नऊ महिने राहून त्यांनी गुरूंची भक्तिभावाने सेवा केली आणि देहबुद्धी रहित आणि पूर्ण ज्ञानी झाला. तुकारामचैतन्य यांनी स्वतःला 'ब्रह्मचैतन्य' असे नाव दिले आणि लोकांना गृहस्थ राहून भक्तीचा मार्ग अवलंबण्याची आज्ञा केली.

सद्गुरूंच्या आज्ञेनुसार गोंदवलेकरांनी हजारो लोकांना रामभक्तीत वाहून घेतले. त्यांचे शिष्य प्रामुख्याने मध्यमवर्गीय असून ते महाराष्ट्र आणि कर्नाटक आणि उत्तर भारतातही बहुसंख्य आहेत. पहिल्या पत्नीच्या मृत्यूनंतर त्यांनी एका जनमंद मुलीशी लग्न केले. त्यांनी घरोघरी आणि इतरत्र रामाची मंदिरे उभारून उपासनेची केंद्रे निर्माण केली.

गोंदवलेकर महाराजांनी असंख्य लोकांना व्यसने, दुराचार, मगुरी, ऐहिक चिंता यातून मुक्त केले. कौटुंबिक वाद मिटवून त्यांनी अनेकांचे जीवन आनंदी केले. यासाठी त्यांनी वैयक्तिक प्रवचन, प्रवचन, भजन, कीर्तन यांचा वापर केला. त्यांची मंडळी खूप मोठी होती. त्यांनी गरिबांना आधार दिला. दुष्काळग्रस्तांना काम देऊन अन्नदान करण्यात आले. गोरक्षण, अन्नदान, भविष्यात मार्गदर्शक ठरेल असे उद्योग, वैदिक कर्मकांड, जप, भजन सप्ताह, तीर्थयात्रा असे करून संसारी लोक परमार्थाला लागले. आधुनिक शिक्षितांमधील अविश्वास दूर करून त्यांनी त्यांच्यामध्ये धर्म आणि भक्तीबद्दल आदर निर्माण केला आणि लोकांमध्ये धार्मिक जागृती निर्माण केली. ते म्हणाले की नामस्मरण हे प्रामाणिकपणे आणि बुद्धीला समजेल अशा पद्धतीने सर्वोत्तम साधन आहे. वासनेपासून मुक्त झालेल्या त्याच्याकडून अनेक चमत्कार घडले हे जरी खरे असले तरी, पापी लोकांना योग्य मार्गावर आणणे हा त्याचा सर्वात मोठा चमत्कार म्हणता येईल. लोकांना नामस्मरणाच्या मार्गावर ठेवून प्रपंच आणि परमार्थ यांचा मधुर समरसता कसा साधावा हे शिकवण्यासाठी त्यांचा मृत्यू झाला आणि मार्गशीर्ष वद्य दशमी शके १८३५ (२२ डिसेंबर १९१३) रोजी त्यांचा मृत्यू झाला.

प्रारंभिक जीवन

लहानपणी त्यांनी भगवद्गीतेतील मार्ग आठवला आणि त्यांना "ब्रह्मचैतन्य" ही पदवी बहाल केली. वयाच्या ५.२ व्या वर्षी त्यांना ज्ञानप्राप्ती झाल्याची माहिती आहे

दीक्षा

थोरले राम मंदिर

ते नांदेडजवळील येहळेगाव या गावात आले आणि ज्ञानयोग, भक्तियोग आणि कर्मयोग यांचे जिवंत संश्लेषण मानल्या जाणाऱ्या तुकामाईंना भेटले. गणपती तुकामाईसोबत नऊ महिने राहिला आणि त्यांनी दिलेल्या सूचनांचे पालन केले. रामनवमीला , तुकामाईंनी गणपतीला "श्री राम जय राम जय जय राम" ,1 या मंत्राने दीक्षा दिली आणि त्यांना ही पदवी

बहाल केली. "ब्रह्मचैतन्य." वयाच्या ५.२ व्या वर्षी त्यांना ज्ञानप्राप्ती झाल्याची माहिती आहे

कौटुंबिक जीवन

ब्रह्मचैतन्य नंतर भारतभर उज्जैन, हिमालय, अयोध्या, वाराणसी, कलकत्ता, इंदूर आणि नाशिक येथे गेले. मार्च 1866 मध्ये ब्रह्मचैतन्य गोंदवलेला परतले आणि त्यांनी हस्त स्वीकार केला. सरस्वती आणि त्यांचा मुलगा अकाली मरण पावला आणि आटपाडीच्या देशपांडे यांच्या मुलीशी त्यांनी पुनर्विवाह केला. त्यांची दुसरी पत्नी जन्मापासूनच अंध होती आणि नंतर ती आईसाहेब म्हणून ओळखली जाऊ लागली. सर्वस्वाचा त्याग करून ब्रह्मचैतन्य आपली आई गीताबाई यांना घेऊन वाराणसी आणि नंतर अयोध्या यात्रेला गेले. वाराणसीमध्ये तिचा मृत्यू झाला.

गोंदवले कडे परत

नंतरच्या वर्षात, ब्रह्मचैतन्यने रामाच्या भक्तीभोवती फिरणाऱ्या आध्यात्मिक पद्धतींचे वर्णन करणे सुरू ठेवले. सुरुवातीला, त्यांच्या निवासस्थानाचा विस्तार म्हणून त्यांनी राम मंदिर बांधले होते.

गोंदवले येथील राम मंदिर

कालांतराने त्यांच्या शिष्यांची व अनुयायांची संख्या वाढत गेली. भक्तांच्या वाढत्या संख्येची पूर्तता करण्यासाठी, त्यांनी गोंदवले येथे राम, दत्तात्रेय आणि शनी मंदिरे बांधण्याची व्यवस्था केली. महाराष्ट्रातील इतर ग्रामीण भागातही त्यांनी राम मंदिरे बांधली होती.

शेवटची वर्षे

ब्रह्मचैतन्य यांचा मृत्यू 22 डिसेंबर 1913 रोजी गोंदवले येथे झाला.

तत्वज्ञान

ब्रह्मचैतन्य हे भक्तियोगाचे समर्थक होते. त्यांची शिकवण समर्थ रामदासांशी जुळलेली होती. मूळतः रामदासांचे श्रेय असलेला राम नाम मंत्र ब्रह्मचैतन्य यांनी स्वीकारला होता आणि तो त्यांच्या शिकवणीत केंद्रस्थानी होता. SG तुळपुळे यांच्या मते, मीराबाई, रामदास, चैतन्य महाप्रभू आणि तुलसीदास यांच्याप्रमाणे ब्रह्मचैतन्य हे दैवी नावाचे पठण करणारे महान अभ्यासक होते. देवाचा अवतार म्हणून.

ब्रह्मचैतन्य लोकांना भक्तीच्या मार्गावर जोडण्यासाठी प्रवचन आणि भजनाचा वारंवार वापर करत. त्यांनी गोरक्षण आणि अन्नदानाला प्रोत्साहन दिले. महाराष्ट्रात वैदिक कर्मकांडाच्या पुनरुज्जीवनातही ते एक महत्त्वाचे व्यक्तिमत्त्व होते.

शिकवण

ब्रम्हचैतन्य यांनी साधकांना असा सल्ला दिला की आध्यात्मिक साधनांद्वारे ईश्वराची प्राप्ती होऊ शकते. सांसारिक लोकांना अंतःकरणाच्या शुद्धतेने शाश्वत आनंद प्राप्त करण्याचे दोन सिद्ध मार्ग आहेत (संतांची संगत) आणि (देवाचे नामस्मरण). ब्रह्मचैतन्य यांनी आपले आयुष्य नामजपाचे महत्त्व शिकवण्यात घालवले.

आनंद, समाधान आणि शांतीचे साधन म्हणून नामजपाच्या माध्यमातून सतत भगवंताचे स्मरण करण्याचा सल्ला त्यांनी दिला.

ब्रह्मचैतन्यच्या शिकवणीचा सारांश त्यांच्या सुबोध (ध्वनी सल्ला) मध्ये दिला आहे, जो गोंदवले आणि जगभरातील त्यांच्या अनुयायांनी पाठ केला आहे.

सुबोध शिकवणींचा समावेश आहे:

गोंदवलेकर महाराजांच्या प्रवचनातील काही उतारे

श्री गोंदवलेकर महाराजांच्या प्रवचनासाठी पहा: ब्रह्मचैतन्य महाराजांचे प्रवचन

" रामनाम हे ओंकाराचेच रूप आहे. हे सर्व क्रिया आणि साधनांचे जीवन आहे. "

‘ समजले पाहिजे’. समजून घेणे म्हणजे ‘राम कर्ता’ च्या भावनेने जगणे.

" देवाने आम्हाला सांगितले आहे की, "तुम्हाला माझे व्हायचे आहे असे वाटते का? मग ते काळजीपूर्वक करा. तुमच्या प्रयत्नांकडे कधीही मागे वळून पाहू नका, परंतु मी वाहक आहे या भावनेने वागा. परिस्थितीमुळे तुमचे समाधान खराब होऊ देऊ नका आणि त्यांनी सांगितलेले औषध मी घेईन, ते तुम्हाला सर्व रोग बरे करेल; आणि ते औषध जर काही असेल तर ते माझे ‘नाम’ आहे."

व्यवहारात बोलायचे झाले तर माझ्यात एकच दोष आहे की मला कोणाचे दुःख दिसत नाही. माझ्यात प्रेमाशिवाय काहीही नाही. माझ्यातील प्रेम काढून टाकले तर ‘मी’ नाही! मी फक्त आईच्या प्रेमाची कल्पना करतो. माझ्याकडे येणाऱ्या माणसाला घरचे वाटावे; परत जाताना त्याच्या डोळ्यात पाणी येत असावे.

इतरांना आधार वाटला पाहिजे. मी आहे आणि काहीही होत नाही; ज्या गोष्टी व्हायला हव्यात त्या घडतात. पण आपल्या अस्तित्वाचा आधार आहे असे इतरांना वाटावे असे आपल्याला वाटते. आता माझ्याकडे किती दिवस आहेत कुणास ठाऊक! मी पुढे असो वा नसो, मी सुरुवातीला जे बोललो तेच शेवटी म्हणतो: देवाचे नाव कोणत्याही प्रकारे सोडू नका.

प्रेम ही देवाची गोष्ट आहे. प्रेमाची सुरुवात घरापासून करावी. सर्वांशी अत्यंत प्रेमाने, प्रामाणिक प्रेमाने वागा. तुमचे बोलणे खूप गोड असावे. प्रेम आपल्या कृतीत असले पाहिजे, आपल्या दिसण्यात नाही. गरिबी प्रेमाच्या आड येत नाही किंवा श्रीमंती असेल तर फार काही द्यावे लागत नाही. नाम हे प्रेमाचे रूप आहे आणि खरा प्रेमाचा व्यवहार म्हणजे घेणे आणि घेणे होय. म्हणून नाम घेतले की भगवंताची प्रीती येते.

आनंद शोधण्यासाठी कुठेही जावे लागेल का? नाही. जो स्वतः आनंदी आहे तो स्वतः झाला आहे आणि ‘मी दुःखी आहे’ असे गृहीत धरतो.

जे व्यस्त आहेत ते रडतात आणि जे व्यस्त नाहीत ते देखील रडतात; मग सुख म्हणजे काय? पैसा आनंद आणतो का? पैसा मिळणे कठीण आहे, जरी मिळाले तरी ते कायम टिकेल याची शाश्वती नसते. पैशांप्रमाणेच इतर सर्व वस्तू आहेत. विश्वात सुखी कोण आहे? प्रत्येकाची काहीतरी तक्रार असते. प्रत्येकाला आशा असते की उद्या मी आजपेक्षा जास्त आनंदी होईन. तो कधीही पूर्ण आनंदी नसतो, त्याचे दुःख कधीच संपत नाही.

माणसाची शांतता बिघडवण्याची जगात दोनच कारणे आहेत. एक म्हणजे आपल्याला हवं ते मिळत नाही आणि दुसरं म्हणजे नको ते मिळतं. यापैकी काहीही आपल्या हातात नाही; मग आपण का भोगावे? एकदा परमेश्वराच्या नामाचा आस्वाद घेतला की सर्व काही सफल होते. नामाचा अभिमान नष्ट होतो. नामा पाहिजे-नको-नको अशी बुद्धी देत नाही. ऋषीमुनींनी आग्रह धरलेला हा नाम सतत घेतल्याने तुम्हाला समाधानाचे शाश्वत भांडार मिळेल.

जगाची आशा, आसक्ती सोडल्याशिवाय आपली हाक परमेश्वरापर्यंत कशी पोहोचेल? आपल्याला जे आवडते तेच आपण द्वेष करतो. तुम्ही देवाला कंटाळलात का? देवावर प्रेम करण्यासाठी त्याच्या सतत सहवासात राहणे आवश्यक आहे; आणि हा सहवास कशानेही साधला असेल तर त्याच्या नामानेच प्राप्त होतो. देवाचे नाव घ्या आणि त्याचे प्रेम मिळवा, हेच मी म्हणतो.

जो भगवंताचे स्मरण करतो, तो तो विवेक समजून घेऊन आचरणात आणतो. जग अधिक चांगले बनवा, परंतु त्यास अधीन होऊ नका. सबमिशन पाप आहे, सबमिशन नाही. शक्य तितक्या धर्माचे पालन करा; चैतन्य सोबत ठेवा; आणि जीव गेला तरी नामाची ज्योत अशीच राहू दे, एवढी नामाची जपणूक करावी.

आपले ध्येय काय असावे हे ठरवण्याची बुद्धी माणसाकडे आहे, खालच्या प्राण्यांना नाही. माणूस आणि प्राणी यांच्यात हाच फरक आहे. प्रारभातून आलेले दुःख प्राण्यांना भोगावे लागते, त्याचप्रमाणे माणसालाही त्याच्याकडून आलेले दुःख भोगावे लागते. परंतु ज्याला भगवंताचा आधार आहे तो नंतर सुखांचा उपभोग घेऊ शकतो.

जो मनुष्य काहीही न करता सतत नामात राहतो, त्याला संतांची भेट झाली की त्याचा लाभ होतो.

ज्याप्रमाणे एक ठिणगी कापसाचा नाश करण्यास समर्थ आहे, त्याचप्रमाणे भगवंताचे नाम सर्व पापांचा नाश करण्यास समर्थ आहे.

मी खरे सांगतो, माणूस फक्त एकच काम करण्यासाठी जन्माला येतो: नामात राहण्यासाठी आणि दुसऱ्याला नामस्मरण करण्यासाठी. जगात स्वतःला कमी पडू देऊ नका आणि देवाला विसरु नका.

आपल्या बाळाला दुःखी व्हावे असे माऊलीला कधी वाटेल का? तू तिला मनापासून फोन करत नाहीस. देवाचे नाव मनापासून घेत नाही; इथेच आपण सगळे चुकतो. मग, टॅटूप्रमाणे रामाकडे जा आणि आता फक्त एकच विचारा, 'रामा, आम्हाला तुझे प्रेम दे.' तुम्ही जे मागाल ते तो तुम्हाला नक्कीच देईल यावर विश्वास ठेवा. तो स्वतःसाठी इथे आहे. रामाची उपासना केल्याने आपले जग आपल्या कल्पनेपलीकडे आनंदमय होईल. कोणत्याही परिस्थितीत नाम सोडू नका. भगवंताच्या नामानेच त्याचा सहवास घडेल आणि त्याची प्रीती निर्माण होईल.

भगवंताच्या प्राप्तीसाठी एक सोपा उपाय आहे: भगवंताशी जोडणे, काही प्रकारचे नाते जोडणे. देव माझा स्वामी आहे, मी त्याचा सेवक आहे; तो आई, मी घेईन; तो पिता, मी पुत्र; तो पती आहे, मी पत्नी आहे, तो मुलगा आहे, मी आई आहे; तो मास्टरमाईंड, मी गइया; काही संबंध प्रस्थापित केले पाहिजेत. मुलगा दत्तक घेतल्यानंतर त्याचे त्याच्यावर प्रेम होते की नाही? लग्नाआधी नवरा कोण आणि बायको कोण? पण लग्न होताच नातेसंबंध प्रस्थापित होतात आणि सोबतीने प्रेम वाढते. प्रेमामुळे प्रेम वाढते. त्याचप्रमाणे कोणाशी तरी संबंध ठेवून भगवंतावरील प्रेम वाढले पाहिजे. किंबहुना तो स्वभावच बनला पाहिजे, म्हणजे भगवंताची प्राप्ती सहज होते.

श्रीक्षेत्र गोंदवले

सातारा-पंढरपूर रस्त्यावर गोंदवले गाव साताऱ्यापासून ६४ किमी अंतरावर आहे. श्री ब्रह्म चैतन्य महाराज गोंदवले येथे जन्मले, जगले आणि निधन झाले. तेथे त्यांची समाधी, त्यांचे निवासस्थान, थोरले आणि धाकटे राम मंदिर, दत्त मंदिर, शनी मंदिर आहे.

देवाचे नामस्मरण करा आणि तुम्हाला भेटणाऱ्या प्रत्येकाला नामस्मरणाचे महत्त्व सांगा.

नाम हेच परम सत्य आहे.

नाम हे साधन आणि अंत आहे.

ऐहिक सुखांचा उपभोग घेत आनंदमय नामस्मरणात चिंब भिजून जा.

आनंदी राहा आणि आळस, भीती आणि द्वेषापासून दूर रहा.

जीवनातील दैवी अस्तित्वाची नेहमी जाणीव ठेवा.

लोकांशी विनम्र आणि चांगले वागा आणि पूर्ण भक्तीभावाने भक्ती करा.

विचार आणि कृतीत शुद्धतेची शिफारस केली जाते आणि ढोंगीपणापासून दूर राहा.

रामाला आपला मित्र, मार्गदर्शक आणि गुरु मानून त्याला मनापासून शरण जा.

तुम्ही करत असलेल्या प्रत्येक गोष्टीला तुमचे 100% द्या आणि तुमच्या प्रयत्नांचे परिणाम रामावर सोडा, त्यामुळे कर्ता जहाज पूर्णपणे खाली जाईल.

आपल्या इच्छांवर नियंत्रण ठेवा आणि आपल्या वागण्यात नीतिमान व्हा.

राम हा सुखाचा दाता आहे आणि त्याची सेवा करण्याचा मार्ग म्हणून सांसारिक कर्तव्ये पार पाडावीत.

त्याचे नाव गा आणि जप करा आणि सर्व ऐहिक संपत्ती गमावली तरीही नेहमी समाधानी आणि शांत रहा.

अभिमान हा साधकाचा सर्वात मोठा शत्रू आहे, सावध रहा आणि अहंकाराला बळी पडू नका.

राम आपल्या हृदयात वास करतो. तो प्रेमाचे प्रतीक आहे आणि त्याच्या सर्व अनुयायांकडून प्रेमाची तळमळ आहे.

ब्रह्मचैतन्यांचे दैनंदिन प्रवचन 'प्रवचने' या प्रवचनाच्या पुस्तकात संकलित केले आहे.

प्रख्यात शिष्य आणि अनुयायी

श्री के व्ही बेलसरे

श्री के.व्ही. बेलसरे, ज्यांना प्रेमाने "बाबा" (वडील) म्हणून ओळखले जाते, त्यांचा जन्म 1909 मध्ये हैदराबाद येथे एका उच्च शिक्षित कुटुंबात झाला. त्यांनी लहान वयातच भगवद्गीता, दासबोध आणि ज्ञानेश्वरी यांसारख्या धर्मग्रंथांवर प्रभुत्व मिळवले आणि असे मानले जाते. एका आठवड्यात भगवद्गीतेचे 700 श्लोक. पुढे ते मुंबईतील सिद्धार्थ महाविद्यालयात तत्त्वज्ञानाचे प्राध्यापक झाले. त्यांची व्याख्याने इतकी लोकप्रिय होती की त्यांच्या विलक्षण स्पष्टतेमुळे आणि क्लिष्ट विषय समजण्यास सोप्या पद्धतीने शिकवण्याच्या क्षमतेमुळे इतर विषयांतील विद्यार्थी रांगा लावत असत. 1931 मध्ये ब्रह्मचैतन्य यांनी त्यांची दीक्षा घेतली. ब्रह्मचैतन्यच्या आज्ञेनुसार, बाबा 60 वर्षांहून अधिक लोकसंख्येपर्यंत महाराजांच्या शिकवणीचा प्रसार करण्याचे आधारस्तंभ बनले. ध्यानापासून ते ज्ञानेश्वरी आणि दासबोधावरील व्याख्यानांपर्यंत अनेक विषयांवर प्रवचन दिले. त्यांनी मराठीत ५० हून अधिक पुस्तके लिहिली आहेत. त्यांच्या उल्लेखनीय पुस्तकांमध्ये ब्रह्मचैतन्य, उपनिषदांचा अभ्यास (उपनिषदांचा अभ्यास) आणि भावार्थगाथा यांचा समावेश होतो.

डी आर बेंद्रे

DR बेंद्रे (1896 - 1981) हे कन्नड कवी आणि ज्ञानपीठ पुरस्कार प्राप्तकर्ते होते. बेंद्रे यांनी ब्रह्मचैतन्य यांना काव्याची भेट दिल्याचे श्रेय दिले.9

उपासना

मंदिरे

समाधी मंदिर गोंदवले

ब्रह्मचैतन्य आणि त्यांच्या अनुयायांनी भारताच्या आसपास अनेक मंदिरे बांधली आणि पवित्र केली. ब्रह्मचैतन्य यांना समर्पित मंदिरे महाराष्ट्रात तसेच भारतातील इतर ठिकाणी जसे की बंगलोर (श्रीनिवासनगर), आणि धारवाड जिल्ह्यातील हेब्बाली येथे आहेत. या मंदिरांमध्ये राम नामजपाचा विधी दररोज केला जातो.

35
संत बाळूमामा

संत बाळूमामा

Scan for Story Videos - www.itibook.com

संत बाळुमामा हे मुंबई राज्यातील व सध्या कर्नाटक राज्यातील बेळगाव जिल्ह्यातील चिक्कोडी तालुक्यातील अकोल येथील गाव आहे. या गावातील सात्विक धनगर दाम्पत्य श्री मायाप्पा आरभावे आणि त्यांची पत्नी सत्यव्वा यांच्या पोटी बाळूमामाचा जन्म झाला. हा दिवस सोमवार आश्विन शुद्ध द्वादशी शके १८१४ (दि. 3-१०-१८९२) होता.

बालपण – बाळूमामाचा इतिहास – बाळूमामाचा इतिहास

त्याच्या बालपणातील गैरवर्तन सुधारण्यासाठी त्याला अकोल येथील चंदुलाल शेठजी या जैन व्यापाऱ्याने नोकरी दिली. शेठजी कुटुंबाकडून जेवणाचे ताट बदलण्याचे निमित्त म्हणून बहीण गंगूबाई हि-यप्पा खिलारे मामाकडे राहू लागल्या. त्यांचे पुतणे बाळूमामाला मामा म्हणत. तेव्हापासून ते भाचींचे काका आणि जगाचे बाळूमामा झाले.

उन्हाळ्याच्या भर दुपारी दोन साधू एका खोल, अवघड विहिरीचे पाणी पिऊन तृप्त झाले. त्यांनी साधू बाळूमामाला वचसिद्धी आणि कार्यसिद्धीचा आशीर्वाद दिला. बाळूमामाच्या इच्छेविरुद्ध पण आई-वडिलांची आज्ञा पाळण्यासाठी त्यांनी बहीण गंगूबाईची मुलगी सत्यव्वा हिच्याशी लग्न केले. दोघेही प्रथेप्रमाणे मेंढ्या पाळू लागले. जग फिरू लागले.

शेळ्या चारताना, अरे बाळा, तू गुरु बनायला पाहिजे... मग बाळूमामाने ठरवले की, जो कोणी सत्य सांगेल त्याला मी भुते काढण्याचे पैसे घेईन. काही दिवसांनी शिवारात फिरत असताना ते मुळे महाराजांना भेटले आणि म्हणाले, "अरे बाळा, मला उधळलेले 120 रुपये दे".

लग्नानंतर तब्बल ९ वर्षांनी सत्यव्वा गरोदर राहिली. पण बाळूमामाच्या अवज्ञामुळे तिचा गर्भपात झाला. तेव्हापासून त्यांनी पत्नीचा त्याग केला आणि संसार स्वतःचा म्हणून स्वीकारला. मामा बोकडांचा कळप घेऊन महाराष्ट्र आणि कर्नाटकात गावोगावी जात असत. त्यामुळे त्यांना संचारी संत म्हणून ओळखले जाऊ लागले.

त्याला प्रसिद्धी किंवा प्रसिद्धीची कसलीही इच्छा किंवा अपेक्षा नव्हती. भक्तांच्या भल्यासाठी त्यांनी प्रसंगानुसार काही चमत्कार केले. पंचमहाभूतांवर त्यांची सत्ता होती. कन्नड आणि मराठी ग्रामीण बोलीभाषेत ते सर्वांना न्याय, आचार आणि नैतिकतेचा संदेश देत असत. प्रसंगी शपथ. त्याचे शाप आशीर्वाद होते.

तरुणांपासून थोरांपर्यंत, गरीबांपासून श्रीमंतांपर्यंत आणि रानटीपासून विद्वानांपर्यंत सर्व स्तरातील स्त्री-पुरुष त्यांचे भक्त होते आणि आहेत. शर्ट, धोतर फेटा, कांबळा, कोल्हापुरी चप्पल असा त्यांचा पेहराव होता... भजी भाकरी हा साधा आहार त्यांना आवडायचा. ऊन असो, वारा असो, पाऊस असो वा थंडी..बाक-यांसवे शिवारात मुक्काम असायचा. गोरगरिबांना अन्नदान करून भक्तीचा मार्ग सुरू करण्यासाठी त्यांनी 1932 पासून भंडारा उत्सव सुरू केला.

आदमापूर – दुजे झाले पंढरपूर – बाळूमामा मंदिर

आदमापूर येथे, सद्गुरू संत बाळूमामाच्या समाधी मंदिराच्या दक्षिणेकडे असलेली सुंदर कोरीव दगडी समाधी पाहून प्रत्येक प्रवासी थांबतो. तो हातपाय धुतो, प्रशस्त हॉलमध्ये येतो. मंडपाची रंगरंगोटी, येथील प्रकाशयोजना, तप्तीप आणि बाळूमामाच्या मार्मिक ओव्याचा मार्मिक परिचय मंत्रमुग्ध होतो. यावेळी त्याची नजर समोरच्या गाभ्याकडे जाते.

पूर्णाकृती बाळूमामाची प्रसन्न मूर्ती पाहून आनंद वाटतो. नकळत हात जोडले जातात. बाळूमामाच्या उजव्या हाताला त्यांच्या मामाचे सद्गुरू परमहंस मुळे महाराज, गारगोटी यांची मूर्ती आहे. मामाच्या डावीकडे श्री विठ्ठल-रखुमाईची सुंदर मूर्ती आहे आणि त्याच्या पुढे श्री हालसिद्धनाथांची प्रतिमा आहे.

गाभाऱ्यात मामाच्या पार्थिवावर एक समाधी बांधलेली आहे. त्यावर पॉड आहेत. जवळच दगडांचीही पूजा केली जाते. समाधीच्या दोन्ही बाजूला गुंडाळलेल्या नागांच्या प्रतिकृती आहेत. गाभाऱ्यात दक्षिणेला मामाचा झोपाळा आहे.

संत बाळूमामा

सभागृहाच्या उजव्या बाजूला मामाने वापरलेल्या वस्तूंचा संग्रह प्रदर्शनात आहे. तसेच विविध प्रसंगातील मामाचे आकर्षक रंगीबेरंगी सुंदर फोटोही भाविकांचे मन आकर्षित करतात. बाहेरून दर्शन घेण्याची पद्धत आहे. तीर्थ आणि भंडारा (हळद पावडर) प्रसाद म्हणून दिला जातो.

विशेष म्हणजे भाविकांच्या कपाळावर भंडारा लावला जातो. दक्षिणा वैगेरे इथे काही मागत नाही. पण भक्तांनी मामाचा आशीर्वाद मागावा, त्यांच्या इच्छेनुसार दान पेटीत टाकावे. काही द्यायला आणलं तर ते ठेवतात.

घरून जेवण आणायचो. मामाला नैवेद्य अर्पण करून साष्टांग नमस्कार करून मंदिराची प्रदक्षिणा करण्याची प्रथा आहे. असंख्य प्रेक्षणीय उपशिखरे, अनेक मूर्तींनी तयार केलेली रंगीबेरंगी आणि भव्य उंच शिखरे पाहून मंदिराची प्रदक्षिणा करणे सोपे आहे. मंदिराच्या दक्षिण बाजूला उदुंबराच्या शांत, शीतल सावलीत श्रीगुरू दत्तात्रेयांची मूर्ती असून

दर्शन घेतल्यानंतर प्रदक्षिणाही करता येते.

मंदिराच्या मागे दुमजली सिमेंट क्रोक्रेट धर्मशाळा आहे. हे प्रवासी, यात्रेकरू आणि उपासकांसाठी तात्पुरते निवास प्रदान करते. मंदिरासमोर बरीच मोकळी जागा आहे. ही पूर्व बाजू असून तेथे भव्य दिपमाळ असून त्याच्या पुढे पार कट्ट्याचे पिंपळाचे झाड आहे. येथून जवळच आदमापूर गाव आहे.

समाजाला योग्य मार्गावर आणायचे असेल, तर तामस, राजस आणि सात्त्विक या तिन्ही प्रकृतीच्या लोकांवर प्रभाव टाकला पाहिजे. संतांना चमत्कार करण्याची इच्छा नसते. पण कार्य करण्यासाठी ज्ञानदेवांनाही आपली ताकद दाखवावी लागली, हे वास्तव आहे.

संत बाळूमामांना वेळोवेळी अनेक चमत्कार करावे लागले. कोणत्याही कारणास्तव चमत्कार करून जगात कोणीही प्रतिष्ठा किंवा महत्त्व प्राप्त करत नाही. पण बाळूमामांचे चमत्कार प्रतिष्ठेसाठी किंवा प्रसिद्धीसाठी केलेले नसून प्रसंगी केलेले आढळतात. शिंप्याचे उदाहरण घेऊ. शिलाई मशीन, शिवणकामाचे तंत्र, इतर साधने शिंप्याकडे सारखीच असतात, पण शिंपी लोकप्रिय होतो कारण तो खास शोभिवंत कपडे शिवतो. अशा प्रकारे तो चमत्कार करतो.

देवाच्या कृपेचा किंवा योगाच्या सामर्थ्यांचा वापर करून काहीतरी अद्भूत घडवणे हा केवळ विनोद नसून त्यामागे योगशास्त्र आहे हे कोणीही विसरता कामा नये. मुलांच्या उपस्थितीत लोक सुधारतात यात आश्चर्य नाही. मामाच्या सहवासात पशू-प्राणी दुर्गुणांचा त्याग करून सद्गुणी होतात, हे विशेष. त्यांचा भीम नावाचा पांढरा केसाळ कुत्रा एकादशीच्या दिवशी फक्त दूध पितात. बाकी काही खाणार नाही. इतर वेळीही त्यांचा आहार शुद्ध शाकाहारी असायचा.

काकांच्या सहवासात असतानाही, त्याने किंचित खोटे बोलले किंवा चोरी केली तरी त्याला भयंकर अपराधीपणाने पश्चाताप व्हायचा. आजही मंदिरात किंवा बोकडांच्या कळपात गैरवर्तन करणारे अनेकदा दोषी आढळतात. एका प्रसंगी, मामा एक अस्सल नागरूप देखील मानेल. मामाच्या बाळाची काळजी घेणारा दादू गवळी नकळत झोपला होता आणि मामाने त्याला रानटी रूपात उठवले. तो स्वतः कष्टाने जगत होता. भीक हा शब्द त्यांच्या शब्दसंग्रहात नव्हता. अन्नपूर्णा देवी मामावर प्रसन्न झाली. त्याचा भंडारा आजही कठीण काळात अनुभवतो. अनेकांना अल्प प्रमाणात अन्न पुरवणे सामान्य होते. मामाने स्वतः आमच्यासाठी कोणतीही सिद्धी वापरली नाही. या बाबतीत ते माणिक प्रभू महाराज (हुमनाबाद-गुलबर्गा) यांच्यासारखेच होते.

आदर्श कर्मयोगी संन्यासी बाळूमामा

स्वच्छ पांढरे धोतर घातलेले, पूर्ण बाह्यांचा शर्ट, डोक्यावर लाल रुमाल (फेटा), पायात कोल्हापुरी चामड्याच्या चपला, मेंढ्या पाळण्यासाठी हातात काठी, उंची साडेसहा फूट, विहीर. अंगभूत बिल्ड, गडद-तपकिरी रंग, टोकदार नाक, योग्य प्रमाणात चेहरा, मोठे कपाळ आणि छेदणारे डोळे. मामाचे दर्शन जणू दृष्टच होता. दुरून कोणी दर्शन घेत नसे. नेहमीच्या

कंपनीतले लोकही जवळ जायचे धाडस करत नव्हते. जोंधळ्याची भाकरी, उडदाची भाकरी, मूग-उडदाची आमटी, हरभऱ्याची-आंबड्याची भाजी, वरण-पावट्याची उसळ आणि शेंग्याची शेंगाची आमटी हे मामाचे खास आवडते पदार्थ. जसा असावा तसा तो फराळ होता.

संत बाळूमामा कन्नड आणि मराठी भाषा बोलतात ते भाविकांशी त्यांच्या बोलीभाषेत संवाद साधत असत. सुशिक्षित शहरी लोकांशी शहरी भाषेत बोलणे. त्या व्यवसायासाठी लागणारी सर्व कामे तो सामान्य धनगरांप्रमाणे करत असे. असामान्य विभूती असूनही मामा अतिशय साधे जीवन जगले. प्रत्येक एकादशीचे व्रत तिने द्वादशीला स्नान करूनच तोडले. त्याच्या कपड्यांना कधीच घामाचा वास येत नव्हता. कपडे धुतल्यासारखे स्वच्छ होते. पावसाळ्यातही त्यांच्या बुटांना चिखल झाला नाही. त्यांना भक्तिगीतांची आवड होती. त्याला नाटकाचा तिटकारा होता. दांभिकता, अनैतिकता आणि अंधश्रद्धेला त्यांचा कडाडून विरोध होता. बाळूमामा समोरच्या व्यक्तीचे हृदय क्षणार्धात ओळखतात. त्याला सर्व योगसिद्धी माहीत होत्या. तो साक्षर होता. ते त्रिकालज्ञानी होते. त्यांना संपत्ती, मान-सन्मान आणि ऐहिक सुख हे मातीसारखे वाटते. तारुण्यात काकांची आज्ञा न मानणारी पत्नी

सत्यव्वा रिंगण तोडे | सेव्हची गर्भधारणाही कमी होते.

काकांचा वंश शुद्ध आहे. चालताना महिला.

आई खूप दु:खी होती. पाणी आणि अन्न ठेवा.

सत्याने माघार घ्या. पूर्ण आयुष्य.

त्यानंतर मामाने जगाचा विचारही केला नाही. जगाच्या जगाला आपले समजा. आपल्या घराण्याचा श्रीमंती पेशा सांभाळून "मी आणि माझे" अंतर्यामी वाहून गेले आणि संन्यासासासारखे तुकोबा, नाथांसारखे राहिले. आमच्यात आणि परदेशी यांच्यात भेद नव्हता. प्रत्येकाला आपण स्वतःचे आई-वडील आहोत असे वाटते. इतरत्र धार्मिक लोक घरे सोडून आपापल्या गावी संतांना भेटायला जातात. बाळूमामा धनगराच्या रूपाने जंगलात आणि सद्गुणी गावांच्या शिवारात यायचे. त्यामुळे त्यांना सहज फायदा होतो. पण मजा आली. कधी-कधी तो काही पाहुण्यांना शिवीगाळ करत असे. फटकारण्याचा त्रिविध उद्देश होता: माणसांच्या विश्वासाची चाचणी घेणे, त्यांचा गर्व दूर करणे आणि त्यांचे दुःख नष्ट करणे. पण पुण्य नसेल तर माणूस काकांपासून दूर राहतो.

अभिनव धनगर देववतारी संत

अनेक असामान्य संत विविध समाजाचे सभासद झाले आहेत. संत कनकदास, मुगलरवड (ता. रायबाग, जि. बेळगाव) येथील यल्ललिंग महाप्रभू यांचा जन्म धनगर समाजात झाला आणि विशेषतः अत्यंत खडतर आणि खडतर जीवन जगणाऱ्या या धनगर समाजात उमा महेश्वरानी बाळूमामा म्हणून जन्म घेतला.

कर्नाटकातील बेळगाव जिल्ह्यातील चिक्कोडी तालुक्यातील अकोल गावात सोमवार शुद्ध द्वादशी शके १८१४, दिनांक ३ ऑक्टोबर १८९२ रोजी दुपारी चार वाजून तेवीस वाजता

भगवान शंकरांनी स्वतःची अचिंत्य माया स्वीकारली आणि धनगर कुटुंबात बालक म्हणून अवतार घेतला. पावसाळा संपला. सुंदर सूर्याचे चुंबन घेतलेली, सृष्टी देवता सुंदर हिरवी शाल पांघरून आनंदाने हसत होती. बळीराजाच्या कष्टाने पुत्र झाला होता. सीमोल्लंघन साजरी केल्यानंतर, नवऱ्याना पौर्णिमा भूमातेची पूजा करण्यासाठी उत्सुक होते. लाखो लोकांच्या जीवनातील दुःखाचा अंधार दूर करून त्यांना सुखाचा संसार आणि सुखाच्या भक्तीचा मार्ग दाखविणारा महात्मा म्हणून ते प्रकट झाले. मायाप्पा हा कष्टाळू धनगर होता. त्याची पत्नी सत्यव्वा ही एक महान सुशील आणि भक्त होती. ती विठ्ठलाची भक्त होती. बाळूमामाला लहानपणी कोणी ओळखत नव्हते.

दीर्घकाळ एकांतात राहणे, बाभळीच्या काट्यावर आरामात विसावा घेणे, समाधी अवस्थेत तासनतास समाधीमध्ये डुंबणे, सांकेतिक भाषेत सूचकपणे बोलणे, वैगेरे यांचे स्वरूप सामन्यांना अनाकलनीय होते. महापुरुषांना धार्मिक आणि प्रेमळ भक्तांची फारशी माहिती नसते. लहानपणी शेटजींच्या घरी काम करून मग बहिणीच्या सासरच्या कामात राहून काही दिवस गेले. ती घरी असताना तिच्या काकांनी सत्यव्वा नावाच्या मुलीशी लग्न केले. बळजबरीने आणि अनिच्छेने जबाबदारी स्वीकारून बाळूमामाने स्वतंत्रपणे पशुपालनाचा व्यवसाय सुरू केला.

मंदिर उत्सव

श्री सदगुरु बाळूमामाच्या दर्शनासाठी आणि सेवा करण्यासाठी लोक चोवीस तास येतात. या भागात काही विशेष महत्त्वाचे सण आणि दिवस आहेत.

1) भंडारा यात्रा

फाल्गुन वद्य एकादशीला जागर आणि द्वादशीला महाप्रसाद होतो. लाखो लोकांना त्याचा फायदा होतो. त्रयोदशीला पालखी आणि घोड्यासह मिरवणूक मरगुबाई मंदिरात जाते, गावात फिरून विहिरीवरून मंदिरात येते. यानिमित्त भाविकांना घरोघरी आंबील, सरबत, फराळ दिला जातो. ढोल-ताशांचा आवाज, गडगडाट, भंडाऱ्याचा दणदणाट यामुळे एका वेगळ्याच मंगलाचा आभास होतो. सकाळी ९ ते दुपारी ४ वाजेपर्यंत हा कार्यक्रम चालतो. अमावस्या आली आहे. नंतर पावडर बारीक करा. यादिवशी बोकडांच्या कळपाला फेटे बांधण्याचा कार्यक्रम असतो.

२) दर अमावास्येला यात्रा काढली जाते.

अमावस्या वारी समजून घेण्याची एक पद्धत आहे. रविवारी दर्शनासाठी येणाऱ्या भाविकांची संख्याही मोठी आहे. नाचिनी आंबिल सर्वांना प्रसाद म्हणून दिली जाते. कॅल्शियम युक्त, आरोग्यदायी, जीवनसत्व युक्त नचनी प्रसाद हे येथील वैशिष्ट्य आहे.

3) एकादशीला वेगवेगळ्या गावातून भजनी मंडळी येतात आणि भजन सेवा करतात. काही भाविक वारीच्या भावनेने एकादशीला येतात. काही बारावीला येत आहेत.

४) श्रावण वद्य चतुर्थी – मामाची पुण्यतिथी. यानिमित्त साप्ताहिक कार्यक्रम आहे. ज्ञानेश्वरी आणि श्री बाळूमामा विजय ग्रंथाचे पठण, नामजप, प्रवचन, कीर्तन आणि रात्री

भजन असे कार्यक्रम आहेत.

५) भाद्रपद अमावस्या – घटस्थापना ते दास्यापर्यंत नवरात्रीचे व्रत करणारे लोक मंदिरात नामजप, भजन इत्यादी करतात.

६) अश्विन शुद्ध द्वादशी – मामाची जन्मतारीख, पहाटे समाधीला अभिषेक केला जातो. भजनाचे कार्यक्रम होतात. सकाळी ९ वाजल्यापासून महाप्रसादाला सुरुवात होते. दुपारी 4:23 नंतर कीर्तनानंतर पुष्पवृष्टी होईल.

७) अश्विन वद्य द्वादशी (गुरुद्वादशी) – ही बाळूमामाच्या पंढरपूर वारीची तिथी आहे. एकादशीच्या दिवशी भाविक पंढरपूरला मुक्कामासाठी येतात. द्वादशीला विठ्ठल रखुमाईला अभिषेक करून प्रसाद भोजनाचे आयोजन केले जाते.

8) कार्तिक शुद्ध प्रतिपदा – दिवाळी पाडवा – मरगुबाई मंदिराजवळ, बोकडांची लेंडी लक्ष्मी म्हणून पूजली जाते. या कारणासाठी, दुधाचे ऊतक जोडण्याचा कार्यक्रम केला जातो. बोकडांना ओवाळणी व पूजन केल्यानंतर बकरी मारण्याचा कार्यक्रम झाल्यानंतर महाप्रसाद होतो. इतर ठिकाणी सर्व मामाच्या बाकांमध्ये असाच कार्यक्रम घेतला जातो.

९) मंदिरातील दैनंदिन कार्यक्रम – पहाटे ४ नंतर षोडशोपचार पूजा, पहाटे ५ वाजता आरती, सकाळी अन्नदान. संध्याकाळी 7 ते 7:30 वाजता आरती होते. रात्री पुन्हा नैवेद्य होतो. प्रवचन, कीर्तन, भजन आणि इतर कार्यक्रम कधी कधी आयोजित केले जातात.

१०) मंडप – मंदिराच्या दक्षिण आणि उत्तरेला १०५ बाय ५५ लांबीचा आणि रुंदीचा मंडप आहे ज्याला आधुनिक पद्धतीने छप्पर घालण्यात आले आहे.

11) दर्शन मंडप – मंदिराच्या वायव्य दिशेला 100 बाय 100 लांबी आणि रुंदीची पाच मजली इमारत आहे. तळमजल्यावर रेस्टॉरंट आणि दुकाने आहेत. वरील सर्व मजल्यांवर प्रत्येकी आठ हॉल आहेत. हॉलमध्ये संडास बाथरूमची सोय आहे.

समाधी - संत बाळूमामा

वयाच्या ७४ व्या वर्षी मामा सगुणरुप दिसेनासे झाले. समाधीपूर्वी एक-दोन वर्षे मामा सूचक शब्दांत कल्पना देत होते. तो गूढ धर्मशास्त्रीय श्लोक बोलत असे. मात्र, त्यातील बहुतांशींना शेवटपर्यंत स्पष्ट समज मिळू शकली नाही. अशा सूचना त्यांनी अनेक भक्तांना स्वप्नात दिल्या होत्या. काहींना प्रत्यक्ष प्रगट करून त्यांच्या समाधीबाबत आवश्यक गोष्टी सांगितल्या. एकर देह ठेवताना, मामांनी त्या वेळी मार्गुबाईच्या मंदिरात उपस्थित भक्तांना आपण प्रकाशरूप म्हणजेच ब्रतद्रूप झाल्याचा थेट दाखला दिला. उपनिषद (वेद) परब्रत्मदमाला शाश्वत देव म्हणून प्रकाशरूप मानतात. श्रावण वद्य चतुर्थी शके १८८८ म्हणजेच ४ सप्टेंबर १९६६ रोजी मामा सगुणरूप सोडून निजधामाला गेले.